AN AUTOBIOGRAPHY

AN AUTOBIOGRAPHY

தனுஜா

ஈழத் திருநங்கையின்
பயணமும் போராட்டமும்

தனுஜா சிங்கம்

பதிப்பாசிரியர்:
ஷோபாசக்தி

கருப்புப்
பிரதிகள்

தனுஜா – தன்வரலாறு
தனுஜா சிங்கம்
பதிப்பாசிரியர்: ஷோபாசக்தி
இரண்டாம் பதிப்பு: ஆகஸ்ட் 2021
முதற்பதிப்பு: நவம்பர் 2020

வெளியீடு: கருப்பு பிரதிகள்
பி 55, பப்பு மஸ்தான் தர்கா, லாயிட்ஸ் சாலை
சென்னை 600 005
பேச: 94442 72500
மின்னஞ்சல்: karuppupradhigal@gmail.com
முகப்பு, உள்வடிவமைப்பு: ஜீவமணி
அச்சாக்கம்: ஜோதி எண்டர்பிரைசஸ், சென்னை 600 005

விலை; ரூ. 350
ஐ.எஸ்.பி.என்; 978-81-943310-6-3

THANUJA - Autobiography
© Thanuja Singam
tanuja.singam@gmail.com
Edited by Shobasakthi
Second Edition: August, 2021
First Edition: November, 2020

by Karuppu Pradhigal
B55, Pappu Masthan Darga, Lloyds Road,
Chennai 600 005, Tamil Nadu, South India
Mobile: 94442 72500
Email: karuppupradhigal@gmail.com
Cover, Layout: Jeevamani
Printed by: Jothy Enterprises, Chennai 600 005

Price: ₹ 350.00
ISBN: 978-81-943310-6-3

*என் தாயகமான ஈழத்தில்,
தங்களது உரிமைகளுக்காகவும்
பாலின சமத்துவத்திற்காகவும்
போராடிக்கொண்டிருக்கும் என்
சக திருநங்கைத் தோழிகளுக்கு,
இந்நூலை அன்பு ததும்பும்
இருதயத்தால் சமர்ப்பிக்கிறேன்.*

நான் தவறான உடலில் அடைபட்டிருக்கவில்லை; மாறாக, என்னுடையதைப் போன்ற உடல்களுக்கு மிகவும் குறுகிய இடத்தையே வழங்கும் உலகில் அடைக்கப்பட்டிருக்கிறேன்.
– இவான் இ. கொயட்

நன்றி
○ ஹரி இராசலட்சுமி ○ தர்மினி ○ Editions Zulma

காலரேகை

01 வெளிச்சப் புத்தகம் 11

முதற்பாதி

01 யுத்த காலம் 15
02 ஆயிரம் மின்மினிகள் 19
03 மாமதுரை போற்றுதும் 23
04 அப்பாவின் வருகை 27
05 முதற்பலி 31
06 சிங்காரச் சென்னை 36
07 முதற்காதல் 40
08 கொழும்பு 46
09 அம்மாவின் வருகை 53
10 பாலியல் வன்புணர்வு 56
11 யாழ்ப்பாணம் 60
12 Willkommen 65
13 இணைய வலை 72
14 காட்டுவாசியும் ஹிப்ஹொப்பும் 78
15 முப்பது மாத்திரைகள் 85
16 பாலினத் தேடல் 87
17 மாயப் பொறி 95
18 புதிய பாடசாலை 100
19 கார்ஸ்டனும் முராட்டும் 105
20 கள்வனின் காதலி 108
21 ஹோர்மோன் மாயம் 116
22 இரு சகோதரர்கள் 121
23 திருநங்கைகள் சந்திப்பு 127
24 புதிய அம்மா 135
25 இணையச் சர்ச்சை 144
26 தேர்த் திருவிழா 152
27 ஹொலண்ட் 157
28 தாலி பாக்கியம் 163
29 முதலாவது கோப்பை 166
30 காதல் சமர் 169
31 தட்டினேன் திறக்கப்பட்டது 174

மறுபாதி

01	புனித நிர்வாணம்	183
02	காமினி சித்தி	192
03	மஞ்சள் நீராட்டு	195
04	ஓரிரவுக் காமம்	201
05	ஓயாத போராட்டம்	203
06	ஜீவன்	206
07	சூரிச்சை நோக்கி	210
08	மோனா குரு	214
09	தமிழ் டிஸ்கோ	217
10	என்னை அறிதல்	220
11	நட்சத்திர நாயகிகள்	226
12	தனிக்குடித்தனம்	230
13	மரண வாசல்	233
14	பட்ட கால்	237
15	ரபீக்	242
16	யாழ்நங்கைகள்	247
17	சினிமாக் காதலர்	249
18	தாய்லாந்து	253
19	கனடா	258
20	நவரச நாயகன்	263
21	கனவு மனிதன்	273
22	பாரிஸ் நாட்கள்	276
23	மாமியார் வீடு	280
24	துன்பத்துப்பால்	285
25	கூறைச் சேலை	290
26	சட்டப்படியும் பெண்	293
27	ஆதித் தொழில்	296
28	ஐயர் என்ற சாவித்திரி	300
29	காணிவேல்	304
30	நேர்முகத் தேர்வு	308
31	மறுபடியும் சுவிஸ்	312
32	மகாராணி	315
33	அழுகளம்	320
34	மீண்டும் தமிழகம்	323
35	வழிகாட்டிகள்	328
36	தாய் மண்ணில்	333
37	மாதவம்	337
▢	நிழற்படங்கள்	342

வெளிச்சப் புத்தகம்

ஆண் குழந்தையாகப் பிறந்து ‘தனுஜன்’ என்ற பெயரில் வளர்ந்துகொண்டிருந்த எனக்கு, இப்போது பெயர் தனுஜா. என்னுடைய உடலிலிருந்த வேண்டாத உறுப்பான ஆண்குறியை வெட்டி வீசியதைப் போலவே, என்னுடைய பெயரிலிருந்தும் ஓர் எழுத்தை நீக்கிவிட்டு ‘தனுஜா’ என்ற பெயரை நான் தேர்ந்தெடுத்துக்கொண்டேன். ஆனால் எனது பாலினத்தை நான் தேர்வு செய்யவில்லை. அது இயற்கையாலேயே எனக்கு அருளப்பட்டது.

இப்போது எனக்கு இருபத்தொன்பது வயதாகிறது. என்னுடைய பன்னிரண்டாவது வயதிலிருந்து ஜெர்மனியில் வாழ்ந்து வருகிறேன். ஆனாலும் என்னுடைய மனது தமிழ் நிலத்திலேயே வேரூன்றியிருக்கிறது என்பதை இந்நூலைப் படிக்கும்போது நீங்கள் தெரிந்துகொள்ளலாம். எனக்கு மூன்று மொழிகளில் பேசவும் எழுதவும் தெரியும். எனினும் என்னுடைய சுயசரிதையை முதலாவதாக என்னுடைய தாய்மொழியிலேயே எழுதுகிறேன். இதுவும் எனது தேர்வல்ல, இதை இயல்பு என்றே கருதுகிறேன்.

ஓரிரவுக்கு ஆயிரம் ஈரோக்கள் வரை பெற்றுக்கொண்டு, ஆடம்பர விடுதிகளில் பாலியல் தொழில் செய்துவந்த நான், இப்போது சுகாதாரத்துறை மாணவியாக, பற்கள் பராமரிப்பு பயின்றுகொண்டிருக்கிறேன். இது நிச்சயமாகவே எனது தேர்வுதான்.

இருபத்தொன்பதே வயதான நான், ஒரு சுயசரிதையை எழுதி வெளியிடுவது சரியானதுதானா என்ற கேள்வி எனக்கும் இருந்தது. ஆனால் இச்சிறிய வயதுக்குள், நான் நான்கைந்து ஜென்மங்களுக்கான வாழ்க்கையை வாழ்ந்து தீர்த்துவிட்டேன். இன்பத்தின் எல்லையையும் துன்பத்தின் விளிம்பையும் பார்த்துவிட்டேன். இரத்தத்தையும் கண்ணீரையும் விந்துநீரையும் சலிக்கச் சலிக்கச் சுவைத்துவிட்டேன். உலகம் முழுவதும் சுற்றி

வந்திருக்கிறேன். ஏராளமான மனிதர்களைச் சந்தித்திருக்கிறேன். ஈழத்தில் பிறந்த திருநங்கைகளிலேயே, முதன்முதலாகச் சுயசரிதையை எழுதி நூலாக வெளியிடும் வாய்ப்பும் சூழலும் எனக்கே கிடைத்திருக்கிறது. என் வாழ்க்கையிலிருந்தும் கற்றுக்கொள்வதற்கு ஏதாவது இருக்குமில்லையா! சமுத்திரத்தில் ஆயிரம் விசித்திரங்களும் மச்சங்களுமிருந்தாலும், அங்கிருந்து கிடைக்கும் உப்புக் கல்லுக்கும் பயனிருக்கிறதல்லவா!

என்னுடைய உள்ளத்தில் ஒளிரும் சொற்களை, உங்கள் முன்னால் ஒளிவுமறைவின்றி முழு நிர்வாணமாக வைக்கவே நான் விரும்புகிறேன். அந்தச் சொற்களின் முன்னே, ஒருவேளை உங்களில் சிலரின் கண்கள் கூசிப்போகவும் கூடும். சூரிய சந்திரர்களது ஒளியைக் காட்டிலும், காட்டுத் தீயின் வெளிச்சத்தைக் காட்டிலும், உண்மையைப் பேசும் உள்ளத்திலிருந்து எழும் ஒளியே அதிக வெளிச்சத்தைப் பரப்பும் வல்லமையுடையது என்றே நான் நம்புகிறேன். அந்த விசுவாசத்துடன் இந்நூலைத் தொடங்குகிறேன்.

AN AUTOBIOGRAPHY

முதற்பாதி

யுத்த காலம்

நான் பிறக்கும் போதே அகதியாகத்தான் பிறந்தேன். எங்களது மக்களை ஆயிரக்கணக்கில் கொன்று, எங்களது நிலத்தைத் திறந்தவெளிச் சிறையாக மாற்றி வைத்திருந்த இந்திய இராணுவம் 1990 ஆம் வருடம் இலங்கையிலிருந்து வெளியேறியது. அதற்கு அடுத்த வருடம் நான் பிறந்தேன். நான் பிறந்தபோது 'இரண்டாவது ஈழப்போர்' என்றழைக்கப்படும் கொடிய யுத்தம் தொடங்கியிருந்தது. இலங்கையின் முப்படைகளும் ஓர் இனப்படுகொலையை நிகழ்த்திக்கொண்டிருந்தன. தமிழ் நிலங்கள் இராணுவத்தால் முற்றுகையிடப்பட்டுச் சிதைக்கப்பட்டன. கடலில் நின்ற கப்பல்களிலிருந்து எங்கள்மீது பீரங்கிகள் ஏவப்பட்டன. இலங்கையின் போர் விமானங்கள் எங்கள் வீடுகள்மீது குண்டுகளை வீசிப் பறந்தன.

நான் அம்மாவின் வயிற்றில் கருவாக இருந்தபோது, எங்களது 'மண்கும்பான்' கிராமமும் ஒருநாள் இராணுவத்தால் சுற்றிவளைக்கப்பட்டது. கூட்டுப் படுகொலையும் கொள்ளையும் தீவைப்பும் பாலியல் வன்புணர்வுகளும் படையினரால் நிகழ்த்தப்பட்டன. என்னுடைய உறவினர்களில் சிலரும் அந்தப் படுகொலைக்குள் அகப்பட்டு மாண்டிருந்தனர். இன்னும் சிலர் காணாமற்போயிருந்தனர். எங்களது வீடு இராணுவத்தால் எரிக்கப்பட்டது. வீட்டுக்குள்ளிருந்த உடைமைகளும் பத்திரங்களும் காணி உறுதிகளும் கரியாக மாறியிருந்தன.

என்னுடைய கிராமம் இலங்கையின் வடக்கேயுள்ள 'லைடன்' தீவில், அல்லைப்பிட்டிக்கும் வேலணைக்கும் நடுவிலிருக்கும் மிகச் சிறிய மணல் கிராமமாகும்.

யாழ்ப்பாண நகரத்திலிருந்து அய்ந்து கிலோமீற்றர்கள் தொலைவில் அதுவுள்ளது. கிராமம் முழுவதும் மணற்குன்றுகள் நிறைந்திருக்கும். யாழ் குடாநாட்டில் புதிய வீடுகளையும் கட்டடங்களையும் கட்டுவதற்குத் தேவையான குறுமணலில் பெரும்பகுதி எங்களது கிராமத்திலேயே அகழ்ந்தெடுக்கப்பட்டது. மணற்குன்றுகளின் மடியில் கிடந்த, பளிங்கு போன்ற 'வெள்ளைக் கடற்கரை'யும் புகழ் பெற்றது. வெளிநாட்டுச் சுற்றுலாப் பயணிகள் கூட இந்தக் கடற்கரையை நாடி வருவார்கள். இவற்றைத் தவிர வேறு பெருமைகள் இல்லாமல்தான் எங்களது கிராமம் கிடந்தது. ஆனால் நான் பிறந்து மூன்று வருடங்களான போது, என்னுடைய கிராமத்தின் பெயர் ஊடகங்களில் ஒரு துயரமான காரணத்தால் இடம் பிடித்தது. அந்தக் காரணம் கடற் கரும்புலி அங்கயற்கண்ணி.

அங்கயற்கண்ணியின் இயற்பெயர் துரைசிங்கம் புஸ்பகலா. அவருடைய வீடு எங்களுடைய வீட்டுக்கு மிக அருகிலிருந்தது. தன்னுடைய இளம் வயதிலேயே விடுதலைப் புலிகள் இயக்கத்தில் இணைந்த புஸ்பகலா, தன்னுடைய இருபத்தோராவது வயதில் புலிகள் இயக்கத்தின் முதலாவது பெண் கடற் கரும்புலியாகச் செயற்பட்டு, காங்கேசன்துறைக் கடற்பரப்பில் தரித்துநின்ற இலங்கைக் கடற்படையின் தலைமைக் கட்டளைக் கப்பலை மோதித் தகர்த்தார். போரியல் வரலாற்றின் பக்கங்களில், எனது கிராமத்தின் பெயரும் அங்கயற்கண்ணியால் பதிவாகிக்கொண்டது.

எங்களது ஊரில் பெரும்பான்மை மக்கள் சைவர்களே. சிறிய தொகையில் இஸ்லாமியர்களும் கிறிஸ்தவர்களும் அங்கிருக்கிறார்கள். எனினும் அங்கு மதச் சண்டையோ பூசல்களோ ஒருபோதும் இருந்ததில்லை. கிராமத்தில் அய்ந்து சைவக் கோயில்களிருந்தன. கிராமத்தின் எல்லையில் 'சாட்டி சிந்தாத்திரை மாதா' கோயிலிருந்தது. வெள்ளைக் கடற்கரையில் ஒரு பள்ளிவாசல் இருந்தது.

எங்களது கிராமத்திலிருந்த இஸ்லாமியர்கள் புலிகளால் வெளியேற்றப்பட்ட பின்பு, எங்களது கிராமத்தைச் சேர்ந்த சைவரான ‘குலசிங்கம்’ என்பவர், அந்தப் பள்ளிவாசலைக் கூட்டிப் பெருக்கிச் சுத்தம் செய்து பாதுகாத்தார் என நான் கேள்விப்பட்டேன்.

எங்களது குடும்பம் பருவ மழையை மட்டுமே நம்பி விவசாயம் செய்யும் குடும்பம். கிராமத்தில் ஆறுகளோ நன்னீர் நிலைகளோ கிடையாது. பருவத்திற்குத் தகுந்ததுபோல நெல், புகையிலை, காய்கறிகள் எனப் பயிரிட்டுக் கைக்கும் வாய்க்குமாக வாழ்ந்துவந்த எளிய குடும்பத்தில், மூன்றாவது குழந்தையாக நான் பிறந்தேன். எனக்கு ஓர் அக்காவும் அண்ணாவுமுள்ளனர். அக்கா என்னை விட ஏழு வயது மூத்தவள். அண்ணாவுக்கும் எனக்கும் அய்ந்து வயது வித்தியாசம்.

1991 ஆம் வருடம், டிசம்பர் மாத மழைக்காலத்தில் யுத்தம் உக்கிரமாகிக்கொண்டே போனதால், பல்லாயிரக்கணக்கான தமிழ்க் குடும்பங்களைப் போலவே, எனது குடும்பமும் இந்தியாவுக்கு அகதிகளாகச் செல்ல நேரிட்டது. அப்போது நான் பிறந்து வெறுமனே மூன்று மாதங்கள் மட்டுமே ஆகியிருந்தன. குழந்தையின் பாதங்கள் தான் பிறந்த மண்ணில் படுவதற்கு முன்னமே, கொந்தளிக்கும் கடல் அலைகளிடையே குழந்தை பாக்கு நீரிணையைக் கடக்க வேண்டியிருந்தது.

அந்தக் காலத்தில், இலங்கையிலிருந்து பத்து அகதிப் படகுகள் இந்தியாவை நோக்கிப் புறப்பட்டால், அய்ந்து படகுகளே பாதுகாப்பாகக் கரையை அடைய முடியும். மிகுதிப் படகுகள் இலங்கைக் கடற்படையிடம் சிக்கிக்கொள்ளும் அல்லது அகதிகள் படகுடன் சேர்த்து ஆழ்கடலில் மூழ்கடிக்கப்படுவார்கள். எப்படியோ இலங்கைக் கடற்படையின் கடுமையான கண்காணிப்புகளுக்கும், துப்பாக்கிச் சூடுகளுக்கும் தப்பித்து, எங்களது குடும்பம் இராமேஸ்வரம்

கடற்கரையை வந்தடைந்தது. அங்கிருந்து மதுரை மாநகரத்தைச் சென்றடைந்தோம். தூங்கா நகரம் எங்களை வரவேற்று அரவணைத்துக்கொண்டது.

மதுரையில் 'கோச்சடை' என்ற பகுதியில் சில ஈழத்து அகதிக் குடும்பங்கள் வசித்தன. மண்கும்பானைச் சேர்ந்த எங்களது உறவினர்கள் சிலரும் அவர்களிடையே இருந்தனர். அவர்களை நாடியே எனது குடும்பம் மதுரைக்கு வந்தது. அவர்களின் உதவியால் கோச்சடையில் வாடகை வீடு கிடைத்தது. எனினும் அகதிகளாக வாழ வந்த இடத்தில் ஏற்பட்ட பொருளாதாரப் பிரச்சினைகளாலும், இந்திய அதிகார வர்க்கத்தின் அலட்சியப் போக்காலும் என் குடும்பம் தள்ளாடியது.

குடும்பத்தைக் காப்பாற்றுவதற்காக அப்பா வெளிநாட்டுக்குப் போகத் திட்டமிட்டார். அப்பாவை ஜெர்மனிக்கு அழைப்பதற்கு, அவரது உறவினர்கள் தயாராகயிருந்தார்கள். ஜெர்மனிக்குச் சென்று அகதித் தஞ்சம் பெற்ற பின்பாக, எங்களையும் ஜெர்மனிக்கு அழைத்துக்கொள்வது அப்பாவின் எண்ணமாகயிருந்தது.

அப்பா விரைவிலேயே ஜெர்மனிக்குச் சென்றுவிட, அம்மா மூன்று குழந்தைகளுடன் மதுரையில் தனித்து விடப்பட்டார். மதுரையில் அகதிகளாகச் சிதறி வாழ்ந்துகொண்டிருந்த எங்களது உறவினர்களிடமிருந்து அவ்வப்போது உதவிகளும் கிடைக்கத்தான் செய்தன. அப்பா விரைவிலேயே குடும்பச் செலவுக்குப் பணம் அனுப்பத் தொடங்கினார்.

இப்போது எங்களது வாழ்க்கை அமைதியாக நகரத் தொடங்கியது. போரின் கொடிய கரங்களிலிருந்து தன்னுடைய மூன்று குழந்தைகளையும் காப்பாற்றியதற்காக அம்மா மகிழ்ந்திருப்பார். அந்த மகிழ்ச்சியே கணவரின் பிரிவைத் தாங்குவதற்கான சக்தியை அவருக்குள் உண்டாக்கியிருக்கும். போர்நிலம் ஒன்றிலிருந்து அகதிகளாகப் புலம்பெயர்வது என்பது

வெறுமனே கடலையோ நிலத்தையோ கடப்பதல்ல;
சாவைக் கடப்பது!

ஆயிரம் மின்மினிகள்

எனது குழந்தைப் பருவம் மிகவும் சிறப்பாகத்தான் இருந்தது. பிற்காலத்தில் நான் எதிர்கொண்ட பல தடைகள் அப்போது எனக்கு இருக்கவில்லை. என்னுடைய மூன்று வயதிலேயே, எனது அக்காவின் ஆடைகளை அணிந்து பார்ப்பதில் நான் விருப்பம்கொண்டேன். இதில் ஞாபகக் குழப்பம் ஏதுமில்லை. எனக்கு அப்போது மூன்றே வயதுதான்.

அப்போது என்னைச் சுற்றியிருந்தோரும் எனது பெண்தன்மையை இரசித்தனர். அது ஒருவிதமான விளையாட்டாக அவர்களால் எடுத்துக்கொள்ளப்பட்டது. எனது அக்கா, எனக்கு முக ஒப்பனைகள் செய்து, என்னை அலங்கரித்து அழகு பார்ப்பாள். தமிழ்த் திரைப்படங்களைப் பார்த்து, அதில் வரும் நடிகைகளைப் போலவே நானும் நடித்து, வெட்கப்பட்டுச் சிரித்துப் பார்ப்பேன். இந்தச் செயல்களெல்லாம் என்னைச் சுற்றியிருந்தவர்களால் பலத்த சிரிப்போடு ஊக்குவிக்கப்பட்டன. அப்போது எனக்கு நடிகை மீனாவையும், பெப்ஸி உமாவையும் மிகவும் பிடிக்கும். சமையல் நிகழ்ச்சிகளையும், அழகுக்கலை நிகழ்ச்சிகளையும் தொலைக்காட்சியில் சலிக்காமல் பார்த்துக்கொண்டிருப்பேன். என் அம்மாவின் தலைமுடியைச் சீவி அலங்கரித்து, அவரின் முகத்தில் ஒப்பனை செய்து பார்ப்பேன். எனக்குப் பிடித்த விளையாட்டுப் பொருட்களாக 'பார்பி' பொம்மையும், குட்டிச் சமையல் பாத்திரங்களுமிருந்தன. பல்லாங்குழி விளையாடுவதும் மிகவும் பிடிக்கும்.

நானொரு குழப்படிகாரப் பிள்ளை எனச் சொல்வது சரியானதுதான். பெரியவர்களோடு விளையாடுவது,

அவர்களிடம் வாயாடுவது, யார் என்ன பேசினாலும் அதை ஞாபகத்தில் சேமித்து வைத்திருப்பது என்றெல்லாம் வயதுக்கு மீறின வேலைகளைச் செய்தேன். எங்களது வீட்டைக் கடந்து செல்பவர்களுடன் பேசிக்கொண்டே, அவர்களது வீடுகளுக்கே போய் விடுவேன். எங்கே போகிறேன், எப்படித் திரும்பி வருவேன், தொலைந்துவிடுவேனா என்ற அச்சமெல்லாம் என்னில் எழுந்ததேயில்லை.

என் அம்மாவோ என்னைத் தேடித் தெருத் தெருவாக அலைவார். ஒரு கட்டத்தில் என்னுடைய அட்டகாசத்தைப் பொறுக்கமாட்டாமல், எனது காலொன்றைக் கயிற்றால் பிணைத்து, எங்களது வீட்டின் முன்னாலிருந்த மரத்தோடு கட்டிவிடத் தொடங்கினார். நானும் அந்தக் கட்டை அவிழ்க்க வழி தெரியாமல், எங்களது வீட்டைக் கடந்து செல்பவர்களிடமும் அண்டை அயலாரிடமும் என்னை அவிழ்த்துவிடுமாறு கெஞ்சுவேன். ஒருநாள், அம்மா சாப்பிடும் மாத்திரைகளை எடுத்து நானும் அம்மாவைப் போலவே விழுங்கினேன். சற்று நேரத்திலேயே உள்ளே போனது நூறுமடங்காகத் திரும்பி வாய்வழியே வந்தது. அம்மா என்னைத் தூக்கிக்கொண்டு மருத்துவமனைக்கு ஓடினார். இப்படியாக என்னால் முடியுமான வழிகளையெல்லாம் அம்மாவைத் துன்பப்படுத்தினேன்.

ஒவ்வொரு வெள்ளிக்கிழமையும் அம்மாவுடன் கோயிலுக்குச் செல்வேன். நாளைக் காலையில் என்னைப் பெண்ணாக மாற்றிவிடுமாறு கடவுளிடம் வேண்டுவேன். ஆனால் ஏன் எனக்குள் இந்த ஆசையென்று எனக்குத் தெரியாது. ஆண் உடலில் பிறந்தவர்கள் பெண்ணாக மாறுவதென்பது கடவுளால் மட்டுமே செய்து முடிக்கக் கூடிய காரியம் என்றுதான் நம்பிக்கொண்டிருந்தேன். ஆனால் என்னுடைய கற்பனை கடவுளை மீறியும் சென்றது.

எனது பெரும்பாலான பொழுதுகள் வீட்டின் மொட்டை மாடியிலேயே கழிந்தன. அங்கே தனிமையில் அமர்ந்திருந்து, என் கற்பனை உலகத்தில் வாழ்ந்துகொண்டிருப்பேன். அந்தக் கற்பனை உலகில் என்னைப் பெண்ணாகவே உருவகித்துக்கொள்வேன். அந்தக் கற்பனைப் பெண் மிகவும் அழகானவள். அவளின் கூந்தல் மிக நீளமானது. அவள் கம்பீரமானவள். அப்போது என் உள்ளத்தில் தோன்றக் கூடிய இரகசிய மகிழ்வு, ஆயிரக்கணக்கான மின்மினிப் பூச்சிகள் என்னை இருளிற்குள் தூக்கிச் செல்வதைப் போன்றது.

எப்போதுமே கனவு கண்டுகொண்டிருக்க முடியுமா என்ன! நான் பள்ளிக்கூடம் செல்லும் காலமும் வந்தது. என்னுடைய அய்ந்தாவது வயதில் பள்ளிக்கூடத்தில் சேர்க்கப்பட்டேன். ஆனால் எனக்கோ பள்ளிக்குப் போகவே பிடிக்காது. பள்ளிக்குப் போகாவிட்டால் அம்மா என்னை அடிப்பார் என்ற பயக்கெடுதியினால் மட்டுமே, நான் பள்ளிக்கூடத்தில் ஒதுங்கத் தொடங்கினேன்.

Chandler Matriculation School என்ற மிகப் பெரிய ஆங்கிலப் பாடசாலையில்தான் என்னைச் சேர்த்திருந்தார்கள். எனது அண்ணாவும் அக்காவும்கூட அங்கேதான் காலம் தள்ளிக்கொண்டிருந்தார்கள். காலையும் மாலையும் பள்ளிப் பேருந்தில் மூவருமாகச் சென்றுவருவோம். நான் சேர்க்கப்பட்டிருந்த தொடக்க வகுப்பின் ஆசிரியையாக சஹீலா டீச்சர் இருந்தார். அதனால் என்ன! எனக்குத்தான் படிப்பே வராதே. மிகச் சிரமத்தோடு பள்ளிக்குச் சென்று வந்ததற்குப் பிரதிபலனாக, 'முட்டாள்' என்ற பட்டம் மட்டும்தான் எனக்குப் பள்ளியில் கிடைத்தது.

வீட்டுப் பாடம் செய்ய எனக்கு அறவே பிடிக்காது. ஆகவே சஹீலா டீச்சரிடம் தாராளமாக அடி வாங்குவேன். ஒரு நீண்ட பிரம்பால் அவர் என்னை வெளுப்பார். சில நாட்களில் எனது அக்காவையோ,

அண்ணாவையோ அழைத்துவரச் சொல்லி, அவர்களிடம் டீச்சர் முறைப்பாடு வைப்பார். அது அண்ணாவுக்குப் பிடிக்காது. அவனும் என்னை அடிப்பான்.

என் அக்காவுக்கு நானொரு செல்லப் பிள்ளையாகத்தான் இருந்தேன். ஆனாலும் தொணதொணத்துப் பேசும் எனது குணம் அவளுக்குப் பிடிக்காது. பள்ளிப் பேருந்தில் பயணிக்கும் போது, அக்காவின் தோழிகளுக்கு நடுவே அமர்ந்துகொண்டு ஆர்ப்பாட்டமாக நிறையக் கதைகளைப் பேசுவேன். அமைதிவடிவே உருவான என் அக்காவுக்கு அது எரிச்சலைத் தூண்டிவிடும். அந்த எரிச்சல், எனக்கு விநோதமான தண்டனைகளைத் தருவதில் போய் முடியும். அதிகம் பேசிய வாயில் அய்ந்து உறைப்பான பச்சை மிளகாய்களைச் சாப்பிட வேண்டுமென்பது அவற்றிலொன்று.

பள்ளியில் நடக்கும் எந்தக் கேள்வி - பதில் போட்டியிலும் நான் வெற்றிபெறுவதில்லை. என்மீதும், என் மூளைமீதும் எனக்குக் கடுகளவு நம்பிக்கையும் இருந்ததில்லை. பள்ளியிலும் அடி, வீட்டிலும் அடி, மாலைநேரப் பள்ளியிலும் அடி என முறைவைத்து என்னை அடித்துத் துவைத்தார்கள். ஒரு முட்டாளை அடித்து உதைத்து அறிவாளியாக்கிவிடலாம் என அவர்கள் ஆழமாக நம்பினார்கள். என் கண்ணீர், எனது முட்டாள்தனத்தைக் கரைக்கும் திராவகம் என்றுகூட அவர்கள் நம்பியிருக்கலாம்.

சஹீலா டீச்சர் என்னை முரட்டுத்தனமாக அடித்தாலும் கூட, நான் அவரை இரசிக்கவே செய்தேன். கம்பீரமாகவும் மிடுக்காகவுமிருக்கும் பெண்களை எனக்கு நிரம்பவும் பிடித்திருந்தது. எனது ஆசிரியையும் அப்படியான ஒருவரே. ஆண்களே அவரைக் கண்டு பயப்படுவார்கள். எனது மொட்டை மாடிக் கற்பனை உலகத்தில், என்னை சஹீலா டீச்சராகவே கருதி, எனது கற்பனை மாணவர்களுக்குப் பாடம் சொல்லிக்கொடுப்பேன்.

அதிகாலைவேளையில் அம்மாவுடன் சேர்ந்து வாசலில் கோலம் போடுவேன். பால்காரர் வரும்வரை காத்திருந்து, பால் வாங்கி அம்மாவிடம் கொடுப்பேன். மலர்களைக் கொய்து சாமிப் படங்களுக்கு முன்னால் வைப்பேன். சமையலறையில் அம்மாவுக்கு உதவி செய்வேன். அப்படியே கொஞ்சம் சமைக்கவும் பாத்திரங்கள் கழுவவும் பழகிக்கொண்டேன்.

எனது இத்தகைய நடவடிக்கைகளை அம்மா பெரிதாகப் பொருட்படுத்தவில்லை. என்னுடைய கற்பனை உலகத்தை அவர் தொந்தரவு செய்யவில்லை. நான் எனது மனதிற்குள்ளிருந்த பெண்மையை வெளிப்படையாகவே கொண்டாடிக்கொண்டிருந்தேன். அக்காவின் உடைகளும் அம்மாவின் நகைகளும் எந்தவிதத் தடையுமில்லாமல் என்னை அலங்கரித்தன. நான் விளையாடிக்கொண்டிருப்பதாகத் தான் அவர்கள் நினைத்திருந்தார்கள்.

மாமதுரை போற்றுதும்

எனது அம்மாவின் ஒன்றுவிட்ட தங்கையும், அவரது மகனும் எங்களது வீட்டுக்கு அருகாமையிலேயே வசித்து வந்தனர். எனது சித்தியின் பெயர் ராஜி. அந்தச் சித்தி மாலை நேரங்களில் எங்களின் வீட்டுக்கு; தொலைக்காட்சி பார்க்கவும், அம்மாவுடன் அரட்டையடிக்கவும் வருவார். அவரிடம் எனக்குச் சேலை கட்டிவிடச் சொல்லிக் கேட்டுக் கெஞ்சுவேன். எனக்குச் சேலை கட்டப் பழக்கியவர் அந்தச் சித்திதான். அம்மாவும் சித்தியும் சேலை கட்டும் லாவகம் என்னைப் பெரிதும் கவர்ந்தது. அவர்கள் சேலை கட்டும்போது கண்கள் விரியப் பார்த்துக்கொண்டேயிருப்பேன். அது எனக்குச் சலிக்கவே சலிக்காது.

நான் சேலையணியும் போதெல்லாம், என்னுடைய கற்பனை உலகத்திற்குள் மின்மினிகளுடன் சென்று விடுவேன். எனது தலைமுடி நீளமாக இல்லாததால், துடைக்கும் துண்டை என் தலையில் கட்டிக்கொண்டு அது கூந்தல் என்ற கற்பனையில் மிதப்பேன். மதுரையில் வயதுக்கு வந்த பெண்கள் பாவாடை, தாவணி அணிவது வழக்கம். அதைப் பார்த்து வளர்ந்ததால், எனக்கு இன்றுவரை அந்த உடைகள் பிடிக்கும்.

கோச்சடைப் பகுதி அப்போதுதான் நகரமாக வளர்ந்துகொண்டிருந்தது. அங்கே அடர் தோப்புகளும் தோட்டங்களுமிருந்தன. மேய்ந்துகொண்டிருக்கும் பன்றிகளை நான் துரத்தி விளையாடுவேன். பன்றி குட்டி போட்டால், தாய்ப் பன்றி இல்லாத நேரத்தில் குட்டிப் பன்றியைத் தூக்கி வைத்துத் தடவிக்கொடுத்து முத்தமிட்டு விளையாடுவேன். நான் பன்றியை அளைவது அம்மாவுக்குப் பிடிக்கவே பிடிக்காது. எனவே அதற்காகவும் அவ்வப்போது அடி வாங்குவேன்.

நான் படிப்பில்தான் கொஞ்சம் மக்காயிருந்தேன், ஆனால் நேர்த்தியாகத் திருடுவது எனக்குக் கை வந்திருந்தது. அக்கம்பக்கத்து வீடுகளின் மதில்களில் ஏறித் தாவி மாங்காய், கொய்யாக்காய் பறிப்பேன். புளியங்காய், தேங்காய் என விதம்விதமாகத் திருடித் தின்பேன். வைகை ஆற்றங்கரை எனது வீட்டின் அருகிலிருந்ததால், அங்கு சென்று மீன் பிடித்து வந்து கிணற்றில் விடுவேன். நெல்வயலில் நண்டு பிடிக்கப்போவேன்.

வீட்டின் அருகில் புகழ்பெற்ற கோச்சடை முத்தையா கோயிலிருந்தது. அங்கு வரும் பக்தர்களின் செருப்புகளை எடுத்து ஒளித்துவைத்து விளையாடுவது என் வழக்கமென்றால், அந்தக் கோயிலில் வருடா வருடம் ஆடு வெட்டித் திருவிழா செய்வது பக்தர்களின் வழக்கம். திருவிழாவில் ஆடக் கரகாட்டக்காரர்கள் வருவார்கள். ஆட்டக்காரர்கள் ஆண்களென்றும்,

அவர்கள் பெண்ணுடை தரித்திருக்கிறார்கள் என்றும் நான் நினைத்திருந்தேன். அங்கே ஆடியவர்கள் என் சொந்தங்களான திருநங்கைகளே என்பதைத் தெரிந்துகொள்ளும் வயதில் நான் இருக்கவில்லை. அவர்களை விழுந்து விழுந்து இரசிப்பேன். அவர்களின் ஜிகினாப் பாவாடையும் அலங்காரங்களும் என்னை மயக்கிப்போட்டன. நான் பெரியவனானதும் ஒரு கரகாட்டக் குழுவில் போய்ச் சேர்ந்துகொள்ள வேண்டும் என்று நினைத்துக்கொண்டேன்.

நான் படித்தது ஒரு ரோமன் கத்தோலிக்கப் பாடசாலை. அங்குதான் முதன்முறையாக இயேசுக் கிறிஸ்துவைப் பற்றி அறிந்துகொண்டேன். அவர் செய்த அற்புதங்கள் என்னிடம் சொல்லப்பட்டன. எனவே நான் இயேசுவை நேசிக்கத் தொடங்கினேன். அவரது அற்புதத்தின் மூலம் என்னைப் பெண்ணாக மாற்றிவிடுமாறு மன்றாடி ஜெபித்தேன். படிப்பு என்ற ஒன்றைத் தவிர, பள்ளியின் சூழல் எனக்கு மகிழ்ச்சியையே கொடுத்தது. எனது ஆண் நண்பர்களுடன் கபடி, கிரிக்கெட், பேட்மின்டன் விளையாடுவேன். பெண்களுடனும் சேர்ந்தும் விளையாடுவேன். ஆண் விளையாட்டு - பெண் விளையாட்டு என எனக்குப் பேதங்களில்லை. எனக்குப் பிடித்ததை நான் செய்தேன்.

எனக்கு நடனமாட மிகவும் பிடிக்கும். எங்களது பள்ளியில் மிருதங்கம், கர்நாடக சங்கீதம், பரதநாட்டியம் போன்ற வகுப்புகள் நடத்தப்பட்டன. ஆண்கள் பெரும்பாலும் மிருதங்க வகுப்பைத் தேர்வு செய்தார்கள். நான் பெண்களுடன் சேர்ந்து பரதநாட்டியம் கற்றேன். பள்ளியில் கற்றதுபோக, தொலைக்காட்சியில் வரும் நடனங்களைப் பார்த்தும் பயிற்சி செய்தேன். பள்ளியில் நடந்த கலை நிகழ்ச்சிகளில் என் நடனங்கள் அமோக வரவேற்பைப் பெற்றன.

என்னுடைய மிக நெருங்கிய தோழியின் பெயர் மேரி. படிப்பில் மிகவும் கெட்டிக்காரி. அவள்தான் எனக்குச் சைக்கிள் ஓட்டக் கற்றுக்கொடுத்தாள். நாங்கள் இருவரும் ஒன்றாகவே ஞாயிறு வேத வகுப்புகளுக்குச் செல்வோம். வேதப் பள்ளியில் நடந்த கிறிஸ்துமஸ் ஒளிவிழாவில், நானும் மேரியும் நடனமாடத் தேர்வு செய்யப்பட்டோம். அந்த நடனத்தில் எனக்குப் பெண்வேடம்.

அதுவரை காலமும் நான் வீட்டுக்குள்தான் பெண்ணுடை அணிந்துவந்தேன். நான் மூன்று வயதுக் குழந்தையாகப் பெண்ணுடை அணிந்தபோது குதூகலித்து இரசித்த என் அம்மா, இப்போதெல்லாம் அதை இரசிக்கத் தயாராகயில்லை. வீட்டுக்குள் பெண்ணுடை அணிந்து சுற்றுவதற்கே அம்மாவிடம் ஏச்சுப் பேச்சுகள் வாங்கத் தொடங்கியிருந்தேன்.

ஆனால், கிறிஸ்துமஸ் ஒளிவிழாவில் பெண்ணுடை அணிந்து ஆடுவதென்பது, ஊரவர்கள் முன்பாகப் பெண்ணுடையில் தோன்றுவதற்கான பொன்னான வாய்ப்பு. நான் இதைத் தவறவிடுவதாகயில்லை. எனவே ‘இயேசுநாதருக்காக நான் ஆடப்போகிறேன்’ என்று நான் உருக்கத்தோடு சொன்னதும் அம்மா மசிந்துவிட்டார். அக்காவின் கறுப்புப் பாவாடையையும், ஒட்டுத் தோடுகளையும் எடுத்துச் சென்று என்னை அலங்கரித்தேன். எனக்கு நீண்ட கூந்தல் இல்லையே என்றொரு கவலை இருக்கத்தான் செய்தது. ஆனால் என்னோடு கூட ஆடிய மேரிக்கும் நீளமான கூந்தல் இல்லாததால் மனது ஓரளவுக்குச் சமாதானமானது.

நான் மேடையில் தோன்றி ஆடியபோது, பார்வையாளர்கள் எல்லோருமே என்னைப் பெண்ணென்றே நினைத்தார்கள். அவர்கள் என்னைப் பாராட்டியபோது, அப்படியே அந்த வேஷத்தைக் கலைக்காமலேயே வாழ்க்கை முழுவதும் இருந்துவிட முடியாதா என்று ஏங்கினேன்.

ஆனால் வேஷத்தைக் கலைக்காமல் வீடு திரும்பினால் அம்மாவிடம் உதைபடுவது நிச்சயம்.

அப்பாவின் வருகை

1996 ஆம் வருடம், அப்பா எங்களைப் பார்ப்பதற்காக, ஜெர்மனியிலிருந்து மதுரைக்கு வந்தார். அப்பாவின் இரண்டு சகோதரிகள் ஜெர்மனியிலிருந்தும், இன்னொரு சகோதரியும் எனது அப்பம்மாவும் இலங்கையிலிருந்தும் மதுரைக்கு வந்துசேர்ந்தார்கள். அப்போதுதான் எங்களது குடும்பம் எவ்வளவு பெரியதென்று எனக்குத் தெரியவந்தது. ஜெர்மனி மாமிகள் ஆளுக்கு இரண்டிரண்டு குழந்தைகளுடனும், இலங்கை மாமி அய்ந்து குழந்தைகளுடன் வந்திருந்தனர். எங்களது வீடு உறவினர்களால் நிரம்பித் ததும்பியது. கைக்குழந்தையாக நானிருந்தபோது என்னைவிட்டுப் பிரிந்துபோன என் தந்தை, என்னைப் பார்க்க வந்தேவிட்டார். அவருடன் வண்ணப் பேனாக்கள், வாசனைத் திரவியங்கள், ஆடைகள், இனிப்புகள் போன்றவையும் ஜெர்மனியிலிருந்து வந்திருந்தன.

நான் எங்களது பெற்றோருக்குப் பிறக்கவில்லை, என்னைக் குப்பை தொட்டியிலேயே கண்டெடுத்தார்கள் என்று எனது அக்காவும் அண்ணாவும் எப்போதுமே என்னைக் கிண்டல் செய்வதுண்டு. அக்காவுக்கும் அண்ணாவுக்கும் கொஞ்சம் வெளுத்த தோல். எனவே அவர்கள் என்னுடைய நிறம் குறித்துக் கேலி செய்வார்கள். தமிழ்க் குடும்பங்களில், குழந்தைகளின் மனதில் நிறம் குறித்த தாழ்வு மனப்பான்மை ஏற்படும்படி அறிந்தோ அறியாமலோ செய்துவிடுகிறார்கள். கொஞ்சம் வெள்ளை நிறமாகப் பிறந்தவர்களை அழகென்றும், கறுப்புக் குழந்தைளைக் கேவலமாகவும் சித்திரிக்கிறார்கள். ‘உன்னுடைய நிறம் பிடிக்காமல் தான் அப்பா

வெளிநாட்டுக்குப் போய்விட்டார்' என்று அம்மா கூட என்னைச் சீண்டுவார். அம்மா சொன்னதை நான் நம்பவும் செய்தேன். ஏனெனில் அப்பா என்னிடம் நடந்துகொண்ட முறை அப்படித்தானிருந்தது.

அப்பா என்மீது பெரிய பாசமெல்லாம் வைத்திருக்கவில்லை என்றே எனக்குத் தோன்றியது. அவர் வந்த சில நாட்களிலேயே நான் அதைப் புரிந்து கொண்டேன். அப்பா ஒரு விடாக் குடிகாரர். அவர் மது அருந்தும்போதெல்லாம் அவருக்கு யாரையாவது அடித்து உதைக்க வேண்டியிருந்தது. அவரிடம் அக்காதான் எப்போதும் வசமாகச் சிக்குவாள். அம்மா ஒருபோதும் அக்காவை அடிக்க மாட்டார். என்னையும் அண்ணாவையும் மட்டுமே அடிப்பார். அப்பா, அக்காவை அடிப்பது எனக்குப் பிடிக்கவில்லை. அப்பாவின் முகத்துக்கு நேரே "போடா" என்று சொல்லிவிட்டு வெளியே ஓடிவிடுவேன்.

எனக்கு எனது பெயரையே எழுத்துப் பிழையில்லாமல் எழுதத் தெரிந்திருக்கவில்லை. என் தந்தைக்கு அது மிகுந்த கோபத்தை உண்டாக்கியது. "உன் வளர்ப்புச் சரியில்லை" என்று அம்மாவைத் திட்டிவிட்டு, என்னையும் வெளுத்தார். கோபம் ஆறிய பின்பாக, எனது பெயரைத் தமிழிலும் ஆங்கிலத்திலும் எழுதக் கற்றுக்கொடுத்தார். நான் ஒவ்வொரு நாளும் எனது பெயரைப் பிழையின்றி எழுதி அப்பாவிடம் காட்ட வேண்டியிருந்தது. ஆனால் ஒரு முறைகூட நான் அதில் வெற்றியடையவில்லை. விடுமுறை முடிந்து அப்பா ஜெர்மனிக்குத் திரும்பிய போதுதான் நான் நிம்மதியடைந்தேன்.

அப்பா வந்துசென்ற மூன்றாவது மாதத்தில், என் அக்கா பூப்பெய்தினாள். அது எனக்குப் பெரிய மகிழ்ச்சியைக் கொடுத்தது. அந்த நாளிலிருந்து, நானும் பருவத்துக்கு வந்து பூப்பெய்த மாட்டேனா என்று ஏங்கத்

தொடங்கினேன். மாதவிடாய் ஏற்படும் பெண்கள் கடைக்குச் சென்று 'சனிடரி நாப்கின்' வாங்கிவரச் சிறிது தயங்குவார்கள். என்னைப் போன்ற சிறுவர்களை அனுப்பித்தான் அதை வாங்குவார்கள். நான் கடைக்குச் சென்று சனிடரி நாப்கின்கள் வாங்கி வரும்போதெல்லாம், அவற்றில் ஒன்றை என் அக்காவிடமிருந்து வாங்கி 'எனக்கும் மாதவிடாய் வருகிறது' என்று சொல்லி உள்ளாடைக்குள் வைத்துக்கொள்வேன்.

எங்களது குடும்பங்களில் பூப்பெய்திய சடங்கை விமரிசையாகக் கொண்டாடுவார்கள். சடங்கின் போது பருவத்திற்கு வந்த பெண்ணுக்கு புதுப் புடவை, நகைகள், பணம் என்று நிறையப் பரிசுகள் கிடைக்கும். அன்று அந்தப் பெண் சினிமாக் கதாநாயகி போல நடத்தப்படுவாள். சடங்கில் முக்கால்வாசி நேரம் அவள் வீடியோக்காரருக்குப் பலவித நிலைகளில் 'போஸ்' கொடுப்பதிலேயே போய்விடும்.

சடங்குக்கான முதற் சேலையை, தாய்மாமன் வாங்கித் தரவேண்டும். அதனால் எனது தாய்மாமன் கனடாவிலிருந்து மதுரைக்குக் குடும்பத்தோடு வந்தார். மாமாவுக்கு இரண்டு மகன்கள். அந்தப் பையன்களுக்கு தமிழ் சரியாகப் பேச வராது. அவர்கள் பேசிய கனடிய ஆங்கிலமும் எனக்குப் புரியவில்லை.

மாமா எங்கள் மீது பாசமும் அக்கறையும் காட்டுவது என்ற பெயரில் வெற்று வீண்பெருமையே காட்டினார். தங்களின் வாழ்க்கை கனடாவில் எப்படிச் சிறப்பாகயிருக்கிறது என்று ஓயாமல் தற்புகழ்ச்சி பேசினார். என்னையும் என் சகோதரங்களையும் மட்டந்தட்டக் கிடைத்த சந்தர்ப்பங்களை அவர் தவறவிடவேயில்லை. எங்களோடு ஒப்பிட்டுத் தனது குழந்தைகளின் பெருமைகளைப் பட்டியலிட்டார். மாமாவின் பேச்சு எங்களுக்கும் வெளிநாட்டு மோகத்தைத் தூண்டிவிட்டது. விமானத்தில் பறக்கவும், மாமாவின் பையன்களைப் போல

ஆங்கிலம் பேசவும் விரும்பினோம். எங்களைக் கூடிய சீக்கிரமே ஜெர்மனிக்கு அழைக்குமாறு, அப்பாவிடம் வேண்டிக்கொள்ள அம்மாவை இடைவிடாமல் நச்சரித்தோம். அம்மா எங்களது நச்சரிப்புகளைச் சிரித்த முகத்துடன் ஏற்றுக்கொண்டார்.

அக்காவின் சடங்கு நன்றாகவே நடந்தது. எனக்கும் அப்படியொரு சடங்கு நடக்காதா என்ற ஏக்கம் எனக்குள் பெருகிக்கொண்டே சென்றது. எனக்குச் சடங்கு நடப்பது போன்று கனவுகளெல்லாம் வரத்தொடங்கின. நாட்கள் செல்லச் செல்ல, என்னுடைய பெண்தன்மை வீட்டில் ஒரு பிரச்சினையானது. நான் பெண்ணுடை அணிவதும், பெண்களுடன் சிநேகிதம் கொண்டாடுவதும் அக்காவுக்கும் அண்ணாவுக்கும் துப்புரவாகப் பிடிக்கவில்லை. அவற்றைச் செய்ய வேண்டாமென என்னை வதைத்தார்கள். அன்பைக் கொடுக்க வேண்டியவர்களே என்னை அடித்துத் துன்புறுத்தினார்கள்.

என் வீட்டைச் சுற்றியிருப்பவர்களும் சும்மாயிருக்கவில்லை. அவர்கள் எனது அம்மாவை எச்சரிக்கை செய்யத் தொடங்கினார்கள். “ஏய் சிலோன்காரம்மா, நீங்கள் இப்போதே இதைத் தடுக்கவில்லை என்றால், இந்தக் குழந்தை ஒருநாள் பம்பாய்க்கு ஓடிவிடும்” என்றார்கள். அதைக் கேட்டதும் தான், பம்பாய்க்குச் சென்றால் பெண்ணாக மாறி விடலாமா என்ற கேள்வி எனக்குள் கிளம்பியது.

தெருவில் என்னைக் காணும் இளைஞர்கள் ‘அலி’, ‘ஒம்போது’ என்றெல்லாம் அழைக்கத் தொடங்கினார்கள். ‘பொட்டை’ என்று என் முகத்துக்கு நேராகச் சொல்லிச் சிரிப்பார்கள். நான் அவமானத்தால் துடிப்பேன். கேலி செய்பவர்களைக் கல்லால் அடித்து விடலாமா என்றுகூட யோசிப்பேன். எத்தனை பேரைத்தான் கல்லால் அடிக்க முடியும்! எனது சொந்த அண்ணனே

அவனது நண்பர்களுடன் சேர்ந்து, என்னை 'அலி' என்று கிண்டல் செய்தான்.

முதற்பலி

எங்களது வீட்டின் அருகாமையில் சீலன் என்றொரு அண்ணா, தனது குடும்பத்தினருடன் வசித்துவந்தார். எங்கள் இருவருடைய குடும்பங்களுக்குள்ளும் நல்ல நட்பு உருவாகியிருந்தது. அப்போது எனக்கு ஆறு வயது. அந்த அண்ணனுக்குப் பதினாறு வயது. அவர் இப்போது உயிருடனில்லை. சில ஆண்டுகளுக்கு முன்பு தற்கொலை செய்துகொண்டார்.

அந்த அண்ணன் விளையாட என்று ஆசைகாட்டி, என்னை அவரது வீட்டுக்கு அழைத்துச் சென்று, தனது பாலியல் தேவைக்குப் பயன்படுத்தி வந்தார். அவர் சொன்னதை எல்லாம் நான் செய்தேன். அது பயத்தால் செய்தது அல்ல. என்ன நடக்கிறதென்றும் அது தவறென்றும் அன்று எனக்குத் தெரியவில்லை. சீலன் நேரம் கிடைக்கும் போதெல்லாம் என்னுடன் பாலியல் செய்கைகளில் மூழ்கிப்போனார்.

சீலனின் அன்பு, கொஞ்சல், முத்தம் எல்லாமே அந்த நான்கு சுவர்களுக்குள் மட்டுமே எனக்குக் கிடைத்தன. எனது தொடைகளுக்கு இடையே தனது ஆணுறுப்பை வைத்து, பெண்ணுறுப்புக்குள் புணர்வதைப் போல சீலன் இயங்குவார். அந்த நேரத்தில் எனக்கு மூச்சு முட்டும். அந்த உறவில் எனக்கு எந்தச் சுகங்களுமில்லை, வெறும் வேதனை மட்டுமே எனக்குக் கிடைக்கும். அந்த வேதனையை ஒரேயொரு காரணத்திற்காகவே நான் பொறுத்துக்கொண்டேன். யாருமே என்னைப் புரிந்துகொள்ளாத போது, இவர் என்னைப் பெண்ணாகப் பாவித்து, ஒரு பெண்ணைப் போலவே நடத்துகிறார்.

ஓர் ஆண், பெண்களுடன் செய்வதை இவர் என்னுடன் செய்கிறார்.

ஆனால், சீலனும் மற்றவர்களுக்கு முன்னால் என்னைத் தாராளமாக அவமானப்படுத்துவார். என்னுடைய பெண்தன்மை தனக்கு அருவருப்பானது என்பதுபோல நடந்துகொள்வார். எங்களுக்கு இடையேயுள்ள உறவை வெளியில் யாரிடமும் சொல்லக்கூடாது என்று சீலன் என்னிடம் சத்தியமே வாங்கியிருந்தார்.

நான் பெரியவர்களுடன் அதிகமாகப் பழகுவதால், எனக்கு வயதுக்கு மீறிய எண்ணங்கள் மனதிலுண்டு. தொலைக்காட்சியில் பார்க்கும் நடிகையைப் போலவே நானும் ஓர் ஆணுடன் தனியாக அறையில் இருப்பது, இரகசியமாகப் பழகுவது, முத்தமிட்டு விளையாடுவது எல்லாமே எனக்குப் பிடித்திருந்தன. கணவன் - மனைவி உறவில் இருப்பவர்கள், கட்டிலில் எதைச் செய்யக்கூடும் என்பதைத் தொலைக்காட்சி எனக்குக் குத்துமதிப்பாகப் புரியப்பண்ணியிருந்தது.

நான் தொலைக்காட்சியின் குழந்தையல்லவா! தமிழ்த் திரைப்படங்களைப் பார்த்துப் பார்த்து எனக்கும் திருமண ஆசை வந்தது. எனக்குத் தாலி கட்டுமாறு சீலனிடம் கேட்டேன். அவரும் மறுப்பில்லாமல் அதை ஏற்றுக்கொண்டார். ஆற்றங்கரையில் இருக்கும் பிள்ளையார் கோயிலில், எனக்கு அவர் இரகசியத் தாலி கட்டினார். நான் அந்தத் தாலியை, என் வீட்டிலிருந்த சுவாமி படத்துக்குப் பின்னால் ஒளித்துவைத்தேன். தனியாகச் சேலையணிந்து விளையாடும்போது மட்டும் தாலியை எடுத்து அணிந்துகொள்வேன்.

எங்கள் வீட்டுக்கு அண்மையில், பள்ளிப் பேருந்து ஓட்டுநர் ஒருவர் வசித்துவந்தார். அவருக்கு முப்பத்தைந்து வயதிருக்கும். ஒருநாள் அவரின் வீட்டின் முன்னே நான் நண்பர்களுடன் விளையாடிக்கொண்டிருந்த போது, என்னை மட்டும் அவர் வீட்டிற்குள் அழைத்தார். வீட்டில்

அவரின் மனைவியோ பிள்ளைகளோ இருக்கவில்லை. அந்த மனிதர் என்னுடன் பேசிக்கொண்டே, தனது ஆணுறுப்பின் மீது என் பிஞ்சுக் கையை எடுத்து வைத்தார். அவர் செய்தது எனக்குப் பிடிக்கவில்லை, அவரையும் சுத்தமாகப் பிடிக்கவில்லை. உடனேயே நான் கத்திக் கூச்சலிட்டு என் நண்பர்களை அழைத்தவாறே வெளியே ஓடிவந்துவிட்டேன். இவ்வளவு சிறுவர்களும் இங்கேயிருக்க என்னை மட்டும் ஏன் அவர் அழைக்க வேண்டும்? என் பெண்தன்மையை அவர் கண்டுகொண்டாரா? இந்தச் சம்பவத்துக்குப் பிறகு நான் அவரின் வீட்டுப் பக்கமே போவதில்லை.

எங்கள் வீட்டுக்கு அருகிலிருக்கும் கோயிலுக்கு முன்னால் நின்றும் நான் விளையாடுவதுண்டு. கோயிலுக்குச் சாமி கும்பிட வரும் ஓர் அண்ணா மெல்ல மெல்ல எனது நண்பராக மாறினார். அவரின் வருகைக்காக நான் ஒவ்வொரு நாளும் காத்திருப்பேன். அவர் பாசத்தோடு ஒரு குழந்தையை அணைக்கும் தோரணையில், என்னைக் கட்டியணைத்துக் கன்னத்தில் முத்தம் கொடுப்பார். இது பார்வைக்குப் பாச முத்தம் போலத் தோன்றினாலும், நான் மட்டுமே அந்த முத்தத்தின் பின்னால் மறைந்திருக்கும் காமத்தை உணர்வேன். காம நோக்கத்துடன் என்னுடன் பழகும் மனிதர்களை, எனக்கு அந்த வயதிலிருந்தே உடனே கண்டுபிடிக்கத் தெரியும். சில நாட்களுக்குப் பிறகு அவரைக் கோயில் பக்கமே காணவில்லை. நான் அவருக்காகக் கோயிலின் முன்னே ஒவ்வொரு நாளும் காத்திருந்தேன். அவர் மீண்டும் வரவேயில்லை.

பிஞ்சு வயதிலேயே என்னுடலில் காமம் தூண்டி விடப்பட்டது. ஆண்கள் மீது மட்டுமே எனக்குக் காமம் ஏற்பட்டது. நான் சிறுவனாக இருந்தாலும், வாலிப வயது ஆண்களையே எனக்குப் பிடித்திருந்தது. புதிதாகத் திருமணமான ஆண்களையே எனக்கு மிகவும் பிடிக்கும். எனக்குள் இருக்கும் பெண்தன்மையைக் காட்டி, அவர்களைக் காமத்தால் கவரப் பார்ப்பேன்.

எனக்குப் பிடிக்காத ஆண்கள் என்னைத் தொட்டாலோ, நெருங்கி வந்தாலோ விலகிப் போய்விடுவேன். அந்த வயதிலிருந்தே, ஆண்களைக் காமத்தால் அடிமைப்படுத்துவது எனக்குப் பிடிக்கும் என்பதை நான் மறைக்க விரும்பவில்லை.

எனக்கு எட்டு வயதிருக்கும் போது, பள்ளிக்கூடத்தில் கணேஷ், விக்னேஷ் என்ற இரு நண்பர்கள் எனக்குக் கிடைத்தார்கள். வகுப்பில் நாங்கள் அருகருகேதான் அமர்ந்திருப்போம். நாங்கள் வீட்டிலிருந்து எடுத்துவந்திருந்த உணவை, மதிய இடைவேளையின் போது பகிர்ந்து சாப்பிடுவோம். ஒருநாள் பேசிக்கொண்டிருந்த போது, என் நண்பன் கணேஷும் அவனுடைய மைத்துனரும் பாலியல் உறவிலிருக்கின்றனர் என்பது எனக்குத் தெரியவந்தது. கணேஷும் பெண்தன்மை கொண்டவனே. எங்களுடைய அனுபவங்களைக் குழப்பத்துடன் நாங்கள் ஒருவருக்கொருவர் பகிர்ந்துகொள்வோம். நாங்கள் பேசுவது எல்லாவற்றையும் விக்னேஷும் கேட்டுக்கொண்டிருப்பான். ஆனால் வெளியில் யாருக்கும் சொல்லாமல் இரகசியம் காப்பான்.

தொலைக்காட்சிச் செய்தி வழியாகத்தான், நான் திருநங்கைகளைக் குறித்து முதன்முதலாகத் தெரிந்துகொண்டேன். கூவாகம் கூத்தாண்டவர் கோயிலில் திருநங்கைகள் கூடி, அரவானுக்கு விழா எடுத்ததைத் தொலைக்காட்சியில் பார்த்தேன். அப்போது 'திருநங்கை' என்ற பெயர் கிடையாது. 'அரவாணி' எனச் சொல்வார்கள். திருநங்கைகள் அரவானிடம் தாலி கட்டி மணம் முடிக்கும் சடங்கைப் பார்த்தபோது, என் உள்ளம் மகிழ்ச்சியில் கிளர்ந்தது. எனக்கும் அங்கு சென்று திருமணம் செய்துகொள்ள ஆசை வந்தது. எனினும் அந்தத் திருநங்கைகளே என்னுடைய இனம், அவர்களுடன் சேர்ந்து வாழ வேண்டும் என்ற எண்ணமெல்லாம் என் மனதில் அப்போது தோன்றவில்லை.

ஒருநாள் சலூனுக்குச் சென்று, தலைமுடியை வெட்டிவிட்டு வீட்டுக்கு வந்தேன். என் தலையில் வட்ட வட்டமாக முடி உதிர்ந்திருப்பதாக அக்கா சொன்னார். அயலவர்களிடம் இதை பற்றிக் கூறி உதவி கேட்டோம். அவர்கள் இது 'புழுவெட்டு' என்றார்கள். ஏதோவொரு கிருமி எனது தலைமுடியை அரித்துக்கொண்டிருக்கிறதாம். எருக்கம் பாலை முடி கொட்டிய இடத்தில் தடவுமாறு அவர்கள் சொன்னதைக் கேட்டு, நாங்களும் அதைச் செய்து பார்த்தோம். முடி வளர்வதற்குப் பதிலாக, எனது தலையிலுள்ள தோல் தான் வெந்துபோனது. பள்ளியில் சக மாணவர்கள் எனது தலையை பார்த்து 'சொட்டை' எனச் சொல்லிச் சிரிப்பார்கள். நான் வெட்கிப்போய், தலையை முழுவதுமாக மொட்டையடித்துவிட்டேன். அக்காவின் தோழியின் பரிந்துரையின் பேரில், தோல் மருத்துவரிடம் சென்றோம். அந்த மருத்துவர் எனது இரத்த மாதிரியைச் சோதிக்க எடுத்துவிட்டு, என்னை மறுநாள் வரச் சொன்னார். அடுத்தநாள் சென்றபோது, இது இரும்புச் சத்துக் குறைபாடு எனச் சொல்லி, தலையில் பூசத் தைலமும் சில மாத்திரைகளும் கொடுத்தார். அவரது சிகிச்சை பலனளித்தது. கொட்டிய தலைமுடிகள் ஒரு மாதத்திற்குள்ளாகவே மறுபடியும் முளைக்கத் தொடங்கிவிட்டன.

மனிதர்களைக் காட்டிலும் மிருகங்களுடன் பழகவே எனக்குப் பிடித்திருந்தது. கோச்சடையில் மாடு மேய்ப்பவர்கள், ஆடு மேய்ப்பவர்கள், கழுதை மேய்ப்பவர்கள், வளர்ப்பு நாயை நடைக்குக் கூட்டி வருபவர்கள் எல்லோருமே எனக்கு நண்பர்களானார்கள். பெரும்பாலான தெருநாய்களும் எனது உற்ற நண்பர்களே. விலங்குகளுடன் பேசுவது என்னுடைய பழக்கம். என்னுடைய பேச்சு அவற்றிற்குப் புரிகிறது என்றுதான் நினைக்கிறேன். முதலாவது சந்திப்பிலேயே விலங்குகள் என்னுடன் அன்பாகிவிடுகின்றன.

மாடு மேய்ப்பவர்களுடன் பழகுவதற்கு அம்மா எனக்குத் தடைவிதித்தார். மேய்ப்பர்கள் என்னைக் கடத்திக்கொண்டு போய்விடுவார்கள் என்று அம்மாவுக்குப் பயம். அந்தத் தடையை நான் சரளமாக மீறியதால் உபரியாகவும் அடிகள் வாங்கினேன். வீட்டு வன்முறை ஒரு பேய் போல என்னைப் பின்தொடர்ந்தது. நான் நேசிக்க வேண்டியவர்களைப் பார்த்தே நான் பயப்படுகிறேன். அக்கா அடிப்பாள், அண்ணா அடிப்பான், அம்மா அடிப்பார், பள்ளியில் எல்லா ஆசிரியர்களுமே அடிப்பார்கள். இளமையில் கல்வி மட்டுமல்ல, அடியுதையும் அவமானமும் சிலையில் எழுத்துத்தான். அடிக்குப் பயந்தே நான் இன்றுவரை வாழ்கிறேன்.

சிங்காரச் சென்னை

எனக்கு ஒன்பது வயதாகயிருக்கும் போது, எங்களது குடும்பம் சென்னைக்கு இடம்பெயர்ந்தது. எங்களை ஜெர்மனிக்கு அழைப்பதற்கான சட்ட ஆவணங்களை அப்பா அனுப்பியிருந்தார். அந்த அலுவலகரீதியான வேலைகளின் பொருட்டுத்தான் நாங்கள் சென்னைக்கு வந்தோம். அந்த வேலைகளைச் செய்து முடிக்கச் சில மாதகாலம் ஆகுமென்பதால், எனது அப்பாவின் அக்கா வாழ்ந்துவந்த 'கொளத்தூர்' என்ற இடத்தில் வாடகைக்கு வீடு பிடித்துக்கொண்டோம்.

சென்னை பெரிய நகரம் என்றாலும், பெரிய பெரிய அடுக்கு மாடிக் கட்டடங்கள் இருந்தபோதிலும், மதுரையைப் போல இயற்கையின் வனப்பில்லை. ஆற்றங்கரையில்லை, அதிக மரங்களில்லை, அழகான மாடுகளும் இல்லை. முக்கியமாக, சென்னையின் குடிநீர் சுவையாகயில்லை. சென்னையில் தான் முதன்முறையாக எருமை மாடுகளைப் பார்த்தேன். புல் பிடுங்கி அவற்றிற்குத் தின்னக் கொடுப்பேன். எருமையைத்

தடவிக் கொடுத்து விளையாடுவேன். மழைக்காலத்தில் நிறைய ஆமைக் குஞ்சுகள் காணக்கிடைக்கும். அவற்றைப் பிடித்தும் விளையாடுவேன்.

சென்னையில், *Danish Matric School* இல் ஆறாம் வகுப்பில் சேர்க்கப்பட்டேன். இங்குதான் எனக்கு நிறைய இஸ்லாமிய நண்பர்கள் கிடைத்தார்கள். அவர்களில் முக்கியமானவன் நாசர். பாடசாலையில் என்னால் பெண்களுடன் நெருங்கிப் பழக முடியாது. ஆண்களும் பெண்களும் ஒன்றாகக் கலந்து பழக அங்கே தடையிருந்தது. எங்களது வீட்டு அயலில் எனக்கு புவனா, நிஷா ஆகிய நண்பிகள் கிடைத்தார்கள்.

ஜெர்மனி செல்வதற்கான வழிமுறைகள் சிக்கலானதும், ஏராளமான ஆவணங்களைக் கோருவதுமாகும். எங்களிடம் அப்பா அனுப்பிய குடும்ப மீளிணைவுக்கான 'ஸ்பொன்ஸர்' பத்திரங்கள் இருந்தபோதும், இந்தியாவிலுள்ள ஜெர்மனியத் தூதரகம் எங்களுக்கு விசா வழங்கும் பொறுப்பை ஏற்றுக்கொள்ளாது. கொழும்பிலிருக்கும் ஜெர்மனியத் தூதரகத்திலேயே நாங்கள் விசாவைப் பெற்றுக்கொள்ள வேண்டும்.

நாங்கள் கள்ளத்தோணியாக இந்தியாவுக்குள் நுழைந்ததால், கொழும்புக்குத் திரும்பிச் செல்வது இலேசான வேலையல்ல. சென்னையிலுள்ள இலங்கைத் தூதரகத்திலும், சாஸ்திரிபவனிலும் பழியாகக் கிடந்துதான் கொழும்பு திரும்புவதற்கான தற்காலிகக் கடவுச்சீட்டையும், இந்தியாவிலிருந்து வெளியேறுவதற்கான அனுமதியையும் பெற்றுக்கொள்ள முடியும்.

அனுமதி கிடைத்ததும், அடுத்த கட்ட வேலைகளுக்காக அம்மா கொழும்புக்குப் புறப்பட வேண்டியிருந்தது. அம்மா போகும்போது என்னையும் அக்காவையும், அப்பாவின் சகோதரியான மாமியின் வீட்டில் விட்டுவிட்டு, அண்ணாவைத் தன்னோடு அழைத்துச்

சென்றார். எனக்கு அது பெரிய பிரிவாகத் தெரியவில்லை. அம்மா இல்லை என்றால் எனக்கு அடி இல்லை. அதனால் அந்தப் பிரிவை நான் மகிழ்ச்சியுடன் ஏற்றுக்கொண்டேன்.

ஆனால், மாமி எங்களைச் சரியாகப் பார்த்துக் கொள்ளவில்லை. எங்களது பராமரிப்புக்கென எங்களது தந்தையிடமிருந்து பணம் வாங்குவதில் மட்டுமே அவர் ஆர்வத்தைக் காட்டினார். மாமி கடுகடுவெனப் பேசும் பழக்கமுள்ளவர். எங்களுக்குத் தேவையான உடைகளைக் கூட வாங்கிக் கொடுக்க மாட்டார். மாதம் முழுவதும் 'விரதம்' எனச் சாட்டுச் சொல்லி மரக்கறியாகச் சமைத்துப்போட்டார். புதிய ஆடைகளோ அல்லது மீனோ முட்டையோ கேட்டால், அவற்றை வாங்கப் பணம் இல்லையென்று தடித்த நாக்கால் பொய் சொல்வார். அப்பா தொலைபேசியில் அழைத்தபோதெல்லாம், எங்களை அவருடன் சரியாகப் பேசவிடாமல் மாமி இடைஞ்சல் செய்தார்.

புதிய பாடசாலையில், எனக்கே என்மீது ஆச்சரியம் ஏற்படும் வகையில், நான் மிக நன்றாகப் படித்தேன். ஆங்கிலவழிப் பாடசாலை என்பதால் தமிழில் பேசினால் தண்டனை கிடைக்கும். ஒளித்துமறைத்துத் தமிழைப் பேசினாலும், நான் பேசிய மதுரை வட்டாரத் தமிழை சக மாணவர்கள் கேலி செய்தார்கள். அதனால் எனக்குப் பாடசாலையில் 'மதுர' என்ற பட்டப் பெயரும் கிட்டியது.

பள்ளி விடுமுறை நாட்களில் நாசர், ஸ்ரீதர், மகேஷ் ஆகிய நண்பர்களுடன் பட்டம் ஏற்றியும் சைக்கிள் ஓட்டியும் விளையாடுவேன். ஒவ்வொரு ஞாயிற்றுக்கிழமையும் வீட்டுக்கு அருகிலிருக்கும் தேவாலயத்துக்குச் சென்று ஆராதனையில் பங்கெடுப்பேன். பிற்காலத்தில் நான் பைபிளைக் கொஞ்சம் படித்துப் பார்த்தபோது ஓர் ஆச்சரியத்தைக் கண்டடைந்தேன். பைபிளில் திருநங்கைகள்

‘அண்ணகர்கள்’ எனக் குறிப்பிடப்படுகிறார்கள். அண்ணகர்களைக் குறித்து, கர்த்தர் இப்படிச் சொல்கிறார் என்கிறது ஏசாயாவின் 56 ஆவது அதிகாரம்:

> “நான் அவர்களுக்கு என் ஆலயத்திலும், என் மதில்களுக்குள்ளும் குமாரருக்கும் குமாரத்திகளுக்குமுரிய இடத்தையும் கீர்த்தியையும் பார்க்கிலும், உத்தம இடத்தையும் கீர்த்தியையும் கொடுப்பேன்!”

வெள்ளிக்கிழமை தோறும் எனது மச்சாள் ரம்யாவுடன் இந்துக் கோயிலுக்குச் சென்று, அவளுக்கு விரைவில் திருமணம் நடக்க வேண்டும் என வேண்டிக்கொண்டு எள் தீபம் ஏற்றுவோம். அங்கேயிருக்கும் நெய் விளக்கில் நெய்யைத் திருடி நான் நக்குவதுமுண்டு.

எனது நண்பன் நாசர், அல்லாஹ்வின் மகிமைகளைக் குறித்து எனக்கு நிறையச் சொல்வான். எனக்கு அல்லாஹ் மீதும் அளவற்ற அன்பு ஏற்பட்டது. இஸ்லாமிய மார்க்கத்தைப் பற்றி நாசரிடம் கேட்டுத் தெரிந்துகொண்டேன். நாசரின் வீட்டுக்குச் சென்று, அவனின் தந்தை நடத்திவரும் மதச் சொற்பொழிவையும் கேட்டேன். ஆனால் இவை எல்லாவற்றையும் விட, நாசரின் அண்ணாவை அந்த வீட்டில் பார்ப்பதுதான் எனக்கு மிகவும் பிடித்திருந்தது.

நாசரின் அண்ணாவுக்கு இருபது வயதிருக்கும் என நினைக்கிறேன். உடற்பயிற்சியால் முறுக்கேறிய தசைகளும் ஒட்டிய வயிறுமாகக் கம்பீரமாகயிருந்தார். தேகத்தைக் கட்டுக்கோப்பாக வைத்திருக்கும் ஆண்கள் மீது எனக்கு அதீத மயக்கமுண்டு. முப்பத்தியிரண்டு சாமுத்ரிகா இலட்சணங்களும் பொருந்தியவரல்லவா அரவான் சாமி!

முதற்காதல்

எனக்கு மைத்துனர் முறையான மயூரன், தனது பெற்றோருடனும் ஒரு தம்பியுடனும் சென்னையில் 'மடிப்பாக்கம்' என்ற இடத்தில் வசித்துவந்தார். நான் அவரது வீட்டுக்கு அடிக்கடி போவேன். அவரும் எங்களது வீட்டுக்கு வந்துபோவதுண்டு. அவருக்கு இருபது வயதுக்கு மேலிருக்கும். ஆள் பேரழகன். அவர்மீது எனக்கிருந்த ஈர்ப்பு சீக்கிரமே காதலாக வளர்ந்தது. ஒருதலைக்காதல் தான்.

அவருக்குப் பிடித்த நடிகரையே எனக்கும் பிடிக்கும். அவர் விரும்பிச் சாப்பிடுவதைத்தான் நானும் சாப்பிடுவேன். அவர் உபயோகிக்கும் வாசனைத் திரவியத்தை எனது உடலில் தெளித்துக்கொண்டு, அவரது வாசனை என்னுடனேயே இருப்பதுபோல ஏற்பாடு செய்துகொண்டேன். அவரின் சைக்கிளின் குறுக்குத் தண்டில் ஏறி உட்கார்ந்துகொண்டு, அவரின் காதலி போல உல்லாசமாகப் பயணித்தேன்.

ஆனால், மயூரன் எனக்கு முக்கியத்துவம் கொடுப்பதில்லை. என்மீது அன்பும் காட்டுவதில்லை. என்னைக் காணும்போதெல்லாம் என்னை அடித்து விளையாடுவார். சில இரவுகளில் நான் அவரின் வீட்டிலேயே தங்குவதுமுண்டு. ஆனால் மயூரனின் அறைக்குள் நான் நுழைந்தாலே அவர் என்னை விரட்டியடித்தார். நானோ அவரின் அன்புக்காக ஏங்கிக் கிடந்தேன்.

ஒருநாள் அவர்களின் வீட்டுக்கு விருந்தினர் ஒருவர் வந்திருந்ததால், தனது அறைக்குள் வந்து தூங்குமாறு மயூரன் என்னை அழைத்தார். கடைசியில் ஒருவழியாக எனது காதலனுக்கு என் காதல் புரிந்தேவிட்டது என நினைத்துக்கொண்டேன். நான் துள்ளிக் குதித்து அவரது அறைக்குள் ஓடாத குறைதான்.

கட்டிலில் அவர் அருகிலேயே படுத்திருந்தேன். என்ன நடக்கப் போகிறதோ என்ற உளக்கிளர்ச்சியில் எனக்குத் தூக்கமே வரவில்லை. சிறிது நேரத்திலேயே மயூரனது குறட்டைச் சத்தம் கேட்டது. தூக்கத்திலேயே தனது கையை என் மீது போட்டார். நான் அவரது உடற்சூட்டில் என்னை மறந்து கிடந்தேன்.

சற்று நேரத்திலேயே, மயூரன் இரண்டுமுறை எனது பெயரைக் கிசுகிசுப்பாக உச்சரித்தார். நானோ எதுவும் கேட்காதது போலக் கண்களை மூடிக்கொண்டு படுத்திருந்தேன். நான் தூங்கிவிட்டேன் என்று நினைத்துக்கொண்டு, மயூரன் என்னை முத்தமிடத் தொடங்கினார். எனக்கோ இது ஆச்சரியமான விஷயம். மற்றவர்கள் முன்னிலையில் என்னை அடித்து அவமானப்படுத்தும் மயூரனா என்னை முத்தமிடுகிறார்! நானும் தூங்குவதைப் போலவே தொடர்ந்தும் நடித்துக்கொண்டிருந்தேன். மயூரன் எனது கையை எடுத்துத் தனது ஆணுறுப்பில் வைத்துத் தேய்த்தார். தனது வாயால் எனது மார்புக் காம்புகளைச் சுவைத்தார். அந்த முரட்டு மனிதனின் மீசை என்னுடலில் குத்தி எனக்கு மேனி சிலிர்த்தது. எனது இருதயம் வேகமாகத் துடித்துக்கொண்டிருந்தது. எனினும் தூங்கும் நடிப்பைத் தொடர்ந்தேன். சிறிது நேரத்தில் அவருக்கு விந்து வெளியேறியது. ஒரு நிமிடத்திலேயே மீண்டும் குறட் டையொலி கேட்டது.

மறுநாள் விடியலில், நான் என்னையே நினைத்து வெட்கினேன். கடந்த இரவில் மயூரனை நான்தான் தூண்டிவிட்டேனோ என்று என்னையே கேள்வி கேட்டுக்கொண்டேன். அன்றைய பகல் முழுவதும் அவரது முகத்தை பார்க்கவோ, அவரிடம் பேசவோ தயங்கினேன். அன்றிரவும் மயூரன் தனது அறையிலேயே என்னைப் படுக்கச் சொன்னார். எனது மனம் காதலுக்கும் உடல் காமத்துக்கும் ஏங்கியதால், அவர் சொன்னதை மகிழ்ச்சியுடன் ஏற்றுக்கொண்டேன்.

வெளியில் அலைந்து திரிந்து வந்த களைப்பால், மயூரன் படுத்துவுடனேயே அயர்ந்து தூங்கிவிட்டார். நானோ ஆசையை அடக்க முடியாமல், எனது கைகளை அவரது உடலில் படரவிட்டேன். அவரது உதடுகளில் முத்தங்களிட்டேன். மெதுவாக எனது கையை அவரது ஆணுறுப்பிடம் கொண்டு சென்றேன். அவர் சட்டென விழித்துக்கொண்டு, எனது கையைப் பிடித்தார். நான் அதிர்ச்சியில் என்ன செய்வதென்று தெரியாமல் தடுமாறினேன். "டேய் தனுஜன்... உனக்கு எப்படி இந்த வேலையெல்லாம் தெரியும்?" என்று என்னிடம் கேட்டார். "நேற்று நீங்கள் இதையெல்லாம் செய்தபோது நான் தூங்காமல்தான் கிடந்தேன்" என்றேன். "நீ தூங்கவில்லை என்பது எனக்கும் தெரியும்" என்று மயூரன் சொன்னதும் நேரத்தை வீணாக்காமல், நாங்களிருவரும் காமக் கலையில் கவனத்தைச் செலுத்தினோம். அவர் தனது காரியத்தை முடித்ததும், "இதுபோன்று வேறு யாருடனாவது செய்திருக்கிறாயா?" என்று கேட்டார். காதலனிடம் உண்மையை மறைக்கக் கூடாதல்லவா! எனவே, சீலனுடன் எனக்கு உறவிருந்ததைச் சொன்னேன். "பிஞ்சிலேயே பழுத்தவனடா நீ" என்று சொல்லி மயூரன் சிரித்தார்.

மயூரனிடம்தான் நான் பாலியல் அரிச்சுவடியைக் கற்றுக்கொண்டேன். ஒருநாள், தனது ஆணுறுப்பை எனது வாயால் சுவைக்கச் சொன்னார். நான் பயத்துடன் மறுத்துவிட்டேன். அப்படிச் செய்தால் எனக்கு வயிற்றில் குழந்தை உருவாகிவிடும் என்று அஞ்சினேன். மயூரனோ "நீ என்னை உண்மையிலேயே நேசித்தால் இதைச் செய்வாய்" என்றார். நான் அவரை ஆழமாக நேசிப்பதை நிரூபிக்க இப்படியும் ஒரு வழியிருப்பதாக அறிந்துகொண்டதும், அவரது ஆணுறுப்பைச் சுவைத்தேன். அவர் சொல்பவற்றை எல்லாம் நான் செய்துகொண்டிருந்தேன்.

நான் மயூரனை வெறித்தனமாக நேசித்தேன். எனக்கு அப்போது பத்து வயதுகூட ஆகியிருக்கவில்லை. அவர் மீதிருந்த அதீத காதலினால், அவரின் பெயரை வீட்டுச் சுவரிலும், பாடப் புத்தகங்களிலும் எழுதிவைத்துப் பாதுகாத்தேன். எனது பள்ளி விடுமுறை நாட்களைப் பெரும்பாலும் மயூரனது வீட்டிலேயே செலவிட்டேன்.

ஒருநாள் மயூரனின் வீட்டுக்கு, அவரது மாமாவின் மகள்கள் இருவர் வந்தார்கள். அந்தச் சகோதரிகளில் ஒருவர் புதிதாகத் திருமணமானவர். அவரின் கணவர் கனடாவில் இருந்தார். இன்னும் சில நாட்களில் இவரும் கனடாவுக்குப் போய்விடப் போவதாகச் சொன்னார். இளைய சகோதரியின் பெயர் மோஹனா. மிகவும் அழகான பெண். வயது பதினெட்டு இருக்கும். சகோதரிகளுக்கு என்னைப் பிடித்திருந்தது. நாங்கள் மூவரும் வீட்டின் அருகிலிருந்த பிள்ளையார் கோயிலுக்குச் சென்று சாமி தரிசனம் செய்துவிட்டு வந்தோம்.

வீட்டு முற்றத்தில் உட்கார்ந்திருந்து மோஹனாவுடன் பேசிக்கொண்டிருந்தேன். அப்போது அவள் அங்கிருந்த பூஞ்செடியிலிருந்து ஓர் இலையைப் பறித்து, அந்த இலையால் வீட்டின் சுவரில் 'மயூரன்' என்று எழுதினாள். அதைக் கண்டதும் என் கண்களில் நெருப்புப் பற்றிக்கொண்டது. நான் செய்யும் வேலையை எதற்காக இவள் செய்கிறாள் என்று யோசித்தேன். விளையாட்டாகப் பேசுவதுபோல பாவனை செய்துகொண்டு, "மயூரனை உனக்குப் பிடிக்குமா மோஹனா?" என்று அவளிடம் கேட்டேன். அவள் பதில் சொல்லாமல் ஒய்யாரமாக இன்னொரு இலையைப் பிய்த்துப் போட்டாள். வெட்கப்படுகிறாளாம்! இதை வளர விடக்கூடாது என்று முடிவு செய்தேன்.

நான் இப்போது முகத்தில் தீவிர பாவனையை வருவித்துக்கொண்டு, "மயூரன் என்னை அடிப்பான், அவனொரு குடிகாரன், பீடி சிகரெட் பழக்கமும்

இருக்கிறது, அவன் மகா கெட்டவன்" என்றெல்லாம் அவளிடம் புகார் பட்டியல் வாசித்தேன். "மயூரனை விட அவனது தம்பி நல்லவன்" என்று பரிந்துரை செய்து அவளின் கவனத்தைத் திசை திருப்பப் பார்த்தேன். ஆனால் அவளோ நான் சொல்பவற்றைக் காது கொடுத்தே கேட்காமல், "அவர் எப்போது வீடு திரும்புவார்?" என்றே என்னிடம் கேட்டுக்கொண்டிருந்தாள்.

நானும் மயூரனும் சில மாதங்களாகவே காதல் உறவில் இருப்பதை எப்படி மோஹனாவிடம் சொல்வது? அவள் மயூரனின் மாமாவின் மகள் என்பதால், அவளுக்கு மயூரனுடன் திருமணம் நடக்க நிறையவே வாய்ப்பிருக்கிறது என்பது புரிந்தது. எனது மனம் வேதனையில் தத்தளித்தது. தனிமையில் கண்ணீர்விட்டு அழுதேன்.

மயூரன் மீதான எனது காதலைக் கொன்று, எனக்குள்ளேயே புதைத்துவிட என்னால் முடியவில்லை. அடுத்தநாள், நான் மயூரனிடம் சென்று, என்னைத் திருமணம் செய்துகொள்ளுமாறு கேட்டேன். அவரோ "உனக்குப் பைத்தியமா?" என்று கேட்டுச் சிரித்தார். பொங்கி வந்த அழுகையைத் தொண்டைக்குள் அடக்கி வைத்துக்கொண்டே "நீங்கள் என்னைக் காதலிக்கவில்லையா?" என்று கேட்டேன். "ஆணும் ஆணும் காதலிக்க முடியாது, அவர்கள் கல்யாணமும் செய்ய முடியாது" என்றார். "மோஹனாவைக் காதலிக்கிறீர்களா?" என்று கேட்டேன். அவர் ஆமென்று தலையசைத்துவிட்டு என் கண்களை உற்றுப் பார்த்தார். 'என்னை ஒரு பெண்ணாக நினைத்து நீங்கள் என்னிடம் பழகவில்லையா?' என்கிற கேள்விதான் என் கண்களில் ததும்பியது.

நான் ஏமாற்றத்தில் மனமுடைந்திருந்தாலும், எனக்குப் மோஹனா மீது வெறுப்புத் தோன்றுவதற்குப் பதிலாக அவளிடம் நேசமே பிறந்தது. நான் ஏன் அவளாகப்

பிறந்திருக்கக் கூடாது? அவளாகப் பிறந்திருந்தால், நான் உயிரினும் மேலாக நேசிக்கும் எனது காதலனுடன் வாழ்நாள் முழுவதும் வாழ்ந்திருப்பேனே! இந்த நிகழ்வுக்குப் பிறகு நான் மயூரனின் வீட்டுக்குப் போவதில்லை. அவரைச் சந்திக்க எனக்குப் பிடிக்கவில்லை.

கொளத்தூரில், நான் மூன்று தெருநாய்களை வளர்த்து வந்தேன். ப்ளாக்கி, ப்ரவுனி, வைட்டி என்று அவற்றிற்குப் பெயரிட்டிருந்தேன். ஒருநாள், என் நாய்களுக்குத் தின்பண்டம் வாங்குவதற்காக, வீட்டுக்குச் சற்றுத் தூரத்திலிருந்த கடைக்கு சைக்கிளில் சென்றேன். நான் அந்த கடைக்காரரிடம் பேசிக்கொண்டிருக்கையில், எனக்குப் பின்னாலிருந்து பலமாகக் கைதட்டும் சத்தம் எழுந்தது. நான் திடுக்குற்றுப்போய்த் திரும்பிப் பார்த்தேன். இரண்டு திருநங்கைகள் தங்களது கைகளைத் தட்டி, கடைக்காரரிடம் யாசகம் கேட்டார்கள்.

அவர்களைக் கண்டதும் என் மனம் பரபரத்தது. இவர்களைப் போன்றவர்கள்தான் கூவாகம் திருவிழாவுக்குச் சென்று தாலி கட்டிக்கொள்பவர்கள் என்பது எனக்குப் புரிந்தது. அவர்கள் பார்ப்பதற்கு ஆண்களைப் போலவே இருந்தார்கள். ஆனால் சேலை கட்டியிருந்தார்கள். தெருவில் நின்றவர்கள் அவர்களைப் பார்த்துக் கேலி பேசிச் சிரித்ததை நான் பார்த்தேன். 'ஓம்போது', 'பொட்டை', 'உஸ்ஸூ' என்றெல்லாம் கூவி, திருநங்கைகளைக் கேலி செய்வதில் சிறுவர்களே முன்னணியில் நின்றார்கள். ஆனால் நானோ இரட்டைத் தேவதைகளைத் திடீரென நேரில் கண்டதுபோன்ற நிலையிலிருந்தேன். நான் சிறுவன் என்பதால் என்னை அந்தத் திருநங்கைகள் அதிகம் கவனிக்கவில்லை.

நான் அந்தத் திருநங்கைகளை சைக்கிளில் பின்தொடர்ந்து சென்றேன். அவர்கள் கடை கடையாகச் சென்று காசு கேட்டார்கள். அவர்கள் ஓர் இடத்துக்குச் சென்றால்,

அந்த இடமே அமர்க்களப்பட்டது. சற்றுத் தூரம்வரை அவர்களைத் தொடர்ந்து சென்றுவிட்டு, சைக்கிளை வீட்டுக்குத் திருப்பினேன். அந்தத் திருநங்கைகளை நான் இரசித்தேன் என்றாலும், அவர்கள் என்னை பம்பாய்க்குக் கடத்திச் சென்றுவிடுவார்களோ என்ற அச்சமும் எனக்கு உள்ளூர இருக்கத்தான் செய்தது.

ஒருவேளை நான் இந்தியாவிலேயே தொடர்ந்து இருந்திருந்தால், நானாகவே அந்தத் திருநங்கைகளுடன் போய்ச் சேர்ந்து, என் வாழ்க்கை வேறுமாதிரியாகத் திசைமாறியிருக்கலாம். ஆனால் நானும் எனது அக்காவும் உடனடியாக இலங்கைக்குத் திரும்ப வேண்டியிருந்தது.

கொழும்பு

இந்தக் காலகட்டத்தில் எனது அம்மா, அண்ணாவுடன் ஜெர்மனிக்குச் சென்றுவிட்டார். என்னுடையதும் அக்காவினதும் பயணத்தில் சில சட்டச் சிக்கல்களிருந்தன. தவிரவும் ஆண்பிள்ளையை முதலாவதாக இலங்கையிலிருந்து கொண்டுபோய்ச் சேர்க்க வேண்டிய கட்டாயமான நிலையில் நாடிருந்தது.

இப்போது எனதும் அக்காவினதும் முறை. கொழும்பில் சென்று தங்குமாறு பெற்றோரிடமிருந்து அறிவுறுத்தல் வந்தது. மாமி எங்களைக் கொழும்புக்கு அழைத்துச் சென்றார். அம்மாவின் ஒன்றுவிட்ட தம்பியான நேசன் மாமாவின் வீட்டில் நாங்கள் தங்குவதற்கு ஏற்பாடாகியிருந்தது.

'வெள்ளவத்தை' என்ற இடத்தில் மாமாவின் வீடிருந்தது. வீட்டிலிருந்து அய்ந்து நிமிட நடை தூரத்தில் கடற்கரையிருந்தது. வெள்ளவத்தைக்குள்ளால் செல்லும் நெடுஞ்சாலையான, கொழும்பு - காலி வீதியில் மாமாவின் நகைக் கடையும் கடலைக் கடையுமிருந்தன.

கடைகளுக்குப் பின்னால் கடைப் பணியாளர்கள் தங்கும் சிறிய அறைகளிருந்தன. கடைகளுக்கு மேலே மாமாவின் பெரிய வீடிருந்தது. அங்கே மாமா, மாமாவின் அம்மா, மாமாவின் மூத்த சகோதரி பாமா, மாமாவின் தம்பி வினு, பாமா மாமியின் இரண்டு பிள்ளைகளான அஜீவன், திவ்யா, பணிப்பெண்ணான மதியக்கா ஆகியோரிருந்தனர்.

அந்த வீடு சத்திரத்தைப் போன்றது. எப்போதுமே விருந்தினர்கள் வந்து போய்க்கொண்டிருப்பார்கள். கொழும்பில் அலுவலக வேலையாக அல்லது வெளிநாடு செல்ல வரும் எங்கள் ஊர்க்காரர்களில் பாதிப்பேர் மாமாவின் வீட்டில்தான் தங்கிச் செல்வார்கள். நானும் அக்காவும் அந்த நெரிசலையும் புதுமுகங்களையும் அவர்களின் ஆடம்பரங்களையும் பார்த்து மிரண்டோம். கொஞ்சம் கூச்சத்துடனும் தயக்கத்துடனும் தான் எங்களது கொழும்பு நாட்களை ஆரம்பித்தோம். அந்தச் சூழல் என்னையும் அக்காவையும் மிகவும் நெருக்கமாக்கியது. அக்கா எனக்குத் தாயாக மாறத் தொடங்கினாள். அவள் என்னைக் கண்ணும் கருத்துமாகப் பார்த்துக்கொண்டாள்.

விரைவிலேயே நானும் பாமா மாமியின் மகன் அஜீவனும் நெருங்கிய நண்பர்களானோம். அவனும் என்னைப் போலவே பரவலாகச் சேட்டைகள் செய்யக்கூடிய ஆள்தான். அவன் கொழும்பிலேயே வளர்ந்ததால், சிங்கள மொழியைச் சரளமாகப் பேசுவான். நானும் அவனும் செய்யாத அட்டகாசங்களே இல்லை. பெரியவர்களை ஏமாற்றுவோம், அவர்களைத் திட்டிவிட்டு ஓடிவிடுவோம், கடற்கரைக்குச் சென்று கிரிக்கெட் விளையாடுவோம், வினு மாமாவின் அறையிலிருக்கும் கணினியில் ‘கேம்’ விளையாடுவோம். அஜீவனின் தங்கை திவ்யாவும் எனக்கு நல்ல தோழியானாள். என் அக்காவும், திவ்யாவும் பெண் பிள்ளைகள் என்பதால், எங்களைப் போல நினைத்த நேரங்களிலெல்லாம் அவர்களால் வெளியே செல்ல முடியாது. நான் வீட்டிலிருக்கும்

போது திவ்யாவோடு விளையாடுவேன். சமையல் வேலைகளில் மதியக்காவுக்கு ஒத்தாசையாகயிருந்து காய்கறிகள் நறுக்கிக் கொடுப்பேன்.

ஜெர்மன் மொழி கற்கும் வகுப்பில் மாமா என்னைச் சேர்த்துவிட்டார். அக்கா பருவமடைந்த பெண் என்பதால், அவளை வெளியே வகுப்புக்கு அனுப்ப மாமா விரும்பவில்லை. எனது பெற்றோரும் அதைக் கண்டுகொள்ளவில்லை. ஆனால் அந்த ஜெர்மன் மொழி வகுப்பில், நான் ஒருவன் மட்டுமே ஆண். மற்றவர்கள் எல்லோருமே புத்தம் புதிதாகத் திருமணமான பெண்கள். இந்தப் பெண்களின் கணவர்கள் ஜெர்மனியில் இருந்தார்கள். இவர்களோ கொழும்பிலுள்ள ஜெர்மனியத் தூதரகத்தில் விசாவுக்கு விண்ணப்பித்துவிட்டு, பதிலுக்காகக் காத்திருந்தார்கள். நான் விருப்பத்தோடு அந்த வகுப்புக்குச் செல்வேன். பாமா மாமி கணினிப் பயிற்சி வகுப்பிலும் என்னைச் சேர்த்துவிட்டார். மாமிக்குக் குழந்தைகளைக் கடுமையாக அடிக்கும் கெட்ட பழக்கமிருந்தது. நான் அவரிடமிருந்து சற்று விலகியே இருப்பேன்.

வினு மாமாவுக்கு என்னைக் கொஞ்சம் பிடிக்கும். என்னைக் கடைக்குப் போய் சிகரெட்டுகள் வாங்கிவரச் சொல்வார். நான் அருகாமைக் கடைக்குப் போவேன். கடையின் கல்லாவில் சில சமயங்களில் முதலாளியின் மகனிருப்பார். பல்கலைக்கழக மாணவரான அவருக்கு வியாபாரத்தைக் காட்டிலும் எனது கையைப் பிடித்துத் தடவிக்கொண்டிருப்பதே முக்கியமாகப்பட்டது. ஒரு பெண்ணிடம் பேசுவது போலவே, என்னிடம் காதல் வார்த்தைகளை முணுமுணுப்பார். அவர் எதற்காக இதையெல்லாம் செய்கிறாரென்று எனக்கு நன்றாகவே புரிந்தது. தனிமையில் அவரிடம் சிக்கினால் என்னவாகும் என்று யோசிப்பேன். அதற்கான விடை வேறொரு மனிதர் மூலம் எனக்குக் கிடைத்தது.

மாமாவின் நகைக் கடைப் பணியாளர்கள் தங்கியிருந்த அறைக்கு நான் அடிக்கடி போவதுண்டு. அவர்களிடம் நகைகள் பற்றியும் சினிமா பற்றியும் பேசிக்கொண்டிருப்பேன். ஒருநாள் அந்த அறையில் அண்ணா ஒருவர் தனித்திருந்தார். அவர் என்னுடன் பகடியாகப் பேசிக்கொண்டே என்னைக் கட்டியணைத்தார். அறைக்குள் யாரேனும் வந்துவிடுவார்களோ என்றெல்லாம் அவர் பயப்பட்டதாகத் தெரியவில்லை. காமம் அவரது அறிவை மழுங்கடித்திருக்கலாம். அந்த அண்ணனை நெட்டித் தள்ளிவிட்டு ஓடிவிட்டேன். அதற்குப் பின்பு, அந்த அறைக்குள் யாராவது தனியாக இருந்தால் நான் உள்ளே போவதில்லை.

உண்மையில் இந்தியாவை விட, இலங்கையில் தான் எனக்கு நிறையப் பாலியல் துன்புறுத்தல்கள் நிகழ்ந்தன. என்னுடைய பெண்தன்மையை இவர்கள் கண்டுபிடித்ததும், அச்சமேயில்லாமல் என்மீது கை வைத்தார்கள். நான் சிறுவன் என்பதால் என்னைத் தங்களது மடியில் உட்கார வைத்துக்கொள்வார்கள், அவர்களின் ஆணுறுப்போ என் புட்டத்துக்குக் கீழே விறைத்து நிற்பதை நான் உணர்வேன். அவர்களிடமிருந்து விலகிச் செல்ல முயன்றாலும் என்னை விடமாட்டார்கள்.

வினு மாமா என்னுடன் அதிகம் பேச மாட்டார். ஆனாலும் அவர் பேசிய ஒவ்வொரு வார்த்தையையும் நான் இரசித்தேன். சிகரெட் வாங்குவதற்காக வினு மாமா என்னைக் கூப்பிட்ட மாத்திரத்தில், நான் கடையை நோக்கி ஓடுவேன். அவருக்கு அப்போது இருபத்தைந்து வயது. ஆண் என்ற மிடுக்குடன் நடமாடுவார். அவரது கம்பீரம் என்னைக் கவர்ந்தது. வினு மாமாவுக்கு என்னுடைய பெண்தன்மை தெரியவந்ததும், என்னை அடிக்கத் தொடங்கினார். அவரிடம் ஒவ்வொரு நாளும் அடி வாங்குவேன். அவர் என்னை அடிக்க அடிக்க, அவரின் மீதான ஈர்ப்பு என்னுள் அதிகரித்துக்கொண்டே

போனது. எல்லாம் தமிழ் சினிமா செய்யும் மாயம் என்றுதான் நினைக்கிறேன்.

ஒருநாள் மாமாவின் நகைக்கடையில் நின்று பணியாளர்களுடன் பேசிக்கொண்டிருந்தேன். அந்தப் பணியாளர்களில் ஒருவர் குழந்தைகளுக்கு காது குத்துபவர். அவரிடம் "எனக்கும் காது குத்திவிடுகிறீர்களா?" என்று ஆசையோடு கேட்டேன். நல்லுள்ளம் படைத்த அந்தப் பணியாளர் தோடுகளைக் கொண்டுவரச் சொன்னார். ஆசை என் பிடரியைப் பிடித்துத் தள்ள, நான் துப்பாக்கிக் குண்டுபோலப் பாய்ந்து சென்று அக்காவின் முன்னே நின்றேன். அவளிடம் கெஞ்சி மன்றாடி ஒருசோடித் தங்கத் தோடுகளைப் பெற்றுக்கொண்டு கடைக்குள் பாய்ந்தேன். அந்தப் பணியாளர் எனது இரண்டு காதுகளிலும் கண்ணிமைக்கும் நேரத்திற்குள் துளைகளைப் போட்டுவிட்டார். காதுகளில் தோடுகள் அணிய வேண்டும் என்ற ஆசையைத் தவிர, என் மனதில் அப்போது வேறெதற்கும் இடமிருக்கவில்லை. பின்விளைவுகளைக் குறித்து நான் யோசிக்கவேயில்லை.

காதுகளில் மின்னும் தங்கத் தோடுகளோடு படியேறி வீட்டுக்குள் சென்றேன். உறவினரொருவர் என் காதுகளைப் பார்த்துவிட்டு, "உனது தம்பி பெண்ணாக மாறி வந்திருக்கிறான்" என்று அக்காவிடம் சொன்னார். பளீரிட்ட எனது காதுகளைப் பார்த்து பாமா மாமி தனது வாயில் கை வைத்தார். அக்கா என்னைப் பார்த்தவாறு அமைதியாகயிருந்தாள். அவள் என்னைப் புரிந்துகொள்ளத் தொடங்கியிருந்த நாட்களவை.

வெளியிலிருந்து வீடு திரும்பிய வினு மாமாவுக்கு, நான் காதுகளைக் குத்திக்கொண்டது தெரியவந்ததும் மனிதர் தரைக்கும் கூரைக்குமாகக் குதித்தார். எனது காதுகளிலிருந்து தோடுகளைக் கழற்றச் சொல்லி, என்னைக் கைகளாலும் கால்களாலும் தாக்கினார். அந்த அடிகளைத் தாங்க முடியாமல் தோடுகளைக்

கழற்றிவிட்டேன். தோடுகளை எனக்குக் கொடுத்ததற்காக, அக்காவையும் வினு மாமா திட்டினார்.

சற்றுநேரம் கழித்து என்னிடம் வந்த அக்கா, எனது காதுகளிலுள்ள துளைகள் மூடிப் போகாமலிருப்பதற்காக, துளைகளை வேப்பங்குச்சிகளை வைத்து அடைக்கச் சொன்னாள். நானும் வேப்பங்குச்சிகளைத் தேடிப் பிடித்து அக்கா சொல்லியவாறே செய்தேன். “தனுஜன் காதுகளில் குச்சிகளை வைத்திருக்கிறான்” என்ற தகவல் அஜீவன் மூலம் மாமாவுக்குக் கிட்டியது. பிறகென்ன! மீண்டும் சரமாரியாக உதைகள் கிடைத்தன. நான் வேப்பங்குச்சிகளை விரக்தியுடன் கழற்றிப்போட்டேன்.

என்னுடைய பெண்மைத்தன்மை மறைந்து ஆண்தன்மை பீறிட வேண்டும் என்பதற்காக; வீட்டிலுள்ள பெண்களுடன் பேசிப் பழகுவதற்கும், சமையலறைக்குள் நுழைவதற்கும் எனக்குத் தடை விதிக்கப்பட்டது. நான் குளிக்கும்போது மட்டும்தான் எனது மேற்சட்டையைக் கழற்றுவேன். எனது உடம்பைத் திறந்துவைக்க எனக்கு வெட்கமாகயிருக்கும். எனவே வீட்டிலிருக்கும் போது மேற்சட்டை அணியவும் வினு மாமாவால் தடை விதிக்கப்பட்டது. என்னை எப்படியாவது ஆண்மகனாக்கிவிட வேண்டுமென்று முழுக் குடும்பமுமே கங்கணம் கட்டி நின்றது.

அடியுதைகளும் அடக்குமுறைகளும் தனிமைப் படுத்தல்களும் அதிகரித்துக்கொண்டே போயின. நான் தனிமையைத் தாங்க முடியாமல் உயிரோடு எரிந்தேன். அந்த நெருப்பிலிருந்து இரண்டு கற்பனைத் தோழிகளை நான் உருவாக்கினேன். அந்தத் தோழிகளிடம் மட்டுமே எனது மனதிலிருக்கும் இரகசியங்களை, ஆசைகளை, விருப்பங்களைக் குறித்துப் பேசுவேன். அந்த உரையாடல் என் மனதைச் சற்று ஆறச் செய்தது. என்னில் எழும் நல்ல சிந்தனைகளை ஒரு தோழியாகவும், கெட்ட சிந்தனைகளை மற்றைய தோழியாகவும் நினைத்துக்கொண்டேன்.

வீதியில் நடந்து செல்லும்போது கூட அவர்களுடன் பேசிக்கொண்டே நடந்தேன்.

ஒருநாள் காகம் எதுவும் கரையாமலேயே, மயூரன் திடீர் விருந்தாளியாக மாமாவின் வீட்டுக்கு வந்தார். ஆறுமாதப் பிரிவுக்குப் பிறகு அவரை மீண்டும் பார்க்கிறேன். என்னைக் கண்டதும் கண்களைச் சுருக்கி வியப்போடு பார்த்தார். "நீங்கள் என்னை மறந்துவிட்டீர்களா?" என்று கேட்டேன். பாழாய்ப்போன அந்தக் காதல் என்னை இன்னும்கூடப் பாடாய்ப் படுத்திக்கொண்டிருந்தது. அவரோ "உன்னை ஏன் நான் ஞாபகம் வைத்திருக்க வேண்டும்?" என்று மிதப்பாகக் கேட்டார். சாப்பாட்டு வேளையின்போது நேசன் மாமா என்னிடம் மயூரனைக் காட்டி "உனக்கு இவனைத் தெரியுமா?" என இயல்பாகக் கேட்டார். என் உள்ளத்தில் கொதித்துக்கொண்டிருந்த கோபத்தைச் சோற்றோடு சேர்த்து முண்டி விழுங்கிவிட்டு 'தெரியாது' என்பதுபோலத் தலையாட்டினேன்.

வீட்டுக்கு மிக அருகிலேயே, அழகுக்கலை வகுப்பொன்று நடந்துகொண்டிருந்தது. பாமா மாமி எனது அக்காவை அங்கே சேர்த்துவிட்டார். எனக்கும் அந்த வகுப்பில் சேர்வதற்கு ஆர்வமிருந்தது. ஆனால் நான் ஆண் என்பதால் அந்த விருப்பம் நிறைவேறவில்லை. எனக்கு அக்காமீது கொஞ்சம் பொறாமைதான் ஏற்பட்டது. கெட்டதிலும் ஒரு நல்லதைப் போல, அழகுக்கலை வகுப்பில் தான் படித்தவற்றை அக்கா என்னிடம் பரீட்சித்துப் பார்த்தாள். எனது புருவங்களைக் கத்தரித்துத் திருத்தினாள். எனக்கு விதம்விதமாகச் சேலை கட்டிப் பயிற்சி எடுத்துக்கொண்டாள். இந்த ஒப்பந்தம் எனக்குப் பிடித்திருந்தது.

எனது அக்காவையே முதலில் ஜெர்மனிக்கு அழைத்துக் கொள்வதற்கு அப்பா முயற்சி செய்தார். என்னுடைய கேஸோ பெரிய சிக்கலாகயிருந்தது. மூன்று மாதக் கைக்குழந்தையாகவே நான் இந்தியாவுக்குக் கொண்டு

செல்லப்பட்டதால், எனக்குப் பிறப்புச் சான்றிதழ் இருக்கவில்லை. அந்தச் சான்றிதழ் இல்லாமல் எனக்கு இலங்கைக் கடவுச்சீட்டு எடுக்க முடியாது. இந்தப் பிரச்சினையால் எனது ஜெர்மனிக்கான பயணம் பின்போடப்பட்டது. அக்கா கொழும்பிலிருந்த ஜெர்மனியத் தூதரகத்திற்கு அப்பாவின் ஸ்பொன்ஸர் கடிதத்துடன் சென்று விசாவுக்கு விண்ணப்பித்தாள். ஆனால் அக்காவுக்குப் பதினேழு வயது ஆகிவிட்டதால், அவளின் விண்ணப்பம் தூதரகத்தால் நிராகரிக்கப்பட்டது. ஜெர்மனியக் குடிவரவுச் சட்டத்தின்படி, பதினாறு வயது நிறைவடைந்தவர் தனிமனிதராகவே கொள்ளப்படுவார். அவருக்குப் பெற்றோருடன் வாழ வேண்டிய அவசியமில்லை. இந்தப் பிரச்சினைகளுக்கெல்லாம் தீர்வுகளைக் காண்பதற்காக, எனது அம்மா ஜெர்மனியிலிருந்து இலங்கைக்கு வந்தார்.

அம்மாவின் வருகை

ஒன்றரை வருடத்துக்குப் பிறகு, நான் அம்மாவைக் காணப்போகிறேன். அம்மாவை 'கட்டுநாயக்க' விமானநிலையத்தில் வரவேற்க, நேசன் மாமாவுடன் நானும் அக்காவும் சென்றோம். அக்காவும் நானும் மகிழ்ச்சியால் நிறைந்திருந்தோம். அம்மா ஏராளமான பரிசுப் பொருட்களுடன் வந்து சேர்ந்தார். ஜெர்மனியக் காற்று அம்மாவின் தோற்றத்தையும் நடையுடை பாவனைகளையும் நிறையவே மாற்றியிருந்தது.

வெள்ளவத்தையிலிருந்த ஒரு விடுதியில் நாங்கள் தங்கினோம். அங்கே சமையல் செய்யும் வசதியுமிருந்தது. அம்மாவின் கையால் நடந்த தடபுடல் சமையல் என் வயிற்றைப் புடைக்க வைத்தது. அந்த விடுதியில், வெளிநாடுகளிற்குச் செல்வதற்காகக் காத்திருக்கும் பல குடும்பங்களும் தனியர்களும் தங்கியிருந்தார்கள்.

சட்ட விரோதமாக வெளிநாடு செல்வதற்கான ஏற்பாடுகளைச் செய்து கொடுப்பதற்காக, அப்போது கொழும்பிலிருந்த முகவர் நிறுவனங்களின் எண்ணிக்கை, கொழும்பிலிருந்த கோயில்களின் எண்ணிக்கையிலும் அதிகமானவை. கோயில்களைக் காட்டிலும் முக்கியமானவை. அத்தகைய முகவர் ஒருவரின் உதவியாளனாக செந்தூரன் என்பவன் இருந்தான். அவனுக்கு இருபது வயதுக்கு மேலேயே இருக்கும். செந்தூரன் ஒவ்வொரு மாலையிலும் விடுதிக்கு வருவான். விடுதியின் ஓர் அறையை அவனது முதலாளி பயணிகளால் நிரப்பி வைத்திருந்தார். அந்தப் பயணிகள் எல்லோருமே இளவயது ஆண்கள். நான் அவ்வப்போது அந்த அறைக்குச் சென்று, அவர்களோடு நட்பாக இருப்பதற்கு முயற்சி செய்தேன்.

ஆனால் அந்த இளைஞர்கள், என் அக்காவைப் பற்றி மட்டுமே என்னிடம் விசாரித்தார்கள். அந்த இளைஞர்களிடையே என்னைக் கவரக்கூடிய எவரும் இருக்கவில்லை என்பதும் உண்மை. ஆனால் செந்தூரன் என்னைக் கவர்ந்தான். அவன் நவீன முறைகளில் உடையணிந்து, பார்ப்பதற்கும் அழகாகயிருந்தான். மீண்டும் ஒருமுறை என் மனதில் காதல் தலைகாட்டியது. அப்போது எனக்கு வயது பதினொன்று மட்டுமே.

நான் செந்தூரனிடம் காமத்தைக் காட்டிலும் அன்பையே எதிர்பார்த்தேன். அவன் என்னைக் காதலிப்பானா என்று எனக்குத் தெரியவில்லை. ஆனால் அவனின் வருகைக்காக மாலைநேரங்களில் நான் காத்திருப்பேன். சில நாட்களிலேயே அவனுடன் நெருங்கிப் பழகத் தொடங்கிவிட்டேன். நான் அவனது மடியில் உட்கார்ந்து கதை பேசுமளவுக்கு, எங்களது உறவு புயல் வேகத்தில் வளர்ந்தது. பேசிக்கொண்டிருக்கும் போது அவனின் முகம் எனது கன்னத்தில் உரசினால், எனது பிஞ்சு மேனி சிலிர்த்துப்போனது. அவனின் ஆணுறுப்பு விறைத்துக் கிடப்பதையும் எனது புட்டங்களால் உணர முடிந்தது.

அவனது இடுப்புக்குக் கீழேயிருந்து எழுந்த அந்த இரகசிய சமிக்ஞை, அவனை என் வசப்படுத்திவிடலாம் என்ற நம்பிக்கையை எனக்குக் கொடுத்தது.

விடுதியில் இருப்பவர்கள் "உனது காதலன் இன்னும் வரவில்லையா?" என்று என்னை விசாரிக்குமளவுக்கு, செந்தூரனுடனான என்னுடைய உறவு வளர்ந்திருந்தது. அவர்கள் 'காதலன்' என்று விளையாட்டாகச் சொன்னாலும், அந்தச் சொல் என்னை உளக்கிளர்ச்சியில் ஆழ்த்தி மயக்கிப்போட்டது. இரவுகளில் செந்தூரனின் நினைவுகளே என்னை அலைக்கழித்தன. அவனது வருகைக்காகக் காத்திருப்பது மட்டுமே எனது வாழ்வாகயிருந்தது.

பகலில் சில இளஞ்சோடிகள் விடுதிக்கு வந்து, ஒரு மணி நேரத்திற்கு மட்டுமே அறையெடுத்துத் தங்கிச் செல்வார்கள். அப்படி அறை கொடுப்பதற்கு சட்டப்படி தடையிருந்தாலும், விடுதிக்குள் 'சட்டம் ஒரு இருட்டறை'யாகவே இருந்தது. அந்த அறைக்குள் என்னவெல்லாம் நடக்கும் என்பதைக் கற்பனை செய்துகொள்வதில், பிஞ்சிலேயே கனிந்த எனக்குச் சிரமங்கள் ஏதுமிருக்கவில்லை. எல்லா இடங்களிலும் காதலும் காமமும் வழியத்தான் செய்கின்றன. கடற்கரைக்குச் சென்றால், அங்கே குடைகளால் தங்களை மறைத்தவாறு காதல் சோடிகள் காமத்தில் கிறங்கிக் கிடந்தார்கள். கோயிலுக்குப் போனால் அங்கே வள்ளியும் தெய்வானையும் கந்தசுவாமியின் மடியிலிருந்தார்கள். நான் நேசிப்பவர்களுடன் காம உறவில் ஈடுபடுவது தவறான விஷயமே இல்லையென்று நான் நம்பத் தொடங்கினேன்.

பாலியல் வன்புணர்வு

ஜேம்ஸய்யா என்ற அய்ம்பது வயது மதிக்கத்தக்க சிங்களவர், விடுதியில் மராமத்து வேலைகளைச் செய்துகொண்டிருந்தார். நான் அவரிடமும் சென்று பேசுவேன். அவர் சிறிதளவு தமிழ் பேசுவார். நான் அவரிடம் சில சிங்களச் சொற்களைக் கற்றுக்கொண்டேன். பழகிய சில நாட்களிலேயே ஜேம்ஸய்யா என் பெண்தன்மையைத் தெரிந்துகொண்டார். அவர் என்னை முரட்டுத்தனமாகத் தொட்டும் தடவியும் பேச ஆரம்பிக்க, நான் அவரிடமிருந்து விலகிக்கொண்டேன். என்னுடைய மனது செந்தூரன் மீதான காதலில் கொந்தளித்துக் கிடந்ததால், வேறு யாருடைய நெருக்கத்தையும் நான் விரும்பவில்லை. ஆனால் ஜேம்ஸய்யா என்னைத் துரத்தித் துரத்தித் தொந்தரவு செய்தார். இந்தக் கொடுமையை யாரிடம் போய்ச் சொல்வதென்று தெரியாமல் எனக்குள்ளேயே மருகினேன். என்னுடைய கற்பனைத் தோழிகளிடம் மட்டுமே புகார் சொன்னேன்.

ஒருநாள் சோம்பலான மதியவேளையில் நான் விடுதியின் தாழ்வாரத்தில் நடந்துகொண்டிருந்த போது, ஒரு வலிய கரம் என்னுடைய கையைப் பிடித்து அறையொன்றுக்குள் இழுத்துப்போட்டது. நான் தடுமாறி நிமிர்ந்தபோது ஜேம்ஸய்யாவின் முரட்டுக் காலொன்று அறைக் கதவை அறைந்து மூடியது. மழையில் நனைந்த கோழிபோல நின்றிருந்த என்னை ஜேம்ஸய்யா சுவரோடு சாய்த்து அழுத்தினார். நான் அசைய முடியாமல் திண்டாடிப் போனேன். எனக்கு மூச்சுத் திணறியது.

ஜேம்ஸய்யா எனது கழுத்தைத் தனது பற்களால் கவ்வியவாறு, தனது ஆணுறுப்பை வெளியில் எடுத்து என் வயிற்றின் மீது வைத்துத் தேய்த்துக்கொண்டிருந்தார். நான் பயத்தில் வாய்மூடியிருந்தேன். நான் கத்திக் கூச்சல் போட்டால் ‘இந்தப் பையன் பெண்தன்மையுடன் இருந்ததால்தான் நான் இப்படி நடந்து கொண்டேன்’

என்று ஜேம்ஸய்யா சொல்லக்கூடும். அல்லது, நான்தான் அவரை உறவுக்கு அழைத்தேன் என்று சொல்லி என்மீதே பழியைப் போடவும் வாய்ப்பிருக்கிறது. அது என் அம்மாவுக்கும் அக்காவுக்கும் பெருத்த அவமானத்தைக் கொண்டுவரும் என நினைத்தேன். ஜேம்ஸய்யா நின்ற நிலையிலேயே தனது காரியத்தை முடித்துக்கொண்டதும், "இதைப் பற்றி யாரிடமும் சொல்லக்கூடாது" என்று என்னை எச்சரித்து விரட்டிவிட்டார். என் வயிற்றின் மீது அவரது விந்து கசகசத்தது. என் கழுத்தில் அவரின் எச்சில் படிந்திருந்தது. உடலில் அந்த மனிதரின் நாற்றம் தொற்றியிருந்தது. நான் குளியலறைக்கு ஓடிச்சென்று, குழாயைத் திறந்துவிட்டு அதன் கீழ் குந்தி உட்கார்ந்துகொண்டேன். தண்ணீராலும் கண்ணீராலும் என்னைக் கழுவினேன்.

அன்று மாலையில் செந்தூரனைத் தனிமையில் சந்திக்க வாய்ப்புக் கிடைத்தபோது, எனக்கு நடந்த கொடுமையை அவனிடம் சொல்லி அழுதேன். இதை வேறு யாருக்கும் சொல்லிப் பிரச்சினையைப் பெரிதாக்க வேண்டாமென்று அவனைக் கேட்டுக்கொண்டேன். எனக்கு ஆறுதல் சொன்ன செந்தூரன், எனது அம்மாவிடம் அனுமதிபெற்று என்னை வெளியே அழைத்துச் சென்றான்.

செந்தூரனுடைய காரில் கொழும்பு வீதிகளை ஒரு 'ரவுண்ட்' அடித்துவிட்டு, விலையுயர்ந்த உணவகமொன்றுக்குச் சென்று சாப்பிட்டோம். இதுவே நாளாந்த நடவடிக்கையாகத் தொடர்ந்தது. என் அம்மாவுக்கு செந்தூரன் மீது முழு நம்பிக்கையிருந்ததால், நான் அவனுடன் செல்வது குறித்து அவர் அலட்டிக் கொள்வதில்லை. McDonald's, KFC, சீன உணவகங்கள் எனத் தேடிச்சென்று விதம்விதமாகச் சாப்பிட்டுவிட்டு, கடற்கரைக்குச் சென்று இருளில் உட்கார்ந்து பேசிக் கொண்டிருப்போம்.

என் மனதிலுள்ள காதலை இனியும் அடக்கிவைக்க முடியாமல் செந்தூரனிடம் கொட்டிவிட்டேன். அதிசயிக்கத்தக்க வகையில் அவன் என் காதலைப் புரிந்துகொண்டான். ஆனாலும் நான் சிறுவனாக இருந்ததால் அவனுக்குத் தயக்கமிருந்தது. நானோ எனக்கிருந்த பாலுறவு அனுபவங்களையும், காதல் தோல்விகளையும் அவனுக்கு விரிவாக எடுத்துச் சொல்லி அவனது தயக்கத்தைப் போக்க முயன்றேன். ஒருவாறாக என் முயற்சிகள் வெற்றியடைந்தன. செந்தூரன் என் விருப்பத்துக்குச் சம்மதம் தெரிவித்தான்.

அவனது வாகனத்தை ஒதுக்குப்புறமான இடத்தில் நிறுத்திவிட்டு, அதற்குள்ளேயே நாங்கள் உடலுறவில் ஈடுபட்டோம். என்னை அவனுக்கு முழுமனதுடன் அர்ப்பணித்தேன். என்னுடைய ஏராளமான ஏக்கங்களுக்கும் துன்பங்களுக்கும் காமம் சிறந்த நிவாரணியாகயிருந்தது. பெண்ணாக மாறிவிட வேண்டும் என்ற எனது இலட்சியத்தைக் குறுக்குவழியில் சென்றடைய காமம் ஒரு கருவியாகயிருந்தது. ஏனெனில் காமத்தில் ஈடுபடும் போதெல்லாம் சிறுவனான எனக்குப் பெண் பாத்திரம் கிடைத்தது. வாழ்க்கையின் வேறு எந்தத் தருணத்திலும் என்னைப் பெண்ணாக ஏற்றுக்கொள்ள எவரும் தயாராகயில்லை.

என்னுடைய முன்னைய உறவுகளிலிருந்து செந்தூரன் நிறையவே வித்தியாசப்பட்டான். இவன் வெறும் உடல் சுகத்துக்காக மட்டுமே என்னுடன் பழகவில்லை. என்னுடன் நிறையக் கதைகள் பேசினான். நான் சொல்வதையெல்லாம் காது கொடுத்துக் கேட்டான். ‘யாரையும் நம்பி எச்சரிக்கையின்றிப் பழக வேண்டாம்’ என்று என்னை எச்சரித்தான். யாராவது என்னைப் பாலியல்ரீதியாகத் துன்புறுத்தினால், அதைத் தன்னிடம் சொல்லச் சொன்னான். இத்தகைய அன்பையும் அக்கறையையும் சீலனோ, மயூரனோ எனக்குத் தந்ததில்லை. முக்கியமாக, செந்தூரன்

என்னை மரியாதையாக நடத்தினான். செந்தூரனுடன் உடலுறவில் ஈடுபடும் வேளையில் எனது ஆணுறுப்பை அவனிடம் காட்ட நான் விரும்பவில்லை. அவனுக்கும் அதில் விருப்பமிருக்கவில்லை. அதில் அவன் கை வைத்ததுமில்லை. அவனுக்கு விந்து வெளியான பின்பும், என்னோடு முத்தங்களைப் பரிமாறிக்கொண்டான். அவனது மடியில் என்னை உறங்க வைத்தான்.

ஒருநாள் நாங்கள் சந்தித்தபோது, தான் கனடாவுக்குச் சென்று வசிக்கப் போவதாக செந்தூரன் சொன்னான். அதைக் கேட்டதும் நான் திகைத்துப்போனேன். ஜெர்மனிக்கு வந்து, என்னைத் திருமணம் செய்துகொண்டு வாழுமாறு அவனிடம் கேட்டுக்கொண்டேன். அவன் அதைக்கேட்டு வெறுமனே புன்னகைத்தானே தவிர, பதிலொன்றும் சொல்லவில்லை. என்றைக்குமே எனக்குப் பதில் கிடைக்கவில்லை. அவன் சீக்கிரமே கனடாவுக்குப் புறப்பட்டுவிட்டான். நான் செந்தூரனை மீண்டும் சந்திக்கவேயில்லை. ஆனால் அவனின் நினைவு என் மனதில் இன்றும் பசுமையாகவேயிருக்கிறது. ஒருவேளை இந்தப் புத்தகத்தைப் படித்துவிட்டு, அவன் என்னை முகநூலிலோ இன்ஸ்ராகிராமிலோ தொடர்புகொள்ளக் கூடும்.

செந்தூரனின் பிரிவு என்னை உடைத்துப்போட்டது. கனடாவுக்குப் போகும் வழியில், அவன் எந்த நாட்டுக் காவற்துறையாலாவது கைது செய்யப்பட்டு, திரும்பவும் இலங்கைக்கே அனுப்பப்பட வேண்டும் என்று கடவுளிடம் கூட வேண்டிக்கொண்டேன். கடவுள் என் விஷயத்தில் எப்போதுமே கேளாச்செவியர் தானே. என்னுடைய வாழ்க்கை முழுவதும் தனிமையில் துயருற்றுக் கண்ணீரும் சோறும் தின்பதற்காகவே, கடவுள் என்னை இந்தப் பூமிக்கு அனுப்பி வைத்திருக்கிறார் என்று முடிவு செய்துகொண்டேன். எனது கற்பனைத் தோழிகளை அழைத்து, அவர்களிடம் செந்தூரனைப் பற்றிச் சொல்லித் தேம்பினேன்.

யாழ்ப்பாணம்

2002 பெப்ரவரி 22 ஆம் தேதி, இலங்கை அரசுக்கும் விடுதலைப் புலிகளுக்குமிடையே போர் நிறுத்த ஒப்பந்தம் ஏற்பட்டதைத் தொடர்ந்து, யாழ்ப்பாணம் செல்வதற்கான 'A9' பாதை திறக்கப்பட்டிருந்தது. எனது பிறப்புச் சான்றிதழை கொழும்பில் எடுக்க முடியாமலேயே இருந்ததால், யாழ்ப்பாணக் கச்சேரிக்குப் போய் முயற்சி செய்யலாமெனத் தீர்மானித்து, அம்மாவும் நானும் யாழ்ப்பாணத்துக்குப் புறப்பட்டுச் சென்றோம்.

நாங்கள் கொழும்பிலிருந்து சிறியதொரு பேருந்தில் இரவு முழுவதும் பயணித்தோம். விடியற்காலையில், இராணுவத்தின் எல்லையில் எங்களது பேருந்து நிறுத்தப்பட்டது. அங்கே நூற்றுக்கணக்கான வாகனங்கள் வரிசையில் நின்றன. யாழ்ப்பாணம் செல்வதற்கான பாதை காலை ஆறு மணிக்கே திறக்கப்படும் எனப் பேசிக்கொண்டார்கள்.

ஆறு மணிக்குப் பாதை திறந்ததும், எங்களது பேருந்து இராணுவச் சோதனை மையத்தை நோக்கி ஊர்ந்து சென்றது. அங்கே பேருந்து நிறுத்தப்பட்டுச் சோதனை நடந்தது. இராணுவத்தினர் சிங்களத்தில் மட்டுமே கேள்விகளைக் கேட்டார்கள். நான் சிறுவன் என்பதால், பெண்களைச் சோதனை செய்த இராணுவ மகளிரே என்னையும் சோதனை செய்தார்கள். இலங்கை இராணுவத்தினரின் கொடுமைகளைக் குறித்து நான் கேள்விப்பட்டிருந்ததால், அந்தச் சோதனைச் சாவடியைக் கடக்கும்வரை நான் பதற்றமாகவேயிருந்தேன். ஆனால் என்னைச் சோதனை செய்த பெண்கள், என்னோடு ஓரளவு அன்பாகவே பேசினார்கள். "என்ன படிக்கிறாய் தம்பி?" எனச் சிங்களத்தில் கேட்டார்கள்.

அங்கிருந்து புறப்பட்ட பேருந்து, சற்றுநேரத்தில் விடுதலை புலிகளின் சோதனை மையத்தில் நிறுத்தப்பட்டது. விடுதலைப் புலிகளை நான் காண்பது அதுதான்

முதன்முறை. அங்கே நின்றிருந்த பெண் போராளிகளைப் பார்த்து நான் வியந்துபோனேன். தமிழ்ப் பெண்கள் இவ்வாறான கம்பீரத்துடன் இருக்கக்கூடும் என்று நான் கனவிலும் நினைத்திருக்கவில்லை. அந்தப் பெண்கள் கடமையே கண்ணாகயிருந்தார்கள். அங்கே அதிகம் பேச்சிருக்கவில்லை. ஆனால் எங்களையும் எங்களது உடைமைகளையும் கடுமையாக ஆராய்ந்தார்கள்.

யுத்தத்தால் இடிந்துகிடந்த வீடுகளையும், எரிந்துகிடந்த கட்டடங்களையும், மதிற்சுவர்களில் பரவிக் கிடந்த குண்டு துளைத்த ஓட்டைகளையும், போரால் களைப்புற்றிருந்த மனிதர்களையும் பார்த்தவாறே நான் யாழ்ப்பாணம் போய்ச் சேர்ந்தேன். அப்போது யாழ்ப்பாணம் இராணுவத்தின் கட்டுப்பாட்டிலிருந்தது. இராணுவத்தினரால் நிறைந்திருந்த அந்த நகரம் அச்சமூட்டிக்கொண்டேயிருந்தது. இராணுவ வாகனங்களைக் காண நேரிடும்போதெல்லாம் என் கண்கள் தாமாகவே மூடிக்கொண்டன. அந்த வாகனங்களின் பேரிரைச்சல் ஒரு வம்சத்தையே செவிடாக்கப் போதுமானது.

நகரத்தில் உறவினர் ஒருவரின் வீட்டில் தங்கிக் கொண்டோம். அடுத்தநாள் காலையில் வாடகைக் காரொன்றை அமர்த்திக்கொண்டு, நான் பிறந்த கிராமமான மண்கும்பானுக்குச் சென்றோம். வழி முழுவதும் இராணுவச் சாவடிகள் காணப்பட்டன. கடலின் நடுவே பண்ணைத் தாம்போதியால் பயணித்து நிலத்தைத் தொட்டபோது, பனையும் தென்னையும் வாழையும் தாழையுமாகத் தீவகம் பச்சைக் கம்பளம் விரித்து என்னை வரவேற்றது. கொக்கும் புறாவும் மைனாவும் மரங்கொத்தியுமாக எத்தனை பறவைகளங்கே!

பிறந்து வாழ்ந்த நிலத்துக்கு, பதினொரு வருடங்களுக்குப் பிறகு அம்மா வந்திருக்கிறார். அவரது கண்களிலிருந்து கண்ணீர் வடிந்துகொண்டேயிருந்தது. எங்களின் வீடிருந்த

காணி, இப்போது பனைமரக் காடாகவும் பாம்புகள், பூச்சிகளின் உறைவிடமாகவுமிருந்தது. நாங்கள் குடியிருந்த இடத்தில் நான்கு மொட்டைச் சுவர்கள் மட்டுமே நின்றன. ஒட்டுமொத்தக் கிராமத்திலும் பத்துக்கும் குறைவான குடும்பங்களே எஞ்சியிருந்தன. மற்றவர்கள் இடம்பெயர்ந்தும், புலம்பெயர்ந்தும் சென்றுவிட்டார்கள்.

அம்மா அழுது முடித்ததும் அங்கிருந்து கிளம்பி, வேலணையிலிருந்த மாமாவைத் தேடிச் சென்றோம். மாமாவின் வீடு பாழடைந்த அரண்மனை போலயிருந்தது. அங்கே நிறையப் பிராணிகளும் மரங்களுமிருந்தன. எனக்கு அந்த வீட்டை மிகவும் பிடித்துப்போனது. பிராணிகளுடன் விளையாடுவது, அயலிலுள்ள பாழடைந்த வீடுகளுக்குள் புகுந்து வெளவால் பிடிப்பது என நான் பரபரப்பாகிவிட்டேன்.

அம்மா ஒரு மாதமாக அலைந்து திரிந்து, யாழ்ப்பாணக் கச்சேரியில் எனது பிறப்புச் சான்றிதழைப் பெற்றேவிட்டார். அம்மாவும் நானும் உடனேயே கொழும்புக்குத் திரும்பினோம். என்னையும் அக்காவையும் மறுபடியும் நேசன் மாமாவிடம் ஒப்படைத்துவிட்டு, அம்மா ஜெர்மனிக்குத் திரும்பிச் சென்றார். பிறப்புச் சான்றிதழ் கிடைத்த இரண்டே வாரங்களில், எனக்குக் கடவுச்சீட்டும் கிடைத்துவிட்டது. இப்போது அப்பாவிடமிருந்து புதிய தேதியிட்ட ‘ஸ்பொன்சர்’ கடிதம் மட்டுமே வரவேண்டியிருந்தது.

மாமாவின் வீட்டுக்கு அருகிலேயே ஒரு தேவாலயமிருந்தது. அவ்வப்போது அங்கே சென்று நான் வழிபடுவதுண்டு. அந்தத் தேவாலயத்தில் நத்தார் பண்டிகையை முன்னிட்டு நாடக, நடன நிகழ்ச்சிகளை ஏற்பாடு செய்துகொண்டிருந்தார்கள். அவற்றில் பங்குகொள்ள ஆர்வமுள்ள இளைஞர்களை ஆலய நிர்வாகத்தினர் தேடினார்கள். நாடகத்தில் காட்டிய ஆர்வத்தை இளைஞர்கள் நடனத்தில் காட்டவில்லை.

நான் நிகழ்ச்சி ஏற்பாட்டாளர்களிடம் சென்று "எனக்கு ஓர் ஆணைப் போன்று நடனமாடத் தெரியாது, ஆனால் பெண் வேடமிட்டு நன்றாகவே ஆடுவேன்" என்றேன். அவர்கள் என்னை மகிழ்ச்சியுடன் வரவேற்று உற்சாகப்படுத்தினார்கள்.

நான் திருத்தமாக நடனமாடுவேன் என்பதால் நடனப் பயிற்சியை விடுத்து, எனது ஆடை அலங்காரத்தில் மட்டுமே முழுக் கவனத்தையும் செலுத்தினேன். நடன நிகழ்ச்சிக்கு முதல் நாள், எனது கைகளிலும் கால்களிலும் மருதாணி வைத்துக்கொண்டு, வீட்டின் மொட்டை மாடியில் வெயிலில் படுத்துக்கிடந்தேன். இதைப்போய் யாரோ வினு மாமாவிடம் சொல்லியிருக்கிறார்கள். உரக்கத் திட்டிக்கொண்டே மொட்டை மாடிக்கு ஓடிவந்த வந்த மாமா என்னைக் கால்களால் எத்தினார். நான் தட்டுத்தடுமாறி எழுந்து நின்றபோது, எனது கன்னங்களைப் பழுக்கவைத்தார். நான் அடி பொறுக்க முடியாமல் வீடு முழுவதும் மேலேயும் கீழேயுமாக ஓடினேன். ஆற்றாக் கட்டத்தில் பாமா மாமியின் பின்னால் போய் ஒளிந்துகொண்டேன்.

மாமியின் பின்னால் மறைந்து நின்றவாறே "நடனமாடுவதற்காகவே மருதாணி இட்டுக்கொண்டேன்" என மாமாவிடம் சொன்னேன். நான் நடனமாடப் போகிறேன் என்று தெரியவந்ததும் மாமா மேலும் கொந்தளித்தார். இது தேவாலயம் ஏற்பாடு செய்த நிகழ்ச்சி என்று பாமா மாமி சொன்னதும்தான் மாமா சற்றுத் தணிந்தார். நடன நிகழ்ச்சியில் பங்குகொள்வதற்கு அரைகுறை மனதுடன் அனுமதி கொடுத்தார்.

நத்தார் தினத்தன்று, மேடையில் கலை நிகழ்ச்சிகள் ஆரம்பமாகின. நான் பாவாடை கட்டி, சவுரி முடி வைத்து, முக அலங்காரமெல்லாம் செய்துகொண்டு; எனது முறை வருவதற்காக ஓர் அறையில் பொறுமையாகக் காத்திருந்தேன். அடி வயிறு முட்டியதால் சிறுநீர்

கழிப்பதற்காக வெளியே சென்றேன். வழியில் நின்றிருந்த சில இளைஞர்கள் என்னைப் பார்த்ததும், சீட்டியடித்துக்கொண்டே என்னிடம் சேட்டைகள் செய்யத் தொடங்கினார்கள். அந்த இளைஞர்களும் கலை நிகழ்ச்சியில் பங்கெடுப்பவர்களே. பெண் வேடத்தில் இருப்பது நான்தான் என்று அவர்களுக்குத் தெரிந்திருந்தாலும், அவர்கள் என்னைச் சீண்டத் தயங்கவில்லை. சிலர் எனது பொய் மார்புகளை அமுக்கினார்கள். சிலர் எனது இடுப்பைக் கிள்ளினார்கள். சிலர் எனது உதட்டில் முத்தமிட முயன்றார்கள். அவர்களிடம் நான் எரிச்சலைக் காட்டினாலும், உள்ளூர ஆனந்தமேயடைந்தேன். இளைஞர்களின் சேட்டைகளையும் சீண்டல்களையும், என்னுடைய பெண்தன்மைக்குக் கிடைத்த அங்கீகாரமாகவே கருதினேன். நான் பெண்ணுடையில் அழகாகவும், அசல் பெண் போலவுமிருக்கிறேன் என்றெல்லாம் நினைத்து மகிழ்ச்சியடைந்தேன். அந்த உற்சாகத்தோடும் துள்ளலோடும் மேடையில் சிறப்பாகவே நடனமாடினேன். நான் ஆடி முடித்ததும் கரவொலிகளால் மண்டபம் நிறைந்தது. அந்தக் கையொலிகள் என் வாழ்க்கை முழுவதும் எனக்குக் கேட்டுக்கொண்டேயிருக்க வேண்டுமென்ற பேராசை எனக்கிருந்தது.

அப்பாவிடமிருந்து புதிய ஸ்பொன்சர் கடிதம் வந்ததும், ஜெர்மனியத் தூதரகத்திற்குச் சென்று விசாவுக்கு விண்ணப்பித்தோம். ஒரு மாதத்திலேயே எனக்கு விசா கிடைத்துவிட்டது. அக்காவின் நிலைமைதான் சிக்கலாகயிருந்தது. அவள் இன்னமும் சட்டத்துடன் போராட வேண்டியிருந்தது. மூன்றே நாட்களில் நேசன் மாமா பயண ஏற்பாட்டைச் செய்து முடித்தார். 11.02.2003 அன்று, நான் மட்டும் தனியாக ஜெர்மனிக்குப் புறப்பட்டேன். நேசன் மாமாவும் பாமா மாமியும் அக்காவும் என்னோடு விமான நிலையம் வரை வந்தார்கள்.

என்னுடைய விமானத்திலேயே பயணிக்கயிருந்த மஞ்சுளா என்ற தமிழ்ப் பெண்ணை, விமான நிலையத்தில் அதிர்ஷ்டவசமாகச் சந்தித்தோம். மாமா என்னை மஞ்சுளா அக்காவிடம் ஒப்படைத்தார். அந்தப் பயணத்தில் மஞ்சுளா அக்கா எனக்கு உறுதுணையாகயிருந்தார். பத்து மணித்தியாலங்களுக்குப் பிறகு, விமானம் 'Dusseldorf' விமான நிலையத்தில் தரையிறங்கியது. உள்ளம் முழுவதும் கனவுகளுடன் ஜெர்மனிய நிலத்தில் கால் வைத்தேன். எனது கனவுகளின் பாரம் தாங்காது இந்த நிலம் சற்றுத் தாழ்ந்தது.

Willkommen

விமான நிலையத்தில் அண்ணாவும், அம்மாவின் தங்கையான வாசுகி சித்தியும், அவரது குடும்பமும் எனக்காகக் காத்துக்கொண்டிருந்தார்கள். என்னை அவர்களிடம் ஒப்படைத்துவிட்டு மஞ்சுளா அக்கா விடைபெற்றார். சித்திக்கு இரண்டு குழந்தைகளிருந்தார்கள். சித்தப்பா கனிவான மனிதராகயிருந்தார். விமான நிலையத்திலிருந்து வெளியேறி, சித்தப்பாவின் காரை நோக்கி நடந்தோம்.

அது கொடுமையான குளிர் காலமாகயிருந்தது. சித்தி எனக்கான குளிர்காப்பு ஆடைகளை எடுத்து வந்திருந்தார். அவற்றை அணிந்த பின்பும் என் வாயிலிருந்து புகை வருவது நிற்பதாகயில்லை. உள்ளங்கைகள் விறைத்துப் போயின. ஒரு மணிநேரம் பயணம் செய்து, 'ஆகன்' என்ற நகரத்துக்கு வந்து சேர்ந்தோம். அங்கேதான் எனது குடும்பம் வசித்துவந்த அடுக்குமாடிக் குடியிருப்பு இருந்தது.

அம்மா விருந்து சமைத்து வைத்துவிட்டு, எங்களுக்காகக் காத்துக்கொண்டிருந்தார். அப்பா வீட்டிலிருக்கவில்லை. அவர் வேலைக்குப் போயிருந்தார். அந்த நகரத்தின்

மிகப் பெரிய மருத்துவமனையிலுள்ள உணவகத்தில் அப்பாவுக்கு வேலை. சற்றுநேரத்திலேயே அப்பாவும் வீட்டுக்கு வந்துவிட்டார். அவர் வெள்ளைக்காரர்களைப் போல என்னுடன் கை குலுக்கினார். என்னிடம் நலம் எதுவும் விசாரிக்கவில்லை. வெறுமனே சித்தப்பாவிடம் அரட்டையடித்துக்கொண்டிருந்தார். இந்த மனிதர் இன்னும் திருந்தவில்லை.

நாட்கள் செல்லச் செல்ல, அது மேலும் தெளிவாகியது. அப்பா எங்களுடன் பாசமாகப் பேசமாட்டார். அம்மாவையும் மதிக்க மாட்டார். குடும்பத்தோடு எங்காவது வெளியில் போனால், நாங்கள் அவரின் பின்னால் நாய்க் குட்டிகளைப் போல ஓடிச் செல்வோம். எங்கே போகிறோம் என்று சொல்லமாட்டார். நான் கேட்கும் எதையும் வாங்கிக் கொடுக்கமாட்டார். நான் ஆர்வத்துடன் எழுப்பும் கேள்விகளுக்கும் பதில் சொல்லமாட்டார். அப்படிச் சொன்னாலும் என்னைத் தட்டிக்கழிப்பதற்காக ஏதாவது பொய்களைச் சொல்லிவிடுவார்.

எங்களது வீடு இரண்டு படுக்கையறைகளைக் கொண்டது. அண்ணாவின் அறையில், அண்ணாவுக்குப் பக்கத்தில் எனக்குப் படுக்கை ஒதுக்கப்பட்டது. அந்த வீட்டில் எனக்குப் பொழுதே போகவில்லை. தொலைக்காட்சி நிகழ்ச்சிகளும் புரியவில்லை. அண்ணா வீட்டில் இல்லாத நேரங்களில், அவனின் கணினியில் விளையாடுவது மட்டுமே ஆறுதலாகயிருந்தது. அந்தக் காலகட்டத்தில் நான் கணினி விளையாட்டுகளுக்கு அடிமையாகயிருந்தேன். வீட்டில் அப்பா இல்லாத நேரங்களில், அம்மாவின் உடைகளை அணிந்து, துணியால் பொய் முடி வைத்துக்கொண்டு, தமிழ் சினிமாப் பாடல்களை ஒலிக்கவிட்டு நடனமாடுவேன். அம்மா என்னுடைய ஆட்டத்தையும் பாட்டத்தையும், என்னுடைய சிறிய வயதிலிருந்தே பார்த்து வருவதால் எதுவும் சொல்லமாட்டார்.

சில நாட்களானதும், அண்ணா என்னை ஒரு பாடசாலைக்கு அழைத்துச் சென்றான். அந்த மிகப் பெரிய பாடசாலையின் முகப்பில் 'Willkommen' எனப் பொறிக்கப்பட்டிருந்தது. அதற்கு 'நல்வரவு' என்று அர்த்தம். இந்த நாட்டின் மொழியான 'டொச்' மொழியைக் கற்பிக்கும் வகுப்பில் நான் சேர்க்கப்பட்டேன். பதினெட்டு வயதுக்கும் குறைவான புதிய குடியேறிகளுக்காக அந்தச் சிறப்பு வகுப்பு நடத்தப்பட்டுக்கொண்டிருந்தது. எனது வகுப்பில் தாய்லாந்து, பாகிஸ்தான், ஆப்கானிஸ்தான், ஈராக், ரஷ்யா, சீனா, கானா, கென்யா போன்ற பற்பல நாடுகளிலிருந்து வந்திருந்த மாணவர்கள் படித்தார்கள். என்னைத் தவிர வேறு தமிழ் மாணவன் அங்கே கிடையாது. கென்யா நாட்டைச் சேர்ந்த 'பென்னி' என்னும் பதினொரு வயது மாணவன், நான் சேர்வதற்கு முதல்நாள் தான் அந்த வகுப்பில் சேர்ந்திருந்தான்.

எங்களது வகுப்பிலிருந்த மூத்த மாணவர்கள் பல மாதங்களாகவே டொச் மொழியைப் பயின்றுவந்ததால், சரளமாக டொச்சைப் பேசினார்கள். நானும் பென்னியும் டொச் மொழியுடன் போராடிக்கொண்டிருந்தோம். நாங்கள் இருவருமே வயதிலும் உருவத்திலும் சிறியவர்கள் என்பதால், சில மாணவர்கள் எங்களை அடித்து விளையாடத் தொடங்கினார்கள். புதியவர்களான நாங்கள் பயத்திலும் புரியாமையிலும் தவித்தோம். அந்தப் பள்ளியில் பென்னியைத் தவிர, வேறெந்த மாணவனும் மாணவியும் என்னுடன் நட்புப் பாராட்டவில்லை. அன்பாக ஆதரவாக ஒருசொல் பேசுவதுமில்லை. அங்கிருந்த ஆசிரியர்கள் எங்களை அடிக்கமாட்டார்கள் என்பது மட்டுமே ஒரேயொரு நல்ல விஷயமாகயிருந்தது.

பள்ளியின் இடைவேளை நேரங்களில், மாணவர்களிடையே அடிதடி தூள்பறக்கும். நான் எச்சரிக்கையாக ஒதுங்கியேயிருந்தேன். மூத்த மாணவர்கள் என்னை 'Schwul' என்றழைத்தார்கள். எனக்கு அந்த வார்த்தையின் அர்த்தம் புரியவில்லை.

எனது அண்ணாவிடம், அந்த வார்த்தைக்கு அர்த்தம் என்னவென்று நான் கேட்டபோது "நீ தான் அது" என்று எரிச்சலோடு சொன்னான். எனது வகுப்பு மாணவர்கள் மூட்டி வைத்தது சீக்கிரமே மொத்தப் பாடசாலையிலும் பற்றியது. என் முதுகுக்குப் பின்னால் மட்டுமல்லாமல் முகத்துக்கு நேரேயும் 'Schwul' என்று கத்தினார்கள்.

'Schwul' என்பது தன்பாலீர்ப்பாளர்களைக் குறிக்கும் கொச்சைச் சொல். இலங்கையில் ஆண் தன்பாலீர்ப்பாளர்களைக் குறிக்க 'கம்பி' என்ற கொச்சையும், பெண் தன்பாலீர்ப்பாளர்களைக் குறிக்க 'சாப்பை' என்ற கொச்சையும் வழங்குவது போலவே இங்கே Schwul. இந்த விஷயத்தில் எல்லா இனங்களும், எல்லா நாடுகளும், எல்லா மதங்களும், எல்லாக் கலாசாரங்களும், எல்லா நாகரிகங்களும் ஒரேமாதிரி அநீதியாகத்தான் நடந்துகொள்கின்றன.

நாங்கள் வாழ்ந்த ஆகன் நகரத்தில், சுமார் நாற்பது இலங்கைத் தமிழ்க் குடும்பங்கள் வசித்தன. நான் தமிழர்களை வீதிகளில் பார்க்க நேர்ந்தால், தவறாமல் அவர்களிடம் சென்று தமிழில் பேசுவேன். அவர்களோ இரண்டு வார்த்தைகளில் உரையாடலை முடித்துக்கொள்வார்கள். இங்கே எல்லோருமே அவசரமாக ஓடிக்கொண்டிருந்தார்கள். பனியால் மட்டுமல்லாமல் தனிமையாலும் நான் சுருங்கிப்போனேன். மதுரையிலும் சென்னையிலும் அக்கினி வெயிலில் ஆடியோடித் திரிந்த பிள்ளை நான்!

எங்களது வீட்டுக்கு, அண்ணா முதன்முறையாக 'இன்டர்நெட்' தொடர்பை ஏற்படுத்தினான். நான் கெஞ்சிக் கேட்டதால் போனால் போகிறதென்று, இணையத்தைக் கையாள்வது குறித்து எனக்கும் கொஞ்சம் சொல்லிக்கொடுத்தான். தனிமையில் வதங்கிக்கிடந்த எனக்கு, இணையம் ஒரு புதிய உலகத்தையே திறந்துவைத்தது. பல விஷயங்களை நான் சுயமாகவே

கற்கக் கூடியதாகயிருந்தது. இணையம் எனக்கு ஏராளமான நண்பர்களையும் தேடிக் கொடுத்தது. இந்த இணைய உலகம்தான் எனது ஒட்டுமொத்த வாழ்க்கையையும் தலைகீழாக மாற்றிப் போடப்போகிறது என அப்போது எனக்குத் தெரியவில்லை.

நான் இணையத்தில் 'Gay' என்ற ஆங்கில வார்த்தைக்கு அர்த்தத்தைத் தேடினேன். ஆண் சமபாலுறவாளர்களின் போர்னோகிராபி வீடியோக்களே கணினித் திரையில் முன்னுக்கு வந்துநின்றன. இந்த உலகில் இரண்டு ஆண்கள் தமக்கிடையே பாலியல் உறவில் ஈடுபடுவதொன்றும் அரிதினும் அரிதான விஷயம் கிடையாது என்பது எனக்குப் புரிந்தது.

பள்ளியில் விளையாட்டுப் பாடமும் இருந்தது. அந்தப் பாட நேரம் எனக்குப் பிடிக்கவேயில்லை. ஏனென்றால் அந்த வேளையில் ஆண்களுடன் சேர்ந்து எனது உடைகளை மாற்ற வேண்டிய நிர்ப்பந்தம் ஏற்படும். ஒரு பெண்ணைப் பல ஆண்களுள்ள அறைக்குள் உடை மாற்றுவதற்காக அனுப்பிவைத்தால், அவள் என்ன உணருவாளோ அதையே நானும் அப்போதெல்லாம் உணர்ந்தேன். கால்பந்து விளையாடும் போது, சக மாணவர்கள் வேண்டுமென்றே என்னைப் பந்தால் அடிப்பார்கள். இப்படியாக அடிகளுக்கும் ஏச்சுகளுக்கும் கேலிகளுக்கும் நடுவே படித்தாலும், ஆறு மாதங்களுக்குள்ளாகவே என்னால் டொச் மொழியில் சரளமாகப் பேசவும் எழுதவும் முடிந்தது. எனவே கோடை விடுமுறை முடிந்ததும், அதே பாடசாலையில் ஆறாம் வகுப்பில் சேர எனக்கு அனுமதி கிடைத்தது.

கோடை விடுமுறையில், வாசுகி சித்தி தங்களது வீட்டுக்கு என்னை அழைத்துச் சென்றார். சித்தியின் வீடு எனக்கு மகிழ்ச்சியையே கொடுத்தது. அங்கே என்னோடு விளையாடுவதற்கு சித்தியின் பிள்ளைகளிருந்தார்கள். சித்தப்பா எங்களின்

அப்பாவைப் போல கல் நெஞ்சக்காரரில்லை. சித்தப்பா குழந்தைகளிடம் மிகவும் அன்பு காட்டினார். அவர்கள் கேட்டதையெல்லாம் வாங்கிக் கொடுத்தார். சித்தியோடும் அன்பாகவேயிருந்தார். முக்கியமாக, அவர்களது வீட்டில் சாப்பிடுவதற்கு எப்போதும் விதம்விதமான தின்பண்டங்கள் இருந்துகொண்டேயிருந்தன.

எங்களது வீடோ இதற்குத் தலைகீழாகயிருந்தது. ஒவ்வொரு இரவும் அப்பா மூக்குமுட்டக் குடித்துவிட்டு, என்னையும் அம்மாவையும் பிடித்துவைத்து அடிப்பார். சித்தப்பாவிடம் இருப்பதுபோல வாகனமோ, சாரதி அனுமதிப்பத்திரமோ அப்பாவிடம் கிடையாது. அளவுக்கு மீறிய குடியாலும், சூதாட்டப் பழக்கத்தினாலும் அவர் எப்போதுமே பெரும் கடனாளியாகயிருந்தார்.

அந்தச் சிறிய வயதிலேயே, வயதுக்கு மீறிய பல விஷயங்களை அறிந்துவைத்திருந்த நான், ஜெர்மனிக்கு வந்து புதிதாகத் தெரிந்துகொண்ட விஷயம் சாதி. எங்களது உறவினர்கள் ஒன்றுகூடுகையில் 'சாதி' அங்கே முக்கிய பேச்சாகயிருக்கும். அவர்கள் வெள்ளாளச் சாதிச் சாக்கடையில் ஈக்களைப் போல மிதந்தார்கள். ஆகன் நகரத்தில் வசிக்கும் தமிழ்க் குடும்பங்களின் சாதி குறித்த புள்ளிவிபரங்கள், என் தந்தையின் நாக்கு நுனியிலிருந்தன. வெள்ளாளர்கள் அல்லாதவர்களின் வீடுகளுக்குச் செல்லவும், அவர்களிடம் எதையாவது வாங்கிச் சாப்பிடவும், எங்களது குடும்பங்களிலிருந்த அனைத்துச் சிறுவர்களுக்கும் கடுமையான தடையிருந்தது. எல்லாத் தடைகளையும் மீறுவது போலவே, நான் இந்தத் தடையையும் மீறத்தான் செய்தேன். அதற்காக என் அப்பாவிடம் தாராளமாகவே உதைபட்டேன்.

கோடை விடுமுறை முடிந்ததும், நான் ஆறாம் வகுப்பில் சேர்க்கப்பட்டேன். எனது வகுப்பில் பதினான்கு மாணவிகளும் பன்னிரண்டு மாணவர்களும் இருந்தார்கள். எனது வகுப்பு ஆசிரியையான 'கிளாரா' என்மீது

பெருமளவு அக்கறையையும் அன்பையும் செலுத்தினார். என் வாழ்வின் பல தருணங்களில் எனக்கு உதவிகளைச் செய்துள்ளார். புகழ்பெற்ற கடற்கரைக் கிராமத்தில் பிறந்த எனக்கு நீச்சல் தெரியாது. கிளாரா என்னை நீச்சல் வகுப்பில் சேர்த்துவிட்டார். இரண்டு வகுப்புகள் முடிந்ததுமே, நான் நீச்சலடிக்கத் தொடங்கிவிட்டேன்.

புலம்பெயர்ந்த ஈழத் தமிழர்களால் நடத்தப்பட்டுக் கொண்டிருந்த தமிழ்த் தொலைக்காட்சிகளில், விடுதலை புலிகளைக் குறித்து நிறையச் செய்திகளைத் தெரிந்துகொள்ளலாம். அனைத்துத் தமிழ்த் தொலைக்காட்சிகளும் விடுதலைப் புலிகளுக்கு ஆதரவாகவேயிருந்தன. என்னைச் சுற்றியிருந்தவர்கள் விடுதலை புலிகளின் மீது வைத்திருந்த அபிமானத்தையும் ஆதரவையும் பார்த்து, எனக்கும் புலிகளிடம் பற்று ஏற்பட்டது. இலங்கையில் தமிழ் மக்கள் மீது இழைக்கப்பட்டுக்கொண்டிருந்த கொடுமைகள் என்னைச் சிந்திக்க வைத்தன. நான் நன்றாகப் படித்து மருத்துவராகி, வன்னிக்குச் சென்று சேவை செய்ய வேண்டும் என்ற எண்ணமும் எனக்கிருந்தது. எனது தாய்மொழியைப் படிக்கவும் விரும்பினேன்.

எனது நகரத்தில், ஒவ்வொரு சனிக்கிழமையும் நடத்தப்பட்ட தமிழ் வகுப்பில் சேர்ந்துகொண்டேன். நான் இந்தியாவில் ஆறாம் வகுப்புவரை படித்திருந்தாலும், என்னை இங்கே இரண்டாம் வகுப்பிலேயே சேர்த்துக் கொண்டார்கள். தமிழ் வகுப்பில் எனக்கு நிறைய நண்பர்கள் கிடைத்தார்கள். என்னுடைய வயதையொத்த அபர்ணா எனக்கு மிகவும் நெருக்கமான தோழியானாள். இந்தப் பள்ளி, நான் இந்தியாவில் படித்த பள்ளிகளை விடக் கடுமையான சட்ட திட்டங்களுடையது. பள்ளி நிர்வாகத்தில் ஊழல்களும் குடும்ப அரசியலும் நிறைந்து கிடந்தன. புலம்பெயர்ந்த தமிழ் அமைப்புகள் பலவற்றிலும் இந்தக் கேடுகளும் கசடுகளும் நிறைந்து

கிடக்கின்றன. கோயிலிலிருந்து பாடசாலைகள் வரை ஊழல் தொற்றிக்கிடக்கிறது.

இணைய வலை

எனக்குப் பதின்மூன்று வயதாகியபோது 'tamilchatworld.com' என்றொரு இணைய அரட்டைத்தளம், எனது அண்ணா மூலம் எனக்கு அறிமுகமாகியது. அண்ணா வீட்டில் இல்லாத நேரங்களில் 'மோஹனா' என்ற பெயரில் நானும் அரட்டைகளில் ஈடுபடலானேன். மயூரன் மோஹனாவை விரும்பியதால், எனக்கு அந்தப் பெயர்மீது காதலிருந்தது. மோஹனா என்ற பெயரைப் பார்த்ததும், என்னுடன் பேசுவதற்கு நிறைய ஆண்கள் வரிசையில் வந்தார்கள். நான் அவர்களிடம் எனது வயது பதினெட்டு என்றே சொன்னேன். யாருக்கும் யாருடைய முகங்களும் தெரியாது. எனினும் மகிழ்ச்சியாகவும் உற்சாகமாகவும் உரையாடுவோம். இப்படியாகத்தான் 'அருண்' என்பவன் என் தொடர்புக்கு வந்தான். அவனும் ஜெர்மனியில்தான் இருந்தான்.

அருண், எனது தொலைபேசி எண்ணைக் கேட்டான். அண்ணா தனது பழைய அலைபேசியை எனது உபயோகத்துக்காகக் கொடுத்திருந்தான். நான் அலைபேசி எண்ணைக் கொடுத்த அடுத்த நிமிடமே, அருண் என்னை அலைபேசியில் அழைத்தான். ஏதோ குருட்டுத்தனத்தில் எனது எண்ணைக் கொடுத்துவிட்டேன் என்றாலும், இப்போது அலைபேசி அழைப்பை ஏற்கத் தயக்கமாகயிருந்தது. அவனோ இடைவிடாமல் அழைத்துக்கொண்டேயிருந்தான். வீட்டின் 'பல்கனி'க்கு மெதுவாகச் சென்று, அவனுடன் இரகசியக் குரலில் உரையாடினேன். பயத்தால் எனது உடல் நடுங்கியது. அய்ந்து நிமிடங்கள் பேசியிருப்போம். எனது குரல்

பெண்குரலைப் போலவேயிருக்கும் என்பதால், நான் ஆண் என்பதை அருண் கண்டுபிடிக்கவில்லை.

அருணுடனான அலைபேசி உரையாடல்கள் தொடர்ந்த போது, அவன் எனது முகவரியைக் கேட்டான். நான் பொய்யான முகவரியைச் சொன்னேன். நாளாக நாளாக அவன் என்னை மிரட்டத் தொடங்கினான். தன்னை வந்து சந்திக்குமாறு வற்புறுத்தினான். நான் அவனுடனான தொடர்புகளைத் துண்டித்துக்கொண்டேன். அதனால் கோபமடைந்த அந்த வீணாய்ப் போனவன், புலம்பெயர்ந்த தமிழ் ஆண்கள் நிறையப்பேரிடம் எனது அலைபேசி எண்ணைப் பரப்பிவிட்டான். எனக்கு வந்த தொலைபேசி அழைப்புகளின் எண்ணிக்கைகளால், ஜெர்மனியத் தொலைபேசித் தொடர்புத்துறை முடங்காமல் விட்டது ஆச்சரியமே.

எண்ணுக்கணக்கற்ற காம மற்றும் தூசண அழைப்புகளுக் கிடையில், சில நல்ல நட்புகளும் கிடைக்கத்தான் செய்தன. அவர்களில் பிரதீப், செந்தில் இருவரும் என்னுடன் அன்பாகவும் மரியாதையாகவும் பேசி வந்தார்கள். செந்தில் தனது மனைவியைக் கூட எனக்கு அறிமுகப்படுத்தி வைத்தார். செந்திலின் நட்பு இப்போதுவரை நீடிக்கிறது. என்னுடன் தொலைபேசியில் உரையாடிய எவருமே, நான் சிறுவன் என்பதையோ எனக்குப் பதின்மூன்று வயது என்பதையோ கண்டுபிடிக்கவேயில்லை.

பாடசாலையில், அறிவியல் வகுப்பில் பாலியல் - இனப்பெருக்கம் குறித்தும் சிறிது கற்பிக்கப்பட்டது. தன்பாலீர்ப்பாளர்கள், ஈர்பாலீர்ப்பாளர்கள், எதிர்ப்பாலீர்ப்பாளர்கள் குறித்துச் சொல்லிக்கொடுக்கப்பட்டதே தவிர, திருநங்கைகள் பற்றியோ திருநம்பிகள் பற்றியோ ஒரு வார்த்தை அந்தப் பாடத்தில் கிடையாது. எனக்கும் அப்போது திருநங்கையர் குறித்த அறிவு கிடையாது. எனவே

பெண்தன்மை வாய்க்கப்பெற்ற ஆண்களில்; தங்களது குடும்பத்தைத் தைரியமாக எதிர்த்து நிற்பவர்கள் பெண்களாக மாறுகிறார்கள், எதிர்க்கத் தைரியமற்றவர்கள் தன்பாலீர்ப்பாளர்களாக இருக்கிறார்கள் என்ற கற்பனையை நான் வந்தடைந்தேன். கடுமையான சிந்தனைக்குப் பிறகு, நானொரு தன்பாலீர்ப்பாளனே என்ற முடிவுக்கும் வந்தேன். சிறுவயதிலிருந்தே ஆண்கள்மீது எனக்கிருந்த பாலியல் இச்சையால் இப்படியாகிவிட்டேன் என நினைத்துக்கொண்டேன். எனக்குத் திருமணம் நடக்காது, குழந்தைகள் இருக்காது என்றெல்லாம் தீராத கவலையில் வீழ்ந்தேன். அந்தக் கவலை என்னை அடக்க முடியாத கோபத்துக்கு இட்டுச் சென்றது. என்னைப் பாலியல்ரீதியாகத் தவறாகப் பயன்படுத்தியவர்கள் மீது எனக்குக் கடும் வெறுப்பு ஏற்பட்டது.

ஜெர்மனியில் பதினெட்டு வயதுக்குக் குறைவானவர்களைப் பாலியல்ரீதியாக அணுகுவது சட்டப்படி கடுமையான குற்றமாகும். தண்டனைகளும் கடுமையானவையே. உங்களது அனுமதியில்லாமல் உங்களது அந்தரங்க உறுப்புகளை யார் தொட்டாலும், அடுத்த சில வருடங்களுக்கு அவர் சிறைக் கம்பிகளை மட்டுமே தொடுவார். பெற்ற தந்தையாகவே இருந்தாலும் அதுதான் சட்டம். பாடசாலையிலேயே சிறுவர்களுக்கும் சிறுமிகளுக்கும் Good touch, Bad touch குறித்துக் கற்றுக்கொடுக்கிறார்கள். பாலியல் அத்துமீறல்களைக் குறித்து விரிவாக விளக்கி விழிப்புணர்வை ஏற்படுத்துகிறார்கள். இந்தக் கல்விமுறை இந்தியாவிலும் இருந்திருந்தால், பல கொடுமையான அனுபவங்களை நான் தவிர்த்திருக்கலாம்.

இவை எல்லாவற்றையும் தீர யோசித்துப் பார்த்து, எனது கடந்த காலத்தை நினைத்து நான் வருந்தத் தொடங்கினேன். எனது வாழ்வைச் சீராக்கி, ஓர் ஆண்மகனாக நிமிரவேண்டும் என எண்ணினேன். அதைச்

செயற்படுத்தும் முதற்கட்டமாக, பெண்களின்மீதான பாலியல் இச்சையை எனக்குள் வரவழைக்க முயற்சித்து, நீலப்படங்களில் பெண்களைப் பார்க்கத் தொடங்கினேன். அவர்களின் நிர்வாண உடலைப் பார்த்தால், எனக்குள் காம உணர்ச்சி முகிழ்க்கலாம் என ஏறுமாறாக யோசித்தேன். ஆனால் எனக்கு அப்படியெல்லாம் ஒன்றும் ஆகவில்லை. மாறாக, நான் ஏன் அந்த நீலப்படங்களில் வரும் பெண்களைப் போல இருந்திருக்க கூடாது என்றுதான் ஏங்கினேன். அவர்களுக்கு உள்ளது போல எனக்குப் பெண்ணுறுப்பு இல்லையே என்று கண்ணீர் விட்டேன். எனினும் முயற்சியைக் கைவிடாமல்; ஆண் போன்று பேசவும், நடக்கவும் முயன்றேன். ஆனால் என்னிடம் மிகுந்திருந்த பெண்தன்மை காரணமாக, என்னால் தொடர்ந்து நடிக்க முடியவில்லை. வயிற்றுப் பிள்ளையைக் கூடச் சில மாதங்களுக்கு வெளியே தெரியாமல் மறைத்துவிடலாம், ஆனால் எனது பெண்மையை என்னால் ஒருநாள் கூட மறைத்துவைக்க முடியவில்லை.

இந்தியாவிலும் கொழும்பிலும் கொஞ்சம் சொகுசாகவே வாழ்ந்த எனக்கு, ஜெர்மனியில் அது வாய்க்கவில்லை. குடும்பத்தில் அப்பா மட்டுமே வேலைக்குச் சென்று சம்பாதிக்கும் நபராகயிருந்தார். அதேவேளையில் கடனிலும் ஆழமாக மூழ்கிக்கொண்டிருந்தார். அப்பா என்னுடைய செலவுக்குச் சில்லறைகள் கூடத் தருவதில்லை. என்னுடைய அடிப்படைத் தேவைகளையே அவரால் கவனிக்க முடியவில்லை. பாடசாலையால் மாணவர்கள் சுற்றுலாவுக்கு அழைத்துச் செல்லப்பட்டபோது, பணம் கட்ட இயலாததால் என்னால் போக முடியவில்லை. நான் எனது தேவைகளைச் சொல்லிக் கையை நீட்டினால், என் தந்தை பதிலுக்குக் கன்னத்தில் இரண்டு அறைகளையே கொடுத்தார். சிலவேளைகளில் அண்ணா கூட என்னை மிருகத்தனமாக அடிப்பான். குடும்பச் சூழலால் அவனுக்கு ஏற்பட்ட

விரக்தியையும் கோபத்தையும், அவன் என்னிடமே காட்டினான்.

அப்பாவுக்கு எனது நலனில் எந்த அக்கறையுமில்லை. எனக்கு எத்தனை வயதென்றோ, என்ன வகுப்பில் படிக்கிறேன் என்றோ அவருக்குத் தெரியாது. அம்மாவின் முயற்சி மட்டும் இல்லாவிட்டால், நான் ஜெர்மனிக்கே வந்திருக்க முடியாது. அச்சாணி இல்லாத தேர் முச்சாணும் ஓடாது என்பது போல என் குடும்பம் நொண்டியடித்துக்கொண்டிருந்தது.

இதில் பேராச்சரியம் என்னவென்றால், எங்களது உறவு வட்டாரத்தில் என் தந்தையை மிகச் சிறந்த பண்பாளராக மதித்தார்கள். பொறுப்பான குடும்பத் தலைவன் எனக் கொண்டாடினார்கள். அப்பா சமூகத்தின் முன்னால் தன்னைப் பண்பான மனிதராகக் காண்பித்துக்கொண்டு, வீட்டுக்குள் தன்னுடைய சுயரூபத்தை வெளிப்படுத்தினார். அவர் எங்களை அடித்து உதைக்காத நாளில்லை. கெட்ட வார்த்தைகளைத் தாராளமாகவே வீட்டில் பேசுவார். அவரிடமிருந்து நிறையக் கெட்ட வார்த்தைகளை நான் கற்றுக்கொண்டேன். அப்பா, வீட்டு வன்முறையில் ஈடுபடும்போது, காவற்துறையிடம் புகார் அளிக்கலாமா என எனக்குத் தோன்றும். ஆனால் வீட்டில் நடக்கும் வன்முறையைப் பள்ளியிலோ அல்லது காவற்துறையிடமோ நான் கூறினால், அரசாங்கம் என்னைக் குடும்பத்திலிருந்து பிரித்து, சிறுவர்கள் நலக் காப்பகத்துக்கு அனுப்பிவிடுமோ என்ற அச்சத்தில் வாயை மூடிக்கொண்டு அடிகளைப் பெற்று வந்தேன்.

எங்களது நகரத்தில் வசித்துவந்த, பாபு குடும்பத்தினரின் ஆண் குழந்தையைக் கவனித்துக்கொள்ள ஒரு பணியாள் அவர்களுக்குத் தேவைப்பட்டார். பாபுவும் அவரது மனைவியும் சேர்ந்து மளிகைக் கடையொன்றை நடத்தி வந்தார்கள். பாபு எனது அண்ணாவின் நெருங்கிய நண்பர் என்பதால், நானும் அடிக்கடி பாபுவின் வீட்டுக்குப்

போவதுண்டு. நான் அவர்களது குழந்தையுடன் மகிழ்ச்சியாகவும் இயல்பாகவும் விளையாடுவதைக் கவனித்த பாபு குடும்பத்தினர், பாடசாலை விட்டுவந்ததும் குழந்தையைக் கவனித்துக்கொள்ள முடியுமா என்று என்னிடம் கேட்டனர். நான் மகிழ்ச்சியுடன் ஒப்புக்கொண்டேன். அந்த வேலைக்கான எனது மாதவூதியம் 200 ஈரோக்கள். இதே வேலையை ஒரு வெள்ளைக்காரி செய்தால், மூன்று மடங்கு ஊதியம் கொடுக்க வேண்டியிருக்கும்.

ஒவ்வொரு நாளும் பாடசாலை முடிந்ததும், நான் பாபுவின் வீட்டுக்கு விரைவேன். குழந்தையை மிகக் கவனமாகப் பராமரிப்பேன். குழந்தையுடன் இருக்கும் தருணங்களில், நான் என்னையே மறந்து மகிழ்ச்சியின் உச்சத்திலிருப்பேன். குழந்தையைக் குளிப்பாட்டுவது, உணவளிப்பது என அந்நாட்களில் ஒரு தாயைப் போலவே வாழ்ந்தேன். என்னால் எக்காலத்திலும் ஒரு குழந்தையைப் பெற்றெடுக்க முடியாது. எனவே சின்ன பாபுவை எனது சொந்தக் குழந்தையைப் போன்றே நேசித்தேன். குழந்தையை எனது மடியில் போட்டுக்கொண்டு, பாட்டுப் பாடித் தூங்கவைத்தேன். குழந்தை உறங்கும் நேரங்களில், தொலைபேசியில் ஆண்களுடன் அரட்டையில் ஈடுபடுவேன்.

கொழும்பிலிருந்த எனது அக்காவுக்கு ஜெர்மனி விசா கிடைப்பதாகயில்லை. குமர்ப்பிள்ளையைத் தனியே விட்டிருப்பதை எண்ணி அம்மா தவித்துக்கொண்டிருந்தார். சுவிஸிலிருந்த மாமா எங்களுக்கு உதவ முன்வந்தார். மாமா ஏற்பாடு செய்த பயண முகவர் ஊடாக, அக்கா சுவிஸ் நாட்டுக்கு வந்துசேர்ந்தாள். அங்கேயே அகதித் தஞ்சம் கோரினாள். அம்மாவும் நானுமாக சுவிஸுக்குச் சென்று, அக்காவைப் பார்த்துவிட்டு வந்தோம். எனது தந்தைக்கோ இதைப் பற்றியெல்லாம் எந்தக் கவலையுமில்லை. அவர் எப்போதும் போலவே குடித்துக் கூத்தடித்துகொண்டும், சூதாட்டத்தில் பணத்தை

விட்டுக்கொண்டும், பொழுதுபோகாவிட்டால் என்னை அடித்துக்கொண்டுமிருந்தார்.

காட்டுவாசியும் ஹிப்ஹொப்பும்

எனது பாடசாலையில் படித்துக்கொண்டிருந்த கருப்பு நிற மாணவர்களை, வெள்ளைத்தோல் மாணவர்கள் வெளிப்படையாகவே 'காட்டுவாசி', 'கருங்குரங்கு' என்றெல்லாம் கேலி செய்வார்கள். இந்த ஈழக் காட்டுவாசி பெண்தன்மையுடன் இருந்ததால், இன்னும் அதிகமான கேலி கிண்டல்களைக் கேட்க வேண்டியிருந்தது. என்னுடைய பெண்தன்மை; கிண்டல்கள், கேலிகள் வழியே பாடசாலை முழுவதும் பிரசித்தமாகியிருந்தது. ஆண் மாணவர்கள் குழுவாகக் கூடி நிற்பதைக் கண்டால், அந்தப் பக்கமே நான் போவதில்லை. அவர்கள் என்னை அடித்துவிடுவார்கள் என்று அஞ்சி நடுங்கிக்கொண்டிருந்தேன். ஒவ்வொரு நாளும் மனதில் பயத்துடனேயே பள்ளிக்குப் போவேன்.

பள்ளிக்கூடத்தில் எனது சேர்க்கையெல்லாம் பெரும்பாலும் பெண்களுடன்தான். மாணவிகளின் 'Hiphop' குழுவில் சேர்ந்து நானும் நடனம் பயின்றேன். நடனமாடுவது எப்போதுமே எனக்கு மகிழ்ச்சியையும் நிம்மதியையும் கொடுக்கிறது. அந்தத் தொட்டில் பழக்கம் இந்த TikTok காலம்வரை தொடர்கிறது. என் மரணத்தில்தான் அது நிறைவுறும்.

பள்ளியில் நடந்த விழாக்களில், தோழிகளுடன் இணைந்து நானும் நடனமாடினேன். ஒட்டுமொத்தப் பள்ளியிலும் நடனமாடிய ஒரே ஆண் நான்தான். மெல்ல மெல்ல எனது தோழிகள் என்னைப் பாதுகாக்கத் தொடங்கினார்கள். யாரேனும் என்னை அசிங்கப்படுத்தினால், அவர்களை என் தோழிகள் விரட்டியடித்தார்கள். தோழிகளது ஆதரவு எனக்குச் சற்று ஆறுதலைக் கொடுத்தாலும், வகுப்பில்

நான் வேறொரு சிக்கலை எதிர்கொண்டேன். மாணவர்கள் முன்னால் நின்று என்னால் பேச முடியாது. ஆசிரியர்கள் என்னைக் கேள்விகள் கேட்கும் போதெல்லாம் என்னால் தெளிவாகப் பதிலுரைக்க முடியாது. திடீரென யாராவது என்னை நோக்கி '*Schwul*' எனக் கூச்சலிடக்கூடும் என்ற பயத்திலேயே இருப்பேன். ஆசிரியர்களோ எனது பிரச்சினையைப் புரியாமல், எனக்கு மதிப்பெண்களைக் குறைத்துவிடுவார்கள்.

துருக்கியனான இப்ராஹிம் எனது வகுப்பில் சண்டியனாகயிருந்தான். அவன் அளவுக்கு மீறிய ஆண் மிடுக்கும் திமிருமுள்ளவன். நோஞ்சான் மாணவர்களை அடித்து விளையாடுவதே அவனது பிரதான பொழுதுபோக்கு. நான் அமைதியான, வெட்கப்படும், பெண்தன்மையுள்ள மாணவன் என்பதால், எனக்கு நேரெதிர்க் குணங்களைக்கொண்ட இப்ராஹிமை எனக்குப் பக்கத்தில் ஆசிரியை அமர வைத்தார். என்னுடன் சேர்ந்தால் இப்ராஹிம் அமைதியாகிவிடுவான் என அவர் நம்பியிருக்கக்கூடும்.

அனைவரையும் அடித்து அதிகாரம் செய்யும் முரட்டு இப்ராஹிம், என்னிடம் மட்டும் சிறிதளவு அன்பைக் காட்டினான். நான் அவனுக்குப் படிப்பில் உதவி செய்தேன். ஆங்கிலம் சொல்லிக் கொடுப்பேன். அவன் புத்தகம், பேனா எதையும் பள்ளிக்குக் கொண்டு வருவதில்லை. நான் எனது புத்தகங்களையும் எழுது பொருட்களையும் அவனுக்கு இரவல் கொடுப்பேன்.

இப்ராஹிம் என் காவல் தெய்வமாக மாறினான். விளையாடும்போது தனது குழுவில் என்னைச் சேர்த்துக்கொண்டான். அவனை மீறி யாரும் என்னைத் தொட்டுவிட முடியாது. அவன் என்மீது கொண்ட காதலாலேயே, என்மீது அக்கறை காட்டுகிறான் என்று நானாகவே நினைத்துக்கொண்டேன். நான் அன்புக்காக

ஏங்கிக்கிடந்ததால், அடுத்த கேள்வியில்லாமலேயே இப்ராஹிமைக் காதலிக்கத் தொடங்கிவிட்டேன்.

ஆனால், என்னை வேறு இரண்டு பேர் காதலித்தார்கள். அவர்கள் இருவருமே என் வயதொத்த இளம் பெண்கள். என் உள்ளத்தில் பெண்மை இருந்தாலும், தோற்றத்தில் நான் அப்போது உயரமான அழகிய இளைஞனே. தமிழ் வகுப்பில் என்னுடன் படித்துவந்த அபர்ணா என்னைக் காதலிப்பதாகச் சொன்னாள். அபர்ணாவைக் காதலித்தால் எனக்கு ஆண்தன்மை வந்துவிடலாம் என நினைத்துக்கொண்டு, நானும் அவளைக் காதலிக்க முயற்சி செய்தேன். ஆனால் எனக்கு அவளிடம் ஈர்ப்பு ஏற்படவேயில்லை. தக்க தருணம் பார்த்து, என் பெண்தன்மையைப் பற்றி அபர்ணாவிடம் சொல்லிவிட வேண்டும் என நான் காத்திருந்தேன். அதற்குள், நானும் அபர்ணாவும் நெருங்கிப் பழகுவதைக் கண்ட பள்ளி நிர்வாகி, அபர்ணாவுடன் நெருங்கிப் பழக வேண்டாமென்று என்னைக் கண்டித்தார். அவரைப் பொறுத்தவரையில், இளைஞனான நான் ஒரு பெண்ணுடன் நெருங்கிப் பழகுவது தவறாகும். கடுமையாகக் கோபமுற்ற நான் அதற்குப் பின்பு தமிழ்ப் பாடசாலையின் வாசலை மிதிக்கவேயில்லை. ஆனால் அந்த நிர்வாகி இது குறித்து எனது குடும்பத்திடமும் கோள் சொல்லிவிட்டார். எனது பெண்தன்மையைத் தெரிந்திருந்தும் எனது குடும்பத்தினர் 'அபர்ணாவைக் காதலிக்க வேண்டாம், அவள் சாதியில் குறைந்தவள்' என்று எனக்குத் துர்போதனை செய்தனர்.

துருக்கிய இளம் பெண்ணொருத்தி, தனது தோழிகளுடன் என்னைப் பின்தொடர்ந்து, எனது வீட்டு வாசல்வரை வந்துவிட்டாள். தைரியமாக என்னிடம் வந்து அலைபேசி எண்ணைக் கேட்டாள். நானும் கொடுத்துவிட்டேன். இந்தத் துருக்கிப் பெண்ணாவது என்னில் ஆண்மையைச் செழிக்க வைத்துவிடமாட்டாளா என்ற நப்பாசையே அதற்குக் காரணம். அந்தப்

பெண்ணுடன் தொலைபேசியில் அரட்டையடித்தேன். அடுத்த கட்டமாக ஒரு பூங்காவில் சந்தித்து, அந்தப் பூங்காவை ஒரு மணிநேரம் சுற்றினோமே தவிர, அந்தப் பெண்ணிடம் எனக்குக் காதல் தோன்றவேயில்லை. எனது மனம் முழுவதும் முரட்டு இப்ராஹிமின் நினைவுகள் மட்டுமே.

எங்களது பள்ளியில் 'கிம்' என்ற அல்பானிய அழகி நட்சத்திரமாக மின்னிக்கொண்டிருந்தாள். அவளையே இப்ராஹிம் காதலிக்கிறான் என்பது எனக்குத் தெரிய வந்தபோது, நான் நொறுங்கித்தான் போனேன். ஒருநாள் மதிய இடைவேளையில், கிம்மின் உதடுகளில் இப்ராஹிம் முத்தமிடுவதை நான் பார்த்தேன். என்னால் ஏமாற்றத்தையும் வேதனையையும் தாங்கிக்கொள்ளவே முடியவில்லை. எனது தேகம் குளிர்ந்து நடுங்கியது. எனது வகுப்பாசிரியை கிளாராவிடம் சென்று "எனக்கு நெஞ்சு வலி" எனச் சொல்லிவிட்டு வீட்டுக்குச் சென்றேன். அன்று மாலையில் கிளாரா என்னைத் தொலைபேசியில் அழைத்து, நெஞ்சு வலி குறித்துக் கவலையுடன் விசாரித்தார். யாரிடம் எனது வேதனையைச் சொல்வது எனத் தெரியாமல் தவித்துக்கொண்டிருந்த என்னை, கிளாராவின் அன்பு கசிய வைத்தது. "நான் இப்ராஹிமைக் காதலிக்கிறேன்" என்று அவரிடம் சொல்லிவிட்டேன். அதைக் கேட்டதும் எனது ஆசிரியை "Oh mein gott" என்றுதான் முதலில் கூவினார். பின்பு எனக்கு அறிவுரை கூறினார்: "இங்கே பார் தனுஜன்! இப்ராஹிம் உன்னை ஒருபோதும் காதலிக்க மாட்டான். இதைப் பற்றிப் பள்ளியில் நீ யாரிடமும் பேசாதே, அது பள்ளியில் தேவையில்லாத பிரச்சினைகளை உண்டாக்கிவிடும்!" கிளாரா கடவுளைக் கூவி அழைத்ததுபோல, நான் எனது கற்பனைத் தோழிகளை அழைத்து அவர்களிடம் எனது மனப் பாரத்தை இறக்கிவைத்தேன்.

இப்ராஹிமிடம் அடைந்த ஏமாற்றத்தைத் தணித்துக்கொள்வதற்காக, வேறு நண்பர்களைத்

தேடலானேன். ‘yahoo’ மெசேஞ்ஜரில், தன்பாலீர்ப்பாளர்கள் பழகுவதற்கு என்றொரு பகுதியிருந்தது. பல நாடுகளிலுமுள்ள தன்பாலீர்ப்பாளர்கள் அங்கே உரையாடிக்கொள்வார்கள். நான் அங்கு சென்று நண்பர்களைத் தேடினேன். ஆனால் அங்கிருந்தவர்கள் இணைய வழியாகக் காமத்தைத் தீர்த்துக்கொள்வதிலேயே ஆர்வமாகயிருந்தார்கள். நான் உறுப்பினராகயிருந்த தமிழ் அரட்டை வலைத்தளத்தில் இருப்பவர்களும் காமத்தை மட்டுமே என்னிடம் எதிர்பார்த்தார்கள். நான் தேடிய அன்பும் கனிவும் எனக்கு எட்டாமலேயே இருந்தன.

எனது பாலின அடையாளம் குறித்து, எனக்குள் இருந்த கேள்விகளுக்கு எங்கேயும் பதில் கிடைப்பதாகயில்லை. யாருமே என்னைப் புரிந்துகொள்ளாததும், கொடிய தனிமையும் எனக்கு மரண மனச்சோர்வைக் கொடுத்தன. இப்ராஹிமைக் கடுமையாக வெறுக்கத் தொடங்கினேன். எனது குடும்பத்தையும் வெறுத்தேன். வெறுப்பு மட்டுமே அப்போது என்னோடிருந்தது. சுய வெறுப்போ தலைவிரித்தாடியது! என்னுடைய பெண்தன்மை மட்டுமே எல்லாத் துயரங்களுக்கும் காரணமாக இருப்பதை நினைத்து, ஒவ்வொரு இரவும் படுக்கையைக் கண்ணீரால் கழுவினேன். பகலிலோ பிணம் போல நடமாடினேன்.

ஒருநாள் இரவு பத்து மணியளவில், பாபுவின் வீட்டில் குழந்தைப் பராமரிப்பு வேலையை முடித்துக்கொண்டு, வீட்டுக்குச் செல்லும் பேருந்துக்காக தரிப்பிடத்தில் காத்திருந்தேன். அங்கே ஏற்கனவே நின்றிருந்த வெள்ளைக்காரக் கிழவர் தன்னருகே வருமாறு என்னிடம் சைகை செய்தார். என்ன விஷயம் எனத் தெரிந்துகொள்வதற்காக நான் அவரருகே போனதும் “என்னிடம் 50 ஈரோக்கள் இருக்கின்றன, என்னுடன் உடலுறவில் ஈடுபடுவாயா?” என்று கேட்டார். நான் அச்சத்துடன் அவரிடமிருந்து விலகி ஓட்டம் பிடித்தேன். அவர் என்னைத் துரத்திக்கொண்டு வருகிறாரா என

வழியெல்லாம் திரும்பித் திரும்பிப் பார்த்தவாறே ஓடினேன்.

நான் வீட்டுக்கு வந்ததும், இதைப் பற்றி அம்மாவிடம் சொன்னேன். ஆனால் அந்தக் கிழவர் என்னைப் பாலியல் உறவுக்கு அழைத்தார் என்பதை மறைத்து, அவர் என்னைக் கடத்த முயன்றார் என்று பதற்றத்துடன் சொன்னேன். அம்மாவோ "உன்னை கடத்திக்கொண்டு போய் அவன் என்ன செய்யப் போகிறான்..." என்று வெகு அலட்சியமாகச் சொன்னார். பெற்ற தாயின் மீதே எனக்கு அளவிட முடியாத கோபமும் வெறுப்பும் பொங்கின. எனது தாய் என் விஷயத்தில் இப்படி அலட்சியமாக இருந்ததால்தான், என் மழலைப் பருவத்திலேயே நான் பாலியல்ரீதியாகச் சீரழிக்கப்பட்டேன். இதை நான் எப்படி எனது தாயிடம் விளக்கிச் சொல்வது?

எங்களுடன் மதுரையிலிருந்த ராஜி சித்தியின் மகன், இப்போது பாரிஸில் இருக்கிறான். அவனுடன் தொலைபேசியில் பேசியபோது, மயூரனும் இப்போது பாரிஸிலேயே இருக்கிறார் என்பது எனக்குத் தெரியவந்தது. மயூரனின் பெயரைக் கேட்டதுமே, என் உள்ளம் படபடக்கத் தொடங்கிவிட்டது. மயூரனைப் பார்க்க வேண்டுமென நான் துடித்தேன். அடுத்த சனிக்கிழமை, பாரிஸுக்குக் கிளம்பிச் சென்றேன்.

சித்தியின் மகனின் வீட்டுக்கு நான் சென்றதும், அவன் என்னை மேலும்கீழுமாகப் பார்த்துவிட்டு "உன்னுடைய பெண்தன்மை இன்னும் மாறவில்லையா? எப்போதுதான் நீ திருந்தப்போகிறாய்?" என்று கேட்டான். நான் பதிலேதும் கூறவில்லை. இவனுக்கு விளக்கமளிக்கவா நான் இங்கு வந்திருக்கிறேன்? எனக்கு மயூரனைச் சந்தித்துப் பேச வேண்டும். சித்தியின் மகனிடம் மயூரனின் அலைபேசி எண்ணை வாங்கிக்கொண்டேன்.

எனது குரலை அலைபேசியில் கேட்டதும் மயூரன் ஆச்சரியமடைந்தார். என்னை அவரது வீட்டுக்கு வரச்

சொன்னார். நான் மனதில் பரபரத்த மகிழ்ச்சியோடு அவரின் வீட்டுக்குச் சென்றேன். அங்கு சென்றபோதுதான்; அவருக்குக் கடந்த மாதமே மோஹனாவுடன் பதிவுத் திருமணம் நடந்துவிட்டது, மோஹனா சீக்கிரமே பாரிஸ் வரப்போகிறாள் என்பதெல்லாம் எனக்குத் தெரியவந்தது. மயூரன் அவரது அலைபேசியிலிருந்த கல்யாண வீடியோவையும் என்னிடம் காட்டினார். அதைப் பார்த்ததும் எனக்குக் கோபம் தலைக்கேறியது. "இதையெல்லாம் எனக்கு ஏன் காட்டுகிறீர்கள்" எனச் சீறி விழுந்தேன். ஒருவாறு என்னை அமைதிப்படுத்திக் கொண்டு மயூரனிடம் சொன்னேன்:

"மயூரன்! உங்களை எனக்கு மிகவும் பிடிக்கும் என்பதால்தான், நான் உங்களைச் சந்திப்பதற்காக இவ்வளவு தூரத்திற்குத் தனியாக வந்திருக்கிறேன். ஆனால் நீங்களோ உங்களது திருமணத்தையும் மனைவியையும் பற்றி என்னிடம் சொல்லிக்கொண்டிருக்கிறீர்கள்..."

மயூரன் சட்டென என்னை இடைமறித்து "நீ இன்னுமா திருந்தவில்லை? முட்டாளாக இருக்காதே. நீ இப்படியே பெண்ணாக நடித்துத் திரிந்தால் உன்னை யாருமே மதிக்க மாட்டார்கள்..." என்றெல்லாம் எனக்கு வெட்டி அறிவுரைகளைச் சொல்லத் தொடங்கினார். அன்று என்னைப் படுக்கையில் பயன்படுத்திய போதெல்லாம், ஏன் இந்த அறிவுரைகள் உங்களிடமிருந்து வரவில்லை? என்று கேட்கத்தான் என் நாக்குத் துடித்தது. ஆனாலும் வேதனை என் நாக்கைக் கட்டிப் போட்டிருந்ததால், அமைதியாக உட்கார்ந்து கேட்டுக்கொண்டிருந்தேன். எனது இருதயத்தில் எங்கோ ஒரு மூலையில் மயூரனின் மீதான காதல் இன்னுமிருக்கிறது. அந்தக் காதலுடனேயே நான் அங்கிருந்து கிளம்பினேன். சாப்பிட்டுவிட்டுப் போகுமாறு மயூரன் கேட்டார். ஆனால் அங்கிருந்து உடனேயே அகன்றுவிட வேண்டுமென என் உள்ளம் அழுதது.

ஜெர்மனிக்குத் திரும்பிக்கொண்டிருந்த போது, இலட்சம் கேள்விகள் என் இருதயத்தில் ஊசிகளாகத் தைத்தன. மயூரன் மீது எனக்கிருப்பது காதலா? இல்லை நானே என்னை ஏமாற்றுகிறேனா என்பது எனக்குப் புரியவேயில்லை. இதைப் போன்ற கதைகள் எதுவும் சினிமாவிலோ அல்லது தொலைக்காட்சியிலோ கூட வரவில்லையே.

மயூரன் என்னை ஒருபோதுமே காதலிக்கவில்லையா? வெறுமனே உடற்தேவைக்காக மட்டும்தான் என்னைப் பயன்படுத்திக்கொண்டாரா? என் அவமானங்களுக்கும் துயரங்களுக்கும் இந்த உடல்தான் காரணமா? என் உணர்வுகளுக்கு எந்த மதிப்புமில்லையா?

முப்பது மாத்திரைகள்

என்னுடைய உளச் சிக்கல்களை யாரிடமும் பகிர்ந்துகொள்ள வழியில்லாமல், நான் தீவிர மன அழுத்தத்தால் பீடிக்கப்பட்டேன். ஓர் ஆணைப் போல நடந்துகொள்ளுமாறு சொல்லி, எனது அண்ணா நித்தமும் என்னை அடிக்கிறான். எனது அம்மாவுக்கோ எதுவும் புரியவில்லை. தந்தையோ என்னை வெறுத்து ஒதுக்கினார். என்னுடைய ஆசைகளுக்கும் விருப்பங்களுக்கும் என்னுடைய வீட்டில் இடமில்லை. என்னைவிட அய்ந்து வயது மூத்தவனான அண்ணாவுடன் ஒப்பிட்டுப் பேசி என்னை அவமானப்படுத்தினார்கள். வீட்டுக்கு வரும் விருந்தினர்களுக்கும் என் பெண்தன்மை கேலிக்குரியதாகவேயிருந்தது. பாடசாலையில் எனது சக மாணவர்கள் ஏளனம் செய்து என்னை உயிரோடு கொன்றார்கள். ஆசையுடன் தேடிச் சென்ற காதலனோ, என்னை அவமானப்படுத்தி அனுப்புகிறான். இவை எல்லாவற்றுக்கும் நிரந்தரத் தீர்வாக, நான் இந்த உலகத்தை விட்டுப் புறப்படத் தயாரானேன்.

நள்ளிரவு பன்னிரெண்டு மணியளவில் முப்பது 'பரசிட்டமோல்' மாத்திரைகளை மொத்தமாக விழுங்கிவிட்டுப் படுத்துவிட்டேன். அதிகாலை அய்ந்து மணியளவில் தாங்க முடியாத தலைவலியுடன் எழுந்தேன். அச்சம் என்னைப் பிடித்தாட்ட, தூங்கிக் கொண்டிருந்த அம்மாவை உலுக்கி "எனக்குக் கடுமையாகத் தலை வலிக்கிறது" என்று முனகினேன். அம்மாவோ "தலைவலி மாத்திரையைப் போட்டுவிட்டுப் படு" என்றார். "ஏற்கனவே முப்பது மாத்திரைகளைப் போட்டதால்தான் தலை வலிக்கிறது" என்றேன்.

அம்மா அலறியடித்துக்கொண்டு எழுந்து, எனது அண்ணாவையும் எழுப்பினார். "ஏன் இப்படிச் செய்தாய்?" என்று அவர்கள் கேட்க, நான் தலையைக் கைகளால் பிடித்துக்கொண்டு அமைதியாக இருந்தேன். சத்தம் கேட்டுத் தூக்கத்திலிருந்து விழித்துக்கொண்ட அப்பா, என்ன நடந்தது என்று கேட்டுவிட்டு மறுபடியும் படுத்துத் தூங்கினார். அம்மாவும் அண்ணாவும் அவசர மருத்துவ ஊர்தியை அழைத்து, என்னை மருத்துவமனைக்குக் கொண்டுசென்றார்கள். அங்கே கரியை நீரில் கரைத்து என் தொண்டைக்குள் ஊற்றி என்னை வாந்தியெடுக்க வைத்தார்கள். குடல் தொண்டைக்கு வரும்வரை வாந்தியெடுத்துவிட்டுக் களைப்போடு தூங்கிப்போனேன்.

நான் மருத்துவமனையில் இருந்த இரண்டாவது நாளில், உளவியல் நிபுணர் ஒருவர் என்னுடன் பேசுவதற்காக வந்தார். எனது தற்கொலை முயற்சிக்குக் காரணம் என்னவென்று கேட்டார். 'பள்ளிப் பரீட்சையில் மதிப்பெண்கள் குறைந்ததே காரணம்' என்று சொன்னேன். மருத்துவமனையில் அப்படித்தான் கூற வேண்டுமென, அம்மா எனக்குக் கண்டிப்பாகச் சொல்லியிருந்தார்.

மருத்துவமனைக்கு அவ்வப்போது வருகைதந்து, நோயாளிகளிடம் பரிவாக நலம் விசாரிக்கும் ஒரு

கிறிஸ்தவக் கன்னியாஸ்திரியும் என்னிடம் வந்து பேசினார். "தற்கொலை செய்வது பாவச்செயல்" என்றார். நான் அவருடன் மனம் விட்டுப் பேசிக்கொண்டிருக்கும் போது, "எனக்குப் பெண்கள்மீது பாலியல் ஈர்ப்பில்லை, மாறாக ஆண்கள்மீதே இருக்கிறது" எனச் சொன்னேன். அவரோ நான் சாத்தானின் பிடியில் இருப்பதாகச் சொன்னார். படித்தவர்கள், மருத்துவர்கள், நிபுணர்கள், துறவிகள் யாருக்குமே எனது பிரச்சினை புரிவதாகயில்லை.

நான் தற்கொலை செய்ய முயன்றதை, எனது குடும்பத்தினர் உறவினர்களிடமும் அயலவர்களிடமும் மறைத்துவிட்டனர். அந்தச் செய்தி எங்களது குடும்பத்துக்கு அவமானம் என அவர்கள் நினைத்தார்கள். ஆனால் என் பெண்தன்மையை நானே நினைத்தாலும் கூட மறைக்க முடியாது. அது கடவுளாலும் முடியாது! சாத்தானாலும் முடியாது!!

பாலினத் தேடல்

ஒரு பெண்ணாக வாழத்தான் எனக்குப் பிடித்திருக்கிறது. இயற்கை எனக்கு அதையே விதித்திருக்கிறது. இயற்கையின் விதிக்கு எனது உள்ளம் ஆட்பட்ட அளவுக்கு, உடல் ஒத்துழைப்பதாகயில்லை. எனது முகத்தில் மீசை அரும்பத் தொடங்கியபோது நான் பதறிப்போனேன். முகத்தில் ஏதோ கிருமி தொற்றியது போல அருவருப்படைந்தேன். சுத்தமாக முகச் சவரம் செய்துகொண்டேன். எனது உடலிலிருந்த ரோமங்களையும் சவரம் செய்து நீக்கினேன். மீசையும் தாடியும் வளர்வதை மறைக்க முக ஒப்பனை செய்தேன். நகங்களுக்கு 'Clearcoat' நகப்பூச்சைப் பூசிக்கொண்டேன். உதடுகளுக்கு நிறமற்ற உதட்டுச் சாயம் பூசினேன். பெண்கள் பாவிக்கும் வாசனைத் திரவியத்தையே பயன்படுத்தினேன். இந்தத் தயாரிப்புகள் இல்லாமல்

நான் வெளியே போகவேமாட்டேன். பாடசாலைக்கும் இப்படித்தான் போனேன். என் பெண்தன்மை மீதான கேலி கிண்டல்களை நான் எவ்வளவு வெறுத்தேனோ, அவ்வளவுக்குத் தீவிரமாக எனது பெண் தோற்றத்தில் அக்கறை செலுத்தினேன்.

பாபு எனக்கு வேலையில் பதவி உயர்வு கொடுத்தார். அவரது மளிகைக்கடையில் பகுதி நேர வேலையாளாக அமர்த்தப்பட்டேன். காலை ஏழு மணிக்கு வீட்டிலிருந்து கிளம்பிப் பள்ளிக்குச் செல்வேன். பள்ளி முடிந்ததும், பாபு கடையில் வேலை செய்துவிட்டு, இரவு எட்டு மணியளவில் வீடு திரும்புவேன். வாரயிறுதி நாட்களிலும் வேலையிருந்தது. மாதச் சம்பளமாக 500 ஈரோக்கள் கிடைத்தன. சம்பளத்தில் பாதியை அம்மாவிடம் கொடுத்துவிடுவேன். பொருளாதார நெருக்கடியால் தத்தளித்த என் குடும்பத்துக்கு அது சற்று உதவியாகயிருந்தது.

பெண்தன்மையையோடு இருந்த எனக்கு, அந்தக் கடையில் வேலை செய்வது ஒரு சவால்தான். கடையில் மதுப் புட்டிகள், சிகரெட்டுகள் ஆகியவையும் விற்கப்பட்டதால் குடிகாரக் கும்பலும், காவாலிகள் கூட்டமும் கடைக்கு வரும். சில ஆண்கள் எனது பெண்தன்மையைப் புரிந்துகொண்டு, அவர்களின் தொலைபேசி எண்களை எழுதி என்னிடம் கொடுத்துவிட்டுச் செல்வார்கள். சில பொறுக்கிகள் என்னோடு கைகுலுக்குவது என்ற போர்வையில் எனது உள்ளங்கையில் சுரண்டுவார்கள். அந்தச் சமிக்ஞைக்கு 'உன்னுடன் உடலுறவில் ஈடுபட ஆசை' என்றே பொருள்.

கடையில் இணையத் தொடர்புடன் கணினியிருந்தது. வாடிக்கையாளர்கள் இல்லாத நேரங்களில், நான் இணையத்தில் நேரத்தைச் செலவிட்டேன். தன்பாலீர்ப்பாளர்கள் மற்றும் திருநங்கைகள் குறித்த ஆவணப்படங்களையும் காணொளிகளையும்

தொடர்ச்சியாகப் பார்த்தேன். என் உள்ளத்திலிருந்த கேள்விகளுக்கு அவற்றில் விடைகளுண்டா எனத் தீவிரமாகத் தேடினேன். திருநங்கைகள் குறித்த ஆவணப்படங்கள் ஆசியாவில் அல்லது அமெரிக்காவிலேயே பெரும்பாலும் தயாரிக்கப்பட்டிருந்தன. ஜெர்மனியில் வாழும் திருநங்கைகளைப் பற்றிய பதிவுகள் என் கண்களில் படவேயில்லை.

இந்தியாவிலுள்ள திருநங்கைகள் குறித்து அந்தக் காணொளிகள் மூலம் தெரிந்துகொண்டேன். ஒரு காணொளியில் 'ஏஞ்சல்' என்ற தமிழ்த் திருநங்கை, இந்தியாவில் திருநங்கைகளின் வாழ்வையும் பாடுகளையும் எடுத்துச் சொன்னார். என் கேள்விகளுக்கான முதல் விடையை அந்தக் காணொளியே தந்தது. ஏஞ்சல் அப்போது கல்லூரியில் படித்துக்கொண்டிருந்தார்.

சிங்கப்பூர் தமிழ்த் தொலைக்காட்சியில், திருநங்கைகளை மையமாக வைத்து நடத்தப்பட்ட ஒரு நிகழ்ச்சியைப் பார்த்தேன். புவனா என்ற திருநங்கை தனது வாழ்வைப் பற்றியும், தான் எதிர்கொண்ட சவால்களைப் பற்றியும் கூறினார். புவனா மிகவும் அழகாகயிருந்தார். தமிழும் ஆங்கிலமும் சரளமாகப் பேசினார். அவரின் குரல் அச்சு அசலாக ஒரு பெண்ணின் குரலைப் போலவேயிருந்தது. பெரும்பாலான திருநங்கைகள் பாலியல் தொழிலில் உழல்வதாகவும், அவர்கள் அந்தத் தொழிலிலிருந்து வெளியே வரவேண்டும் என்றும் புவனா அழுத்தமாகக் கூறினார். அவரது குழந்தைப் பருவத்தையும், கடந்து வந்த பாதையையும் புவனா விபரித்தபோது, அது கிட்டத்தட்ட எனது வாழ்க்கையைப் போலவேயிருந்தது. ஒவ்வொருநாளும் புவனா அக்காவின் காணொளியைப் பார்த்துக் கண்ணீர் உகுப்பேன்.

புவனா அக்காவும் என் மனதிலிருந்த கேள்விகளுக்குப் பதில்களை வழங்கினார். 'ஹோர்மோன்' மாத்திரைகளை உட்கொண்டால் பெண் போன்ற தோற்றத்தைப்

பெறலாம் என்றும், தாய்லாந்தில் பாலின மாற்று அறுவைச் சிகிச்சையைச் செய்துகொள்ளலாம் என்றும் தெரிந்துகொண்டேன். அந்த வார்த்தைகள் இருண்டுகிடந்த என் மனக்கிடங்குக்குள் ஒளியாலான ஏணியை இறக்கின. புவனா அக்காவைப் போலவே நானும் தடைகளை உடைத்துக்கொண்டு ஏறிவந்து, முழுமையான பெண்ணாக வாழ வேண்டுமென்ற வைராக்கியம் என் மனதில் புகுந்துகொண்டது.

மலேசியத் திருநங்கையான சுகன்யாவின் நேர்காணலும் எனக்குப் பார்க்கக் கிடைத்தது. அவர் தனது தாயாருடன் பேட்டி கொடுத்திருந்தார். அழகுத் தேவதையான சுகன்யாவின் கூந்தல் மிக நீளமாக அவரின் இடுப்புக்குக் கீழேயிருந்தது. ஓர் அழகிய பெரிய வீட்டில், அவர் தனது தாயாருடன் வாழ்வதை அந்தக் காணொளியில் பார்க்கலாம். தனது தாயாருடன் சேர்ந்து ஓர் உணவகத்தையும் நடத்திவந்தார். சமூகசேவையிலும் ஈடுபட்டிருந்தார். அவரது வாழ்வைப் பார்த்தபோது, எதிர்காலத்தின் மீது பிடிப்பும் நம்பிக்கையும் என்னில் மெதுவாகத் துளிர்த்தன.

2007 ஆம் ஆண்டுக்கான '*Mr Gay Europe*' பட்டத்தை, கேரளாவைப் பூர்வீமாகக்கொண்ட ஒருவர் பெற்றார் என்ற செய்தியை இணையத்தில் பார்த்தேன். இவரைத் தொடர்புகொண்டால் ஏதாவது தெளிவுகள் கிடைக்கும் என நினைத்தேன். சலிப்படையாத தேடலின் பின்பாக, அவரது மின்னஞ்சல் முகவரி எனக்குக் கிடைத்தது. அவர் வடக்கு ஜெர்மனியில் 'ஹம்ஃபெர்க்' நகரத்திலிருந்தார். நான் அவருக்கு மின்னஞ்சல் அனுப்பி சில கேள்விகளைக் கேட்டேன். ‹தன்பாலீர்ப்பாளராக வாழும் நீங்கள் ஏன் ஒரு திருநங்கையாக மாறிவிடக் கூடாது?› என்றும் கேட்டிருந்தேன். அவர் ‹எனக்கு ஆணாக வாழ்வதுதான் பிடித்திருக்கிறது› என்று பதிலளித்தார். அது எனக்குப் புரியவில்லை. ஆனாலும் அவருடனான என் நட்புத் தொடர்ந்தது. அந்தக் காலப்பகுதியில், நான் சந்தித்த

தன்பாலீர்ப்பாளர்கள் எல்லோரிடமுமே “நீங்கள் ஏன் திருநங்கையாக மாறவில்லை?” என்று நான் தவறாமல் கேட்பதுண்டு.

ஒருநாள், ‘இப்படிக்கு ரோஸ்’ என்ற தொலைக்காட்சி நிகழ்ச்சியொன்றைக் கணினியில் பார்த்தேன். அந்த நிகழ்ச்சியை ஓர் அழகிய பெண் தொகுத்து வழங்கினார். ஆனால் அவரொரு திருநங்கை என அவரது குரல் எனக்கு அடையாளம் காட்டியது. நான் அவரைப் பற்றிப் பெரியதொரு தேடலைப் போட்டேன். ரோஸ் என்ற அந்தத் தமிழ்த் திருநங்கை அமெரிக்காவில் பட்டப் படிப்பை முடித்திருந்தார். சென்னையில் வாழ்ந்துகொண்டிருக்கிறார். அவரின் மின்னஞ்சல் முகவரியைக் கண்டுபிடித்து, என்னோடு பேசுமாறு ரோஸுக்கு ஒரு மின்னஞ்சலை அனுப்பினேன். என்னைப் பற்றிய ஓர் அறிமுகத்தையும் அந்த மின்னஞ்சலில் கொடுத்திருந்தேன். ஒரேநாளில் அவரிடமிருந்து பதில் வந்தது. தனது தொலைபேசி எண்ணை மின்னஞ்சலில் குறிப்பிட்டிருந்தார்.

நான் அடக்க முடியாத ஆர்வத்துடன் ரோஸைத் தொலைபேசியில் அழைத்தேன். என்னுடைய கதை முழுவதையும் அவரிடம் துரிதகதியில் கொட்டித் தீர்த்தேன். ரோஸுடன் பேசுவது, எனக்குக் கடவுளுடன் பேசுவதைப் போன்ற பரவசத்தை அளித்தது. எனது பேச்சைப் பொறுமையாகச் செவியடுத்த ரோஸ், துறைசார்ந்த நிபுணரைப் போன்று, பாலினங்களில் இருக்கும் முரண் திசைகளை எனக்கு விளக்கிச் சொன்னார்.

எனக்கு ஏற்பட்ட தவறான பாலியல் உறவுகளாலேயே, பெண்ணாக மாற ஆசைப்படுகிறேன் என நான் நினைத்துக்கொண்டிருப்பது அறியாமை என்றும், நான் பிறக்கும்போதே பெண்ணின் உணர்வுகளுடனேயே பிறந்தேன் என்றும், நான் தன்பாலீர்ப்பாளன் இல்லை,

நானொரு பெண்ணே என்றும் ரோஸ் எனக்கு மிகப் பொறுமையாக விளக்கினார். எனது கல்வியை முடித்துப் பட்டம் பெற்றவுடன், பெண்ணாக மாறிவிடுமாறு ரோஸ் எனக்கு ஆலோசனை சொன்னார். எனக்கான தீர்க்கதரிசியை நான் கடைசியில் சந்தித்தேவிட்டேன்.

நான் அடிக்கடி ரோஸோடு அலைபேசியில் பேசினேன். என் மனதை மூடியிருந்த குழப்பத் திரைகளையெல்லாம் அவர் மெல்ல மெல்ல விலக்கிவிட்டார். ஒரு பெண்ணாக மாறுவதற்குரிய வழிமுறைகளைக் குறித்து நான் தீவிரமாகச் சிந்திக்கத் தொடங்கினேன். பாலின மாற்றுச் சிகிச்சைக்கான ஜெர்மனிய மருத்துவ நடைமுறைகளையும் சட்ட திட்டங்களையும் இணையத்தில் தேடித் தேடிப் படித்து அறிந்துகொண்டேன். அந்தச் சட்டங்களை ஒரு திருநங்கை இயற்றியிருக்கக் கண்டிப்பாக வாய்ப்பேயில்லை.

ஆண் உடலில் இருக்கும் ஒருவர் பெண்ணாக மாற விரும்பினால், உளவியல் நிபுணரிடம் குறைந்தது இரண்டு வருடங்களாவது சிகிச்சை பெற்றிருக்க வேண்டும். குறைந்தது ஒரு வருடம் பெண்ணுடை அணிந்து வாழ வேண்டும். இவற்றைச் செய்தால் அந்த உளவியல் நிபுணர் ஹோர்மோன் மாத்திரைளைப் பெறுவதற்குரிய மருத்துவரிடம் நம்மை அனுப்பிவைப்பார். இந்தச் செலவுகளை மருத்துவக் காப்புறுதி நிறுவனம் பார்த்துக்கொள்ளும். பாலின மாற்று அறுவைச் சிகிச்சைக்கான செலவையும் காப்புறுதி நிறுவனமே பொறுப்பேற்கும். இவற்றையெல்லாம் செய்தால் சட்ட ஆவணங்களில் பெண் என்ற அங்கீகாரத்தைப் பெற்றுக்கொள்ளலாம்.

நான் எனது வகுப்பாசிரியையிடம் சென்று, எனது பிரச்சினைகளை அவருக்கு விளக்கிச் சொன்னேன். "நான் பெண்ணாகவே என்னை உணர்கிறேன், நீங்கள் நினைத்திருப்பது போல நான் தன்பாலீர்ப்பாளன் அல்ல,

உங்களால் என்னை ஒரு பெண்ணென்று ஏற்றுக்கொள்ள முடியுமா?" எனக் கேட்டேன். எனது ஆசிரியை கண்களில் நீருடன் என்னைக் கட்டியணைத்துக்கொண்டே "இனி நீ என்ன செய்யப்போகிறாய்?" என்று கேட்டார். "எங்கே போய் யாரிடம் உதவி கேட்பது எனத் தெரியவில்லையே..." என்றேன். "நாங்கள் நல்லதொரு மருத்துவரிடம் ஆலோசனை பெறுவதுதான் சரியாகயிருக்கும்" என்று சொன்ன ஆசிரியை, தனது தோழியான ஒரு மருத்துவரிடம் என்னை அழைத்துச் சென்றார்.

அந்த மருத்துவர் ஆகன் நகரிலிருக்கும் ஓர் உளவியல் நிபுணரைக் குறிப்பிட்டு, அவரைச் சென்று பார்க்குமாறு பரிந்துரை செய்தார். அன்றிலிருந்து எனது தலைமுடியை நீளமாக வளர்க்கத் தொடங்கினேன். உளவியல் நிபுணரிடம் தொலைபேசியில் பேசி, சந்திப்பு நேரத்தைப் பெற்றுக்கொண்டு அவரிடம் சென்றேன். அந்த உளவியல் நிபுணர், திருநங்கைகளைப் பற்றிய எந்தவொரு புரிதலும் இல்லாதவர் என்பது முதல் சந்திப்பிலேயே எனக்குப் புரிந்துவிட்டது. இருந்தாலும் வாரத்தில் ஒருநாள் அவரிடம் சென்று, ஒரு மணிநேரம் பேசிவிட்டு வருவேன். அவரால் எனக்கு உதவ முடியவில்லை, ஆனால் எனது கதைகளை முகம் சுளிக்காமல் கேட்டுக்கொண்டிருந்தார். எனது கதையை ஒருவர் பொறுமையாகயிருந்து கேட்பது எனக்குப் பெரிய ஆறுதலைக் கொடுத்தது.

ரோஸிடம் மட்டுமல்லாமல், ஏஞ்சலுடனும் எனக்கு நல்ல நட்பு உருவாகியிருந்தது. மாறிமாறி இருவருடனும் அலைபேசியில் உரையாடித் தீர்த்தேன். இந்தியாவிலுள்ள திருநங்கைகளின் சிலுவைப்பாடுகளை, இவர்களுடனான உரையாடல்கள் வழியே தெரிந்துகொண்டேன். நவீன முறையிலான பாலின மாற்று அறுவைச் சிகிச்சை இந்தியத் திருநங்கைகளுக்கு எட்டாக் கனியாகவேயிருந்தது. அந்த நாட்களில் இந்தியத் திருநங்கைகள் இரண்டு வழிகளில்

அறுவை சிகிச்சைகளைச் செய்வார்கள். உடலிலிருந்து ஆணுறுப்பை நீக்கிக்கொள்ளும் இச்சடங்கை 'நிர்வாணம்' என்பார்கள்.

முதலாவது வழி 'தாயம்மா காய்' என்ற முறையிலான ஆணுறுப்பு நீக்கம். திருநங்கைகளின் தெய்வமான சந்தோஷி மாதாவுக்குப் படையல் போட்டு, மாதாவின் படத்துக்கு முன்பு வைத்து, திருநங்கையின் ஆணுறுப்பையும் விதைகளையும் சவரக்கத்தியால் துண்டித்துவிடுவார்கள். இந்த ஆணுறுப்பு நீக்கத்தைச் செய்து வைப்பவர்களை 'தாயம்மா' எனத் திருநங்கைகள் சமூகத்தில் அழைப்பார்கள். இதை ரோஸ் சொன்னபோது, எனது தேகம் விதிர்விதிர்த்துப் போனது. எந்த மருத்துவ உதவியுமே இல்லாமல், எப்படி ஆணுறுப்பை வெட்டி எறிகிறார்கள் என்பதை என்னால் புரிந்துகொள்ளவே முடியவில்லை.

இரண்டாவது வழி, முறையான மருத்துவரால் மயக்க நிலையில் ஆழ்த்தப்பட்டு, ஆணுறுப்பும் விதைகளும் நீக்கம் செய்யப்படுதல். இந்த இரண்டு விதமான முறைகளிலும் ஆணுறுப்பு நீக்கம் செய்துகொண்ட திருநங்கைகள், ஆணுறுப்பு நீக்கப்பட்ட இடத்திலிருக்கும் துவாரத்தால் வெறுமனே சிறுநீர் கழிக்க முடியுமே தவிர, அந்தத் துவாரம் வழியாக ஆணுடன் புணர்ச்சியில் ஈடுபட முடியாது.

தனக்கான அறுவைச் சிகிச்சையை, தாய்லாந்தில் மிக நவீன முறையில் செய்யப்போவதாக ரோஸ் சொன்னார். எனக்கும் அந்தச் சிகிச்சை நடைபெறப்போகும் நாள் எந்நாளோ என நான் ஏங்கிக் கிடந்தேன். எனக்கு முன்னே வெறுமையிருந்தது. என் ஆண்குறி வேண்டாத பொருளாய் உடலில் சுமையாய்க் கனத்தது.

காலம் என் துயரைக் கணக்கில் கொள்ளாது, அதுபாட்டுக்கு வேகமாக நகர்ந்துகொண்டிருந்தது. 2007 ஆம் வருடப் பரீட்சையில் நான் அதிக மதிப்பெண்களைப்

பெற்று, பள்ளியிலேயே 'சிறந்த மாணவன்' என்ற விருதை வாங்கினேன். இந்த மகிழ்ச்சியான விஷயம் உள்ளூர் செய்திப் பத்திரிகையொன்றிலும் வெளியானது. பாபு கடைக்கு வரும் வாடிக்கையாளர்களில் சிலர், அந்தப் பத்திரிகையைப் படித்துவிட்டு எனக்குப் பாராட்டுகளைத் தெரிவித்தார்கள். ஆனால், எனது குடும்பத்தினரிடம் இந்தச் செய்தி எந்த விளைவையும் ஏற்படுத்தியதாகத் தெரியவில்லை. அயலவர்கள் என் வெற்றியைக் கொண்டாட, எனது தந்தையோ என்னை அடித்துத் துவைத்துக்கொண்டிருந்தார். அண்ணாவோ 'பொண்ஸ்', 'ஒம்பது' என்றெல்லாம் சொல்லி என்னை நாளும்பொழுதும் கேலி செய்துகொண்டிருந்தான், அம்மா இவற்றையெல்லாம் பார்த்தும் பாராமலிருந்தார். அக்காவோ என்னிலிருந்து தொலைவிலிருந்தாள். எனது குடும்பம் என்னைப் புரிந்துகொள்ள எந்த முயற்சியும் எடுப்பதாகயில்லை.

ஓர் ஆண் போல இருக்குமாறும், எனது தலைமுடியை வெட்டுமாறும், ஒப்பனை செய்யக்கூடாதென்றும் அழுத்தங்களைப் போட்டு, என் குடும்பத்தினர் என்னைத் துன்புறுத்தினார்கள். அழுத்தம் அதிகரிக்க அதிகரிக்க, பெண்ணாக வாழும் என் வேட்கையும் அதிகரித்துக்கொண்டே போனது. எனது பள்ளித் தோழிகளுடன் கடைகளுக்குச் சென்று, எனக்குப் பிடித்த பெண் உடைகளை வாங்கிவந்து, யாருக்கும் தெரியாமல் எனது அலுமாரிக்குள் ஒளித்து வைத்துக்கொண்டேன். குளியல் அறையிலேயே பழியாய்க் கிடந்தேன்.

மாயப் பொறி

எங்களைப் பார்க்க வந்த அக்கா, எனது பிறந்த நாள் பரிசாக ஒரு மடிக்கணினியைக் கொடுத்தாள். அதுவரையும், அண்ணா வீட்டில் இல்லாத நேரங்களில்

அவனது கணினியையே உபயோகித்து வந்தேன். அக்கா பரிசளித்த அந்தச் சிறிய மடிக்கணினி என் கைகளுக்கு வந்ததும், என் தோள்களில் சிறகுகள் முளைத்த மாயம் நிகழ்ந்தது.

அந்த மடிக்கணினியின் வழியாக நிறைய ஆண்களுடன் தொடர்புகளை ஏற்படுத்தி, ஒரு பெண்ணைப் போலவே அவர்களுடன் பேசிவந்தேன். பெண்ணாக வாழ்வதற்கு ஏங்குவதால், நான் பேசுகையில் எனது குரலின் ஏற்ற இறக்கங்கள், ஓர் உண்மையான பெண்ணின் குரலைக் காட்டிலும் நளினமாகயிருக்கும். அப்படியாகத்தான் இலண்டனில் இருக்கும் 'கமல்' எனக்குப் பழக்கமானார். அப்போது அவர் பல்கலைக்கழகத்தில் படித்துக்கொண்டிருந்தார். அவருடன் இரவிரவாகப் பேசுவேன். அவர் Webcam-மில் தன்னைக் காட்டுவார். என்னையும் Webcam வழியாகப் பார்க்க விரும்பினார். "என்னிடம் Webcam இல்லை" என்று பொய் சொல்லிவிட்டேன்.

கமலுக்கு தமிழ் சினிமாப் பாடல்கள் மிகவும் பிடிக்கும். அவருக்காக ஒவ்வொருநாளும் நான் பாடுவேன். என்னுடன் பேசியபடியே அல்லது எனது பாடலைக் கேட்டபடியே, கமல் Webcam முன்னாலே காமக் காட்சிகளை அரங்கேற்றினார். அது என் மனதுக்குச் சாந்தியளித்தது. கமல் என்னைப் பெண்ணாகவே கருதுகிறார். எனவே நான் பெண்ணுடை அணிந்துகொண்டு, எனது முகத்தை அவருக்குச் சற்றுத் தைரியமாகவே காட்டினேன். கழுத்துக்குக் கீழே காட்ட மறுத்துவிட்டேன். நான் பெண் என்பதில் அவருக்கு எந்தச் சந்தேகமும் எழவில்லை.

இப்படியே சில நாட்கள் கழிந்தபோது, நான் கமலிடம் தொடர்ந்தும் உண்மையை மறைக்க விரும்பவில்லை. "நீங்கள் நினைத்திருப்பது போல நானொரு பெண்ணல்ல, பெண்ணாக மாறக் காத்திருக்கும் திருநங்கை" என்று

சொன்னேன். அவர் சற்று அதிர்ச்சி அடைந்தாலும் தொடர்ந்தும் என்னுடன் காமக் கதைகளை உரையாடி வந்தார். நான் இணையம் வழியாக அவரது பாலியல் இச்சைகளைத் தணித்துக்கொண்டிருந்தேன்.

என்னுடன் இணையத்தில் அரட்டையடிக்கும் இன்னொரு நண்பர் மூலமாக, கனடாவிலிருந்து ஒலிபரப்பாகும் தமிழ் வானொலியொன்றுடன் எனக்கு அறிமுகம் ஏற்பட்டது. அந்த வானொலி நடத்திய நிகழ்ச்சியொன்றில், தொலைபேசி வழியாகப் பங்கெடுக்கத் தொடங்கினேன். அந்த நிகழ்ச்சியில் 'மோஹனா' என்ற பெயரில் அறிமுகமானேன். என்னுடைய குரலுக்கும் பேச்சுக்கும் நிறைய இரசிகர்கள் உருவானார்கள். அந்த வானொலியின் இணையத்தளத்தில், இரசிகர்களுடன் அரட்டையடிக்கவும் செய்தேன். அந்த இரசிகப் பெருமக்கள் அனைவருமே என்னைப் பெண்ணென்று நம்பியே என்னுடன் நேரத்தைச் செலவிட்டார்கள். பல அரட்டைகள் skype வழியாக அந்தரங்க உரையாடல்களாக மாறத் தொடங்கின. என்னோடு பேசிய அனைவருமே என்னைக் காதலிப்பதாகச் சொன்னார்கள்.

பெண்ணாக மாறுவதற்கான வழிகளை நான் ஆராய்ந்துகொண்டேயிருந்தேன். எனது குடும்பத்தினருக்கு என்னைப் புரிய வைப்பதே, அதற்கான முதற்படியாக இருக்குமென்று நினைத்தேன். எனவே ஒரு நீண்ட மின்னஞ்சலை எழுதி, எனது அண்ணாவுக்கு அனுப்பிவைத்தேன். அந்த மின்னஞ்சலில், எனது மன உணர்வுகளையும் விருப்பங்களையும் ஒளிவுமறைவின்றி எழுதியிருந்தேன். நான் பாலியல்ரீதியாகச் சீரழிக்கப்பட்டதையும், என்னை எனது குடும்பத்தினர் மிருகத்தைவிடக் கேவலமாக நடத்துவதையும் குறிப்பிட்டிருந்தேன். 'உங்களுக்கு என்னைப் பிடிக்காவிட்டால், நான் தனியாகச் சென்று வாழ்வேன். ஆனால் நான் பெண்ணாக மாறப் போவதை

எவராலும் மட்டுமல்ல என்னாலேயே தடுக்க முடியாது' என்று மின்னஞ்சலை முடித்திருந்தேன்.

சில மணிநேரங்களிலேயே அண்ணாவிடமிருந்து சுருக்கமான பதில் வந்தது. 'எங்களது குடும்ப மானத்தைக் கருதியாவது, நீ இந்தப் பெட்டை நடிப்பைக் கைவிட வேண்டும்' என்று அண்ணா எழுதியிருந்தான். நான் அண்ணாவுக்கு இப்படிப் பதில் எழுதினேன்:

அண்ணா! எங்களது குடும்ப மானத்தைத் தயவுசெய்து எனது தொடைகளுக்கு நடுவே தேடாதே.

இந்த விஷயத்தை, அண்ணாவின் மூலமாக அம்மா தெரிந்துகொள்வதற்கு முன்னால், அம்மாவிடம் நானே சொல்லிவிட வேண்டும் என்று நினைத்தேன். மனதில் கொஞ்சம் தைரியத்தை வரவழைத்துக்கொண்டு சமையலறைக்குள் சென்று "அம்மா, உங்களுடன் கொஞ்சம் கதைக்க வேண்டும்" என்றேன். சும்மா வழவழக்காமல் நேரடியாகவே விஷயத்துக்கு வந்தேன்:

"என்னை ஒரு மகளாக உங்களால் ஏற்றுக்கொள்ள முடியாதா அம்மா..."

அந்த ஒரு கேள்வியிலேயே, அம்மா மொத்த விஷயங்களையும் கிரகித்துக்கொண்டார். அவர் எனது இயல்பை, என் குழந்தைப் பருவத்திலிருந்தே கவனித்து வருபவரல்லவா. எனது உடலிலிருக்கும் வித்தியாசங்களையும் அம்மா தெரிந்தே வைத்திருந்தார். பிறப்பிலேயே என்னுடைய ஆணுறுப்பு வளர்ச்சி குறைந்தது. என் வயதொத்தவர்களின் சராசரி ஆண்குறி அளவைக் காட்டிலும் மிகவும் சிறியது.

ஆனாலும் அம்மாவுக்கு இதைப் பற்றியெல்லாம் கவலையில்லை. குடும்ப மானமே அவரது ஒரே கவலையாகயிருந்தது. அம்மா தனது கையிலிருந்த கரண்டியை என் முகத்துக்கு வீசி எறிந்துவிட்டுக் கத்தத் தொடங்கினார். "இதற்காகவா நீ முடி வளர்த்தாய்,

காதுகளைக் குத்திக்கொண்டாய்?" என்று கூச்சலிட்டுக் குட்டிக் கலாட்டா செய்துவிட்டு, எங்காவது கண்காணாத இடத்துக்குச் சென்று தற்கொலை செய்துகொள்ளுமாறு எனக்கு அரியதோர் ஆலோசனையும் வழங்கினார். "சாவது அல்ல... பெண்ணாக வாழ்வதே எனது முடிவு" என்று அம்மாவிடம் தீர்மானமாகச் சொல்லிவிட்டு வெளியே போய்விட்டேன்.

மறுநாள், நான் கடையில் வேலை செய்து கொண்டிருக்கையில், எனது அக்கா சுவிஸிலிருந்து தொலைபேசியில் அழைத்தாள். "உனது தம்பி பெண்ணாக மாறப் போகிறானாம்" என்று அம்மா தொலைபேசியில் அக்காவுக்குப் புகார் சொல்லியிருக்கிறார். அம்மாவைப் போன்றோ அண்ணாவைப் போன்றோ, அக்கா என்னுடன் சண்டை போடவில்லை. நான் பேசுவதைப் பொறுமையாகக் கேட்டுவிட்டு எனது விருப்பத்தை ஏற்றுக்கொண்டாள். "தம்பி நீ கவலைப்படாதே, நான் அம்மாவுடன் பேசி அவரைச் சம்மதிக்க வைக்கிறேன். நாங்கள் அய்ரோப்பாவில் வாழ்கிறோம், யாருக்கும் நாங்கள் பயப்படத் தேவையில்லை" என்று அக்கா சொன்னதும் என் மனதில் மகிழ்ச்சியும் தைரியமும் ஏற்பட்டன. அக்கா தான் சொல்லியவாறே, அம்மாவுடன் பேசி அவரைக் கொஞ்சம் சமாதானப்படுத்தினாள். அண்ணாவுடன் பேசுவதை நான் நிறுத்திக்கொண்டேன். அப்பாவைப் பற்றி எனக்குக் கவலையேயில்லை. அவர் என்னை ஒரு பொருட்டாகவே மதிப்பதில்லைப் போலவே, நானும் அவரை மதிப்பதில்லை.

ஒருநாள் இரவு, அம்மா என்னுடன் மனம் விட்டு பேசினார். "தனுஜன்... உனக்குப் பெண்ணாக மாறும் ஆசை வரவேகூடாது. நீ வீட்டுக்குள் பெண்ணுடை அணிந்து விளையாடு, ஆனால் பெண்ணுடையுடன் வெளியே சென்று எங்களின் மானம் மரியாதையைக் கெடுத்துவிடாதே" என்று கெஞ்சிக் கேட்டுக்கொண்டார். நான் பெண்ணாக மாறக் கூடாது என என்னிடம் சத்தியம்

கேட்டார். "நான் ஏற்கனவே மனதால் பெண்தான் அம்மா" எனச் சொன்னேன். "எனக்குத் தெரியும்... நீ பெண்ணாக மாறிவிடுவாய் என்று மதுரையில் இருந்தபோதே, ஒரு ஜோதிடர் என்னிடம் சொல்லியிருக்கிறார்" என்றவாறே அம்மா தனது கண்களைத் துடைத்துக்கொண்டார். என்னுடைய நடையுடை பாவனைகளிலிருந்து, என்னுடைய பெண்தன்மையை அந்த ஜோதிடர் தெரிந்துகொண்டிருக்க வேண்டும்.

புதிய பாடசாலை

பத்தாவது வகுப்புப் பரீட்சையில், நான் அதிகூடிய புள்ளிகளுடன் வெற்றிபெற்றதால், ஜெர்மனியில் முதல்தரப் பாடசாலையாகக் கொள்ளப்படும் 'Gymnasium' பாடசாலையில், 11 ஆவது வகுப்பில் எனக்கு அனுமதி கிடைத்தது. அடுத்த மூன்றாண்டுகள் அங்கே படித்துவிட்டு, மருத்துவக் கல்லூரியில் சேர்ந்துவிட வேண்டும் என்பதே எனது எண்ணமாகயிருந்தது.

புதிய பாடசாலையில், மெதுமெதுவாக எனக்குத் தோழிகள் கிடைக்கத் தொடங்கினார்கள். 'நான் பெண்ணாக மாறக் காத்துக்கொண்டிருக்கிறேன்' என அந்தத் தோழிகளிடம் சொன்னேன். அந்தத் தோழிகள் எல்லோருமே நான் சொன்னதைக் கேட்டு மகிழ்ச்சியடைத்தார்கள். என்னைத் தங்களில் ஒருத்தியாக மனப்பூர்வமாக ஏற்றுக்கொண்டார்கள். மாறாக ஆண் மாணவர்கள் தங்களுக்கும் எனக்குமிடையே ஒரு சீனப் பெருஞ்சுவரையே கட்டியெழுப்பினார்கள். அவர்கள் என்னுடன் பேசுவதோ பழகுவதோயில்லை. நான் பெண்ணாக மாறப்போகிறேன் என்ற சேதி சீக்கிரமே பாடசாலை முழுவதும் பரவிவிட்டது. எல்லோருடைய நாவிலும் நானிருந்தேன்.

விளையாட்டுப் பாட நேரத்தில், ஆண்கள் உடைமாற்றும் அறையிலேயே நானும் உடைமாற்ற வேண்டியிருந்தது. அது சக மாணவர்களுக்கும் பிடிக்கவில்லை, எனக்கும் பிடிக்கவில்லை. அந்த மாணவர்கள் என்னை விநோதப் பிராணியாகவே பார்த்தார்கள். முதல்தரமான இந்தப் பாடசாலை, முதல்தரமான அகங்காரிகள் படிக்கும் பாடசாலையாகவும் இருந்தது. இந்த மாணவர்கள் இனவாதம் காட்டுவதிலும், புறணி பேசுவதிலும், சக மாணவர்களை அவமானப்படுத்துவதிலும் முன்னணியிலிருந்தார்கள். இப்படியாக அவமானப்படுத்தப்பட்ட ஒரு குர்திஷ் மாணவி தற்கொலை கூடச் செய்துகொண்டாள். நானும் அந்த முடிவுக்குப் போகாததற்கோ அல்லது பாடசாலையை விட்டு ஓடாததற்கோ இருவர் மட்டுமே காரணம். அய்லின் - சாரா என்ற இரு தோழிகள் எனக்குக் கவசமாகயிருந்து என்னைப் பாதுகாத்தார்கள்.

புதிய பாடசாலையின் பாடத்திட்டம் கடுமையாகயிருந்தது. இப்போது எனது நேரம் முழுவதையும் படிப்பிலேயே செலவிட வேண்டியிருந்ததால், பாபு கடையில் வேலை செய்வதை நிறுத்திக்கொண்டேன். எனது உளவியல் நிபுணரிடம் நான் அவ்வப்போது சென்று வந்தாலும், அந்த விஷயத்தில் எந்த முன்னேற்றமும் ஏற்படவில்லை. எனக்கு ஹோர்மோன் மாத்திரைகள் கிடைக்க வழி செய்யுமாறு, உளவியல் நிபுணரிடம் கோரிக்கைக்கு மேல் கோரிக்கை வைத்துக்கொண்டிருந்தேன். ஹோர்மோன் மாத்திரைகள் பெறுவதென்றால், குறைந்தது ஒரு வருடம் பெண்ணுடையில் வாழ்ந்துகாட்ட வேண்டும். ஆனால் எனது உடம்பு வாலிபனுக்குரிய உடம்பாக முறுக்கேறி வருவதாலும், முகத்தில் மீசை தாடி முளைப்பதாலும், பெண்ணுடை அணிந்துகொண்டு பாடசாலைக்கோ வெளியிலோ செல்லத் தயங்கினேன். ஆண் தோற்றத்தில் இருப்பவன் பெண்ணுடை அணிந்திருந்தால் யாராவது அடித்துவிடுவார்கள், கொலைகூடச் செய்துவிடுவார்கள்

என்றெல்லாம் பயந்தேன். என் அச்சத்தில் நியாயமிருந்தது. அய்ரோப்பாவில் இதெல்லாம் நடக்கத்தானே செய்கிறது.

உளவியல் நிபுணரைப் பார்க்கப் போகும்போது மட்டுமே பெண்ணுடை அணிந்து செல்வேன். ஆனால், எப்போதுமே நான் பெண்ணுடையிலேயே இருப்பதாக அவரிடம் பொய் சொல்வேன். அந்த மனிதருக்கு திருநங்கைகளைக் குறித்து ஓர் இழவும் தெரியாததால், கூகுளில் விஷயங்களைத் தேடிக்கொண்டிருந்தார். எனக்கு உளவியல் சிகிச்சை செய்யவேண்டிய அவரே, என் மன அழுத்தத்திற்கு இப்போது முக்கிய காரணமானார். என்னை வைத்து, மருத்துவக் காப்பீட்டுத் திட்டத்தில் பணம் பெறுவதிலேயே அவர் குறியாகயிருந்தார். அவர் மீதான நம்பிக்கையை நான் முற்றாகவே இழந்தபோது, அவரிடம் செல்வதைக் குறைத்துக்கொண்டேன். கடைசியாக நான் அவரைப் பார்க்கச் சென்றபோது, குறித்த தேதிகளில் நான் சமூகமளிப்பதில்லை எனச் சண்டைபோட்டு, தகாத வார்த்தைகளால் என்னைத் திட்டினார். நான் அவரது அலுவலகத்திலிருந்து அழுகையும் ஆத்திரமுமாக ஓடி வெளியேறித் தெருவுக்கு வந்தேன். மண்ணை அள்ளியெறிந்து அந்த மோசமான உளவியல் நிபுணருக்குச் சாபம் விடலாமெனப் பார்த்தால், பாழாய்ப் போன ஆகன் தெருவில் ஒரு பிடி மண்ணில்லை.

நாளுக்கு நாள் பெருகி வந்த மன அழுத்தத்தால், என்னால் படிப்பில் கவனம் செலுத்த முடியவில்லை. பாடசாலைக்கும் ஒழுங்காகப் போவதில்லை. வாரத்துக்கு ஒன்று அல்லது இரண்டு நாட்கள் மட்டுமே பாடசாலைக்குப் போனேன். வீட்டிலும் யாரும் என்னுடன் பேசுவதில்லை. இரவுகளில் தூக்கம் வராமல் கண்ணீருடன் படுக்கையில் புரண்டுகொண்டிருந்தேன். அதிசயமாகத் தூங்கினாலும் கெட்ட கனவுகளால் அலறியடித்துக்கொண்டு விழித்தேன். எனது கற்பனைத் தோழிகளும் இப்போது என்னிடம் பேச

வருவதாகயில்லை. யாரிடம் பேசுவது? எப்படித் தூங்குவது? என நான் மருகிக்கொண்டிருந்தேன். எனது குடும்ப மருத்துவரிடம் சென்று, எனக்குத் தூக்க மாத்திரைகள் கொடுக்குமாறு கேட்டேன். தூக்க மாத்திரைகள் உடலுக்குத் தீங்கானவை எனச் சொல்லி, மூலிகைகளால் ஆக்கப்பட்ட தூக்க ஊக்கியை மருத்துவர் பரிந்துரை செய்தார். அந்த மூலிகைத் திரவம் எனக்கு ஓரளவு தூக்கத்தைக் கொடுக்கத்தான் செய்தது.

எனது பள்ளித் தோழி சாரா, தனது மைத்துனி பெல்கிஸை எனக்கு அறிமுகப்படுத்தி வைத்தாள். பெல்கிஸ் துருக்கி நாட்டைச் சேர்ந்தவள். அவளுக்கு அப்போது இருபத்துநான்கு வயது. கொஞ்சம் பருமனான உடல்வாகு. தனது குடும்பத்திலிருந்து விலகித் தனியாக வாழ்ந்துகொண்டிருந்தாள். நான் பெண்ணாக மாறப்போகிறேன் என்பதைத் தெரிந்துகொண்ட அவள், என்னை ஒரு பெண் போலவே நடத்தினாள். அதனால் எனக்கும் அவள்மீது பேரன்பு உண்டாகியது. அந்த அன்பான தோழிக்கும் சற்று உளவியல் பிரச்சினையிருந்தது. அவள் சிகிச்சை பெறச் செல்லும் மருத்துவமனையின் சிற்றுண்டிச்சாலையில் பணியாற்றும் 'டர்னா' என்ற திருநங்கையோடு அவளுக்குப் பழக்கமிருந்தது. "டர்னாவைச் சந்தித்தால் உன்னுடைய பாலினப் பிரச்சினைகளுக்கு, ஏதாவது உருப்படியான ஆலோசனை கிடைக்கலாம்" என்று பெல்கிஸ் சொன்னாள். நான் ஆர்வத்துடன் அதற்குச் சம்மதித்தேன்.

மறுநாள், நாங்கள் டர்னாவைச் சந்தித்தோம். டர்னா ஆண் தோற்றத்தில் பெண்ணுடை அணிந்திருந்தார். அவருக்கு நாற்பது வயதிருக்கலாம். சிற்றுண்டிச்சாலையில் அமர்ந்து கோப்பி அருந்திக்கொண்டே நாங்கள் உரையாடினோம். பெண்ணாக மாறுவதெனில் நல்லதொரு உளவியல் நிபுணரின் சேவையும் உதவியும் தேவையெனக் கூறிய டர்னா, எங்களது நகரத்திலிருந்த இன்னொரு

உளவியல் நிபுணரின் தொலைபேசி எண்ணை என்னிடம் கொடுத்தார். இந்த உளவியல் நிபுணரிடம் சென்றால், இரண்டே வருடங்களில் பெண்ணாக மாறிவிடலாம் என உறுதியாகச் சொன்னார்.

"நீங்கள் ஏன் இன்னும் பெண்ணாக மாறவில்லை?" என்று நான் டர்னாவிடம் தயக்கத்துடன் கேட்டேவிட்டேன். ஒரு துயரமான புன்னகையைச் சிந்திய டர்னா, "என்னை யாரென்று இன்னமுமே என்னால் புரிந்துகொள்ள முடியவில்லை" என்றார். ஆனால் எனக்கோ என்னை நன்றாகவே புரிந்திருந்தது. சந்தேகமறவே நான் பெண்தான்!

டர்னா பரிந்துரை செய்த உளவியல் நிபுணரைத் தொலைபேசியில் அழைத்துப் பேசினேன். அடுத்த வாரத்திலேயே சந்திப்புக்கான நேரம் ஒதுக்கப்பட்டது. புதிய உளவியல் நிபுணரைச் சந்திக்க ஆவலுடன் சென்றேன். அப்போது எனது கூந்தல் தோள்பட்டைவரை வளர்ந்திருந்தது. உளவியல் நிபுணர் என்னைப் பார்த்ததும் வியந்து போனார். "நீங்கள் ஹோர்மோன் மாத்திரைகள் சாப்பிட்டுக்கொண்டிருக்கிறீர்களா?" என்று கேட்டார். "இல்லை" என்றேன். "பார்ப்பதற்குப் பெண்ணைப் போலவேயிருக்கிறீர்கள், உங்களின் குரலும் பெண் குரலாகவேயிருக்கிறது" எனச் சொல்லிப் புன்னகைத்தார். அந்தப் புன்னகை என் உள்ளத்தில் நம்பிக்கை வெளிச்சத்தைப் பற்ற வைத்தது.

"அடுத்த மாதம் என்னைச் சந்திக்க வாருங்கள், ஹோர்மோன் மாத்திரைகளைப் பெறுவதற்கான கடிதத்தை அப்போது எழுதித் தருகிறேன்" என்று உளவியல் நிபுணர் சொன்னதும், என்னால் மகிழ்ச்சியைத் தாங்கிக்கொள்ளவே முடியவில்லை. நான் உளவியல் நிபுணரைச் சந்தித்தது டிசம்பர் மாதமாகயிருந்தது. புதிய தை பிறப்பதற்காக நான் காத்திருக்கலானேன்.

டிசம்பர் மாதம் முடிவுக்கு வந்த நள்ளிரவில், தெருக்களிலும் உணவகங்களிலும் களியாட்ட விடுதிகளிலும் மக்கள் நிரம்பி வழிந்தார்கள். ஒருவருக்கொருவர் உற்சாகமாகப் புதுவருட வாழ்த்துகளைப் பரிமாறியிருப்பார்கள். நான் மட்டும் எனது வீட்டில் தனிமையில் இருந்து, சாளரம் வழியாக வெறுமனே தெருவைப் பார்த்துக்கொண்டிருந்தேன். இனிவரும் ஒவ்வொரு புது வருடப் பிறப்பையும், நான் வெவ்வேறு நாடுகளில் கொண்டாடப் போகிறேன் என்பது அப்போது எனக்குத் தெரியாது. என் வாழ்வு தலைகீழாக மாறுவதற்குக் காத்திருந்தது.

கார்ஸ்டனும் முராட்டும்

எனது வகுப்பில் 'கார்ஸ்டன்' என்ற மாணவன் இருந்தான். அவனாகவே வலியவந்து என்னுடன் பேசுவான். அவன் தன்பாலீர்ப்பாளன் என்பது எனக்குத் தெரிய வந்தபோது எங்களது நட்பு வலுப்பட்டது. 'கொலோன்' என்ற ஊரிலுள்ள *Disco*-வுக்கு வருமாறு கார்ஸ்டன் என்னைக் கேட்டுக்கொண்டேயிருந்தான். நான் அதுவரை டிஸ்கோவுக்குள் நுழைந்ததேயில்லை. அதனால் அவனது அழைப்பை ஏற்க நான் தயங்கினேன். அதேவேளையில், அங்கே போவதற்கான ஆசையும் மனதிற்குள் வளர்ந்துகொண்டேயிருந்தது. கடைசியில் மனத்தைரியத்தை வரவழைத்துக்கொண்டு, ஒரு சனிக்கிழமை மாலையில் அவனுடன் கொலோனுக்குக் கிளம்பினேன்.

அந்த டிஸ்கோவுக்கு ஆண் தன்பாலீர்ப்பாளர்களே அதிகமும் வருவார்கள் என்பதால், ஆணுடையிலேயே வருமாறு கார்ஸ்டன் சொல்லியிருந்தான். நான் அழகிய வெள்ளைச் சட்டையும் கறுப்பு நிறக் காற்சட்டையும் அணிந்துகொண்டு சென்றேன். கொலோன்

எங்களது ஊருக்குப் பக்கத்து ஊர்தான். நான் அந்த ஊருக்குப் பலமுறை சென்றிருந்தாலும், அந்த ஊர் தன்பாலீர்ப்பாளர்களின் 'சொர்க்கம்' என்பது எனக்கு அதுவரை தெரிந்திருக்கவில்லை.

டிஸ்கோவை நெருங்கும்போதே, தன்பாலீர்ப்பாளர்கள் தெருவில் கூட்டம் கூட்டமாக நின்றிருப்பதைக் கண்டேன். டிஸ்கோவுக்குள் நுழைந்ததும் அங்கே ஒரு புதிய உலகத்தையே தரிசித்தேன். நூற்றுக்கும் மேற்பட்ட தன்பாலீர்ப்பாளர்களால் அந்த மண்டபம் நிறைந்திருந்தது. வண்ண விளக்குகள் கண்களைக் கூசச் செய்ய, துள்ளலிசைப் பாடல் ஒலித்துக்கொண்டிருந்தது. ஆண்கள் ஜோடி ஜோடியாகக் கட்டித் தழுவிக்கொண்டும் முத்தங்களைப் பரிமாறிக்கொண்டுமிருந்தனர். சிலர் மென்மையான காமச் செயல்களிலும் ஈடுபட்டிருந்தனர். இந்த வெளிப்படையான லீலைகள் என்னைக் கொஞ்சம் அதிர்ச்சியடைய வைத்தன. கார்ஸ்டனும் தனக்கொரு இணையை அங்கே தேடிக்கொண்டான். என்னை யாருமே அணுகவில்லை. நான் கடைசிவரை அங்கே தனியாகவே இருந்தேன். எனது பெண்தன்மையும், நான் நீளமாக முடி வளர்த்திருந்ததுமே அதற்கான காரணங்களாகயிருக்கலாம்.

LGBT நண்பர்கள் பழகுவதற்கான வலைத்தளமொன்றை கார்ஸ்டன் எனக்கு அறிமுகம் செய்துவைத்தான். திருநங்கை எனக் குறிப்பிட்டு, அந்த வலைத்தளத்தில் என்னைப் பதிவு செய்தேன். பதிவு செய்த அன்றே பல ஆண்களிடமிருந்து எனக்கு மின்னஞ்சல்கள் குவிந்தன. நான் திருநங்கை எனத் தெரிந்தும், என்னுடன் பழகுவதற்கும் உறவை ஏற்படுத்திக்கொள்ளவும் பல ஆண்கள் தயாராகயிருக்கிறார்கள் என்பது எனக்கு வியப்பையும் மகிழ்ச்சியையும் உண்டாக்கின. அந்த வலைத்தளத்தின் வழியாக 'முராட்' என்பவருடன் எனக்கு நெருக்கமான பழக்கம் ஏற்பட்டது. முராட் முப்பது வயதான துருக்கி நாட்டவர். இணையத்திலிருந்த

அவரின் ஒளிப்படங்கள் என்னை வெகுவாக ஈர்த்தன. விரைவிலேயே நாங்கள் நேரில் சந்திக்கும் நாளும் வந்தது. அதுவொரு வெள்ளிக்கிழமையாகயிருந்தது. நான் கொஞ்சம் தயக்கத்துடன் தான் அந்தச் சந்திப்புக்குச் சென்றேன். அன்று பெண்ணுடை அணிந்திருந்தேன். எனது வீட்டிலிருந்து சற்றுத் தொலைவில் நான் காத்திருக்க, முராட் தனது காரில் வந்து என்னை ஏற்றிக்கொண்டார். அப்போது பொழுதுபட்டு இருள் கவியத் தொடங்கியிருந்தது.

முராட் என்னை உணவகத்துக்கோ, மதுச்சாலைக்கோ அழைத்துப் போகவில்லை. ஆளரவமற்ற இருளான இடத்தில் அவர் காரை 'பார்க்' செய்தார். முராட் உயரமாகவும் அழகாகவுமிருந்தார். நாங்கள் காருக்குள் உட்கார்ந்து பேசிக்கொண்டிருந்தோம். ஆரம்பக்கட்டத் தயக்கங்கள் போனதும், முராட் என்னை அணைத்து உதடுகளில் முத்தமிட்டார். இந்தத் தீண்டல் வித்தியாசமாகயிருந்தது. இது நான் சிறுவயதில் எதிர்கொண்டதைப் போன்ற வன்கொடுமைத் தீண்டலல்ல. முராட்டின் மோகம் என்னைச் சிலிர்க்க வைத்தது. அந்தத் தீண்டலில் நான் பெண்ணாக உயிர்த்தேன். இருவரும் உடலுறவில் ஈடுபட்டோம். நான் இடுப்புக்குக் கீழே என் ஆடையை அவிழ்க்கவில்லை. அவரும் அதை வற்புறுத்தவில்லை.

உடலுறவு நடந்து முடிந்ததும், ஒருவரையொருவர் அணைத்தவாறே பேசிக்கொண்டிருந்தோம். பெண்ணுடை அணிந்துகொண்டு, ஓர் ஆணின் அணைப்பில் கிடக்கும் இன்பத்தில் நான் மெய் மறந்திருந்தேன். அவரோ கவிதைகள் சொல்ல ஆரம்பித்துவிட்டார். அதிகாலை நான்கு மணியளவில், என்னை வீட்டின் முன்னால் இறக்கிவிட்டுப் போனார்.

ஒவ்வொரு வெள்ளிக்கிழமையும் நாங்கள் சந்தித்துக் கொண்டோம். காரை இருளில் நிறுத்திவிட்டு, போன

வெள்ளிக்கிழமை என்ன செய்தோமோ அதையே இந்த வெள்ளிக்கிழமையும் செய்தோம். முராட்டுக்கு என் உடல் மட்டுமே தேவைப்படுகிறது என்பதை நான் மெல்ல மெல்லப் புரிந்துகொண்டேன். நான் ஒவ்வொருமுறையும் அவரது ஆணுறுப்பை இருபது நிமிடங்களுக்கு மேல் சுவைக்க வேண்டியிருந்தது. முராட் ஒரு பாலியல் தொழிலாளியிடம் இதற்காகச் சென்றால், குறைந்தது 50 ஈரோக்களாவது கட்டணமாகச் செலுத்தவேண்டியிருக்கும். என்னிடமோ அது இலவசமாகவே கிடைத்தது. இருளுக்குள் நிறுத்திய காருக்குள் தொடரும் இந்த உறவு என்னைக் குழப்பத்தில் ஆழ்த்தியது.

இந்த உறவுக்கு முற்றுப்புள்ளியை முகநூல் வைத்தது. முராட் தனது வெள்ளைக்காரக் காதலியோடிருக்கும் ஒளிப்படத்தை முகநூலில் பதிவேற்றினார். அவர் ஒரு காதலியோடு இருந்துகொண்டே, என்னைப் பாலியல் இயந்திரமாகப் பயன்படுத்துவதைப் புரிந்துகொண்டதும் முராட்டுடனான உறவுகளை முறித்துக்கொண்டேன்.

எப்போதும் வீட்டுக்குள்ளேயே அடைந்து கிடந்தேன். தனிமை என்னைப் புகையாகச் சூழ, எனக்கு மூச்சு முட்டிற்று. இரவுகளில் தூக்கம் வராததால் பகலில் தூங்கத் தொடங்கினேன். பெண்ணாக மாறிவிட வேண்டும் என்ற வேட்கை மட்டுமே என் ஆன்மாவைச் சாகடிக்காமல் வைத்திருந்தது. இணையம் மட்டுமே இந்த உலகத்துக்கும் எனக்குமிடையிலான ஜன்னலாக இருந்தது.

கள்வனின் காதலி

அந்த ஜன்னலின் வழியாக, பாரிஸிலிருந்த ரமேஷ் எனக்கு அறிமுகமானான். அப்போது எனக்குப் பதினேழு வயது. அவனுக்கு இருபத்துநான்கு வயது. Webcam வழியாக அவனிடம் பேசும்போது, பெண்ணுடை

அணிந்து ஒப்பனை செய்திருப்பேன். அவன் என்னைப் பெண்ணென்று நம்பியே பழகிவந்தான்.

ரமேஷ், பாரிஸில் பேர் பெற்ற தமிழ் ரவுடிக் குழுவொன்றின் அங்கத்தவன். முன்னமே கனடாவில் ரவுடித்தனம் செய்ததால், அங்கிருந்து இலங்கைக்குத் திருப்பி அனுப்பப்பட்டவன். பின்பு பிரான்ஸுக்குச் சென்று, வேலைவெட்டிக்குப் போகாமல் சண்டைகள் செய்துகொண்டும், மிரட்டிப் பணம் பறித்துக்கொண்டும் வாழ்ந்துவந்த சாதனையாளன். இந்த முன்கதைச் சுருக்கத்தை அவனாகவேதான் என்னிடம் சொன்னான். பார்ப்பதற்கு மிகவும் அழகாகயிருப்பான். அமெரிக்க ஆங்கிலம் தூள் கிளப்புவான். எனக்கென்னவோ அப்போது ரவுடிப் பயல்களிடம் ஈர்ப்பிருந்தது உண்மைதான். இதுவும் தமிழ் சினிமா அளித்த கொடையாகத்தானிருக்க வேண்டும்.

பாரிஸிலுள்ள தமிழ்க் கடைத்தெருவில் வைத்து, ரவுடிக் குழுவொன்றால் இளைஞனொருவன் கோடரியால் வெட்டிக் கொல்லப்பட்டான் என்ற செய்தியை இணையத்தில் படித்ததும், என் மனது அடித்துக்கொண்டது. அது ரமேஷாக இருக்கக் கூடாது என்று எனக்குள்ளேயே புலம்பிக்கொண்டேன். அவனைத் தொலைபேசியில் அழைத்தபோது தொடர்பு கிடைக்கவில்லை.

அன்றிரவு அவனே தொலைபேசியில் அழைத்தான். "எனது நண்பனைக் கொன்றுவிட்டார்கள், என்னையும் சீக்கிரமே கொலை செய்துவிடுவார்கள்" என்று சொன்னான். "நான் இறந்தால் எனது மரணச் சடங்குக்கு வருவாயா?" என்று கேட்டான். நான் அவனுக்கு ஆறுதல் சொன்னேன். "நீ திருமணம் செய்து, குழந்தைகளைப் பெற்று நீண்டகாலம் வாழ்வாய்" என்றேன்.

"என்னைப் போன்றவனுடன் வாழ்வதற்கு எந்தப் பெண் தயாராகயிருப்பாள்? நீ தயாரா?" என்று கேட்டான்.

"நான் நாளைக்குப் பதில் சொல்கிறேன்" என்றேன்.

அன்றிரவு முழுவதும் எனக்கு ரமேஷ் குறித்த எண்ணமாகவேயிருந்தது. அந்த எண்ணத்தைக் காதலென்று நான் நம்பினேன். அடுத்தநாள் அவனுடன் பேசும்போது, நான் அவனைக் காதலிப்பதாகவும் அவனுடன் வாழ விரும்புவதாகவும் சொன்னேன். அதைக் கேட்டதும் ரமேஷ் மகிழ்ச்சியில் கூச்சலிட்டான். "இது உண்மையா?" எனத் திரும்பத் திரும்பக் கேட்டான். நாங்கள் நாள் தவறாமல் தொலைபேசியில் பேசி எங்களது காதலை வளர்த்துவந்தோம். எனது புதிய காதலைப் பற்றி, எனது அக்காவிடமும் தோழி பெல்கிஸிடமும் பூரிப்புடன் சொன்னேன். பெல்கிஸ் மகிழ்ச்சியடைந்தாள். அக்கா "மகிழ்ச்சிதான், ஆனால் எதற்கும் எச்சரிக்கையாக இருந்துகொள்" என்றாள்.

நான் தீவிரமாக யோசித்து, எனக்குள் முட்டி மோதிப் போராடிவிட்டு, ரமேஷிடம் உண்மையைக் கூறுவது என்ற முடிவுக்கு வந்தேன். அவனைத் தொலைபேசியில் அழைத்து, நானொரு திருநங்கை என்ற உண்மையைத் தயங்கித் தயங்கிச் சொன்னேன். நான் பயந்திருந்ததுபோல அவன் அதிர்ச்சியெல்லாம் அடையவில்லை. "நீ அறுவைச் சிகிச்சை செய்துகொண்டாயா?" என்று மட்டுமே கேட்டான். உண்மையைச் சொன்னால் அவன் என்னைவிட்டுப் போய்விடுவானோ என்ற அச்சத்தால் "கடந்த வருடமே அதைச் செய்துவிட்டேன்" என்று பொய் சொன்னேன்.

பாரிஸ் வருவதற்காக மலேசியாவில் காத்திருந்த நாட்களில், தனக்குச் சில திருநங்கைகளுடன் தொடர்பிருந்ததாகவும், அவர்களுடன் உடலுறவு வைத்திருந்ததாகவும் ரமேஷ் சர்வசாதாரணமாகச் சொன்னான். 'Shemale' நீலப்படங்களைப் பார்ப்பதிலும் தனக்கு ஆர்வமிருப்பதாகச் சொன்னான். அவன்

திருநங்கைகளைக் குறித்து ஓரளவாவது அறிந்திருக்கிறான் என நினைத்துச் சற்று நிம்மதியடைந்தேன்.

ரமேஷ் தனது நண்பர்களைச் சந்திப்பதற்காக, சுவிஸ் நாட்டின் சூரிச் நகரத்துக்கு அடிக்கடி செல்வதுண்டு. ஒருநாள் அவன் சூரிச்சிலிருந்து தொலைபேசியில் அழைத்தான். மலேசியாவைச் சேர்ந்த பல தமிழ்த் திருநங்கைகள் சூரிச் நகரத்தில் பாலியல் தொழிலில் ஈடுபட்டிருக்கிறார்கள் என்றான். அவனுடைய நண்பனொருவன் 'ப்ரியா' என்ற திருநங்கையுடன் வாழ்ந்துவருவதாகவும், அவனது நண்பனுக்கு அந்தத் திருநங்கை நிறையவே பண உதவிகள் செய்துவருவதாகவும் சற்று அழுத்தியே சொன்னான். அந்த அழுத்தத்திற்கான காரணம் எனக்கு விரைவிலேயே புரிந்தது.

சில நாட்கள் கழிந்ததும், தான் மிகுந்த கடனில் இருப்பதாகச் சொல்லி, ரமேஷ் என்னிடம் பண உதவி கேட்டான். "உனது கணவனுக்குச் செய்யும் உதவியாக நினைத்து இதைச் செய்" என்று உருகினான். அந்த உருக்கத்தில் நான் மயங்கித்தான் போனேன். என்னுடைய சேமிப்பில் சிறிது பணம் இருந்ததால், அவனுக்கு ஒருதொகையை அனுப்பிவைத்தேன். அதுதான் நான் செய்த மிகப்பெரிய தவறு.

அவன் அடிக்கடி பணம் கேட்டு என்னுடன் சண்டையிட்டான். கெட்ட கெட்ட வார்த்தைகளில் என்னைத் திட்டுவான். நானோ என் சேமிப்பையெல்லாம் அவனுக்குத் தாரைவார்த்துவிட்டு, அவன் முன்னால் காதல் பிச்சை கேட்டுக் கண்ணீருடன் மன்றாடி நின்றேன். எங்களது உறவு இப்படியாகத் தள்ளாடி நடந்துகொண்டிருக்கையில், என்னைப் பாரிஸுக்கு வந்து போகுமாறு ரமேஷ் அழைத்தான். அந்த அழைப்பு என்னை உற்சாகமடையச் செய்தது. திட்டினாலும் தூஷணம் கொட்டினாலும் அவன் என் காதலனல்லவா.

அவனைச் சந்திக்க நான் துடித்துக்கொண்டிருந்தேன். அவனைச் சந்திக்கப்போகும் விஷயத்தை பெல்கிஸிடம் மட்டுமே சொன்னேன்.

நான் இதுவரை ஆகனில் மட்டுமே பெண்ணுடையில் நடமாடியிருக்கிறேன். பாரிஸ்வரை பெண்ணுடையிலேயே பயணம் செய்யப்போவதை நினைக்கையில் எனக்கு உடல் முழுவதும் உதறலெடுத்தது. அத்தனை தூரத்தையும் விநோதப் பார்வைகள், கேலிகள் கிண்டலிடையே நான் கடக்க வேண்டியிருக்கும். யாராவது என்னை இரயிலில் வைத்துத் தாக்கவும் கூடும். வெளிநாட்டவர்களையும் திருநங்கைகளையும் வெறுக்கும் இளைய ஹிட்லர்கள் இங்கே தாராளமாகவே நடமாடுகிறார்கள். இன்னொரு பிரச்சினை என்னவென்றால், என் முகத்தில் மீசையும் தாடியும் மிக வேகமாகவே வளரும். ரமேஷோடு தங்கப்போகும் இரண்டு நாட்களும் இதை எப்படி மறைத்து வைப்பது என்றும் குழம்பினேன்.

அது 2009 ஜனவரி மாதத்தின் ஒரு வெள்ளிக்கிழமை. விடியற்காலையிலேயே நான் பெல்கிஸின் அறைக்குச் சென்றுவிட்டேன். அவள் என் கண்களுக்கு மையிட்டு, தரமான ஒப்பனைப் பொருட்களால் முக ஒப்பனை செய்து, தலைமுடிக்குள் ஒட்டுமுடியைப் பொருத்தி என்னை அலங்கரித்துவிட்டாள். அவளைக் கட்டித்தழுவி நன்றி தெரிவித்துவிட்டு, இரயில் நிலையத்திற்கு விரைந்தேன். ஆகனிலிருந்து பாரிஸ் செல்லும் இரயில் காலை எட்டு மணிக்குக் கிளம்பியது. அது மூன்று மணிநேரப் பயணம். அதற்குள் முந்நூறு கற்பனைகளும் மூவாயிரம் குழப்பங்களும் என்னை அலைக்கழித்தன. பாரிஸ் இரயில் நிலையத்தில் ரமேஷ் எனக்காகக் காத்திருப்பான். என்னை நேரில் பார்த்ததும், அவனது எதிர்வினை எப்படியிருக்கும் என்று வழி நெடுக யோசித்தவாறேயிருந்தேன்.

சொன்னது போலவே, ரமேஷ் இரயில் நிலையத்தில் நின்றிருந்தான். நான் அவனை நெருங்குவதற்குத் தயங்கினேன். அவனது அலைபேசிக்கு அழைத்து “நான் உனக்குப் பின்னால்தான் நிற்கிறேன்” என்றேன். அவன் தலையைத் திருப்பி என்னைப் பார்த்தான். அந்த முகத்தில் எந்த உணர்ச்சியையும் என்னால் கண்டுபிடிக்க முடியவில்லை. தனக்குப் பின்னால் வருமாறு சைகை செய்துவிட்டு விறுவிறுவென நடந்துபோனான். நான் சற்றுத் தயக்கத்துடனும் கூச்சத்துடனும் அவனைப் பின்தொடர்ந்தேன். சிறிது தூரம் நடந்து சென்றதும், அவன் ஒரு தங்குவிடுதியின் முன்னால் நின்றான். என்னை வெளியே நிற்குமாறு சொல்லிவிட்டு, விடுதியின் உள்ளே சென்று திரும்பியவன், அறை வாடகை கொடுப்பதற்காக என்னிடம் 100 ஈரோக்கள் கேட்டான். என்னிடம் அதிக பணமிருக்கவில்லை. எனவே நான் பணம் கொடுக்கத் தயங்கினேன். “நாளைக்குத் திருப்பித் தருகிறேன்” எனச் சொல்லி, அவன் என்னிடமிருந்த கடைசி 100 ஈரோவையும் பிடுங்கிக்கொண்டான்.

அறைக்குள் செல்லும்வரை என்னைத் தொடவோ, என்னுடன் இயல்பாகப் பேசவோ முயலாதவன், அறைக்குள் சென்றவுடன் என்னைக் கட்டியணைத்து முத்தமிட்டான். “நான் இப்போதுதான் உன் கண்களுக்குத் தெரிகிறேனா?” என்று கேட்டேன். “பேசி நேரத்தை வீணடிக்காதே” என்று சொல்லியவாறே, என்னைச் சுவருடன் சாய்த்துவைத்து முத்தமிட்டான். நானும் அவன் மீதிருந்த காதலால் முத்தத் திருவிழாவில் சங்கமித்துவிட்டேன். அவன் தனது உடைகளைக் கழற்றிவிட்டு, எனது உடைகளையும் களைய முயற்சித்தான். “எனது காற்சட்டையைக் கழற்ற வேண்டாம்” என்றேன். அவன் ஒரு கண்ணைச் சுருக்கி என்னைப் பார்த்தான். “எனது திருமணத்திற்குப் பிறகுதான், ஆணுறுப்பை நீக்கியிருக்கும் இடத்தில் முறையான சிகிச்சையின் மூலமாகப் பெண்ணுறுப்பை

ஏற்படுத்திக்கொள்வேன்" என்றேன். அதற்குமேல் அவன் வற்புறுத்தவில்லை.

நான் வீட்டிலிருந்து வெளியே கிளம்பும்போதே, எனது ஆணுறுப்பை இரு தொடைகளுக்கும் இடையே இழுத்துவைத்து, இறுக்கமான உள்ளாடை அணிந்துகொள்வேன். எனது மடியை யாராவது தடவிப் பார்த்தாலும் என் ஆணுறுப்பைப் கண்டுபிடிக்க முடியாது. ரமேஷ் எனது பிரேஸியரைக் கழற்ற முயன்றபோது, நான் வெட்கத்துடன் "அங்கே ஒன்றுமேயில்லை" என்றேன். இதுவரை ஹோர்மோன் மாத்திரைகள் எடுக்காததால், எனக்கு மார்பக வளர்ச்சியில்லை. அவன் அதையெல்லாம் பொருட்படுத்தாது, ஒட்டிக் கிடந்த எனது மார்புக் காம்புகளைச் சுவைத்தான். நான் மகிழ்ச்சியில் திளைக்க ஆரம்பித்தேன்.

நான் அவனது ஆணுறுப்பைச் சுவைத்தேன். எனக்குப் பெண்ணுறுப்போ முலைகளோ இல்லை என்பதால் ஏற்பட்ட தாழ்வு மனப்பான்மையால் அவனது ஆணுறுப்பைத் தயங்காமல் சுவைத்தேன். ஓர் ஆணை என்னுடன் தக்கவைப்பதற்கு எனக்கிருந்த ஒரே சாதனம் காமம் மட்டுமே. அவன் ஆசனவாய் வழிப் புணர்ச்சிக்குக் கேட்டான். நான் மறுத்துவிட்டேன். அவனுக்கு விந்து வெளியேறியதும் கட்டிலில் மல்லாக்க விழுந்தான். நான் அவனது மார்பில் தலைவைத்துப் படுத்துக்கொண்டேன். அன்று முழுவதும் பலதடவைகள் காம விளையாட்டுகளில் ஈடுபட்டோம்.

ரமேஷ் என்னிடம் காமத்தை நாடினானே தவிர, அவனது நடவடிக்கைகளில் அன்போ காதலோ இருப்பதாகத் தெரியவில்லை. இரண்டு தடவைகள் வெளியே போய் உணவு வாங்கி வந்தான். நானொரு பெண்ணாக இருந்திருந்தால், அவன் என்னோடு கைகளைக் கோர்த்துக்கொண்டு அழகிய பாரிஸ் நகரத்தின் தெருக்களில் நடைபோட்டிருக்கக் கூடும்.

தனது நண்பர்களிடம் என்னைப் பெருமையுடன் அறிமுகம் செய்துவைத்திருக்கவும் கூடும். ஆனாலும் என்ன! மூடிய அறைக்குள்ளாவது, என்னை ஒரு பெண் போல நடத்துகிறானே என நினைத்து மனதைத் தேற்றிக்கொண்டேன்.

அடுத்தநாள் காலையில், தூக்கத்திலிருந்து தாமதமாகவே விழித்தோம். காமக் கடமைகளை நிறைவேற்றிவிட்டு அவன் குளிக்கச் சென்றான். நானும் குளித்துவிட்டு, கண்ணாடியின் முன்நின்று ஒப்பனை செய்துகொண்டிருந்தேன். என்னருகே அவன் வந்தபோது இருவரது உயரத்தையும் ஒப்பிட்டுப் பார்த்தோம். அவன் என்னைவிட உயரம் குறைவு. எனது உயரம் 5 அடி 11 அங்குலம். பெரும்பாலான தமிழ் ஆண்கள் என்னைவிட உயரம் குறைந்தேயிருப்பார்கள். ரமேஷ் அன்றிரவே நண்பர்களோடு சுவிஸுக்குச் செல்லவிருப்பதாகச் சொன்னான். நான் அவனிடம் போதுமான அளவுக்கு ஏமாற்றத்தைப் பெற்றிருந்ததால், வீடு திரும்பும் ஆசையிலிருந்தேன்.

நான் அவனிடம் நேற்றுக் கொடுத்திருந்த 100 ஈரோக்களைக் கேட்டேன். பயணச்சீட்டு வாங்க அது எனக்குத் தேவையாகயிருந்தது. அவனோ தன்னிடம் பணமெதுவுமில்லை என்று சீறி விழுந்தான். "உனது வங்கி அட்டை மூலம் பயணச்சீட்டை வாங்கிக்கொள்" என்று ஆலோசனை வேறு கொடுத்தான். நான் ஆத்திரத்துடன் அங்கிருந்து தனியாகவே புறப்பட்டு, இரயில் நிலையத்திற்கு வந்து சேர்ந்தேன். எனது வங்கிக் கணக்கிலும் சில்லறைகளே இருந்தன. அதுதான் எல்லாச் சேமிப்பையும் இந்தச் சீமானுக்கு நான் வாரி வழங்கிவிட்டேனே. வங்கி அட்டை வேலை செய்யுமா செய்யாதா என்ற மனக் குழப்பத்துடனேயே, பயணச்சீட்டு வாங்கும் இயந்திரத்தில் அட்டையை நுழைத்தேன். நல்வாய்ப்பாகப் பயணச்சீட்டு இயந்திரத்திலிருந்து வெளியே வந்தது.

பயணச்சீட்டுடன் இரயிலுக்காகக் காத்திருந்த நேரத்தில், நான் தொடருந்து நிலைய வாசலையே பார்த்துக்கொண்டிருந்தேன். ஒருவேளை ரமேஷ் என்னை வழியனுப்ப வரக்கூடும் என்று என் மனது சொல்லிக்கொண்டேயிருந்தது. உண்மையிலேயே ரமேஷ் என்னைத் தேடி அங்கு வந்தான். அவன் மீதிருந்த எல்லா ஏமாற்றங்களையும் கோபங்களையும் தூக்கித் தூரப்போட்டுவிட்டு, கண்களில் பொங்கிய நீருடன் ஓடிச் சென்று அவனைக் கட்டியணைத்தேன். "நான் உன்னைக் கை விடமாட்டேன்" எனச் சொல்லி, அவன் எனது உதடுகளில் முத்தமிட்டான்.

மனம் நிறைந்த மகிழ்ச்சியுடன் ஜெர்மனிக்குத் திரும்பினேன். ஆகன் இரயில் நிலையத்தில் இறங்கியதும், நேராக பெல்கிஸின் அறைக்குப் போனேன். பாரிஸில் நடந்த எல்லாவற்றையும் அவளிடம் ஒளிவுமறைவின்றிப் பகிர்ந்துகொண்டேன். ரமேஷூடனான என் உறவு பற்றி எனக்கே ஒரு தெளிவான சித்திரம் இல்லாதபோது, பெல்கிஸூக்கு என்ன புரிந்துவிடப் போகிறது!

ஹோர்மோன் மாயம்

என்னால் பள்ளிக்குத் தொடர்ந்து செல்லவோ, படிப்பில் கவனம் செலுத்தவோ முடியவில்லை. எப்போது ஹோர்மோன் மாத்திரைகள் கிடைத்து, எப்போது நான் பெண்ணாக மாறுவேன் என்ற ஏக்கத்தைத் தவிர மூளையில் வேறெதுவுமே ஏறவில்லை. சிறந்த மாணவன் எனப் பெயரெடுத்த நான், 12 ஆவது வகுப்போடு பள்ளிப் படிப்பை நிறுத்திக்கொண்டேன்.

இந்தக் காலகட்டத்தில், இலண்டனிலிருந்து வேணு என்ற நண்பர் இணைய வழியாக எனக்கு அறிமுகமானார். வேணு பல்கலைக்கழகத்தில் படித்துக்கொண்டிருந்தார். அவரும் என்னைப் பெண்ணென்று நம்பியே

பழகிவந்தார். இவர் ரமேஷ் போல அடாவடிப் பேர்வழியில்லை. தொலைபேசியில் பண்பாகப் பேசினோர். இலண்டனிலிருந்து எனக்கு இனிப்புகளும் பரிசுகளும் அனுப்பிவைத்தார். ரமேஷுடனான என் காதலைக் குறித்தும் அவருக்குச் சொல்லியிருந்தேன்.

ஒருநாள் ரமேஷ் குடித்துவிட்டு, என்னைத் தொலைபேசியில் அழைத்து எப்போதும் போலவே சண்டைபோட்டான். அன்றிரவு வேணுவிடம் பேசும்போது, ரமேஷ் என்னுடன் நியாயமேயின்றிச் சண்டை போட்டதைச் சொன்னேன். அப்போது வேணு தானும் என்னை நேசிப்பதாகச் சொல்லி, ரமேஷிடமிருந்து விலகி வருமாறு கேட்டுக்கொண்டார். எனக்கு ரமேஷ் மீது ஆழமான காதலிருந்ததால், நான் வேணுவின் வேண்டுகோளை ஏற்றுக்கொள்ளவில்லை. வேணு இன்றுவரை என்னுடன் அதே நட்புடன் பழகிவருகிறார்.

எனது புதிய உளவியல் நிபுணர் குறிப்பிட்டிருந்த நாளில், அவரைப் பார்க்கச் சென்றேன். அவர் என்னிடம் "உங்களின் பிரச்சினைகளையும் அவை குறித்து நீங்கள் பொய் எதுவும் சொல்லவில்லை என்பதையும் நான் புரிந்துகொண்டிருக்கிறேன்" எனச் சொல்லி, ஹோர்மோன் சிகிச்சை அளிக்கும் மருத்துவரிடம் செல்வதற்கான கடிதத்தை என்னிடம் வழங்கினார். மகிழ்ச்சி ஓர் அருவிபோல என்மீது வீழ்ந்தது.

ஹோர்மோன் சிகிச்சை அளிக்கும் சிறப்பு மருத்துவரை, ஆகனிலிருந்த பெரிய மருத்துவமனையில் சந்தித்தேன். எனது இரத்த மாதிரியைப் பரிசோதனைக்காக எடுத்துக்கொண்டார்கள். என்னை அடுத்தநாள் காலையில் வருமாறு சொன்னார்கள். மறுநாள் சென்றபோது, எனது இரத்தத்தில் உள்ள ஹோர்மோன் அளவின் விபரங்கள் மருத்துவரின் மேசையிலிருந்தன. எனது உடலிலிருக்கும் ஆண்களுக்கான ஹோர்மோன் அளவைக் கட்டுப்படுத்துவதற்காக, மருத்துவர் 'Androcur' எனும்

ஊசி மருந்தை எனது வயிற்றில் செலுத்தினார். ஹோர்மோன் மாத்திரைகளைப் பெறுவதற்கான சீட்டையும் எழுதிக் கொடுத்தார். அன்று முழுவதும் நான் அடித்துப்போட்டது போலத் தூங்கினேன். உடல் மிகவும் சோர்வாகயிருந்தது. ஹோர்மோன் எடுப்பதால் பாரதூரமான பக்கவிளைவுகள் ஏற்பட வாய்ப்பிருக்கிறது என்று தெரிந்திருந்தாலும், இந்த ஆண் தோற்றத்தை விட்டொழித்து, நான் பெண்ணாக மாறப்போகிறேன் என்ற மகிழ்ச்சி என்னை உயிர்ப்போடு வைத்திருந்தது.

முதல் ஹோர்மோன் மாத்திரையைப் பிரசாதம் போல பயபக்தியுடன் விழுங்கிவிட்டு, அம்மாவிடம் அதைப் பற்றிச் சொன்னேன். அம்மாவோ "மகனே... நீ என்ன வேண்டுமானாலும் செய்துகொள், ஆனால் உன் உடம்பில் மட்டும் விளையாடாதே" என்று பதைபதைத்தார். எனது அண்ணாவுக்கு இது தெரியவந்த போது, "நீ முழு ஒம்போதாக மாறப் போகிறாயா?" என்று அலட்சியமாகக் கேட்டான். நான் இவை எதையும் காதில் வாங்கவேயில்லை. என் வாழ்க்கை ஒரு புட்டிக்குள் உள்ள மாத்திரைகளிலுள்ளது. அந்த மாத்திரைகளுக்குள் மாயமுள்ளது.

ஹோர்மோன் மாத்திரைகளால் எனது உடல் வெப்பம் நிலையாக இல்லாமல் கண்டபடி ஏறியிறங்கியது. வயிற்றில் எப்போதும் பசியிருந்தது. மாத்திரை சாப்பிடத் தொடங்கிய ஒரு மாதத்திலேயே, என் உடலில் வித்தியாசங்கள் தெரிந்தன. முகத்தில் பெண் சாயல் படரத் தொடங்கியது. எனது மார்பகங்கள் முகிழ்த்து வளர்ந்தன. இடுப்பில் வளைவுகள் ஏற்பட்டன. ஒரு பெண் வயதுக்கு வருகையில் அவளது உடலில் என்னென்ன மாற்றங்கள் ஏற்படுமோ, அவை எல்லாமே எனக்கும் ஏற்பட்டன. என் மனதில் தைரியமும் நம்பிக்கையும் வேரூன்றின. அன்றிலிருந்து இன்றுவரை இருபத்துநான்கு மணிநேரமும் நான் பெண் உடையில்தான் வாழ்கிறேன்.

இப்படி ஒரு பக்கம் மகிழ்ச்சி ஏற்பட்டாலும், அதில் ரமேஷ் பொத்தலைப் போட்டுக்கொண்டேயிருந்தான். நித்தமும் பணம் கேட்டு நச்சரித்தான். அவன் அதைத் தவிர வேறெதையும் என்னிடம் பேசுவதில்லை. நான் மெதுமெதுவாக அவனை வெறுக்கத் தொடங்கினேன். இந்தக் கட்டத்தில், இணைய வழியாக 'கரண்' என்பவனுடன் எனக்கு நட்பு ஏற்பட்டது. அவன் என்னைச் சந்திக்க வேண்டுமெனக் கேட்டுக்கொண்டேயிருந்தான். எனக்கு அவனைச் சந்திக்க வேண்டுமெனத் தோன்றவேயில்லை. எனவே நான் சந்திப்பைத் தவிர்த்து வந்தேன்.

சிலநாட்களுக்குப் பின்பாக 'பாலா' என்பவர் என்னைத் தொலைபேசியில் அழைத்தார். எனது தொலைபேசி எண்ணை நண்பரொருவர் கொடுத்ததாகச் சொன்னார். அந்த இருபத்தெட்டு வயதுக்காரரர் இனிமையாகப் பேசுபவராகயிருந்தார். எங்களுக்குள் கொஞ்சம் நெருக்கம் ஏற்பட்டதும், பாலா உண்மையைப் போட்டுடைத்தார். அவர் கரணின் அண்ணன். கரணின் அலைபேசியிலிருந்து எனது எண்ணைத் திருடியிருக்கிறார்.

பாலாவுக்கு அண்மையில்தான் கல்யாணமாகியிருந்தது. அவரது மனைவியைக் குறித்து நான் விசாரித்தேன். அவரது மனைவி 'செல்வி' எனக்கு ஏற்கனவே தெரிந்தவராகயிருந்தார். செல்வி அக்காவும் எனது அண்ணாவும் நல்ல நண்பர்கள். நானொரு திருநங்கை என்பதையும் நான் பாலாவிடம் மறைக்க விரும்பவில்லை. அதைக் கேட்டதும் மனிதர் ஆடிப்போனார். திருநங்கைகளைக் குறித்தும், படிப்படியான எனது மாற்றங்களைப் பற்றியும் நான் அவருக்கு விளக்கிக் கூறினேன். பாலா கவனமாகக் கேட்டுக்கொண்டார்.

ரமேஷ் என்னை ஓர் அடிமையைப் போல நடத்துவதையும், பணம் பிடுங்குவதையும் பாலாவிடம் பகிர்ந்துகொண்டேன். பாலா எனக்கு ஆறுதல்

சொன்னார். ரமேஷை விட்டு விலகுவதற்கு எனக்கு ஊக்கமும் கொடுத்தார். பாலாவின் நட்புக் கொடுத்த மனத்தைரியத்தால், என்னால் ரமேஷை விட்டு விலக முடிந்தது. அவனுடனான தொடர்புகளை முற்றாகத் துண்டித்துவிட்டேன். ஆனால், அவன் என்னை எங்காவது பார்த்தால் கத்தியால் கித்தியால் குத்திவிடுவானோ என்ற பயம், இன்றளவும் என் அடிவயிற்றில் ஆறாமல்தானிருக்கிறது.

பாலா, தன்னுடைய மனைவி செல்வியிடம் என்னைப் பற்றியும், நான் திருநங்கையாக மாறிவிட்டதாகவும் சொல்லியிருக்கிறார். ஒருநாள் செல்வி என்னைத் தொலைபேசியில் அழைத்தார். நான் திருங்கையாக மாறியது குறித்து எனது அண்ணாவின் நிலைப்பாடு என்னவென்று விசாரித்தார். "அண்ணா அதை ஏற்றுக்கொள்ளவில்லை, ஆனால் அது குறித்து இப்போது என்னுடன் பேசுவதில்லை" என்றேன்.

இரண்டொரு நாட்கள் கழித்து பாலா என்னுடன் பேசுகையில், என்னிடம் அவர் ஒன்று கேட்கப் போவதாகவும், நான் மறுக்காமல் சம்மதிக்க வேண்டுமென்றும் என்னிடம் சத்தியம் கேட்டார். "நீ என்னுடைய வேண்டுகோளை ஏற்றுக்கொள்ளாவிட்டால், நான் உன்னுடன் பேசுவதையே நிறுத்திவிடுவேன்" என்றார். பாலா என்மீது காட்டி வந்த அன்பால், அவரைவிட்டுப் பிரிவதை என்னால் கற்பனையே பண்ண முடியவில்லை. எனவே அவர் என்ன கேட்டாலும் சம்மதிப்பது என்ற முடிவுக்கு வந்து, நான் சத்தியம் செய்து கொடுத்தேன். "நீ எனக்கு இரண்டாவது மனைவியாக வரவேண்டும்" என்றார் பாலா.

அவ்வளவுதான். அதிர்ச்சியில் எனது உடல் நடுங்கத் தொடங்கிவிட்டது. "உங்களுக்கு மனைவி இருக்கிறாரே..." என்று தொலைபேசியில் விக்கினேன். "செல்வியைச் சந்திப்பதற்கு முன்பே உன்னைச் சந்தித்திருந்தால், நான்

உன்னையே திருமணம் செய்திருப்பேன்” என்று பாலா காதல் வார்த்தைகளை மழையாகப் பொழிந்தார். அந்த மழையில் நான் கரைந்து போனேன். அவர் பேசிப் பேசியே என்னை அவரது வழிக்குக் கொண்டுவந்தார். ‘ஃபொண்’ இரயில் நிலையத்துக்கு வந்து தன்னைச் சந்திக்குமாறு பாலா சொன்னார். நான் பாதித் தயக்கத்துடனும் பாதி மகிழ்ச்சியுடனும் சம்மதித்தேன்.

இரு சகோதரர்கள்

அடுத்தநாள், அப்பாவின் பணப்பையிலிருந்து 50 ஈரோவைத் திருடிக்கொண்டு, பாலாவைச் சந்திக்கச் சென்றேன். பகல் ஒரு மணியளவில் ‘ஃபொண்’ இரயில் நிலையத்தைச் சென்றடைந்தேன். வாகனத் தரிப்பிடத்தில் பாலா எனக்காகக் காத்திருந்தார். அவரின் காருக்குள் ஏறிப் பின்புற இருக்கையில் உட்கார்ந்துகொண்டேன்.

இந்த மனிதரும் என்னைவிட உயரம் குறைந்தவர்தான். திருமணம் போன்ற நிகழ்வுகளில் ஒளிப்படம் பிடிக்கும் தொழில் செய்துவருபவர். அவர் எடுத்த ஒளிப்படங்களை என்னிடம் காட்டினார். கதையோடு கதையாக ரமேஷுக்கும் எனக்கும் இடையிலிருந்த சரீர உறவைக் குறித்துக் கேட்டார். ரமேஷைச் சந்தித்தபோது என்ன நடந்தது எனச் சாடைமாடையாகச் சொன்னேன். பாலா எனது கையைப் பற்றியவாறே “அவனுக்குக் கொடுத்த சந்தோசத்தை எனக்குக் கொடுக்கமாட்டாயா?” என்று கேட்டார். “நீங்கள் திருமணமானவர் என்பதால் எனக்குத் தயக்கமாகயிருக்கிறது” என்றேன். அவர் காரின் முன்புறக் கதைவைத் திறந்து வெளியே வந்து, பின்புற இருக்கையில் என்னருகே உட்கார்ந்துகொண்டு, என்னை அணைத்து என் வாயில் முத்தமிட்டார். நானும் அவர் இழுத்த இழுப்பிற்கு மெல்ல மெல்லப் போனேன்.

காருக்குள் மிகுந்த வெக்கையாகயிருந்தது. இருவரும் வியர்வையில் நனைத்தோம். நான் அவரது ஆணுறுப்பைச் சுவைத்தேன். பாலாவுக்கு விந்து வெளியாவதாகயில்லை. "இனி என்னால் முடியாது" என்று நான் கெஞ்சிக் கேட்டதற்குப் பிறகுதான், அவர் விந்தை வெளியேற்றினார். திருப்தியோடு என்னை அணைத்த பாலா "உன்னை நான் கை விடமாட்டேன், நீ எனக்கு இரண்டாவது மனைவியாக வாழ்ந்துவிடு" என்றார். அவருடன் மேலும் கொஞ்ச நேரம் இருந்துவிட்டு, நான் ஆகன் திரும்புவதற்கான இரயிலைப் பிடித்தேன்.

ஆகன் இரயில் நிலையத்தில் இறங்கியதும், ஏஞ்சலை அலைபேசியில் அழைத்து நடந்தவற்றைப் பற்றிச் சொன்னேன். அவர் கோபத்துடன் என்னை ஏசினார். "அவனுக்கு உன்னைப் பிடித்திருந்தால் மனைவியை விவாகரத்துச் செய்துவிட்டு உன்னுடன் வாழலாமே? இவர்கள் திருநங்கைகளை வைப்பாட்டிகளாக வைத்திருக்க மட்டுமே விரும்புகிறார்கள்" என்று சீறினார். அவர் சொல்வது முழுவதுமே எனக்குப் புரிந்தாலும் "திருநங்கைகளை அவர்களின் குடும்பங்களே ஏற்றுக்கொள்ளாத போது, திருநங்கையை மனைவியாக ஏற்றுக்கொண்டு இந்தச் சமூகத்தில் எப்படி வாழ முடியும்?" என்று கேட்டேன். எனது முட்டாள்தனத்தை நினைத்து ஏஞ்சலால் கவலைப்பட மட்டுமே முடிந்தது. என்னுடைய எந்தக் காதலனுமே என்னை மதிப்போடு நடத்தவில்லை, அதை பாலாவிடம் மட்டும் எப்படி எதிர்பார்க்க முடியும் என்றே நினைத்தேன். பாலாவின் மீது நான் கொண்ட காதல் அப்படி நினைக்கவைத்தது.

பாலாவுடனான அந்தச் சந்திப்புக்குப் பிறகு, எனக்கு பாலாவின்மீது அதீதமான காதல் முகிழ்த்தது. நானும் அவரும் ஒவ்வொரு நாளும் தொலைபேசியில் பேசிக்கொண்டோம். "விரைவிலேயே உனக்குத் தாலிகட்டி, இரகசியத் திருமணம் செய்துகொள்வேன்" என்று பாலா எனக்கு வாக்குக் கொடுத்தார். தன்னைத்

தவிர வேறெந்த ஆண்களுடனும் தொலைபேசியிலோ இணையத்திலோ பேசக்கூடாது என்றும் பாலா கேட்டுக்கொண்டார். நானும் உத்தமபத்தினியாக இருக்க முடிவுசெய்து, அவருக்கு விசுவாசமாக இருந்தேன். பாலா நாளுக்கொரு சட்டம் போட்டார். கவர்ச்சியாக உடையணியக் கூடாது என்பதும் அவற்றிலொன்று.

அடுத்த வாரமே இரண்டாவது சந்திப்பு நிகழ்ந்தது. இம்முறை பாலா தனது வீட்டிலேயே சந்திப்பை ஏற்பாடு செய்தார். அவரது மனைவி வேலைக்குப் போனதும், அவர் தனியாகத்தான் இருப்பார் என்றார். எனக்கோ அவரது வீட்டுக்குப் போக அச்சமாகயிருந்தது. ஆனால் வார்த்தை வித்தகரான பாலா, பேசிப் பேசியே என்னைச் சம்மதிக்க வைத்தார்.

நான் தயக்கத்துடனேயே அவரது வீட்டுக்குச் சென்றேன். அவருக்கு நிறையத் தமிழ்ப் பெண்களுடன் தொடர்பிருந்தது. அந்தப் பெண்களுடன் உடலுறவில் ஈடுபட்டதை, அந்தப் பெண்களுக்குத் தெரியாமலேயே பாலா காணொளியாகப் பதிவு செய்துவைத்திருந்தார். அந்தக் காணொளிகளை எனக்கும் காண்பித்தார். அவற்றைப் பார்ப்பதில் நான் ஆர்வம் காட்டாமல், என்னையும் இவர் இவ்வாறு படம்பிடிப்பாரோ என்றுதான் அஞ்சினேன்.

பாலாவின் படுக்கையறையிலேயே உறவுகொண்டோம். அந்த அறையில் பாலா - செல்வியின் திருமண மாலைகள் காய்ந்து தொங்கிக்கொண்டிருந்தன. கல்யாணமாகி மூன்று மாதங்கள் கழிவதற்கு முன்பே, இரண்டாவது திருமணத்திற்கு மாப்பிள்ளை தயாராகிவிட்டார்.

எனக்குத் தெரிந்து மனைவிமார்கள் அளவுக்குப் புத்திசாலிகள் வேறுயாருமில்லை. அவர்களுக்கு எப்படியோ கணவன்மார்களின் கள்ளத் தொடர்புகள் சீக்கிரத்திலேயே தெரிய வந்துவிடுகின்றன. பாலாவின் மனைவி செல்வியும் அந்தப் புத்திசாலிகளில் ஒருவரே.

நான் கரணோடு நட்பாக இருந்ததும் அவருக்குத் தெரியும்.

செல்வி எனது அண்ணாவைத் தொலைபேசியில் அழைத்து, "எனது கணவரும் அவரது தம்பியுமாகச் சேர்ந்து உன் அப்பாவித் தம்பியைச் சீரழிக்கிறார்கள்" என்று சொல்லிவிட்டார். அப்போது எனக்கு அந்தச் செல்வி அக்காமீது அளவிட முடியாத கோபம் ஏற்பட்டாலும், இப்போது நன்றியோடு அவரை நினைத்துக்கொள்கிறேன்.

பாலாவின் வீட்டில் ஒரு பூகம்பம் வெடிக்க, என் வீடு அதிர்ந்தது. அண்ணா என்னைக் கடுமையாகத் திட்டிக்கொண்டே, எனது அலைபேசியைப் பிடுங்கித் தரையில் அடித்தான். "ஜெர்மனியில் எத்தனையோ இனத்து ஆண்கள் இருக்கும்போது, நீ ஏன் தமிழர்களுடன் பழகி எங்களின் மானத்தை வாங்குகிறாய்? இனிமேல் நீ தமிழ் ஆண்களுடன் பழகுவது தெரிந்தால், உன்னை வீட்டைவிட்டே துரத்திவிடுவேன்" என்று கத்தினான். தரையில் சிதறிக் கிடந்த அலைபேசியின் பாகங்களைப் பொறுக்கி எடுத்துக்கொண்டு, நான் வீட்டுக்கு வெளியே ஓடினேன். அலைபேசியின் பாகங்களைப் பொருத்தியபோது, அதற்கு உயிர் வந்தது. நான் பாலாவை அழைத்து, நடந்தவற்றைப் பதற்றத்தோடு சொன்னேன். "அப்படியா சங்கதி? நாங்கள் கொஞ்ச நாட்களுக்குப் பேச வேண்டாம்" என்றார் பாலா.

அந்த நிமிடத்திலிருந்து பாலா என்னைத் தொலைபேசியில் அழைப்பதில்லை. என் தொலைபேசி அழைப்புகளையும் ஏற்பதில்லை. தான் ஒரு திருநங்கையோடு பழகும் விஷயம் வெளியே கசிந்ததும், அவமானத்தால் சுருங்கிப் போய்விட்டார் என நினைக்கிறேன். நான் அவரது தம்பி கரணை அழைத்து, நடந்த எல்லாவற்றையும் சொன்னேன். அவன் "நான் என் அண்ணனைப் போல மோசமானவனில்லை, நான் உன்னை எவ்வளவு

நேசிக்கிறேன் தெரியுமா...” என்றான். அந்த நேரத்தில் அவனது ஆறுதல் வார்த்தைகள் எனக்கு மாமருந்தாகின. அவன் தன்னைச் சந்திக்க வருமாறு என்னிடம் கேட்டான். “நட்புரீதியாக மட்டுமே உன்னுடன் பழக விரும்புகிறேன்” என்றான். நான் அதற்கு இணங்கினேன்.

எங்களது வீட்டுக்கு அருகிலிருக்கும் இரயில் நிலையத்தில் நான் காத்திருக்க, கரண் காரில் வந்து என்னை ஏற்றிக்கொண்டான். சற்றுத் தூரத்திலிருந்த பூங்காவுக்குப் போய் அங்கிருந்து கதைத்தோம். கரணின் வாய் பேசிக்கொண்டிருக்க, அவனது கை எனது இடுப்பைக் கிள்ளியது. நான் இருக்கையிலிருந்து துள்ளியெழுந்தேன். “என்ன பயந்துவிட்டாயா?” என்று கரண் கேட்டான். “நான் உன் அண்ணனோடு உறவிலிருப்பவள், உனக்கு அண்ணி முறையானவள்” என்று நான் சொன்னதும், கரண் தனது தாடியைத் தடவிக்கொண்டு யோசிக்க ஆரம்பித்துவிட்டான். நான் சொன்னதில் எனக்கே அவ்வளவு நம்பிக்கையில்லை. “என்னைக் கொண்டுபோய் இரயில் நிலையத்தில் இறக்கிவிடு” என்று சொல்லிவிட்டு, பூங்காவின் வாசலை நோக்கி நடக்கத் தொடங்கினேன்.

இரயில் நிலையத்துக்குச் செல்லும் வழியில் காரை ஓட்டிக்கொண்டே, கரண் எனது கையையும் தொடையையும் தடவத் தொடங்கினான். அந்தத் தாடிக்காரன் செய்த சில்மிசங்கள் எனக்குப் பிடித்திருந்தாலும், அவன் பாலாவின் தம்பி என்பதால் எனது உணர்வுகளைக் கட்டுக்குள் வைத்திருந்தேன். இரயில் நிலைய வாசலில் காரை நிறுத்திவிட்டு, எனக்கு விடைதருவதற்காக கரண் என் கன்னத்தில் முத்தமிட்டான். நான் அவனைப் பதிலுக்கு முத்தமிடப் போகையில், அவன் சட்டெனத் தனது கைகளால் எனது தலையை அமுக்கிப் பிடித்துக்கொண்டு, என் உதடுகளில் முத்தமிட்டான். தாடிக்காரனின் அந்த முத்தம் அப்போது எனக்கு அவசியமாகத்தானிருந்தது. அவனது

அருகாமையும் வேண்டியிருந்தது. நான் காரிலிருந்து இறங்காமலேயே இருந்தேன். சற்றுநேரத்தில் கார் ஆளரவமற்ற இடம் தேடி ஓடியது.

கார் நிறுத்தப்பட்டதும், அவன் என்மீது தாவி விழுந்தான். நான் அவனைத் தடுத்து, “உனது ஆணுறுப்பைச் சுவைத்தால் போதுமா?” எனக் கேட்டுக் கேட்ட வாயை மூட முன்பே, அவன் தனது காற்சட்டைப் பொத்தான்களை அவிழ்த்துவிட்டுச் சாய்ந்து உட்கார்ந்துகொண்டான். சீக்கிரமே அவனுக்கு விந்து வெளியாகிவிட்டது. எனக்கோ குற்றவுணர்வு பிடித்துக்கொண்டது. நான் பாலாவுக்குத் துரோகம் செய்துவிட்டேன். அதுவும் அவரது தம்பியுடனேயே உறவுகொண்டிருக்கிறேன்.

வீட்டுக்கு வந்தவுடன், தொலைபேசியில் ஏஞ்சலை அழைத்து நடந்தவற்றைச் சொல்லிக் கவலைப்பட்டேன். அவர் சிரித்துவிட்டு “இது தவறல்ல! நீ குற்றவுணர்வு கொள்ளத் தேவையில்லை. பாலா உனது கணவனில்லை, வெறுமனே காமத்தைத் தணித்துக்கொள்ளவே அவன் உன்னைப் பயன்படுத்துகிறான்” என்று சொன்னார். என்றாலும் என் மனம் ஆறுவதாகயில்லை. பாலாவிடம் உண்மையைச் சொல்லிவிடலாம் என நினைத்து, அவரைத் தொலைபேசியில் அழைத்தேன். அப்போதும் அவர் என் அழைப்பை ஏற்கவில்லை.

பாலாவின் வீட்டுத் தொலைபேசி எண்ணைக் கண்டுபிடித்து, அந்த எண்ணுக்கு அழைத்தேன். செல்வி அக்காவே தொலைபேசியை எடுத்தார். ஏதோவொன்று என்னை உந்தித்தள்ள, நான் செல்வி அக்காவிடம் நடந்த எல்லாற்றையுமே சொல்லிவிட்டேன். நான் சொன்னவற்றைக் கேட்டுச் செல்வி அக்கா அதிர்ச்சியடையவில்லை. “அண்ணனும் தம்பியுமாக உன்னைத் தவறாகப் பயன்படுத்துகிறார்கள். அவர்களிடமிருந்து விலகியிரு!” என்று எனக்குப் புத்திமதிகளே சொன்னார்.

இரண்டு நாட்கள் கழித்து, பாலா என்னைத் தொலைபேசியில் அழைத்தார். எடுத்த எடுப்பிலேயே "நான் யார் தெரியுமா?" என்று கொந்தளிக்கத் தொடங்கியவர், சரமாரியாகக் கெட்ட வார்த்தைகளைக் கொட்டிக்கொண்டே போனார். "நீ ஊரிலிருக்கும் ஆண்கள் எல்லோருக்கும் போய் ஊம்பிவிடு, ஆனால் எனது குடும்பத்தோடும் எனது வாழ்க்கையோடும் விளையாடாதே" என்று கத்தினார். அலி, பொண்ணையா என்றெல்லாம் வசைபாடியவர், திடீரெனச் சமூகப் போராளியாக மாறி "தயவுசெய்து தமிழ் ஆண்களின் வாழ்க்கையைச் சீரழிக்காதே, இதை இனியும் நீ தொடர்ந்தால் தக்க தண்டனை வழங்கப்படும்" என்றார். "இதுவரை கொடுத்த தண்டனைகளே போதும்" எனச் சொல்லிவிட்டுத் தொலைபேசி அழைப்பைத் துண்டித்தேன்.

பாலாவின் பிரிவு என்னை வருத்தத்தான் செய்தது. எனது தவறால் ஓர் உறவை இழந்துவிட்டேன் என ஒருபக்க மனது சொன்னாலும்; இனியும் இனியும் தெரிந்தே ஏமாறக்கூடாது, இந்த உறவு முறிந்தது நல்லதே என மறுபக்க மனது என்னைத் தேற்றியது. முதற் காரியமாக எனது அலைபேசி எண்ணை மாற்றிக்கொண்டேன். என் வாழ்க்கையும் இன்னொரு கட்டத்துக்கு நகரயிருந்தது.

திருநங்கைகள் சந்திப்பு

ஆகன் நகரத்திலிருந்த திருநங்கைகளை ஒன்றிணைத்து, வாராந்திரச் சந்திப்புக்கு டர்னா ஏற்பாடு செய்தார். ஒவ்வொரு சனிக்கிழமையிலும் டர்னாவின் வீட்டில் நடந்த இந்த ஒன்றுகூடலில் பத்துவரையான திருநங்கைகள் கலந்துகொள்வோம். என்னைத் தவிர மற்றவர்கள் எல்லோருமே வெள்ளைக்காரிகள்.

நான் கவனித்தவரையில், ஜெர்மனியத் திருநங்கைகள் தங்களது முப்பது வயதுக்குப் பின்பாகத்தான் பகிரங்கமாக வெளியே வருகிறார்கள். அதுவரை தங்களது அடையாளச் சிக்கலிலேயே உள்ளுக்குள் புழுங்கித் தவிக்கிறார்கள். நாங்கள் கூடி உரையாடி அனுபவங்களைப் பகிர்ந்து கொண்டாலும், எனக்குப் பல விஷயங்கள் புரியாமலேயே இருந்தன. உதாரணமாக, இவர்களில் சிலருக்குத் திருமணமாகி விவாகரத்தும் ஆகியிருந்தது. இவர்களது மணவாழ்வில் குழந்தைகளையும் பெற்றிருந்தார்கள். சில திருநங்கைகளுக்குப் பெண்களுடன் பாலியல் உறவிருந்தது.

எங்கள் எல்லோரிலும் மூத்தவரான ஜென்னிக்கு 54 வயது. பெண்ணாக மாறும் பயணத்தை நான் மூன்று வயதிலேயே தொடக்கிவிட்டேன் என்றால், ஜென்னியோ அந்தப் பயணத்தைத் தனது நாற்பதாவது வயதில்தான் தொடக்கியிருக்கிறார். இந்தியத் திருநங்கைகள் பெரும்பாலும் தங்களது பதின்பருவத்திலேயே பெண்ணாவதற்கான பயணத்தைத் தொடங்கிவிடுகிறார்கள். எங்களது இதிகாசங்களிலும் புராணங்களிலும் திருநங்கைகளுண்டு. அந்தளவுக்கு ஆழமான திருநங்கையர் கலாசாரம் அய்ரோப்பியர்களுக்கு இல்லையென்பது இதற்கொரு சமூகவியல் காரணமாக இருக்குமா? “பெண்ணாகி ஆணாய் அலியாய் பிறங்கொளிசேர் விண்ணாகி மண்ணாகி” என இறையைத் துதிக்கிறது திருவெம்பாவை. “பெண் ஆண் அலி எனும் பெற்றியன்” எனச் சிவத்தைச் சொல்கிறது திருவாசகம். ஆனால், இத்தனை நூறு நவீன தமிழ்க் கவிஞர்களிடையேயிருந்து, ஏன் திருநங்கை மீது ஒரு காதல் கவிதை கூட உருவாகவில்லை என்று தெரியவில்லை.

அறுவைச் சிகிச்சை செய்து உருவாக்கப்பட்ட பெண்குறியை, சந்திப்புக்கு வரும் எமிலா என்ற திருநங்கையின் உடலில்தான், நான் முதன்முதலாகப்

பார்த்தேன். எமிலா செய்துகொண்ட அறுவைச் சிகிச்சை நன்றாக இருக்கிறதா இல்லையா என்று எனக்குச் சொல்லத் தெரியவில்லை. இரப்பரால் செய்யப்பட்டிருந்த மாதிரி ஆணுறுப்பை எடுத்து, எமிலா தன்னுடைய பெண்ணுறுப்புக்குள் நுழைத்துக் காட்டினார். அதைப் பார்த்ததன் பின்னாக, அறுவைச் சிகிச்சைக்கான என் ஏக்கம் இன்னும் அதிகரித்தது. எனக்கு எமிலாமீது அப்போது பொறாமை எழுந்ததையும் இங்கே மறைக்க வேண்டியதில்லை.

ஜென்னி என்னைத் தனது மகளைப் போலவே பார்த்துக்கொண்டார். சந்திப்புக்கு வரும் திருநங்கைகளில் நானே வயதில் குறைந்தவளாக இருந்ததால், பொதுவாக எல்லாத் திருநங்கைகளுமே என்மீது அதிக அக்கறையைச் செலுத்தினார்கள். கஞ்சாவுக்கோ வேறு போதைப்பொருட்களுக்கோ அடிமையாகிவிடக் கூடாது என என்னை எச்சரிப்பார்கள். அந்தக் காலகட்டத்தில் மது, சிகரெட் போன்ற உடல் ஆரோக்கியத்தைக் கெடுக்கும் எந்தப் பழக்கத்தையும் நான் பழகியிருக்கவில்லை.

ஹோர்மோன் மாத்திரைகளின் துணையோடு, நான் அழகும் கவர்ச்சியும் கொண்ட பெண்ணாக உருமாறிக்கொண்டிருந்தேன். இந்தச் செய்தி எட்டாவது உலக அதிசயம்போல, ஆகன் நகரம் முழுவதும் பரவிக்கொண்டிருந்தது. என்னைத் தெருவில் பார்க்கும் பொறுக்கி ஆண்கள் "மது அருந்தச் செல்லலாமா?" எனத் தயக்கமே இல்லாமல் கேட்டார்கள். எனது தந்தையுடன் சேர்ந்து குடிக்கும் தமிழ் ஆண்கள் இன்னும் மோசமாகயிருந்தார்கள். 'எங்களுக்கு இப்படி ஒரு குழந்தை பிறந்திருந்தால் கருணைக் கொலை செய்திருப்போம்' என்றும் 'அவனை வீட்டை விட்டுத் துரத்திவிடுங்கள்' என்றும் அப்பாவுக்குச் சிறப்பான ஆலோசனைகளை வழங்கினார்கள். அப்பா இதையெல்லாம் வீட்டில் வந்து சொல்வார். கையில் கிடைத்த பொருட்களைத் தூக்கி என்மீது

விட்டெறிவார். என்னால் யாழ்ப்பாணத்தாருக்கே பெருத்த அசிங்கமாகிவிட்டது என்றொரு பேச்சும் நகரத்தில் உலாவியது. எனது அம்மா செய்த பாவத்தால்தான், அவரது வயிற்றில் நான் இரண்டுங்கெட்டானாகக் கருவானேன் என ஆன்மீக நோக்கிலும் கருத்துகள் கூறப்பட்டன.

எனக்கோ வீட்டை விட்டு வெளியேறிவிட வேண்டும் போலிருந்தது. ஆனால் வெளியேறி எங்கே போவது? குடும்பப் பாதுகாப்பை விட்டு நான் வெளியேறினால், பாலியல் பலாத்காரங்களையும் துஷ்பிரயோகங்களையும் கண்டிப்பாக எதிர்கொள்ள நேரிடும். அதைக்காட்டிலும் அடியுதைகளைப் பெற்றுக்கொண்டு வீட்டு மூலைக்குள்ளேயே இருந்துவிடலாம். அடியும் உதையும் ஏச்சும் பேச்சும் எனக்குப் புதிதா என்ன! எனக்கு ஆனாவைக் கற்றுக்கொடுக்க முன்பே அடியைக் கற்றுக்கொடுத்திருக்கிறார்கள்.

இந்தப் பிரச்சினைகளுக்கெல்லாம் என் அம்மா ஒரு தீர்வைக் கண்டுபிடித்தார். எனது பெண்தன்மையை மறைத்து, வெளிநாட்டு மோகத்தைப் பயன்படுத்தி, இலங்கையிலுள்ள வறுமைப்பட்ட குடும்பத்தில் பிறந்த ஒரு பெண்ணைத் தேர்ந்தெடுத்து, எனக்குக் கூடிய சீக்கிரத்திலேயே திருமணம் செய்து வைப்பதே அந்தத் தீர்வுத் திட்டம். எனது வாழ்க்கையோடு சேர்த்து இன்னொரு பெண்ணின் வாழ்க்கையையும் பாழாக்க அம்மா தீர்மானித்தார். 'முடிந்தால் எனக்கொரு நல்ல ஆணைத் திருமணம் செய்து வையுங்கள்' என அம்மாவிடம் சொல்ல நாக்கு உந்தினாலும், பாவப்பட்ட அம்மாக்கள் தங்களுக்குத் தெரிந்த வழியில் இப்படி ஏறுமாறாகச் சிந்திப்பதையும் என்னால் புரிந்துகொள்ள முடிந்தது. எனது உளவியல் நிபுணருக்கே என்னை முழுவதுமாகப் புரிந்துகொள்ள முடியாமல் இருக்கும்போது, அம்மாவால் மட்டும் என் பிரச்சினையை எப்படிப் புரிந்துகொள்ள முடியும்! இந்த

எல்லாப் பிரச்சினைகளிலிருந்தும் கல்வியே என்னைக் காப்பாற்றும் என்ற முடிவுக்கு வந்தேன். படித்து நல்ல வேலையொன்றைத் தேடிக்கொண்டு, எனது சொந்தக் காலில் நான் நிற்பதுதான் என் சுயத்தைப் பாதுகாக்கும்.

நான் விட்ட இடத்திலிருந்து படிப்பைத் தொடர்வதற்காக, ஒரு கல்லூரியில் விண்ணப்பித்தேன். அடுத்த கல்வியாண்டு தொடங்குவதற்கு இன்னும் நான்கு மாதங்களிருந்ததால், அதுவரை சும்மாயிருக்க வேண்டாமென நினைத்து, ஓர் உணவகத்தில் தற்காலிக வேலையில் சேர்ந்துகொண்டேன். ஒரு பெண்ணாக வேலைக்குச் செல்வது எனக்கு மிகவும் பிடித்திருந்தது.

எப்போதும் போலவே இணையத்தில் திருநங்கைகள் குறித்துத் தேடிக்கொண்டிருந்த போது, மலேசியாவில் 'கிளாங்' என்ற ஊரில் திருநங்கைகள் நடத்திய கோயில் திருவிழாவின் காணொளியைப் பார்த்தேன். தேவலோகத்தை நேரில் பார்த்தால் உங்களுக்கு என்ன உணர்வு ஏற்படுமோ, அதே உணர்வுதான் எனக்கு அப்போது ஏற்பட்டது. எனக்கு எப்படியெல்லாம் ஆடை அலங்காரங்கள் செய்ய வேண்டுமென நினைத்திருந்தேனோ, அத்தகைய அலங்காரங்களுடன் மலேசியத் தமிழ்த் திருநங்கைகள் காணப்பட்டார்கள். அழகிய பட்டுப் புடவை, பாவாடை தாவணி, முகத்தில் நவீனரக ஒப்பனை, நீண்ட ஜடை, தலை நிறைய மல்லிகைச் சரம் சகிதமாக மொத்தத் தேவகன்னிகைகளும் அங்கேதானிருந்தார்கள். அவர்களுடன் எப்படியாவது தொடர்பை ஏற்படுத்திக்கொள்ள வேண்டுமென நான் துடித்தேன். அந்தத் திருவிழாவைப் பற்றியும் விபரமாகத் தெரிந்துகொள்ள விரும்பினேன்.

இணையத்தில் மேலும் தேடியபோது, அது 'பகுச்சரா மாதா' திருவிழா என்பது தெரியவந்தது. 'பகுச்சரா மாதா' திருநங்கைகளின் தெய்வம். குஜராத்திலேயே ஆதி 'பகுச்சரா மாதா' கோயிலுள்ளது. ஒரு தமிழ்த் திருநங்கை

மலேசியாவில் உப கோயிலைக் கட்டியுள்ளார். இந்தக் கோயிலில் ஆண்டுதோறும் திருநங்கைகள் விழா எடுக்கிறார்கள். சுவிஸ் நாட்டிலிருந்து சுந்தரி, ரஞ்சிதா என இரண்டு திருநங்கைகள் அந்த விழாவுக்குச் சென்றிருந்தார்கள். அவர்கள் அளித்த நேர்காணலொன்றும் இணையத்திலிருந்தது. அவர்களிருவரும் 'காபரே' நடனம் ஆடுவதற்காக சுவிஸ் நாட்டுக்கு எண்பதுகளில் சென்றதாகவும், வெள்ளைக்காரர்களைத் திருமணம் செய்துகொண்டு அங்கேயே வாழ்வதாகவும், அந்த நேர்காணலில் சொல்லியிருந்தார்கள். நான் அடுத்த நிமிடமே சுந்தரியையும் ரஞ்சிதாவையும் முகநூலிலும் அதையொத்த சமூக வலைத்தளங்களிலும் தேடத் தொடங்கினேன். என்னால் அவர்களைக் கண்டுபிடிக்க முடியவில்லை.

அந்த நேர்காணலை வெளியிட்ட ஊடகவியலாளரின் மின்னஞ்சல் முகவரி இணையத்திலிருந்தது. நான் உடனேயே அவருக்கு ஒரு மின்னஞ்சலை எழுதினேன். என்னைத் தமிழ்த் திருநங்கை என அறிமுகம் செய்துகொண்டு, சுந்தரி அல்லது ரஞ்சிதாவின் தொலைபேசி எண் கிடைக்குமா எனக் கேட்டிருந்தேன். எனது அலைபேசி எண்ணையும் மின்னஞ்சலில் குறிப்பிட்டிருந்தேன். மறுநாள் மதியம், எனக்கொரு தொலைபேசி அழைப்பு வந்தது. நான் அழைப்பை ஏற்றதும் "வணக்கம், நான் சுந்தரி பேசுகிறேன்" என்றொரு ஆண்குரல் ஒலித்தது. நான் கடைசியில் அதைச் சாதித்துவிட்டேன்.

"எனது பெயர் தனுஜா. நான் இலங்கையைச் சேர்ந்த தமிழ்த் திருநங்கை. ஜெர்மனியில் குடும்பத்துடன் வசித்துவருகிறேன்" என்று சுந்தரிப் பாட்டியிடம் சுய அறிமுகம் செய்துகொண்டேன். இலங்கைத் திருநங்கை என நான் கூறியது சுந்தரிப் பாட்டிக்கு வியப்பைக் கொடுத்தது. அவர் தனது அய்ம்பது வருட வாழ்க்கையில், ஒரேயொரு இலங்கைத் திருநங்கையைக்

கூடச் சந்தித்ததில்லையாம். சுந்தரிப் பாட்டி அப்போது சிங்கப்பூரிலிருந்தே பேசினார். வருடத்தில் ஆறுமாதம் அங்கும், ஆறுமாதம் சுவிஸிலும் வாழ்ந்துவருவதாகச் சொன்னார்.

"உனக்கு ஜமாத் இருக்கிறதா தனுஜா?" எனக் கேட்டார் சுந்தரிப் பாட்டி.

எனக்கு 'ஜமாத்' என்றாலே என்னவென்று தெரியவில்லை. சுந்தரிப் பாட்டி, திருநங்கை ஜமாத்தைப் பற்றி எனக்கு 'டொச்' மொழியில் விளக்கினார். அவர் சரளமாக டொச் மொழியைப் பேசினார்: ஜமாத் என்பது திருநங்கைகள் சமூகத்திலிருக்கும் குடும்ப அமைப்பு. ஒரு மூத்த திருநங்கை, இளைய திருநங்கையை மகளாக ஏற்று, அன்பும் ஆதரவும் கொடுத்து, வழிகாட்டி வளர்ப்பார். இந்தக் கலாசாரம் வட இந்தியாவில் உருவாகி, இந்தியா முழுவதும் பரவி, சிங்கப்பூர் - மலேசியத் தமிழ்த் திருநங்கைகள் சமூகத்திலும் நிலைபெற்றுவிட்டது.

சுந்தரிப் பாட்டி முழுவதுமாக விளக்கி முடிப்பதற்கு முன்பே, நான் அவரிடம் "என்னை உங்கள் மகளாகத் தயவுசெய்து ஏற்றுக்கொள்வீர்களா?" எனக் கேட்டேன்.

"நீ எனக்குப் பேத்தியாகத்தான் வர முடியும். என்னை நீ பாட்டி என்றே அழைக்க வேண்டும். உனக்கு நல்லதொரு தாயை நாளைக்கே தேடித் தருகிறேன்" என்றார் சுந்தரிப் பாட்டி. மகிழ்ச்சி என் குருதியில் நிறைந்து இருதயத்தைக் குளிர்த்திப்போட்டது. எனக்குப் புதிய உறவுகள் கிடைக்கப் போகிறார்கள். இனி நான் தனித்தவளல்ல!

மறுநாள் மதியம், சுந்தரிப் பாட்டி தொலைபேசியில் அழைத்தார். "வணக்கம் பாட்டி..." என்று நான் ஆரம்பிக்க, என்னை இடைமறித்த பாட்டி சொன்னார்:

"நீ முதலில் சில சம்பிரதாயங்களைத் தெரிந்துகொள்ள வேண்டும்! நம் சமூகத்தில் இளம் திருநங்கைகள்,

பெரியவர்களிடம் பேசத் தொடங்கும்போது ‹பாம்படுத்தி குரு› என்றே சொல்லவேண்டும். உங்களின் பாதங்களைத் தொட்டு வணங்குகிறேன் என்று அதற்கு அர்த்தம். பெரியவர்கள் பதிலுக்கு ‘நல்லாயிரு’ என்ற அர்த்தத்தில் ‹ஜியோ› என்பார்கள்.”

எங்களின் கலாசாரம் இந்தியாவில் உருவாகியதால், திருநங்கைகள் பயன்படுத்தும் வார்த்தைகளில் நிறைய வடமொழி வார்த்தைகளிருந்தன. சுந்தரிப் பாட்டி என்னை முதன்முறை பார்த்தபோது “நீ நாரன்பாணி மகளே” என்றார். சாயலிலும் குரலிலும் பிறவிப் பெண் போலவேயிருக்கும் திருநங்கையை ‘நாரன்பாணி’ என்பார்கள்.

“தனுஜா... உனக்காக நான் நல்லதொரு தாயைக் கண்டுபிடித்து வைத்திருக்கிறேன்” என்று சொன்ன சுந்தரிப் பாட்டி, தனக்கு அருகிலிருந்தவரிடம் தொலைபேசியைக் கொடுத்ததும், என் காதில் “மகளே” என்ற அழைப்புக் கேட்டது. அந்த அழைப்பு என் ஆன்மாவை ஊடுருவிச் செல்ல கண்களில் நீர் முட்டியது. நான் “பாம்படுத்தி மம்மி” என்றேன். என் அம்மா என்னை “ஜியோ” என்று வாழ்த்தினார். அம்மாவின் பெயர் பிரியா. “உன்னிடம் நான் நிறைய மனம்விட்டுப் பேசவேண்டியிருக்கிறது மகளே, நான் அய்ரோப்பாவுக்கு வந்ததும் உன்னைச் சந்திக்கிறேன்” என்றார் அம்மா.

பிரியா அம்மா சுவிஸ் நாட்டில் வசிக்கிறார். கடைசியாக எனக்கொரு தாய், வழிகாட்டி கிடைத்துவிட்டார். அதுவும் என் அருகிலேயே இருக்கப்போகிறார். அவர் என் கையைப் பற்றி வாழ்க்கையின் பாதையில் என்னை அழைத்துச் செல்வார். அம்மாவிடம் பேசி முடித்ததும், அம்மாவின் முகநூல் பக்கத்திற்குச் சென்று அவரது ஒளிப்படங்களைப் பார்த்தேன். அம்மா அசல் பெண்ணாகவே தோற்றமளித்தார். திரைப்பட நடிகை நதியாவின் சாயல் அம்மாவுக்கு.

பிரியா அம்மாவுடன் ஒவ்வொருநாளும் தொலைபேசியில் பேசினேன். ஒரு பெண்போலவே இருப்பதற்கு, அம்மா நிறைய வித்தைகளும் வழிகளும் தந்திரங்களும் சொல்லிக்கொடுத்தார். அம்மாவின் முகநூல் வழியாக, நிறைய மலேசிய - சிங்கப்பூர் திருநங்கைகளுடன் நட்பானேன். எனக்கு அக்கா, சித்தி, பெரியம்மா எல்லோருமே முகநூல் வழியாகக் கிடைத்தார்கள். நான் ஆவணப்படங்களில் ஏற்கனவே பார்த்திருந்த, சுகன்யா அம்மாவையும், புவனா அக்காவையும் கூடத் தேடிக் கண்டுபிடித்தேன். புதிய உறவுகள் எனக்கு மனத்தைரியத்தை உண்டாக்கின. இந்த இரக்கமற்ற உலகில், இனி நான் தனியாக இல்லை!

புதிய அம்மா

பிரியா, மலேசியாவில் ஓர் ஏழைக் குடும்பத்தில் பிறந்தவர். அவரின் தந்தை கோலாலம்பூரில் பிரபல ரவுடி, தாய் ஒரு பாலியல் தொழிலாளி. பிரியாவின் இரண்டு சகோதரர்களுமே வெவ்வேறு தந்தைகளுக்குப் பிறந்தவர்கள். பிரியாவுக்குப் பன்னிரண்டு வயதாக இருக்கும்போதே, அவரது பெண்தன்மையைத் தெரிந்துகொண்ட தந்தை, கோலாலம்பூரில் பாலியல் தொழில் நடத்துவதில் பெயர் பெற்றிருந்த திருநங்கை ஆஷா பாட்டியிடம் பிரியாவைக் கொண்டுபோய் விட்டுவிட்டார். பிரியா சம்பாதிக்கும் பணத்தில், அவரின் தந்தைக்கு மாதாமாதம் பங்கு போனது. பிரியாவுக்குப் பதினெட்டு வயதானவுடன் சிங்கப்பூருக்குச் சென்று, அங்கே தன்னைப் பாலியல் தொழிலாளியாகச் சட்டப்படி பதிவு செய்துகொண்டார். சிங்கப்பூரின் சிவப்பு விளக்குப் பகுதியில் தொழில் செய்து, தனது குடும்பத்துக்குப் பணம் அனுப்பிக்கொண்டிருந்தார். அங்கேதான் பிரியாவுக்குச் சுந்தரிப் பாட்டி அறிமுகமானார். சுந்தரிப் பாட்டியின் ஏற்பாட்டில் பிரியா சுவிஸுக்கு வந்துசேர்ந்தார்.

சூரிச் நகரத்தின் 'லாங் தெரு' சிவப்புவிளக்குப் பகுதியில், துர்கா - லலிதா என்ற திருநங்கைகளின் பொறுப்பில் பிரியா தொழிலை ஆரம்பித்திருக்கிறார். பிரியா சம்பாதிக்கும் பணம் முழுவதையும், இந்த இரு திருநங்கைகளுமே அபகரித்துவந்தார்கள். சுவிஸில் நிரந்தர விசா பெறுவதற்காக, பிரியாவுக்கு ஒரு வெள்ளையரைப் போலித் திருமணமும் செய்துவைத்தார்கள். காலப்போக்கில் பிரியாவுக்கும் துர்கா - லலிதாவுக்குமிடையே பிரச்சினைகள் ஏற்பட்டன. அந்தப் பிரச்சினை எவ்வளவு தூரம் போனதென்றால், பிரியாவை ஆள் வைத்துத் தாக்குமளவுக்கும், பிரியா செய்துகொண்டது போலித் திருமணமே என்று சுவிஸ் அரசாங்கத்திற்குக் கோள் சொல்லுமளவுக்கும் போனது. இப்போதும் பிரியா அம்மா தனது பாதுகாப்பையிட்டு அஞ்சிக்கொண்டுதானிருக்கிறார். தொலைபேசியில் பேசிக்கொண்டிருந்த பிரியா அம்மாவை, நான் நேரில் சந்திக்கும் நாளும் வந்தது.

பிரியா அம்மா சிங்கப்பூரிலிருந்து சுவிஸ் திரும்பிய சில நாட்களிலேயே, ஒரு சேதியை எனக்கு அனுப்பினார். என்னைச் சந்திப்பதற்காக அவர் ஆகன் நகரத்துக்கு வரயிருந்தார். அந்தச் சேதி எனக்கு மகிழ்ச்சியையும் பதற்றத்தையும் ஒருங்கே கொடுத்தது. அவரை எங்கே தங்க வைப்பது எனத் தெரியாமல் நான் திண்டாடினேன். எனது அம்மாவிடம் போய் "சுவிஸிலிருந்து எனது தோழியொருவர் என்னைப் பார்க்க வருகிறார், எங்கள் வீட்டில்தான் தங்குவார்" என்றேன். அம்மா முதலில் மறுப்புச் சொன்னாலும், கெஞ்சி மன்றாடி அம்மாவைச் சம்மதிக்க வைத்தேன். வருவது ஒரு பெண் என்பதால் அம்மா அரைகுறையாகச் சம்மதித்தார். இந்த விஷயம் அப்பா, அண்ணாவின் காதுகளுக்குப் போனபோது அவர்களும் பெரிதாக அலட்டிக்கொள்ளவில்லை. ஒரு பெண்ணுடன் நெருங்கிப் பழகினால் நான் ஆண்மையைப்

பெற்றுவிடுவேன் என அவர்கள் தங்களது வாழ்நாள் முழுவதும் நம்பிக்கொண்டிருக்கிறார்கள்.

பிரியா அம்மாவை ஒரு வெள்ளைக்காரர் காரில் அழைத்துவந்து, எங்களது வீட்டு வாசலில் இறக்கிவிட்டு உடனேயே கிளம்பிவிட்டார். முழுமையாகப் பெண்ணாக மாறியிருக்கும் ஒரு தமிழ்த் திருநங்கையை, என் வாழ்வில் முதன்முறையாக நேரில் சந்தித்தேன். பிரியா அம்மாவின் கால்களைத் தொட்டு வணங்கிவிட்டு, அவரைக் கட்டியணைத்தேன். எனது தேகம் உணர்ச்சிமிகுதியால் நடுங்கிக்கொண்டிருந்தது.

பிரியா அம்மா நவீனமாகவும் கச்சிதமாகவும் உடையணிந்து, மேற்தட்டு அய்ரோப்பியப் பெண்களைப் போலிருந்தார். ஆனால் ஒளிப்படத்தில் பார்த்ததை விடவும் கருப்பாகயிருந்தார். அவரின் முகம் ஒரு நிறமாகவும், கால்கள் வேறொரு நிறமாகவுமிருந்தன. பிரியா அம்மா எனக்கும் எனது குடும்பத்தினருக்கும் சில பரிசுப் பொருட்களைக் கொண்டுவந்திருந்தார். திருநங்கைகளது கலாசாரத்தின்படி, சேலை கொடுத்தே மகளை ஏற்க வேண்டும். பிரியா அம்மா எனக்கு அழகிய பட்டுச் சேலையைக் கொடுத்தபோது என் கண்கள் கலங்கிப்போயின. திருநங்கைகளுக்குச் சேலை என்பது அவர்களது அடையாளத்தோடும் அடிப்படை உரிமையுடனும் சம்பந்தப்பட்டது. இந்தச் சமூகத்தில் சேலை அணிந்து நடமாடுவதற்காக, நாங்கள் பட்ட பாடுகளும் வாங்கிய அடியுதைகளும் கொஞ்ச நஞ்சமல்ல.

நான் நினைத்திருந்ததுபோல, எனது குடும்பத்தினரை ஏமாற்றிவிட முடியவில்லை. பிரியா அம்மாவைப் பார்த்த சில நிமிடங்களிலேயே, தங்களது வீட்டுக்குள் நுழைந்திருப்பது ஒரு திருநங்கையே என அவர்கள் கண்டுபிடித்துவிட்டார்கள். பிரியா அம்மா அச்சு அசலாகவே பெண்போல இருந்தாலும், அவரது குரல் அவரைக் காட்டிக்கொடுத்து விடுகிறது. வீட்டுக்கு வந்த

விருந்தினர் என்ற முறையில், பிரியா அம்மாவை எனது குடும்பத்தினர் ஓரளவு நன்றாகவே உபசரித்தார்கள். என்னைத்தான் அவ்வப்போது முறைத்துப் பார்த்தார்கள். பிரியா அம்மா வீட்டில் இருக்கும்வரை, எந்தச் சண்டையும் வீட்டிலே மூண்டுவிடக் கூடாதென என் மனது அடித்துக்கொண்டேயிருந்தது. ஆச்சரியப்படத்தக்க முறையில், எனது தந்தை பிரியா அம்மாவுடன் மனம்விட்டுப் பேசினார்.

பிரியா அம்மாவுடன் நான் தனிமையில் பேசிக் கொண்டிருந்த போது, தனது முன்னாள் காதலன் ஒரு இலங்கைத் தமிழனே என்றார். எனக்கு அப்போதுதான், பிரியா என்ற திருங்கையோடு தனது நண்பனொருவன் சுவிஸில் வாழ்கிறான் என பாரிஸ் - ரமேஷ் சொல்லியிருந்தது ஞாபகத்திற்கு வந்தது. அந்தப் பயல் பிரியா அம்மாவிடமிருந்து ஏராளமான பணத்தைச் சுருட்டிக்கொண்டு ஓடிவிட்டான் என்பது இப்போது தெரியவந்தது.

ஆகன் நகரத்தைச் சுற்றிக்காட்டுவதற்காக, பிரியா அம்மாவை அழைத்துக்கொண்டு வெளியே போனேன். நாங்கள் சாலையில் செல்லும்போது, எங்களைச் சுற்றிச் சீழ்க்கையொலிகள் அவ்வப்போது எழுந்தன. ஒருவர் தனது காரை நிறுத்தி, பிரியா அம்மாவின் தொலைபேசி எண்ணைக் கேட்டார். பிரியா அம்மாவுக்கு அப்போது முப்பத்தைந்து வயதாகயிருந்தாலும், பார்வைக்குப் பத்து வயது குறைவாகவேயிருந்தார். சிகிச்சை செய்து 'சிலிக்கன்' மார்புகள் வைத்திருந்தார். அவரின் இடுப்பிலும் சிலிக்கன் சிகிச்சை செய்திருந்ததால், அவரால் நீண்டநேரம் உட்காரவோ படுக்கவோ முடியாது. முகத்திலும் அறுவைச் சிகிச்சைகள் செய்திருந்தார்.

பிரியா அம்மா பாலின மாற்று அறுவைச் சிகிச்சையைத் தாய்லாந்தில் செய்திருந்தார். அது குறித்து எனக்கு விபரமாக விளக்கினார்: விதைகளை நீக்கிவிட்டு,

ஆண்குறியில் சில அறுவைகளைச் செய்து யோனி போல வடிவமைத்துவிடுவார்கள். ஒரு திறமையான அறுவைச் சிகிச்சைக்குப் பின்பாக, ஆண்குறி இருந்த அடையாளமே இருக்காது. புதிதாக வடிவமைக்கப்பட்ட யோனியோ இயற்கையாக அமைந்த யோனி போலவேயிருக்கும். புணர்ச்சியில் ஈடுபடத் துளையுமிருக்கும். ஆண்குறியின் மொட்டுப் பகுதியை நுணுக்கி கிளிட்டோரிஸின் இடத்தில் வைப்பதால், புணர்ச்சியின் போது போகச் சிலிர்ப்பு நிலையையும் அடையமுடியும்.

"தாய்லாந்துக்குப் போனால், ஒரு முரட்டு ஆணைக் கூட அழகிய பெண்ணாக மாற்றிவிடலாம்" என்றார் பிரியா அம்மா. தாய்லாந்துக்குச் சென்று அறுவைச் சிகிச்சையைச் செய்துகொள்ளுமாறு அவர் என்னை ஊக்குவித்தார். அந்த அற்புத நாளுக்காகத்தானே நான் காத்திருக்கிறேன்! அந்தத் தருணத்தில் தானே என் பிறவி முழுமையடையும்!! ஆனால் அந்தச் சிகிச்சையைச் செய்துகொள்வதற்குத் தேவையான பணம் என்னிடமில்லை.

அதற்கும் பிரியா அம்மா ஒரு வழி சொன்னார். "கொலோன் நகரத்துக்கு இருவருமாகப் போய், பாலியல் தொழில் செய்வோம். போதிய பணம் சேர்ந்ததும் தாய்லாந்துக்குப் போவோம்" என்றார். அவரின் திட்டத்தை நான் உடனடியாகவே மறுத்துவிட்டேன். "எனக்குப் பாலியல் தொழிலில் ஈடுபடச் சம்மதமில்லை. நான் நன்றாகப் படித்து, வேலைக்குச் சென்று ஒழுக்கமாக வாழவே விரும்புகிறேன்" என்று அம்மாவிடம் சொன்னேன். அவர் என்னைப் புரிந்துகொண்டார். அதற்குமேல் என்னை வற்புறுத்தவில்லை.

வீட்டுக்குத் திரும்பி வந்து, விடிய விடியப் பேசிக் கொண்டிருந்தோம். பிரியா அம்மாவிடம் நிறைய மலேசியக் கதைகளிருந்தன. அங்கே சில சிறுவர்கள் திருநங்கைகளின் சேர்க்கையால் உந்தப்பட்டு, பெண்ணாக மாறிவிட விரும்புகிறார்கள். திருநங்கைகளின்

ஊக்குவிப்பால் மார்பில் சிலிக்கன் சிகிச்சையும் செய்து விட்டு, காலப்போக்கில் தங்களது சரியான பாலின அடையாளத்தை கண்டுபிடித்து, மீண்டும் ஆண்களாக மாறிப் பெண்களைத் திருமணம் செய்து வாழ்கிறார்கள். இன்னும் பல ஆண்கள், பாலியல் தொழில் செய்து சம்பாதிப்பதற்காகவே, பாலின மாற்று அறுவையைச் செய்துகொண்டு பெண் தோற்றத்தைப் பெறுகிறார்கள்.

பிரியா அம்மா சொன்ன இந்தக் கதைகளைக் கேட்ட போதுதான், பாலின மாற்றுச் சிகிச்சையைச் செய்துகொள்ள விழையுமொருவருக்கு, ஜெர்மனியில் விதிக்கப்படும் சட்டக் கெடுபிடிகளின் நியாயத்தன்மையைப் புரிந்துகொண்டேன். பாலின மாற்றுச் சிகிச்சையைச் செய்துகொள்ள விரும்புவர்களுக்கு, தகுந்த உளவியல் நிபுணரின் வழிகாட்டல் அவசியம் என்றே கருதுகிறேன்.

பிரியா அம்மா, பாலியல் தொழிலில் நாளொன்றுக்கு 1000 சுவிஸ் பிராங்குகள் வரை சம்பாதிப்பதாவும், தான் ஒரு திருங்கை என்பதைத் தனது வாடிக்கையாளர்களால் கண்டுபிடிக்கவே முடியாது என்றும் சொன்னார். என்னால் அதை நம்பவே முடியவில்லை. “தாய்லாந்தில் செய்துகொள்ளும் அறுவைச் சிகிச்சை அவ்வளவு திருத்தமாக இருக்கிறதா?” என உற்சாகம் பெருகக் கேட்டேன். எனது உற்சாகத்தைப் பார்த்ததும் “அதை நீ பார்க்க விரும்புகிறாயா?” என்று பிரியா அம்மா கேட்டார். நான் அடக்க முடியாத ஆவலுடன் “ஆம்” என்றேன். பிரியா அம்மா என்னைக் குளியலறைக்குள் அழைத்துச் சென்று, தனது ஆடையை விலக்கிப் பெண்ணுறுப்பைக் காட்டினார். ஆண்களால் என்ன, பெண்களாலேயே வித்தியாசத்தைக் கண்டுபிடிக்க முடியாதளவுக்கு யோனி தத்ரூபமாக அமைந்திருந்தது.

மலேசியத் திருநங்கைகளில் அநேகமானோர், தாய்லாந்திலிருக்கும் குறிப்பிட்ட ஒரு மருத்துவரிடம் தான் சிகிச்சை பெறுகிறார்கள். உடலிலும் முகத்திலும்

பல சிகிச்சைகளைச் செய்துகொள்கிறார்கள். பிரியா அம்மா காலையில் எழுந்ததும், முகத்தில் ஒரு களிம்பைப் பூசிக்கொள்வார். அதைப் பூசியதும் அவரது முகத்திலுள்ள தோல் வெளிக் கிளம்பும். அந்தத் தோலை முகத்திலிருந்து வெறும் கையாலேயே உரித்தெடுப்பார். தோலை உரித்ததும் முகம் சிவந்துவிடும். உண்மையில் அந்தக் களிம்பு, தீக்காயத்தால் கருகிப்போன தோலை உடலிலிருந்து நீக்குவதற்காக உபயோகிப்பதாகும். அந்தக் களிம்பில் காரமான வேதிப்பொருட்கள் உள்ளன. தொடர்ந்து உபயோகித்தால் புற்றுநோய் கூட வரலாம். பிரியா அம்மா அதைப்பற்றியெல்லாம் கவலைப்படவில்லை. எதையாவது செய்து முகத்தைச் சிவப்பாக, அழகாக வைத்திருக்க வேண்டும் என்பது மட்டுமே அவரது எண்ணம். அவரது இடுப்பில் செலுத்தப்பட்டிருக்கும் சிலிக்கன் திரவத்தால் உயிருக்குப் பாதிப்பு உண்டென்பதும் அவருக்கு தெரிந்திருந்தது.

பிரியா அம்மாவின் குருவான திலகம் மும்பையில் இருந்தார். அவர் எனக்குப் பாட்டி முறையாகிறார். திலகம் பாட்டியின் தாயார் 'பம்பாய்' மஞ்சுளா. அவர் இப்போது உயிருடனில்லை. மலேசியா - சிங்கப்பூர் தமிழ்த் திருநங்கைகளின் பரம்பரை, பம்பாய் மஞ்சுளாவில் இருந்துதான் தொடங்கும். மஞ்சுளா சிங்கப்பூருக்கு வந்தபோது, இந்தியாவிலிருந்த திருநங்கைகள் 'ஜமாத்' முறையை சிங்கப்பூரிலும் அறிமுகப்படுத்தி வைத்தார். மூன்று மூத்த திருநங்கைகள் தேர்ந்தெடுக்கப்பட்டு, அவர்களின் மகள்களாகவும் பேத்திகளாகவும் மலேசியா - சிங்கப்பூரில் வாழ்ந்துவந்த திருநங்கைகள் வகுக்கப்பட்டனர். மகள் சம்பாதிக்கும் பணத்தில் தாய்க்குப் பங்கு கொடுத்தாக வேண்டும். திலகம் பாட்டிக்கு பிரியா அம்மா இப்போதும் பணம் அனுப்பிக்கொண்டிருக்கிறார். காலப்போக்கில் பல திருநங்கைகள் இந்த முறையைத் தவறாகவும் பயன்படுத்தினார்கள். இளம் திருநங்கைகளின் மூளையைக்

கழுவி, அவர்களைப் பாலியல் தொழிலுக்குள் தள்ளிப் பணம் சம்பாதித்தார்கள்.

பிரியா அம்மா என்னிடம் விடைபெற்று, சுவிஸ் நாட்டுக்குத் திரும்பிச் சென்றார். அவரோடு கழித்த இரண்டு நாட்களும் எனக்குள் அளவற்ற மகிழ்ச்சியை மட்டுமல்லாமல், பல தெளிவுகளையும் உண்டாக்கியிருந்தன. திருநங்கைகளது வாழ்க்கை பல்வேறு சவால்களையும் சிரமங்களையும் எப்போதும் சந்தித்துக்கொண்டேயிருக்கும். எனினும் சவால்களுக்கு அஞ்சி, நான் வேறெதுவுமாக இருக்க முடியாது. ஏனெனில் நான் இயல்பிலேயே திருநங்கை. இயற்கையிலேயே திருநங்கை!

பிரியா அம்மா சென்றதும், எனது அம்மா என் காதுகளைப் புத்திமதிகளாலும் மன்றாட்டங்களாலும் நிறைக்கத் தொடங்கினார். "பிரியாவைப் பார்த்தாயா... அவள் மனதில் அமைதியில்லை, அவள் இரவுகளில் நிம்மதியாகத் தூங்கவில்லை. எவ்வளவுதான் ஒப்பனை செய்தாலும் மூஞ்சியிலிருக்கும் சவக்களையை அவளால் மறைக்கவே முடியவில்லை. எதையோ தொலைத்தது போலவே எப்போதுமிருக்கிறாள். அந்த வாழ்க்கையா உனக்குத் தேவை?" என்று அம்மா கேட்டார். "நான் எதையும் தொலைத்துவிடப் போவதில்லை அம்மா, நான் பெண்ணாகவே இந்தச் சனங்களிடையே நிமிர்ந்து நிற்பேன்" என அம்மாவைத் தேற்றினேன். ஆனால் அது எவ்வளவு கடினமானது என்பதைக் காண்பிக்க, காலம் குரூரப் புன்னகையுடன் காத்திருந்தது.

பிரியா அம்மா என்னைத் தொலைபேசியில் அழைத்தபோது, பாலியல் தொழிலை விட்டுவிடுமாறு அவரிடம் கேட்டுக்கொண்டேன். "என்னைப் பிச்சையா எடுக்கச் சொல்கிறாய் மகளே" எனப் பிரியா அம்மா பதிலுக்குக் கேட்டார். "வேலைக்குச் செல்லலாம்தானே" என்றேன். "அதைத்தான் செய்கிறேன்" என்றார் பிரியா

அம்மா. பாலியல் தொழில் என்பது திருநங்கைகள் சமூகத்தில் அறமே என்ற மனநிலையில் அவரிருந்தார். என்னுடன் தொலைபேசியில் பேசுவதையும் குறைத்துக்கொண்டார். பிரியா அம்மாவின் அன்புக்காக நான் ஏங்கிய போதெல்லாம், அவர் எனக்குக் கிடைக்கவேயில்லை.

மும்பையிலிருந்து திலகம் பாட்டியும், சிங்கப்பூரிலிருந்து சுந்தரிப் பாட்டியும் என்னைத் தொலைபேசியில் அழைத்துப் பேசினார்கள். படிப்பை நிறுத்திவிட்டு, பாலியல் தொழிலில் ஈடுபடுமாறு என்னை இடையறாது நச்சரித்தார்கள். நான் பணிவாக எனது மறுப்பைத் தெரிவித்தேன். பாட்டிகள் இருவரும் "நீ பொட்டை இல்லை... ஆம்பிளைத் தடிமாடு" என்று நக்கலடித்தார்கள். என்னை "டாய், போடா, வாடா" என்று கூப்பிட்டார்கள்.

திருநங்கை சமுதாயத்திற்குள் ஒருவரையொருவர் அவமானப்படுத்தவோ திட்டவோதான் இந்த "டாய், போடா, வாடா" வார்த்தைகளைப் பயன்படுத்துவார்கள். பெண்ணாகவே வாழ்ந்துகொண்டிருக்கும் திருநங்கைகளை, இந்த வார்த்தைகள் கடுமையாகக் காயப்படுத்தும். இரண்டு பாட்டிகளும் என்னை அசிங்கப்படுத்துவதற்காக, தொடர்ந்து இந்த ஆண்விளிப்பு வார்த்தைகளைப் பயன்படுத்தினார்கள்.

இரண்டு பாட்டிகளும், பாலியல் தொழில் செய்யும் இளம் திருநங்கைகளிடமிருந்து பணம் வசூலித்து, உடம்பு நோகாமல் ஆடம்பரமாக வாழ்ந்துகொண்டிருந்தார்கள். யாரேனும் பணம் கொடுக்க மறுத்தால், அவர் ஜமாத்திலிருந்து நீக்கப்படுவார். ஜமாத்தில் இல்லாத திருநங்கை, பாலியல் தொழில் நடக்கும் இடங்களுக்கோ, திருநங்கைகளின் ஒன்றுகூடல்களுக்கோ செல்ல முடியாது. ஜமாத் என்ற பெயரில், ஒரு சில மூத்த திருநங்கைகளின் சர்வாதிகாரம்தான் அங்கே நடந்துகொண்டிருக்கிறது.

இணையச் சர்ச்சை

ஒருநாள் எனக்கொரு தொலைபேசி அழைப்பு வந்தது. பேசியவர் தன்னை யாரெனச் சொல்லவில்லை. புலம்பெயர் தமிழ் இணையத்தளமொன்றில், என்னைப் பற்றிய மோசமான செய்திகள் எனது ஒளிப்படங்களுடன் வெளியாகியிருப்பதாகச் சொல்லிவிட்டுத் தொலைபேசி அழைப்பைத் துண்டித்துக்கொண்டார். நான் பதற்றத்துடன் அந்த இணையத்தளத்தைப் பார்வையிட்டேன். எனது ஆண் தோற்ற ஒளிப்படத்துடன், எனது தற்போதைய பெண் தோற்ற ஒளிப்படமும் பிரசுரிக்கப்பட்டு, ஒரு மோசமான அவதூறுச் செய்தி அங்கே அரங்கேறியிருந்தது. ஒளிப்படங்களைப் பார்த்ததுமே, இது எனது முன்னாள் காதலர் பாலா செய்த வேலையே என எனக்குப் புரிந்துவிட்டது. இந்தப் படங்களை நான் அவருக்கு மட்டுமே மின்னஞ்சலில் அனுப்பியிருந்தேன். பாலா சொன்னது போலவே எனக்குத் தீங்கிழைத்துவிட்டார்.

அந்த அவதூறுச் செய்தியில், நான் பெண்ணாக நடித்து ஆண்களைக் காமவலையில் வீழ்த்திப் பணம் பறிப்பதாகவும், இவ்வாறாக என்னிடம் நிறைய ஆண்கள் ஏமாந்துவிட்டதாகவும் எழுதப்பட்டிருந்தது. ஊடகத் தர்மம், தமிழ்ப் பண்பாடு என்றெல்லாம் ஓயாமல் கூச்சலிடும் அந்த இணையத்தளம், என்னை அவன் - இவன் என்று ஏகவசனத்திலும் 'அலி' என்றும் குறிப்பிட்டிருந்தது. நான் முற்றாகவே மனமுடைந்து போனேன்.

அந்த அவதூறுச் செய்தி, தமிழ் வலைத்தளங்களிலும் முகநூலிலும் தீயாகப் பரவியது. எனக்கு நெருக்கமானவர்கள் கூட அந்தச் செய்தியைப் பரப்பினார்கள். என்னுடைய சிறுவயதிலிருந்தே, இலங்கைத் தமிழ்ச் சமுதாயத்தின் மீது மிகுந்த பற்றுடனிருந்தேன். நம்முடைய கலாசாரம், பழக்கவழக்கங்கள், வாழ்வியல் எல்லாமே உயர்ந்தவை என நம்பியிருந்தேன். ஆனால் அவையெல்லாம் மூட

நம்பிக்கைகளே என்பதை அடுத்து வந்த நாட்கள் எனக்கு உணர்த்தின.

இணையத்தளத்தில் வெளியாகிய செய்தி உண்மையா இல்லையா என்று ஆராயக்கூட நேரமில்லாதவர்கள், சகட்டுமேனிக்கு என்னைத் தாக்கினார்கள். அய்ரோப்பாவிலேயே பிறந்து வளர்ந்த தமிழ் இளைஞர்கள் 'கும்மாளம்' என்றொரு குழுவை முகநூலில் ஆரம்பித்து, அந்தக் குழுவில் என்னைப் பற்றி அசிங்கமாகக் கும்மியடித்தார்கள். நான் தமிழ்க் கலாசாரத்தைச் சீரழிப்பதால், கண்ட இடத்தில் என்னை அடிக்க வேண்டும் என வீரர்களும், சுட்டுக் கொல்ல வேண்டும் என வீராதிவீரர்களும் தாராளமான தமிழ் எழுத்துப் பிழைகளுடன் எழுதித்தள்ளினார்கள்.

நான் பாலாவைத் தொலைபேசியில் தேடிப் பிடித்து, "ஏன் இப்படிச் செய்தீர்கள்?" என்று கேட்டேன். தான் அதைச் செய்யவில்லை என்றார் பாலா. அவர் பொய் சொல்கிறார் என்பது, அவரது முன்னுக்குப்பின் முரணான பேச்சிலேயே தெரிந்தது. "உன்னால் ஏமாற்றப்பட்ட யாராவது இணையத்துக்குத் தகவல் கொடுத்திருக்கக் கூடும்" என மேலதிகமாகச் சொல்லி, அந்த மனிதர் என் சாபத்தைப் பெற்றுக்கொண்டார்.

நான் கடுமையான ஆத்திரத்துடன் காவல் நிலையத்துக்குச் சென்று, அந்த அவதூறுச் செய்தியை வெளியிட்ட இணையத்தளத்தின் மீது புகார் கொடுத்தேன். "இந்த இணையத்தளம் பிரித்தானியாவிலிருந்து இயங்குகிறது, எங்களது அதிகாரம் ஜெர்மனிக்குள்தான். எனவே நாங்கள் ஒன்றும் செய்ய முடியாது" எனக் காவல் நிலையத்தில் கை விரித்துவிட்டார்கள். நான் இதைச் சும்மா விடுவதாகயில்லை. அந்த இணையத்தளம் சந்திரமண்டலத்திலிருந்து இயங்கினாலும் நான் விடப்போவதில்லை.

அந்த இணையத்தளத்திலேயே, தொடர்புகொள்ள இலண்டன் தொலைபேசி இலக்கமிருந்தது. நான் அடக்க முடியாத சினத்துடன் அந்த இலக்கத்திற்கு அழைத்தேன். ஓர் ஆண்குரல் “வணக்கம்” என அழகுத் தமிழில் ஒலித்தது. நான் அவரிடம் “என்னுடைய பெயர் தனுஜன், நீங்கள் என்னைப் பற்றித்தான் தவறான செய்தியை வெளியிட்டிருக்கிறீர்கள்” என்றேன். அந்த மனிதரோ “அவனா நீ” என்று கேட்டார். “முதலில் மரியாதையாகப் பேசக் கற்றுக்கொள்ளுங்கள், நானொரு திருநங்கை. எந்த ஆதாரத்தில் நீங்கள் என்னை பற்றிய செய்திகளை வெளியிட்டீர்கள்?” என நான் வெடித்தேன். “நாங்கள் பல நாட்களாகப் புலனாய்வு செய்து, உன்னைப் பற்றிய உண்மைகளைக் கண்டுபிடித்தோம்” எனப் பதில் வந்தது.

“உங்கள் புலானாய்வில் தீயை வைக்க! நான் இதுவரை எந்த ஆணிடமிருந்தும் பணம் பெற்றதில்லை, மாறாகத் தமிழ் ஆண்கள் தான் என்னைத் தவறாகப் பயன்படுத்திவிட்டு, என்னிடம் பணமும் பெற்றுக்கொண்டார்கள். நீங்களோ என்னில் குற்றம் சுமத்திச் செய்தி வெளியிட்டுள்ளீர்கள். இதைப் படித்துவிட்டு, ஜெர்மனியிலிருக்கும் ஆண்கள் என்னை அடித்தாலோ அல்லது தங்களுடன் படுக்க வரக் கேட்டாலோ நீங்கள்தான் பொறுப்பாவீர்கள். என்னை பற்றி நீங்கள் வெளியிட்ட பொய்ச் செய்தியையும் எனது ஒளிப்படங்களையும் உடனடியாக நீங்கள் இணையத்திலிருந்து நீக்காவிட்டால், நான் தற்கொலை செய்துகொள்வேன். நான் தற்கொலை செய்வதை வீடியோவில் பதிவு செய்துவைக்கிறேன். அந்த வீடியோவையும் உங்களது ஊடகத்தில் பெருமையாக வெளியிடுங்கள்” என்று என் மனம் எரியச் சொல்லிவிட்டு, தொலைபேசி அழைப்பைத் துண்டித்தேன்.

இப்போது அந்த மனிதர் என்னைத் தொலைபேசியில் அழைத்தார். “அவசரப்படாதீர்கள்... அந்தச் செய்தியை இணையத்திலிருந்து நீக்குகிறேன்” என்றார். சொன்னது போலவே அரைமணி நேரத்திற்குள் அந்தச்

செய்தியை நீக்கினார். ஆனாலும் அந்த இணையத்தின் புண்ணியத்தில், நான் ஏற்கனவே அய்ரோப்பா முழுவதும் பிரபலமாகியிருந்தேன். நல்லவேளையாக, எனது அண்ணா இந்தியாவுக்குச் சுற்றுலா போயிருந்தான். அதனால் நான் அடியிலிருந்து தற்காலிகமாகத் தப்பித்துக்கொண்டேன்.

ஜீவன் என்ற நண்பன் எனக்கு முகநூல் வழியாக அறிமுகமானவன். அவ்வப்போது தொலைபேசியிலும் பேசிக்கொள்வோம். நானொரு திருநங்கை என்பது அவனுக்கு இதுவரை தெரியாமலேயேயிருந்தது. ஜீவன் என்னைத் தொலைபேசியில் அழைத்து "நீ உண்மையிலேயே ஓர் அலியா?" எனக் கேட்டான். "உன்னைப் போன்ற ஆட்களுக்கு நான் எதைச் சொன்னாலும் புரியப்போவதில்லை, உங்களது மண்டைக்குள் வக்கிரம் மட்டுமேயிருக்கிறது" என்று கோபத்துடன் சொல்லிவிட்டு அழைப்பைத் துண்டித்தேன். நான் இணையத் தொடர்பிலிருந்து தலைமறைவானேன். தமிழ்ச் சனங்களிடமிருந்து விலகியோடினேன்.

மற்றைய நாடுகளைச் சேர்ந்தவர்களும் அவ்வளவொன்றும் யோக்கியமில்லை. எனது தோழி பெல்கிஸின் ஆலோசனைப்படி, காதல் துணையைத் தேடிக்கொள்ளும் ஓர் இணையத்தளத்தில் என்னைப் பதிவு செய்துகொண்டேன். அதன் வழியாக, ஜெர்மனியில் வாழும் மொரோக்கனான அமீன் என்பனுடன் எனக்கு அறிமுகம் கிடைத்தது. இருவரும் தொலைபேசியில் பேசிப் பழகினோம். நான் திருநங்கை என்பதை மறைத்தே அவனுடன் பழகினேன். இந்தப் பொய் எவ்வளவு நாளைக்குத் தாக்குப்பிடிக்கும் என்றெல்லாம் நான் சிந்திக்கவில்லை. எதைச் செய்தாவது உள்ளதைப் பற்றிப் பிடித்துக்கொள்ள வேண்டும். நான் உண்மையைச் சொன்னால், அவன் என்னைவிட்டுப் போய்விடுவான் என அஞ்சினேன்.

அமீன் என்னைச் சந்திக்க வேண்டுமென்றான். நானோ அவனைச் சந்திக்கத் தயங்கினேன். நேரில் சந்தித்தால், அவன் என்னைத் திருநங்கை என அடையாளம் கண்டுபிடித்துவிடக் கூடும். நான் மறுக்க மறுக்க, அவனுக்கு என்மீதான பித்து அதிகரித்துக்கொண்டே வந்தது. என் தலையில் நானே மண்ணள்ளிப் போடும் காரியமொன்றை அப்போதுதான் நான் செய்தேன்.

அமீனுக்கு எனது தோழி பெல்கிஸை அறிமுகப்படுத்தி வைத்தேன். நான் திருநங்கை என்ற உண்மையை பெல்கிஸ் அவனிடம் சொல்லிவிட்டாள். அவன் உடனேயே என்னை அலைபேசியில் அழைத்து "நீ திருநங்கையா? உனது தோழி சொல்கிறாளே, என்னை ஏமாற்றுகிறாயா?" எனக் கொதித்தான். திடுக்குற்றுப்போன நான் "உண்மையிலேயே நான் பெண்தான், பெல்கிஸ் என்மீதுள்ள பொறாமையால் அப்படிச் சொல்கிறாள் என நினைக்கிறேன்" என்று சமாளித்தேன். அவனும் அதைக் கொஞ்சம் நம்பிய மாதிரித்தானிருந்தது. அவனைக் கொஞ்சிப் பேசிச் சமாளித்துவிட்டு, நெஞ்சில் புகையோடு பெல்கிஸைத் தொலைபேசியில் அழைத்தேன். "அமீனிடம் என்ன சொன்னாய்?" எனக் கேட்டேன். "நான் பொய் எதுவும் சொல்லவில்லையே" எனச் சொல்லிவிட்டு அவள் சட்டென அழைப்பைத் துண்டித்துக்கொண்டாள். இந்தப் பொறாமை உணர்வென்பது யாரிடம், எப்போது, எதற்காக வருகிறது என்பதை ஞானிகளால் கூடக் கண்டுபிடிக்க முடியாது.

என்னை ஒரு பெண்ணென்று, அமீன் முழுமையாக நம்புமாறு செய்ய வேண்டும் என்ற வைராக்கியம் என் மனதில் உண்டாயிற்று. இதுதான் பெல்கிஸுக்குப் பாடம் கற்பிப்பதற்கான வழி. அதுவரை எனக்கு பெல்கிஸ் செய்த நன்மைகளையெல்லாம் மறந்து, அற்பமான உணர்ச்சிக்குள் நான் வீழ்ந்தேன். நான் அமீனுடன் கைகோர்த்து நடந்துவந்து, என் தோழியின்

முகத்தில் கரி பூசவேண்டும் என்ற பழியுணர்ச்சி என்னை ஆட்டுவித்தது. அது எனக்கு நல்லதொரு பாடத்தையும் கற்றுக் கொடுத்தது.

அமீனை நேரில் சந்திக்க முடிவெடுத்தேன். நான் அப்போது உணவகத்தில் வேலை செய்துகொண்டிருந்தேன். ஒருநாள் இரவு எட்டு மணியளவில் வேலையை முடித்துக்கொண்டு நான் வெளியே வர, அமீன் எனக்காகக் காத்திருந்தான். அவன் தனது தொலைதூர ஊரிலிருந்து நீண்டதொரு பயணம் செய்து வந்திருந்தான். நான் ஜீன்ஸும் டீ ஷர்ட்டும் அணிந்து மிகக் கவனமாக ஒப்பனை செய்திருந்தேன். நான் அவனது காரில் ஏறிக்கொண்டதும், அவன் வேகமாகக் காரைக் கிளப்பினான். ஊருக்கு ஒதுக்குப்புறமாகயிருந்த ஒரு சோளத் தோட்டத்திற்குள் கார் போய் நின்றது.

காருக்குள் அமர்ந்திருந்து பேசிக்கொண்டிருக்கையில், அமீன் என்னை முத்தமிட எத்தனித்தான். அவன் முத்தம் கொடுத்தால், எனது கன்னத்திலும் தாடையிலுமுள்ள ரோமங்களை அவன் உணரக்கூடும் என்பதால், நான் அவனை முத்தமிட அனுமதிக்கவில்லை. ஹோர்மோன் மாத்திரைகளை விழுங்கியதிலிருந்தே, எனது உடலில் காம வேட்கை குறைந்துவிட்டது. முன்புபோல நான் காமத்தைக் கண்ட இடமெல்லாம் தேடித் திரியவில்லை. எனக்கு மிகவும் பிடித்தவர்களின் மீது மட்டுமே எனக்கு ஈர்ப்பு வந்தது. அமீன் என்னை ஈர்ப்பவனாக இருக்கவில்லை. அவன் வந்ததிலிருந்தே உடலுறவிலேயே குறியாகயிருந்தான். காதலுடன் ஒரு சொல் அவன் வாயிலிருந்து உதிரவில்லை.

அமீன் தனது வலிமையான கைகளால் என்னைச் சாய்த்துவிட்டு, என்மீது படர்ந்துகொண்டான். வெறித்தனமாக எனது மேலாடையைக் கிழித்துவிட்டு, எனது மார்பகங்களைக் கடித்தான். ஒரு மனநோயாளியைப் போல அவன் நடந்துகொண்டான். எதிர்ப்புக்காட்டச்

சக்தியற்று, நான் காரின் இருக்கைக்குள் அமுங்கிக் கிடந்தேன். எனது கழுத்தில் அவனது பற்கள் பதிந்தன. தட்டுத் தடுமாறித் தனது ஆணுறுப்பை எடுத்து, எனது வாயில் திணித்தான். நான் அவனது ஆண்குறியைச் சுவைப்பது போல நடித்துக்கொண்டே யோசித்தேன். அடுத்ததாக இவன் எனது ஜீன்ஸையும் கிழித்துவிடுவான். நான் திருநங்கை என்பது தெரிய வந்தால், காமவெறி பிடித்த இந்த மனநோயாளி என்னைக் கொன்றுவிடலாம். நான் என்னதான் கத்தினாலும் கதறினாலும் இந்தச் சோளத் தோட்டத்திற்குள் யாருமே உதவிக்கு வரப்போவதில்லை. தந்திரமாகத்தான் இவனிடமிருந்து தப்பிக்க வேண்டும்.

அவனது பென்னாம் பெரிய ஆணுறுப்பு எனது வாயிலிருக்க, நான் மூச்சுத் திணறலால் அவதிப்படுவதுபோல நடித்தேன். மயக்கமாவது போலக் கண்களைச் செருகினேன். என் நடிப்புக்கு நல்ல பலன் கிடைத்தது. அவன் பயந்துபோய் என்னிடமிருந்து விலகினான். "உனக்கு என்னவானது?" எனப் பதற்றத்துடன் கேட்டான். "எனக்கு ஆஸ்துமா பிரச்சினையிருக்கிறது, காருக்குள் காற்றுக் குறைவாகயிருக்கிறது, நான் வெளியே போய்ச் சுத்தமான காற்றைச் சுவாசிக்க வேண்டும்" எனச் சொல்லிக்கொண்டே மூச்சிரைத்தேன். அவன் உடனேயே காரின் கதவைத் திறந்துவிட்டான். காரிலிருந்து நான் வெளியே வந்ததும், கால்களில் செருப்புமில்லாமல் ஓடத் தொடங்கினேன். சோளத் தோட்டத்திற்குள் புகுந்து, சேற்றில் கால்கள் புதைய உயிரைக் கையில் பிடித்துக்கொண்டு ஓடினேன். அமீன் என்னை விரட்டிக்கொண்டு வரவில்லை. அவனது கார் கிளம்பிச் செல்லும் சத்தத்தை நான் கேட்டேன்.

தோட்டத்தைக் கடந்து தெருவில் ஏறியதும், வீட்டை நோக்கி நடந்தேன். வழியில் அவன் எங்காவது மறைந்திருப்பானோ என்ற அச்சத்துடனேயே வீடு வந்து சேர்ந்தேன். உடைகளைக் களைந்து சேறு போகக் குளித்துவிட்டு, எனது அலைபேசியை எடுத்துப்

பார்த்தேன். அமீன் பலமுறை என்னை அழைத்திருப்பது தெரிந்தது. நான் அவனைத் தொலைபேசியில் அழைத்தேன்.

அவன் என்னைக் கடுமையாகத் திட்டுவான் என்றே நினைத்தேன். அவனோ என்னிடம் கதறியழத் தொடங்கிவிட்டான். “இதுவரை நான் எந்தப் பெண்ணிடமும் இப்படி நடந்துகொண்டதில்லை, இன்று எனக்கு என்னவாயிற்று என்றே தெரியவில்லை” என விம்மினான். நான் மிக அமைதியாக “அமீன் உனக்குப் பைத்தியம் பிடித்துவிட்டது, நல்ல மருத்துவரிடம் போ! இனி எக்காரணம் கொண்டும் என்னிடம் வராதே” எனச் சொல்லிவிட்டு அழைப்பைத் துண்டித்தேன்.

நான் அவனிடமிருந்து தந்திரமாகத் தப்பித்து வந்திருக்காவிட்டால், அவன் என்னைக் கொலைகூடச் செய்திருக்கலாம். நான் ஆண் உருவத்திலும் உடையிலும் இருக்கும்வரை, எனக்கு அவ்வளவாக அச்சம் ஏற்பட்டதில்லை. ஆனால் திருநங்கையாக மாறி, பெண்ணுடை அணியத் தொடங்கிய பின்பு, எப்போதும் அச்சத்திலேயே இருக்க வேண்டியிருக்கிறது. எவன் எப்போது நம்மை அடிப்பான், எந்த ‘சீரியல் கில்லர்’ நம்மைக் கொல்வான் என்ற நடுக்கத்திலேயே வாழவேண்டியிருக்கிறது. இது திருநங்கைகள் சமுதாயத்தின் கூட்டு அச்சமாகவேயிருக்கிறது.

ஒரு திருநங்கை பாலியல் பலாத்காரம் செய்யப்பட்டால், அவள் எங்கே சென்று முறையிட முடியும்? யாரிடமாவது முறையிட்டால்; நீ ஏன் பெண்ணுடை அணிகிறாய்? தனியாக ஏன் அந்த இடத்தில் நின்றாய்? என்று கேட்டுக் குற்றத்தை எங்கள்மீதே திருப்பிவிடுகிறார்கள். எல்லா நாட்டுக் காவற்துறையினரும் திருநங்கைகளை ‘கிரிமினல்கள்’ போலவே கையாள்கிறார்கள். திருநங்கைகள் மீது நடத்தப்படும் பாலியல் பலாத்காரங்களை எதிர்த்துப் பொதுமக்களோ, பெண்ணிய அமைப்புகளோ, அரசியல்

இயக்கங்களோ போராட்டங்களை நடத்தியதாக நான் இதுவரை அறியவில்லை. பாலியல் பலாத்காரம் என்ற வார்த்தையே, திருநங்கைகள் விஷயத்தில் பொருந்தாது என அவர்கள் நினைக்கிறார்கள் போலிருக்கிறது. திருநங்கைகள் மீது நிகழ்த்தப்பட்ட பாலியல் குற்றங்களைக் குறித்து, எந்த ஊடகமாவது செய்தி வெளியிட்டு நீங்கள் பார்த்திருக்கிறீர்களா?

என்மீது நடத்தப்பட்ட பாலியல் பலாத்காரத்தை, எனது தோழி ஏஞ்சலிடம் மட்டுமே சொன்னேன். திருநங்கைகள் இதைப் புரிந்துகொள்வார்கள். ஒவ்வொரு திருநங்கையின் வாழ்விலும், இப்படி ஒரு சம்பவமாவது நிகழ்ந்தேயிருக்கும். அமீன் மீண்டும் என்னைத் தேடி வரலாம் என்ற பயத்தில் நான் இரண்டு நாட்கள் வேலைக்கே போகவில்லை. மூன்றாவது நாள் சென்றபோது, வெளியே போகச் சொல்லி முதலாளி கையைக் காட்டினான்.

தேர்த் திருவிழா

ஜெர்மனியின் 'ஹம்' நகரத்தில் 'ஸ்ரீ காமாட்சி அம்மன் கோயில்' அமைந்திருக்கிறது. அந்தக் கோயிலில் தேர்த் திருவிழா சிறப்பாகக் கொண்டாடப்படும். ஜெர்மனியின் பல பாகங்களிலிருந்தும், அயல் நாடுகளிலிருந்தும் பக்தகோடிகள் வருவார்கள். நானும் தேர்த் திருவிழாவுக்குச் செல்ல விரும்பினேன். அங்கே பெண்ணுடையில் செல்ல முடிவு செய்தேன்.

அன்று ஒரு சனிக்கிழமை. நான் எனது வெள்ளைக்காரத் தோழி எல்விஸ் வீட்டுக்குச் சென்று உடை மாற்றிக்கொண்டேன். பிரியா அம்மா கொடுத்திருந்த அழகிய பட்டுப் புடவையை உடுத்திக்கொண்டு, முக-சிகை ஒப்பனைகளும் செய்துவிட்டு, ஒலியெழுப்பும் கொலுசுகளைக் கால்களில் கட்டிக்கொண்டேன்.

எல்விஸையும் அழைத்துக்கொண்டு இரயில் பிடித்துத் தேர்த் திருவிழாவுக்குப் போனேன்.

ஜெர்மனியில் வாழும் தமிழ் மக்களிடையே, என்னைப் பற்றிய வதந்திகளும் கட்டுக்கதைகளும் பரவியிருந்தாலும், நான் அதையெல்லாம் சட்டை செய்யாமல் அவர்களிடையே சென்றேன். கோயிலில் கூட்டம் அலைமோதியது. மங்கல வாத்தியங்களும் மக்களின் மகிழ்ச்சிக் குரல்களும் கலவையாக ஒலித்தன. முன்பு இந்தக் கோயிலில் பறவைக் காவடி எடுத்தார்களாம். ஒருமுறை பறவைக் காவடி ஆடும் துலா முறிந்து விழுந்துவிட்டதால், இப்போது பறவைக் காவடியைக் காவற்துறை தடை செய்துவிட்டது. பால் காவடி, பன்னீர் காவடியெல்லாம் ஆடிக்கொண்டிருந்தார்கள். பெண்கள் தலைகளில் தீச்சட்டிகளை வைத்து நடந்தார்கள். அந்தச் சூழல் என்னைக் கவர்ந்திழுத்தது. கூட்டத்திற்குள் புகுந்து புடவை சரசரக்க, கொலுசுகள் சத்தமிட உற்சாகமாக நடந்தேன். இந்த உற்சாகம் ஸ்ரீ காமாட்சி அம்மனுக்குப் பிடிக்கவில்லைப் போலிருக்கிறது.

எனக்குப் பின்னால் 'மோஹனா' என்ற முணுமுணுப்புகள் கேட்டன. வதந்தியைப் பரப்பிவிட்ட அந்த இணையத்தளத்தில், எனது பெயரை 'மோஹனா' என்றே எழுதியிருந்தார்கள். அந்தப் பெயரைத்தான் தமிழ் அரட்டைக் குழுமத்தில் பதிவு செய்திருந்தேன். அரோகரா கோஷத்தையும் மீறி 'அலி, ஒம்போது' போன்ற சத்தங்கள் என் காதுகளில் விழுந்தன. நான் இதையெல்லாம் எதிர்பார்த்துத்தான் இங்கே வந்திருக்கிறேன். எனவே இந்தச் சத்தங்களையிட்டு நான் பெரிதாக அலட்டிக்கொள்ளவில்லை. தோழி எல்விஸின் கையைப் பற்றிக்கொண்டு கோயிலை வலம் வந்தேன். சாமி தரிசனத்தை முடித்துக்கொண்டு, திருவிழாக் கடைவீதியை நோக்கிச் சென்றோம்.

கடைவீதியின் நுழைவாயிலிலேயே ஒரு சகுனத்தடை! விசித்திரமான தோற்றத்திலிருந்த ஒருவன் என்னை உற்றுப் பார்த்தவாறே நின்றிருந்தான். செம்பட்டைத் தலைமுடி, காதுகளில் பல தோடுகள், ஆட்டுதாடி வைத்து அதிலும் செம்பட்டை நிறத்தைக் கொட்டியிருந்தான். நான் அவனைக் கடந்து சென்றாலும், அந்த விசித்திரமான தோற்றம் என் மனதில் பதிந்துவிட்டது. ஆகன் நகரத்தில் வாழும் தமிழர்களைக் கடைவீதியில் எதிர்கொண்டேன். சிலர் என்னை அடையாளம் கண்டு பேசிவிட்டுச் சென்றனர். இன்னும் சிலரோ என்னைப் பெண்ணுடையில் பார்த்த அதிர்ச்சியில் அமைதி காத்தனர்.

தேர்த் திருவிழாவில் குறுக்கும் நெடுக்குமாகச் சுற்றிவிட்டு, ஆகனுக்குத் திரும்புவதற்காக கோயிலுக்கு அருகிலுள்ள இரயில் நிலையத்திற்குச் சென்றோம். இரயில் நிலைய வாயிலில் நின்றிருந்த சில தமிழ் இளைஞர்கள் என்னைப் பார்த்து "ஒம்போது" எனக் கூச்சலிட்டார்கள். அவர்கள் என்னைப் பழிக்கிறார்கள் என்பதைப் புரிந்துகொண்ட எல்விஸ் கொதித்துப்போய், அவர்களுடன் சண்டையிடத் தயாரானாள். நான் அவளை அமைதிப்படுத்தி இரயில் நிலையத்துக்குள் அழைத்துச் சென்றேன். வழியில் எதிர்ப்பட்ட தமிழ்க் கும்பலிலிருந்த ஒரு முதியவர் என்னைப் பார்த்ததும் "இது தான் அந்த வெப்சைட்டில் வந்தது" என்று எனது காதுபடவே சொன்னார். நான் பல்லைக் கடித்துக்கொண்டு பொறுமை காத்தேன். நான் எதிர்த்துப் பேசினால், கும்பலாகக் கூடி என்னை அடித்துவிடுவார்கள் என அஞ்சினேன். கும்பலாகக் கூடித் தாக்குவதில் நம்மவர்கள் பெயர் பெற்றவர்களல்லவா. தமிழ்நாட்டிலும் கொழும்பிலும் எத்தனை தர்ம அடிக் காட்சிகளைக் கண்டிருக்கிறேன்! ஆனால், அன்று நடந்த மொத்தச் சம்பவங்களையும் தொகுத்துப் பார்த்தபோது நான் பெருமையே அடைந்தேன். இந்த அறிவற்ற, பண்பாடற்ற, மனிதாபிமானமற்ற கூட்டத்திற்குள், நான்

பெண்ணுடையில் பெண்ணாகவே நடமாடி எனது முதல் வெற்றியைச் சாதித்திருக்கிறேன்.

தேர்த் திருவிழாவுக்கு அடுத்தநாள், சதீஷ் என்பவனிடமிருந்து எனக்குத் தொலைபேசி அழைப்பு வந்தது. "நான் உங்களது முகநூல் நண்பனான ஜீவனின் கூட்டாளி. உங்களது தொலைபேசி எண்ணை ஜீவனிடமிருந்து பெற்றுக்கொண்டேன்" என்று அவன் தன்னை அறிமுகப்படுத்திக்கொண்டான். ஜெர்மனியில் நீண்டகாலம் வாழ்ந்த சதீஷ், இப்போது 'விசா' பிரச்சினையால் ஹொலண்ட் நாட்டுக்குச் சென்று வாழ்கிறான் என்பதை அவனது பேச்சிலிருந்து தெரிந்துகொண்டேன். ஒரு பெண்ணை எப்படியெல்லாம் பேசிக் கவரமுடியும் என்ற நுட்பம் அவனுக்குக் கை வந்த கலையாகியிருந்தது.

அவனது பேச்சில் நான் கிறங்கித்தான் போனேன். நான் திருநங்கை என்பது, அந்தக் கிசு கிசு இணையத்தின் புண்ணியத்தில் அவனுக்குத் தெரிந்தேயிருந்தது. இரவு பகலாக இருவரும் தொலைபேசியே கதியெனக் கிடந்தோம். சதீஷ் தனது காதல் மொழிகளால் என்னைத் திணறச் செய்தான். எனக்கு அவனின் முகத்தைப் பார்க்கவேண்டும் போலிருந்தது. ஆசையை அடக்க முடியாமல், அவனது ஒளிப்படத்தை அனுப்புமாறு கேட்டேவிட்டேன். அவனும் அதை அனுப்பிவைத்தான். தேர்த் திருவிழாவில் என்னை உற்றுப் பார்த்துக்கொண்டே நின்றிருந்த, ஆட்டுத்தாடி இளைஞன் அந்த ஒளிப்படத்திலிருந்தான். "தேர்த் திருவிழாவில் உன்னைக் கண்டதுமே காதலிக்கத் தொடங்கிவிட்டேன்" என்றான் சதீஷ். கடைசியில் 'ஶ்ரீ காமாட்சி' எனக்குக் கருணை காட்டிவிட்டாள்.

சதீஷை டோர்ட்முண்ட் நகரத்தில் சந்தித்தேன். அந்தச் சந்திப்பு இரயில் நிலையத்திற்கு அருகிலிருந்த பூங்காவில் மதியத்தில் நிகழ்ந்தது. விசித்திரமான முரட்டுத்

தோற்றத்துடன் அவனிருந்தாலும், அவனுடைய பேச்சும் பழக்கங்களும் பண்பட்டிருந்தன. வார்த்தைக்கு வார்த்தை காதலையும் அன்பையும் கலந்து கொட்டினான். நான் இதுவரை தேடிக்கொண்டிருந்த ஆண் இவன்தான் என என் மனம் நம்பத் தொடங்கியது.

அன்று காலநிலை சிறிது குளிராகயிருந்ததால், அவன் தன்னுடைய மேலாடையைக் கழற்றி எனக்குப் போர்த்திவிட்டான். யார் முதலில் கட்டியணைத்தோம் என்பது ஞாபகத்திலில்லை. இருவரும் பிணைந்துபோய் உதடுகளில் முத்தங்களைப் பரிமாறிக்கொண்டேயிருந்தோம். அவனுடைய தொடுதலிலும் அணைப்பிலும் நான் ஆழமான காதலை உணர்ந்தேன். மாலை நான்கு மணியளவில், பூங்காவிலிருந்து கிளம்பி இரயில் நிலையத்தை வந்தடைந்தோம். எனக்கோ அவனைப் பிரிந்து செல்லவே முடியவில்லை. கண்களிலே கண்ணீர் முட்டிக்கொண்டு நின்றது. அவன் என்னை ஆழமாக முத்தமிட்டு வழியனுப்பி வைத்தான்.

அவனை இனி எப்போது காண்பேனோ என்ற ஏக்கத்திலேயே எனது காலம் கழிந்துகொண்டிருந்தது. இரவு பகலாக எங்களுக்குள் நடந்த தொலைபேசி உரையாடல்கள், அந்த ஏக்கத்தை ஓரளவுக்கே தணித்தன. மூன்று மாதங்களுக்குப் பிறகுதான் என் ஏக்கம் தொலைந்தது. என்னை ஹொலண்டுக்கு வருமாறு சதீஷ் அழைத்தான். நான் வசித்த ஆகன் நகரம், ஹொலண்ட் எல்லையிலிருந்து அதிக தூரத்திலில்லை. வெள்ளைக்கார நண்பி ஒருத்தியின் வீட்டுக்குச் செல்வதாக அம்மாவிடம் சொல்லிவிட்டு, ஹொலண்டுக்குச் செல்லும் இரயிலைப் பிடித்தேன். வசதியான இருக்கையொன்றில் அமர்ந்து கண்களை மூடிக்கொண்டேன். அந்த இரயிலுக்கு வழிகாட்டியவாறே, என் மனம் முன்னே பறந்து கொண்டிருந்தது.

ஹொலண்ட்

சதீஷின் நண்பனான கனிஸ்டன், இரயில் நிலைய வாயிலில் எனக்காகக் காத்திருந்தான். கனிஸ்டனுக்கு இருபத்தியிரண்டு வயது. ஆனால் தோற்றத்தில் பதினாறு வயதுப் பொடியனைப் போலிருந்தான். அவனுடைய மனமும் சிறுவனுக்குரியதுதான். என்னைப் பார்த்ததுமே "அண்ணி வணக்கம்" என்றான். அந்தச் அழைப்பைக் கேட்டதுமே எனக்குள் இன்பக் குறுகுறுப்புப் புகுந்துகொண்டது. சதீஷ் வீட்டை நோக்கி கனிஸ்டனது காரில் பயணித்தோம்.

ஹொலண்ட் மிக அழகிய தேசம் என்பதைச் சொல்லத் தேவையில்லை. பசுமையான புல்வெளியின் நடுவே, அமைதியான சூழலில், அந்த அழகிய வீடிருந்தது. வீட்டில் அய்ந்தாறு அறைகளிருந்தன. அந்த வீட்டில் சதீஸுடன் சேர்த்து ஆறு இளைஞர்கள் வசித்தார்கள். எவனுக்குமே ஒழுங்கான வேலை கிடையாது. குழுவாகச் சேர்ந்து சண்டைபோடுவது, ரவுடியிஸம் செய்து தட்டிச்சுத்திப் பணம் பறித்து வாழ்வது, சூதாடுவது போன்றவைதான் அவர்களுடைய வாழ்க்கைமுறை. இந்தக் கும்பலுக்கு நம்முடைய காதலன்தான் தலைவன்.

அந்த வீட்டிலிருந்த எல்லோருக்குமே, நானொரு திருநங்கை என்பது தெரிந்திருந்திருந்தது. சதீஷின் காதலி என்ற மரியாதையைக் கொடுத்து, என்னை 'அண்ணி' என்றே அழைத்தார்கள். இந்த அன்புக்கும் அங்கீகாரத்துக்கும்தானே இவ்வளவு நாளாக ஏங்கிக் கிடந்தேன். இதுவரை என்னோடு பழகிய ஆண்கள் யாருமே செய்யாததை சதீஷ் செய்திருக்கிறான். என்னைத் தனது காதலி எனப் பகிரங்கமாகச் சொல்லியிருக்கிறான். அந்த நிமிடமே, நான் அவனுக்கு மனதளவில் மனைவியாகிக்கொண்டேன்.

எனக்கெனத் தனியாகவொரு படுக்கையறை ஒதுக்கப்பட்டிருந்தது. அந்த அறையில் எனது

பயணப்பையை வைத்துக்கொண்டேன். இரவு விருந்து சமைப்பதில் சதீஷ் மும்முரமாகயிருந்தான். அவன் சமையலிலும் நிபுணனாகயிருந்தான். சுவையான இரவுணவுக்குப் பின்பாக, நான் படுக்கையில் உட்கார்ந்து யோசனையில் மூழ்கிப்போனேன். நான் இன்னும் பாலின மாற்று அறுவைச் சிகிச்சையைச் செய்துகொள்ளவில்லை என்ற உண்மையை சதீஷிடம் மறைத்து வைத்திருக்கிறேன். அந்தச் சிகிச்சையைச் செய்யாமலேயே, புணர்ச்சியின் போது என்னுடைய ஆணுறுப்பை மறைத்துவைத்து, யோனியில் புணர்வது போன்ற அனுபவத்தைக் கொடுத்து, ஆண்களை எப்படி ஏமாற்றுவது என்ற உத்தியை பிரியா அம்மா எனக்குச் சொல்லிக் கொடுத்திருக்கிறார். அந்த உத்தி என்னைக் கைவிடாது என்ற நம்பிக்கை என்னோடிருந்தது.

சற்றுநேரம் கழித்து சதீஷ் அறைக்குள் வந்தான். காய்ந்த மாடு கம்பில் விழுவது போல அவன் நடந்துகொள்ளவில்லை. அவன் பேச்சுக் கலைஞன். நான் அவனது மார்பில் சாய்ந்து கதை பேசிக்கொண்டிருந்தேன். அதுவரை நான் பெற்றிருந்த உளவியல் சிகிச்சைகளைக் காட்டிலும், அவனோடு பேசிக்கொண்டிருப்பதே எனக்குச் சிறந்த சிகிச்சையாகயிருந்தது. என் மனதில் ஆழ்ந்த அமைதி உண்டாகியது. அவனுடன் இருப்பதைப் பெரும் ஆசிர்வாதமாக உணர்ந்தேன். நானாகவே அவனைக் காமத்திற்குத் தூண்டவும் செய்தேன்.

அவன் என் வசமானபோது "எனக்கு அறுவைச் சிகிச்சை சீராகச் செய்யப்படவில்லை, அதனால் எனது பெண்ணுறுப்பை உன்னிடம் காட்டுவதற்கு எனக்குப் பிடிக்கவில்லை, சீக்கிரமே அதைச் சரிசெய்து விடுவேன்" என்று அவனின் காதில் முணுமுணுத்தேன். அவன் நான் சொன்னதைப் புரிந்துகொண்டான். அதைக் குறித்து எதுவும் பேசி, அவன் என்னைத் துன்புறுத்தவில்லை. நான் அவனது ஆணுறுப்பைச் சுவைத்து, அவனுக்கு உச்சக்கட்டத்தை அளித்தேன்.

நள்ளிரவுவரை என்னுடன் பேசிக்கொண்டிருந்துவிட்டு, நண்பர்களைப் பார்க்க சதீஷ் போய்விட்டான். எனக்கோ இரவு முழுவதும் அவனைக் கட்டிக்கொண்டு தூங்க வேண்டுமென ஆசையாகயிருந்தது. ஆனால் அவனுடனிருந்த ஒரு வாரகாலத்திலும், ஓரிரவு கூட அந்த ஆசை நிறைவேறவில்லை. சதீஷ் என்னோடு இருப்பதை விடத் தனது நண்பர்களுடன்தான் அதிக நேரமிருந்தான். அவர்களோடுதான் தூங்கினான்.

நான் அதிகாலையிலேயே எழுந்து, குளியலறைக்குள் நுழைந்து கதவைத் தாழிட்டுக்கொள்வேன். என்னுடைய ஆணுறுப்பைப் பார்க்கும் போதெல்லாம் அருவருப்பும் ஆத்திரமும் என் தலைக்கேறும். இந்தச் சனியன் மட்டும் இல்லாவிட்டால், நான் எனது காதலனுடன் மகிழ்ச்சியாகவும் சுதந்திரமாகவுமிருப்பேனே! திரும்பத் திரும்ப முகச் சவரம் செய்துகொள்வேன். கைகால்களிலுள்ள ரோமங்களையும் கவனமாக நீக்குவேன். நான் குளித்துவிட்டு வந்ததும், சதீஷ் எனது கூந்தலைத் துண்டால் துவட்டித் தலைசீவி விடுவான். இந்த காட்சியைப் பார்த்து நண்பர்கள் கலாய்ப்பார்கள். அதையெல்லாம் பொருட்படுத்தாமல், எனக்கு அலங்காரம் செய்துவிட்டு, முத்தாய்ப்பாக என் நெற்றியில் ஒரு சின்னப் பொட்டையும் சதீஷ் வைத்துவிடுவான். ஒரு குடும்பக் குத்துவிளக்குப் போல நான் காட்சியளிக்க வேண்டுமென்பது அவனின் விருப்பம்.

ஒருநாள், கனிஸ்டன் அவனது காதலியுடன் தொலைபேசியில் சண்டை போட்டுக்கொண்டிருந்தான். சதீஷ் இடைமறித்துத் தொலைபேசியை கனிஸ்டனிடமிருந்து வாங்கி, அந்த பெண்ணைச் சமாதானப்படுத்திக் கொண்டிருந்தான். அன்றிரவு என்னுடன் தனிமையில் பேசிக்கொண்டிருக்கையில், அந்தப் பெண்ணைப் பற்றி சதீஷ் சொன்னான். அவள் விவாகரத்தான தமிழ்ப்பெண். கொஞ்சம்

பணக்காரி. அவள் மீதான கனிஸ்டனின் காதல் வெறும் நாடகமே. அவளை ஏமாற்றி கனிஸ்டன் நிறையப் பணம் கறந்திருக்கிறான். இந்த நாடகத்தில் நண்பர்கள் எல்லோருமே கூட்டு. கனிஸ்டன் விஷம் குடித்துவிட்டான், அவனைக் காப்பாற்றப் பணம் வேண்டும் என்றெல்லாம் சொல்லிப் பணம்பெற்று, அந்தப் பெண்ணை மொட்டையடித்திருக்கிறார்கள். "ஒரு பெண்ணின் வாழ்க்கையோடு விளையாடுவது தவறு" எனச் சொல்லி நான் சதீஷைக் கண்டித்தேன். அவனோ அந்தப் பெண்ணின் நடத்தையைப் பற்றி ஏதேதோ தவறாகச் சொல்லிக்கொண்டிருந்தான். இந்த நண்பர்கள் கூட்டம் இதே கொடுமையை எனக்கும் செய்யாது என்பது என்ன நிச்சயம்?

அடுத்தநாள், நான் கனிஸ்டனைத் தனியாக அழைத்துச் சென்று கண்டித்தேன். சதீஷ் என்னிடம் உண்மைகளைச் சொல்லிவிட்டான் என்பதால் எரிச்சலடைந்த கனிஸ்டன், இப்போது சதீஷைப் பற்றிக் குற்றம் சொன்னான்:

"உன்னை மட்டும் யாரும் ஏமாற்றவில்லை என்றா நினைக்கிறாய்? சதீஸுக்கும் மணமான தமிழ்ப் பெண்ணொருத்தியுடன் காதலிருக்கிறது. அவள் டோர்ட்முண்ட் நகரத்திலிருக்கிறாள். அவளைச் சந்திக்க அவன் அடிக்கடி டோர்ட்முண்ட் போவதுண்டு. அவன் உன்னைக் காதலிக்கவில்லை. உன்னைக் கல்யாணம் செய்து, ஜெர்மனியில் நிரந்தர விசா எடுப்பதே அவனது திட்டம்".

கனிஸ்டன் இப்படிச் சொன்னதும், அதை நம்புவதா விடுவதா எனத் தெரியாமல் என் மனம் தத்தளித்தது. சதீஷ் என்னை டோர்ட்முண்ட் நகரத்தில்தான் முதன்முதலாகச் சந்தித்திருந்தான். நான் நேரே சதீஷிடம் ஓடினேன். "உனக்கு இன்னொரு காதலி இருக்கிறாளா?" எனக் கேட்டேன். முதலில் அவன் மழுப்பப் பார்த்தான். கனிஸ்டன் சொன்னான் என்றதும் ஒப்புக்கொண்டான்.

"நான் உன்னை மனதாரக் காதலிக்கிறேன், உன்னை வைத்து விசா எடுக்கும் திட்டமெல்லாம் என்னிடமில்லை. கனிஸ்டன் கஞ்சா போதையில் ஏதேதோ கற்பனை செய்து உன்னிடம் சொல்லியிருக்கிறான். நான் உன்னைத்தான் திருமணம் செய்வேன். இது சத்தியம்!" என்றெல்லாம் சதீஷ் சத்தியத்திற்கு மேல் சத்தியம் பண்ண, நானும் அவனின் வார்த்தைகளை நம்பிச் சற்றுத் தணிந்துபோனேன்.

இப்போது எனக்கு சதீஷின் காதலி குறித்தே கவலையாகயிருந்தது. அவளை எப்பாடுபட்டாவது இவனிடமிருந்து பிரித்துவிட வேண்டும் என்று எண்ணினேன். ஏனெனில் இவனே எனது வாழ்வின் ஒரே நம்பிக்கையாக இருக்கிறான். இவனுடைய துணை எனக்கு அளப்பெரிய நிம்மதியைக் கொடுக்கிறது. இவனை நான் இழக்கக்கூடாது! இப்படியாகத்தான் இந்த முக்கோணக் காதல் கதைக்குள் நான் வந்தேன். என்னை மட்டுமே இவன் காதலிக்க வேண்டும் என விரும்பினேன். ஆசைநாயகியாக வாழ்ந்ததெல்லாம் போதும்.

சதீஷின் காதலி ஒரு பெண். நானோ திருநங்கை. இது எனக்குள் தாழ்வு மனப்பான்மையை உண்டாக்கியது. தாழ்வுணர்ச்சி பொறாமையைப் பெற்றெடுத்தது. பொறாமை ஆத்திரத்தை அழைத்துவந்தது. நான் சதீஸுடன் கடுமையாகச் சண்டையிடத் தொடங்கினேன். என்னைச் சமாதானப்படுத்த சதீஷ் பலவாறு முயற்சித்தான். அப்படிச் சண்டைபோட்ட ஒரு காலையில் கோபித்துக்கொண்டு வெளியே போனவன், ஒரு மணிநேரத்தில் திரும்பி வந்து, என்னை ஒரு தேவாலயத்திற்கு அழைத்துச் சென்றான்.

அந்தத் தேவாலயத்தின் வாசலில் என்னைக் கிழக்குப் பார்க்க நிற்க வைத்துவிட்டு, தனது சட்டைப் பையிலிருந்து ஒரு மஞ்சள் கயிற்றை எடுத்தான். 'S'

வடிவமுள்ள ஒரு பதக்கத்தை அந்தக் கயிற்றில் கோர்த்து என் கழுத்தில் கட்டினான். அவன் மூன்று முடிச்சுகளைப் போட்டதும், எனது கண்களில் நீர் வழிந்தது. அவன் என்னைவிட்டு எப்போதுமே பிரியக்கூடாது எனக் கண்களை மூடிக்கொண்டு கடவுளை வேண்டினேன். அவன் தனது சட்டைப் பையிலிருந்து குங்குமத்தை எடுத்து என் நெற்றியில் திலகமிட்டான். நான் இந்த நிமிடம் முதல் சதீஷின் மனைவி!

இதற்குத்தானே நான் இத்தனை நாளாகக் காத்திருந்தேன். மஞ்சள் கயிற்றையெடுத்து அதையே பார்த்துக்கொண்டிருந்தேன். பின்பு அதைக் கண்களில் ஒற்றிக்கொண்டேன். இந்தச் சம்பிரதாயங்களெல்லாம் எனக்கு மிகவும் பிடித்திருந்தன. முற்போக்குச் சிந்தனைகளைக் கொண்ட ஒரு பெண் இந்தச் சம்பிரதாயங்களை எள்ளிநகையாடலாம். ஆனால் என்போன்ற திருநங்கைகள் இந்தச் சுமங்கலி அடையாளத்துக்கும் பூவுக்கும் பொட்டுக்கும் சேலைக்கும் ஏங்குவது வேறு வகையானது. தன்னை ஒரு முழுமையான பெண்ணாக ஆக்கிக்கொள்வதற்கான எந்தச் சிறு துரும்பு கிடைத்தாலும், அதைத் திருநங்கைகள் பற்றிக்கொள்வார்கள்.

"என்னிடம் பணம் வந்ததும், தங்கத்தில் தாலிக்கொடி செய்து உன் கழுத்தில் போடுவேன்" எனச் சதீஷ் சொன்னான். நான் அதை மறுத்தேன். மஞ்சள் கயிற்றில் உள்ள உண்மைத்தன்மை, பகட்டான தங்கத் தாலிக்கொடியில் கிடையாது. தவிரவும் தங்கத் தாலிக்கொடியை மறைத்துவைப்பதும் சிரமம். நாங்கள் வீடு திரும்பியபோது, என்னுடைய நெற்றியிலிருந்த குங்குமத்தைக் கவனித்த சதீஷின் நண்பர்கள் "கல்யாணமே நடந்துவிட்டதா" என வாயைப் பிளந்தார்கள். நான் வெட்கத்துடன் சதீஸுக்குப் பின்னால் ஒளிந்துகொண்டேன்.

கல்லூரி விரைவிலேயே தொடங்கவிருப்பதால், நான் ஜெர்மனிக்குத் திரும்ப வேண்டியிருந்தது. பகுதிநேர வேலையொன்றைத் தேடிக்கொள்வதும் அவசியமாகயிருந்தது. சதீஷைப் பிரிய மனமில்லாமல் பிரிந்தேன். விரைவிலேயே ஜெர்மனிக்கு வருவதாக, அவன் வாக்குறுதி கொடுத்தான்.

தாலி பாக்கியம்

கழுத்தில் தாலியுடன் புது மணப்பெண்ணாக வீடு திரும்பினேன். தாலியைக் கவனமாக உடைக்குள் மறைத்து வைத்திருந்தேன். அப்படியிருந்தும் எனது அம்மா அதைக் கண்டுவிட்டார். "இது என்ன புது வேஷம்?" எனக் கேட்டுவிட்டு, அதைக் கழற்றி எறியச் சொன்னார். நான் அம்மாவுக்கு எந்தப் பதிலும் சொல்லாமல் இருந்துவிட்டேன். அம்மாவும் முணுமுணுத்தவாறே போய்விட்டார்.

உண்மையில், நான் கழுத்தில் தாலிஅணிந்திருப்பதையோ, ஒரு வாரம் கழித்து வீடு திரும்பியதையோ அம்மா பெரிதாகப் பொருட்படுத்தவில்லை. என்மீதும் எனது நடவடிக்கைகள் மீதும் அம்மாவுக்குச் சுத்தமாக மதிப்புப் போய்விட்டது. அம்மா என்னை ஒரு பெண்ணாக அல்ல, தான் பெற்ற பிள்ளையாகக் கூட மதிக்கவில்லை. அம்மா என்னிடமிருந்து விலகிப் போவதையிட்டு நானும் அலட்டிக்கொள்ளவில்லை. அவ்வளவுக்கு நான் காதல் மயக்கத்திலிருந்தேன். எனக்குத் தாயாகவும் தந்தையாகவும் எனது கணவன் சதீஷே இருக்கிறான் என நினைத்திருந்தேன்.

நான் ஜெர்மனிக்குத் திரும்பிய இரண்டாவது நாளே, சதீஷ் ஜெர்மனியின் டோர்ட்முண்ட் நகரத்திலிருந்து என்னைத் தொலைபேசியில் அழைத்தான். அங்கே வந்து தன்னைச் சந்திக்கச் சொன்னான். "டோர்ட்முண்ட்டிலிருக்கும் உனது

காதலியைச் சந்திப்பதற்காகவா வந்திருக்கிறாய்?'' எனக் கேட்டேன். “ஆம்... அவளிடம் சில விஷயங்களைப் பேச வேண்டியிருக்கிறது'' என்றான். “அப்படியானால் நான் உன்னைப் பார்க்க வரமாட்டேன்'' என்றேன். அவன் என்னை வரச் சொல்லிக் கெஞ்சவெல்லாம் செய்யவில்லை. மாறாக என்னிடம் 200 ஈரோக்கள் பணம் கடனாகக் கேட்டான். கணவன் மீதிருந்த அன்பு என் கண்களை மறைத்தது. அவனது காதலியிடமிருந்து அவனை எப்படியாவது மீட்டெடுப்பேன் என எனக்கு நானே ஆறுதல் சொல்லிக்கொண்டேன். அவன் கொடுத்த வங்கிக் கணக்குக்குப் பணத்தை அனுப்பிவைத்தேன்.

நான் ஆகன் நகரம் முழுவதும் நாயாய் பேயாய் அலைந்து பகுதிநேர வேலை தேடிக்கொண்டிருந்தேன். நடுவே சதீஷிடமிருந்து அழைப்பு வந்தது. இம்முறை, ஹொலண்டின் ‘ரொட்டர்டாம்’ நகரத்திற்கு என்னை வரச் சொன்னான். அங்கே அவனது நண்பர்கள் வீட்டில் தங்கியிருந்தான். காலையிலேயே இரயிலைப் பிடித்து, அந்த நகரத்துக்குச் சென்றுவிட்டேன். எனக்காக இரயில் நிலையத்தில் காத்திருந்த என் புருஷன், தனது நண்பர்கள் வீட்டுக்கு என்னை அழைத்துச் சென்றான். நாங்கள் அங்கே போனதும், அவனது நண்பர்கள் எங்களைத் தனிமையில் விட்டுவிட்டு வெளியே போய்விட்டார்கள்.

சதீஷ் என்னைத் தாபத்துடன் கட்டியணைக்க, நான் அவனின் கைகளுக்குள் வீழ்ந்தேன். அவன் கட்டிய தாலியை, நான் கழற்றாமலேயே இருப்பது குறித்து மிகவும் மகிழ்ச்சியடைந்தான். ஒரு திருப்தியான உடலுறவுக்குப் பின்னால் இருவரும் பேசிக்கொண்டிருந்தோம். என்னோடு குடும்பம் நடத்த விரும்புவதாகவும், ஆனால் தனக்கு விசாப் பிரச்சினைகள் உள்ளதால் வேலைக்குப் போய்ப் பணம் சம்பாதிக்கவோ தொழில் தொடங்கவோ முடியவில்லை என்றெல்லாம் பீடிகைகளைப் போட்டவன் “நீ என்னைப் பதிவுத் திருமணம் செய்துகொள்கிறாயா?'' எனக் கேட்டான்.

ஜெர்மனியில் நிரந்தர விசா உள்ள என்னை அவன் சட்டப்படி திருமணம் செய்துகொண்டால், அவனுக்கும் ஜெர்மனியில் நிரந்தர விசா கிடைத்துவிடும்.

அவன் கேட்பது போலப் பதிவுத் திருமணம் செய்துகொண்டால், அவன் என்னைவிட்டுப் போய்விட மாட்டான் என நான் நம்பினேன். எனவே பதிவுத் திருமணம் செய்வதற்குச் சம்மதித்தேன். அவன் எனக்கு நன்றி சொல்லி முத்தமிட்டான். அடுத்தநாள், இரயில் நிலையத்தில் கண்ணீருடன் அவனைப் பிரிந்தேன். அவனின் முகத்தைக் காண்பது அதுவே கடைசித் தடவை என அப்போது எனக்குத் தெரியாது.

நான் ஜெர்மனியின் திருமணச் சட்டங்களை அலசத் தொடங்கினேன். சம்பந்தப்பட்ட அலுவலகங்களைத் தொலைபேசியில் தொடர்புகொண்டு விளக்கங்களைப் பெற்றேன். எனக்கு அப்போது பத்தொன்பது வயதாகியிருந்ததால் வயதொரு தடையில்லை. திருநங்கை ஓர் ஆணைத் திருமணம் செய்வதும் தடுக்கப்பட்டிருக்கவில்லை. ஆனால் பதிவுத் திருமணத்தைக் கோரி ஆவணங்களைச் சமர்ப்பிக்கும் நாளிலிருந்து, குறைந்தது ஆறு மாதங்கள் பதிவுத் திருமணத்திற்காகக் காத்திருக்க வேண்டும்.

என் கணவனால் ஆறு மாதங்கள் பொறுத்திருக்க முடியவில்லை. அதற்குள்ளாகவே நோர்வேயில் புதியதொரு தமிழ்க் காதலியைத் தேடிக்கொண்டான். என்னிடம் சொல்லிவிட்டே நோர்வேக்குப் போனான். அவனுடனான கடைசித் தொலைபேசி உரையாடல், என் மூளையில் இப்போதும் புண்ணாக உள்ளது. நீண்ட நேரம் அவனுடன் கோபமாகவும் விரக்தியாகவும் பேசிவிட்டு, கடைசியாகக் கெஞ்சிக் கேட்டேன்:

"அப்படியானால் என்னை என்ன செய்யப் போகிறீர்கள்?"

"அதுதான் உனக்குத் தாலி கட்டியிருக்கிறேனே... அது போதாதா?"

நான் தொலைபேசியை வைத்துவிட்டுக் குளியலறைக்குப் போனேன். அங்கிருந்த கண்ணாடியில் என் கழுத்திலிருந்த தாலியைப் பார்த்தேன். நானே அதை என் கைகளால் அறுத்துப்போட்டேன். அது எவ்வளவு வலி நிறைந்தது என்பதை நான் உங்களுக்கு விளக்க வேண்டியிருக்காது. அந்தத் தருணத்தில் என்னையொரு புழுப்போல உணர்ந்தேன். இந்தத் திருநங்கையின் கதறலை அவளது அம்மா கூட மதிக்கப் போவதில்லை. யாருமே எனக்கு நீதியைத் தேடித் தரப் போவதுமில்லை. எல்லா வழக்குகளிலும் எனக்கு 'குற்றவாளி' பாத்திரம் மாத்திரமே வழங்கப்படுகிறது.

முதலாவது கோப்பை

நான் சதீஷை முழு மனதுடன் வெறுத்தேன். அது எனக்கே சிறிது ஆச்சரியமாகத்தானிருந்தது. கல்லூரி ஆரம்பிக்கும் முன்பே, எனக்கு உணவகமொன்றில் பகுதிநேர வேலை கிடைத்துவிட்டது. சமையலறையில் பாத்திரங்களைக் கழுவும் பணி. என்னுடைய படிப்புக்கான செலவுகளை நானே இப்போது சமாளித்துக்கொள்ளலாம். இனி அம்மாவை நச்சரிக்கவோ, அப்பாவிடம் திருடவோ தேவையில்லை.

கல்லூரி திறக்கப்பட்ட போது, நான் பெண்ணுடையிலேயே கல்லூரிக்குச் சென்றேன். முதல்நாளே எனது வகுப்பு ஆசிரியையிடம் சென்று "நானொரு திருநங்கை, இதை என் சக மாணவர்களிடம் தெரிவித்துவிடாதீர்கள்" என வேண்டிக் கேட்டுக்கொண்டேன். ஆசிரியை என்னைக் கண்கள் விரியப் பார்த்தாலும், எனது வேண்டுகோளை ஏற்றுக்கொண்டார்.

நான் கல்வியிலே கவனத்தைச் செலுத்தினேன். எனது திருநங்கைத் தோழிகள் ஏஞ்சலும் ரோஸூம் நன்றாகப் படிக்குமாறு என்னை ஊக்குவித்தார்கள். படிப்பில் நான் ஊக்கமாகயிருந்தாலும், இருபது வயதேயான எனக்கு, அவ்வப்போது நண்பர்களைச் சந்திக்கவும் அரட்டையடித்துக் களிக்கவும் ஆர்வமிருக்காதா என்ன! முகநூலில் எனக்குப் பழக்கமாகியிருந்த ‘பிரேம்’ என்ற நண்பர் டோர்ட்முண்ட் நகரத்துக்கு வருமாறு என்னை அழைத்தார்.

ஒரு சனிக்கிழமை மாலையில், நான் டோர்ட்முண்ட் நகரத்துக்குப் போனேன். பிரேமுடன் அவரது நண்பர்களான ரோஷன், யூட், ரோஷனின் காதலி கார்த்திகா ஆகியோரும் எனக்காகக் காத்திருந்தார்கள். கார்த்திகாவுக்குப் பதினெட்டு வயதிருக்கும். அவர்கள் எல்லோருக்குமே நான் திருநங்கை என்பதும் தெரியும். எங்களது உரையாடல்களில் பெரும்பகுதி திருநங்கைகளைக் குறித்தேயிருந்தது. அவர்கள் என்னிடம் பல்வேறு சந்தேகங்களை எழுப்பினார்கள். என்னால் முடிந்தளவுக்கு நானும் விளக்கினேன்.

இரவானதும், அருகிலிருந்த டிஸ்கோவுக்குள் நுழைந்தோம். ஆண்களுடன் சேர்ந்து கார்த்திகாவும் மதுவருந்தினாள். ஒரு தமிழ்ப் பெண் மதுவருந்துவதை அன்றுதான் நான் முதன்முறையாகப் பார்த்தேன். நண்பர்கள் என்னையும் குடிக்குமாறு தூண்டினார்கள். நான் எனது வாழ்வின் முதலாவது மதுக்கோப்பையை எடுத்துக்கொண்டேன். முதலில் அதன் சுவை எனக்குப் பிடிக்காவிட்டாலும், அது கொடுக்கும் உற்சாகம் எனக்குப் பிடித்திருந்தது. நான் களத்தில் இறங்கி நடனமாடத் தொடங்கினேன்.

பல ஆண்கள் என்னுடன் வந்து ஆடினார்கள். நான் திருநங்கை என்பதை அவர்கள் கண்டுபிடிக்கவில்லை. சிலர் என்னுடைய தொலைபேசி எண்ணையும்

கேட்டார்கள். அந்த இரவு மிக மகிழ்ச்சியாகக் கழிந்தது. அதிகாலையில் நண்பர்கள் என்னை இரயில் நிலையத்திற்கு அழைத்துவந்து, ஆகன் செல்லும் இரயிலில் ஏற்றிவிட்டார்கள்.

இந்தப் புதிய நண்பர்கள் கூட்டம் எனக்குப் பிடித்துப்போகவே, ஒவ்வொரு சனிக்கிழமை மாலையிலும் அவர்களைச் சந்திக்கலானேன். அரட்டைகளிலும் டிஸ்கோவிலும் மகிழ்ச்சியாக நேரத்தைச் செலவு செய்தோம். யூட் என்னிடம் சற்று உரிமையெடுத்துப் பழகத் தொடங்கினான். உடலுறவுக்குச் சாடைமாடையாக அழைத்தான். எனக்கோ அவன்மீது ஈர்ப்பு ஏற்படவில்லை. பிரேம் எங்கள் எல்லோரிலும் மூத்தவர். எனக்கு நிறைய அறிவுரைகள் சொல்வார். தமிழ் ஆண்களுடன் பழகுவதை நிறுத்திவிட்டு வெள்ளையர்களுடன் பழகச் சொன்னார். "அவர்கள் மட்டுமே உன்னை மதிப்பார்கள்" என்றார். அவர்களும் திருநங்கைகளை மதிப்பதில்லை என்பது மூத்தவருக்குத் தெரிந்திருக்கவில்லை.

2012 புதுவருடப் பிறப்பை 'எஸன்' நகரத்திலிருந்த டிஸ்கோவொன்றில் கொண்டாடினோம். அந்த நகரத்தில் கார்த்திகாவின் தோழி சுகன்யா இருந்தாள். அவளும் எங்களுடன் வந்திருந்தாள். இன்னொரு தமிழ்க் கும்பலும் டிஸ்கோவுக்கு வந்திருந்தது. அந்தக் கும்பலிலிருந்த 'குணா' என்பவர், என்னிடம் தொலைபேசி எண்ணைக் கேட்டுப்பெற்றார். அடுத்தநாளே என்னைத் தொலைபேசியில் அழைத்து, புத்தாண்டு வாழ்த்துகள் சொல்லி, என் வாழ்க்கையின் இன்னோர் அத்தியாயத்தை ஆரம்பித்துவைத்தார்.

காதல் சமர்

குணாவும் நானும் தொலைபேசியில் அடிக்கடி பேசிக்கொண்டோம். அவரது சொற்கள் எனது தனிமையைக் கலைத்துப்போட்டன. நானொரு திருநங்கை என்ற உண்மையை தவிர, மற்றைய விஷயங்களை ஒளிவுமறைவின்றி அவரோடு பேசினேன். நான் குடிப்பது குணாவுக்குப் பிடிக்கவில்லை. தமிழ்க் கலாசாரத்தின் மீது இவ்வளவு பற்று வைத்திருக்கும் நீங்கள் குடிக்கலாமா? எனக் கேட்டார். என்னை ஆண்கள் தொடராக ஏமாற்றிவருவதையும், என் வாழ்வின் துயரங்களையும் சொல்லி எனது குடியை நானும் நியாயப்படுத்தினேன்.

குணா என்னைவிட அய்ந்து வயது மூத்தவர். 2009 இல் இலங்கையில் நடந்த இறுதிப் போரில் தப்பி, ஜெர்மனிக்கு அகதியாக வந்தவர். 'விடுதலைப் புலிகள்' இயக்கத்தில் இருந்தவர். தமிழீழ விடுதலையில் தீராத பற்றுள்ளவர். "போரில் எமது மக்கள் பட்ட துயருக்கு முன்னால், உனது துயர் ஒன்றுமேயில்லை" என ஆறுதல் வார்த்தைகளைச் சொல்லி, குணா என்னை உற்சாகப்படுத்தினார். அந்த வார்த்தைகள் அப்போது எனக்குத் தேவையாகயிருந்தன.

குணா உணவு விடுதியொன்றில் கடுமையாக வேலை செய்து, இலங்கையிலிருக்கும் தனது பெற்றோருக்குப் பணம் அனுப்பிக்கொண்டிருந்தார். விடுமுறை நாட்களில் என்னுடன் தொலைபேசியில் பேசிக்கொண்டே நிறையக் குடிப்பார். "நீங்கள் ஏன் குடிக்கிறீர்கள்?" என்று நான் கேட்டால் "போர் ஏற்படுத்திய காயங்களையும், கண் முன்னே கண்ட ஆயிரக்கணக்கான பிரேதங்களையும் மறக்கவே குடிக்கிறேன்" என்பார். நாளாக நாளாக எனக்கு அவரைப் பிடித்துப்போனது. அவரது பேச்சு வெகு கண்ணியமாகயிருந்தது. எனது டிஸ்கோ நண்பர்களுடனான தொடர்பைக் குறைத்துக்கொண்டேன்.

அநாவசியமாக வெளியே செல்வதில்லை. கல்லூரி விட்டால் வேலை, வேலை விட்டால் வீடு என்று இருக்கத் தொடங்கினேன். இரவுகளில் குணாவுடன் தொலைபேசியில் கதைப்பேன்.

நாங்கள் பேசத் தொடங்கிய ஒரு மாதத்திற்குள்ளாகவே, குணா என்மீதான தனது காதலைத் தெரிவித்துவிட்டார். நானோ அவருக்குச் சம்மதம் சொல்லாமல் இழுத்தடித்தேன். நானொரு திருநங்கை என்பதை, எப்படி அவரிடம் சொல்வது எனத் தெரியாமல் தடுமாறிக்கொண்டிருந்தேன். நான் அவரது காதலுக்குச் சம்மதம் தெரிவிக்காதது சண்டையாக மாறியது. குடித்துவிட்டு சுயபச்சாதாப வார்த்தைகளை அவர் கொட்டினார். "எனது காதலை நீ ஏற்றுக்கொள்ளவில்லை, ஏனென்றால் என்னால் உன்னைப்போல சரளமாக ஜெர்மன் மொழி பேச முடியாது, உன்னைப் போன்று நான் அழகாகயில்லை, என்னிடம் நிரந்தர விசா இல்லை" என்றெல்லாம் சொல்லி அவர் என் மனதைக் காயப்படுத்தினார். அந்தக் காயங்கள் உண்மையைச் சொல்லுமாறு என்னைத் தூண்டின. நானொரு திருநங்கை என்பதைக் குணாவிடம் தெரிவித்து, கிட்டத்தட்ட அரைமணி நேரம் என் நிலையை விளக்கினேன்.

நான் சொன்னதையெல்லாம் பொறுமையாகச் செவிமடுத்த குணா "திருநங்கையென்றாலும் நீயும் ஒரு பெண்தான், நான் உன்னைத் திருமணம் செய்கிறேன், நாங்கள் இலங்கையிலிருந்து ஒரு குழந்தையைத் தத்தெடுத்து வளர்ப்போம்" என்றார். இதைவிட எனக்கு மகிழ்ச்சியளிக்கக் கூடிய வார்த்தைகள் இந்தப் பிரபஞ்சத்திலேயே கிடையாது. நான் என் முழு இருதயத்தாலும் குணாவை நேசிக்கத் தொடங்கினேன்.

ஒரு சனிக்கிழமையன்று, குணாவைச் சந்திப்பதற்காக ஃபிராங்பேர்ட் நகரத்திற்குச் சென்றேன். இரயில் நிலையத்தில் சந்தித்துக்கொண்டோம். குணா கம்பீரமான

தோற்றமுள்ளவர். ஆனால் குழந்தையைப் போன்ற முகம். என்னைவிட உயரமாகயிருந்தார். என்னைக் கட்டியணைத்து, பூங்கொத்து ஒன்றைக் கொடுத்தார். எனக்குப் பூங்கொத்துக் கொடுக்கும் முதல் ஆண் இவர்தான்.

இரயில் நிலையத்திலிருந்து வாடகைக் காரில் குணாவின் வீட்டுக்குச் சென்றோம். அவரது வீடு ஃபிராங்பேர்ட் நகரத்துக்கு வெளியேயிருந்த அடுக்குமாடிக் குடியிருப்பிலிருந்தது. நாங்கள் அங்கே வந்து சேரும்போது இரவு பத்து மணியாகிவிட்டது. அந்தச் சிறிய வீடு முழுவதும் எரிந்த சிகரெட் கட்டைகளும், வெற்று மதுப்போத்தல்களும் குப்பையாகச் சிதறிக் கிடந்தன.

இரவுணவை முடித்துவிட்டுக் கதைத்துக்கொண்டிருந்தோம். பேசியவாறே குணா என்னை வருடியபோது, நான் உணர்ச்சி மேலிட அவரைக் கட்டியணைத்தேன். இருவரும் முத்தங்களைப் பரிமாறியபோது, அவர் என்னைப் படுக்கையறைக்குத் தூக்கிச்சென்றார். இருவரும் மேலாடைகளைக் களைந்தோம். நான் எப்போதும் செய்வது போலவே, எனது ஆணுறுப்பை எனது தொடைகளுக்கு நடுவே இழுத்து வைத்து, அதை இறுக்கமான உள்ளாடையால் அமுக்கி வைத்திருந்தேன். நான் இன்னும் பாலின மாற்று அறுவைச் சிகிச்சையைச் செய்துகொள்வில்லை என்பது குணாவுக்குத் தெரியாது. என்னுடைய ஆணுறுப்பைக் கண்டால், அவர் என்னை வெறுக்கக்கூடும் என நான் உள்ளுக்குள் நடுங்கிக்கொண்டிருந்தேன்.

அரும்பிக்கொண்டிருந்த எனது மார்பகங்களில் குணா விளையாடிக்கொண்டிருந்தார். “உங்களுக்குப் பிடித்திருக்கிறதா?” எனக் கேட்டேன். ‘ஆம்’ எனத் தலையசைத்துவிட்டுக் கையை எனது இடுப்புக்குக் கொண்டு சென்றார். நான் அவரது கையைத் தடுத்து “இப்போது அங்கே வேண்டாம், சிகிச்சை இன்னும்

பாக்கியிருக்கிறது, அதைச் செய்தால்தான் எனது பெண்ணுறுப்பு அழகாகயிருக்கும்" என்றேன். குணா ஏமாற்றமடைந்தது தெளிவாகத் தெரிந்தது. அவரது மனதை மாற்றுவதற்காக, அவரது ஆணுறுப்பை எடுத்து எனது வாயில் வைத்துச் சுவைத்தேன். ஓர் ஆணுக்குப் படுக்கையில் சுகம் கொடுக்காவிட்டால், அவன் என்னைவிட்டு விலகிப் போய்விடுவான் என நான் எப்போதும் பயந்தேன். நான் குணாவுக்குத் திகட்டத் திகட்ட உடலின்பத்தை வழங்கினேன். எனக்கு அவரது அன்பும் காதலும் மட்டுமே போதுமானதாகயிருந்தது.

அடுத்தநாள் மாலையில் நான் வீடு திரும்பினேன். ஒவ்வொருநாளும் குணாவுடன் தொலைபேசியில் பேசினேன். குணா எளிதில் கோபப்பட்டார். சிறிய விஷயங்களுக்கெல்லாம் சீறிச் சினந்தார். இதோ இருவரும் பிரிந்துவிட்டோம் என்பதுபோல சண்டைகள் வரும். அடுத்தநாளே சமாதானமாகிவிடுவோம். வாரயிறுதி நாட்களைப் பெரும்பாலும் குணாவுடனேயே செலவிட்டேன்.

கல்லூரிப் பாடங்களிலும் கருத்தூன்றிக் கவனத்தைச் செலுத்தினேன். வகுப்பாசிரியை என்மீது நிறைய அக்கறையைக் காட்டினார். திருநங்கை என்பதால் என்னை அவர் வித்தியாசமாக நடத்தவில்லை. எனது சக மாணவிகள் தங்களது காதலர்களைப் பற்றி ஒருவருக்கொருவர் பேசிக்கொள்வார்கள். நானும் எனது காதலர் குணாவைப் பற்றிப் பெருமையாக அவர்களிடம் பகிர்ந்துகொண்டேன். குணாவுடன் சண்டைபோடும் நாட்களில் மட்டும் என்னால் படிப்பில் கவனத்தைச் செலுத்த முடிவதில்லை. குணா என்னுடன் தொடர்ந்து சண்டைபோடக் காரணம் என்னவென்று மூளையைப் பிய்த்துக்கொண்டு யோசித்தேன்.

என்னதான் ஆழமான காதலென்றாலும், ஒரு பெண் கொடுப்பது போன்ற முழுமையான பாலியல்

இன்பத்தை, என்னால் அவருக்குக் கொடுக்க முடியவில்லை. இதனால்தான் அவருக்கு என்மீது மெதுமெதுவாக வெறுப்பு ஏற்படுகிறதோ என யோசித்தேன். நான் விரைவிலேயே முழுமையான பெண்ணாக மாறிவிடுவதுதான் இதற்கான ஒரேயொரு தீர்வு. எனது வாழ்க்கை இலட்சியமும் அதுதான்.

எனது உளவியல் நிபுணரிடம் சென்று, பாலின மாற்று அறுவைச் சிகிச்சை செய்வதற்கான கடிதத்தைத் தயவுசெய்து எனக்கு எழுதி தாருங்கள் எனக் கெஞ்சி மன்றாடினேன். நான் அவரிடம் சிகிச்சை பெறத் தொடங்கி ஒரு வருடம் கழிந்திருந்ததால், எனது கோரிக்கையை அவர் ஏற்றுக்கொண்டார். உளவியல் நிபுணரின் பரிந்துரைக் கடிதத்தை, எனது மருத்துவக் காப்புறுதி நிறுவனத்திற்கு அனுப்பிவைத்தேன். சிகிச்சைக்கான செலவை அவர்கள்தான் ஏற்கவேண்டும். இரண்டு மாதங்கள் கழித்து, காப்புறுதி நிறுவனத்திடமிருந்து நிதானமாக நிராகரிப்புக் கடிதம் வந்தது. இன்னும் சில சட்ட நிபந்தனைகளை நான் பூர்த்தி செய்யவேண்டும் என்பது நிராகரிப்புக்கான காரணமாகயிருந்தது.

முழுமையான பெண்ணாக மாறும் என் இலட்சியத்துக்குக் குறுக்கே, இந்த நாட்டின் சட்டங்கள் கோட்டைக் கதவுகளாக நின்றன. எனினும் நான் ஜெர்மனியச் சட்டங்களினதும், மருத்துவத்துறையினதும் கதவுகளை ஓயாமல் தட்டிக்கொண்டேயிருந்தேன். ஏறக்குறைய ஒவ்வொரு நாளுமே, பாலின மாற்றுச் சிகிச்சையைச் செய்வதற்கான படிவங்களை நிரப்புவதிலும், அது குறித்த இணையத் தேடல்களிலும், தொலைபேசி விசாரிப்புகளிலும் நேரத்தைச் செலவிட்டேன்.

அதேவேளையில், எனக்கும் குணாவுக்குமிடையே சண்டைகள் அதிகரித்துக்கொண்டே வந்தன. எங்களது குமுறல்களால் தொலைபேசி நாணியது. எனது கோபத்தை அடக்கிவைக்க நான் எவ்வளவோ முயன்றும்

முடியாமல், ஒருநாள் அவரைக் கெட்ட வார்த்தையில் திட்டிவிட்டேன். "நீ ஒரு குடும்பப் பெண்ணைப் போலப் பேசவில்லை, நீ எனக்கு வேண்டாம்" எனச் சொல்லிவிட்டுக் குணா தொலைபேசி அழைப்பைத் துண்டித்துக்கொண்டார். அது என் குரல்வளையை இரண்டாகத் துண்டித்ததுபோல எனக்கு வேதனையானது. மன்னிப்புக் கேட்பதற்காக அவரைத் திரும்பத் திரும்பத் தொலைபேசியில் அழைத்தேன். அவரோ என் அழைப்புகளை ஏற்க மறுத்துவிட்டார். நான் விரக்தியின் உச்சத்திற்குச் சென்றுவிட்டேன். அடுப்பில் கத்தியைச் சூடாக்கி, எனது கையில் சூடு வைத்துக்கொண்டேன். இரண்டே நாட்களில் குணா சமாதானமாகிவிட்டார். நாவினால் சுட்ட புண் அவருக்கு ஆறிவிட்டது. ஆனால் தீயினால் சுட்ட புண்ணின் வடு இன்னமும் என் கையிலிருக்கிறது.

எனது வீட்டில் இப்போது கொஞ்சம் மாற்றம் ஏற்பட்டிருந்தது. என்னை எனது போக்கிலிருந்து மாற்றவே முடியாது என்பது அவர்களுக்குத் தெரிந்துவிட்டது. இருபது வயதிலிருக்கும் என்னை அடிப்பது, உதைப்பது எல்லாம் சாத்தியமில்லை. வீட்டை விட்டுத் துரத்திவிட்டாலும் என்னால் பிழைத்துக்கொள்ள முடியும். எனவே பெற்ற கடனின் பெயரால், என் பெற்றோர் என்னைச் சகித்துக்கொள்ளத் தொடங்கிவிட்டார்கள். அண்ணாவும் என்னிடம் சற்றுப் பொறுமையைக் கடைப்பிடித்தான்.

தட்டினேன் திறக்கப்பட்டது

அது 2012 ஆம் வருடத்தின் ஜூன் மாதம். பாலின மாற்று அறுவைச் சிகிச்சை செய்துகொள்வதற்கான அனுமதிக் கடிதத்தை, தபால்காரர் வெகு சாதாரணமாக என்னிடம் கொடுத்துவிட்டுப் போனார். மருத்துவக் காப்புறுதி

நிறுவனம் அனுப்பிவைத்த அந்தக் காகிதத்தைப் படித்த கணத்தில், நான் எய்திய மகிழ்ச்சியை வாசகர்கள் உணர்ந்துகொள்வீர்கள். உடலெங்கும் பூப்பூத்ததுபோல நான் உயிர்த்தேன்.

ஒரு விநாடியைக் கூட வீணாக்காமல் துரிதமாகச் செயற்பட்டேன். ஜெர்மனியில் பாலின மாற்று அறுவை சிகிச்சை செய்யும் மருத்துவர்களின் முழுப் பட்டியல் என்னிடமிருந்தது. துருக்கிய வம்சாவழியைக் கொண்ட 'ஒஸ்குர்' என்ற மருத்துவரை நான் தேர்வு செய்தேன். அவரிடம் அறுவைச் சிகிச்சை செய்துகொண்ட திருநங்கைகளிடமிருந்து, அவரைக் குறித்த நன்மதிப்புச் சொற்கள் எனக்குக் கிட்டியிருந்தன. அவர் கடமையாற்றும் மருத்துவமனை கொலோன் நகரத்திலிருந்தது.

வேறு மருத்துவர்களிடம் போனால், சிகிச்சைக்காக மாதக்கணக்கில் காத்திருக்க நேரிடும். ஒஸ்குரிடம் சென்றால் ஒரு வாரத்திற்குள்ளாகவே காரியத்தை முடித்துவிடுவார். ஆனால் அவரது சிகிச்சையிலிருந்த குறைபாட்டையும் தோழிகள் சொல்லியிருந்தார்கள். அவரது சிகிச்சை முறையில் உருவாக்கப்படும் பெண்ணுறுப்பின் உட்பகுதியில் அதிகளவு ஆழமிருக்காது.

பாலின மாற்று அறுவைச் சிகிச்சையின் போது, திருநங்கைகளின் ஆணுறுப்பைச் சிதைத்து, அந்தத் தோலைக்கொண்டு பெண்ணுறுப்பின் உட்பகுதியை உருவாக்குவார்கள். பெரும்பாலான திருநங்கைகளின் ஆணுறுப்பு இயற்கையிலேயே சிறியதாக இருப்பதால் தோல் பற்றாக்குறையாகி, எங்களுக்கு உருவாக்கப்படும் யோனித் துளையின் ஆழம் குறைவாகவேயிருக்கும். இதைப் பற்றி நான் கவலையேபடவில்லை. எனக்கு உடனடியாக முழுமையான பெண்ணாக மாறவேண்டியிருந்தது. இதுவரை கண்ணீரும் சோறும் தின்று காத்திருந்தது போதும்!

மருத்துவர் ஒஸ்குரை தொலைபேசியில் ஒரு வெள்ளிக்கிழமை அழைத்தேன். திங்கட்கிழமை வந்து தன்னைப் பார்க்குமாறு சொன்னார். அந்த வாரயிறுதி விடுமுறையில், சுவிஸிலிருந்து அக்கா வீட்டுக்கு வந்திருந்தாள். நான் மருத்துவரைச் சந்திக்கப் போவதாக அவளிடம் சொன்னேன். என்ன ஏதென்று விபரமாகக் கேட்ட அக்கா சற்று நேரம் மவுனமாக இருந்தாள். பின்பு, எனக்குத் துணையாகத் தானும் மருத்துவரிடம் வருவதாகச் சொன்னாள்.

திங்கட்கிழமை, நானும் அக்காவும் மருத்துவர் ஒஸ்குரின் அறையிலிருந்தோம். ஒஸ்குர் நடுத்தர வயதுள்ள இனிமையான மனிதர். அறுவைச் சிகிச்சையைக் குறித்துப் பொறுமையாக எங்களுக்கு விளக்கிவிட்டு, ஏதேனும் கேள்விகள் இருந்தால் கேட்கலாம் என்றார். "ஒரு கேள்வியும் கிடையாது, முடிந்தால் இன்றே சிகிச்சையைச் செய்து என்னைப் பெண்ணாக மாற்றிவிடுங்கள்" என்றேன்.

ஒஸ்குர் புன்னகைத்தபடியே சொன்னார்:

> "உன்னைப் போன்ற இளம் பருவத்தினர் இங்கே சிகிச்சைக்கு வருவது அரிது. இங்கு வருபவர்களில் பெரும்பாலானோர் முப்பத்தைந்து வயதிற்கும் மேற்பட்டவர்களே. உன்னைப் பார்த்தால் திருநங்கை என்றே கூற முடியாது. பெண் குரலும் உனக்கு இயற்கையிலேயே அமைந்திருக்கிறது. அல்லாஹ் உன்னைப் பெண்ணாகவே படைத்திருக்கிறான்"

மருத்துவரின் வார்த்தைகள் எனக்குத் தன்னம்பிக்கையையும் மகிழ்ச்சியையும் ஏற்படுத்தின. அக்கா எனது கையைப் பிடித்தபடியிருந்தாள். மருத்துவர் தொடர்ந்தார்:

> "இந்த சிகிச்சையின் மூலம் என்னால் உனக்குச் செயற்கை யோனியை மட்டும் தான் உருவாக்கித் தர முடியும். அதில் உணர்ச்சி இருக்குமா, பாலியல்

உறவு கொள்ளும்போது நீ இன்பம் துய்ப்பாயா என்பதற்கெல்லாம் என்னால் உத்தரவாதம் தரமுடியாது. எது எப்படியாகினும் ஒரு பெண்ணுக்குரிய பாலியல் உணர்வு உனக்கு முழுமையாகக் கிட்டப் போவதில்லை".

நான் அமைதியாகப் பதில் சொன்னேன்:

"இந்தச் சிகிச்சைக்குப் பின்பாக நான் உணரப்போவதை ஒரு பெண்ணால் எப்போதுமே உணர முடியாது. அதேபோன்று இதுவரை காமத்தில் நான் அனுபவித்த உணர்வையும் எந்தப் பெண்ணாலும் அல்லது எனது சக திருநங்கையாலும் உணரவே முடியாது. உணர்வு என்பது ஆளுக்கு ஆள் வேறுபாடும்".

மருத்துவர் ஒஸ்குர் புன்னகையுடன் "நீ சரியாகத் தான் பேசுகிறாய், இருப்பினும் உன்னை எச்சரிப்பது என்னுடைய கடமை" என்றார். சிலர் இந்தச் சிகிச்சையைச் செய்துவிட்டு, சில காலங்கள் கழித்துவந்து 'மறுபடியும் ஆணுறுப்பை உருவாக்கித் தர முடியுமா?' எனக் கேட்கிறார்களாம்.

மருத்துவர் என்னைத் தனியறைக்கு அழைத்துச் சென்றார். கட்டிலில் படுக்கவைத்து, என்னுடைய ஆணுறுப்பை ஆராய்ந்தார். அது சிறியதாக இருந்ததால், 12 சென்டி மீட்டர் ஆழமான துளையையே உருவாக்க முடியுமென்றார். "புணர்ச்சியில் ஈடுபடுகையில் உனது துணையின் ஆண்குறி பெரிதாக இருந்தால் உனக்குச் சிரமமாகயிருக்கலாம்" என்றும் எச்சரித்தார். நான் அந்தச் சிரமத்தைப் பற்றியெல்லாம் துளியும் கவலைப்படவில்லை. அறுவைச் சிகிச்சை செய்துகொள்ள நான் துடித்துக்கொண்டிருந்தேன்.

மருத்துவர் ஒஸ்குர் இதுவரை செய்த அறுவைச் சிகிச்சைகளின் ஒளிப்படங்கள் அங்கேயிருந்தன. அவர் அமைத்திருந்த செயற்கை யோனிகள் அச்சு அசலாக

இயற்கை யோனிகளைப் போலவேயிருந்தன. நான் பெண் யோனிகளை நீலப்படங்களில் மட்டுமே பார்த்திருப்பதால், எதற்கும் எனது அக்காவிடமும் அபிப்பிராயம் கேட்டுவிடலாம் என நினைத்து, அக்காவை அழைத்து ஒளிப்படங்களைக் காண்பித்தேன். அவள் அவற்றைப் பார்த்துவிட்டு "நீங்கள் உண்மையிலேயே ஒரு கலைஞானி" என்று ஒஸ்குரை வாழ்த்தினாள்.

அடுத்த கட்டமாக, மருத்துவமனையிலுள்ள பரிசோதனை மையத்திற்கு அனுப்பிவைக்கப்பட்டேன். அங்கே எனது இரத்த மாதிரி எடுக்கப்பட்டு, மேலும் பல சோதனைகள் நடத்தப்பட்டன. கிட்டத்தட்ட நான்கு மணிநேரத்திற்குச் சோதனைகள் நீண்டன. எனது உடல் ஆரோக்கியமான நிலையில், அறுவைச் சிகிச்சைக்குத் தயாராக இருப்பதாகக் கண்டறியப்பட்டது. எனக்கு அறுவைச் சிகிச்சை செய்வதற்கான நாள், அன்றிலிருந்து சரியாக ஒரு வாரம் தள்ளிக் குறிக்கப்பட்டது.

நானும் அக்காவும் வீடு திரும்பியபோது மாலை ஆறு மணியாகிவிட்டது. அக்கா வந்திருந்ததால் இரவுணவைக் குடும்பமாக உட்கார்ந்து சாப்பிட்டுக்கொண்டிருந்தோம். அப்போது அக்கா, அடுத்த வாரம் எனக்கு அறுவைச் சிகிச்சை நடக்கப்போவதை எல்லோருக்கும் அறிவித்தாள். "இதை ஏன் முன்பே எங்களுக்குச் சொல்லவில்லை?" என அம்மா கேட்டார். "நீங்கள் எவ்விதத்திலும் எனக்கு உதவியாக இருக்கவில்லை, உங்களிடம் சொல்லி என்ன பிரயோசனம்?" என்று திருப்பிக் கேட்டேன். அம்மா என்னை மனம் திரும்பவைக்கக் கடைசி முயற்சியைச் செய்தார். "நீ பெண்ணுடை அணிந்துகொள், ஹோர்மோன் எடுத்துக்கொள், ஆனால் தயவுசெய்து அறுவைச் சிகிச்சை மட்டும் செய்யாதே. நாளை நீயே ஆசைப்பட்டாலும் மீண்டும் ஆணாக மாறிவிட முடியாது" என்றார்.

இத்தனை ஆண்டுகளாகியும், என் தாய் என்னைப் புரிந்துகொள்ளவேயில்லை என்று என்னால்

வருத்தப்பட மட்டுமே முடிந்தது. உணவு மேசையில் குறுக்கும் நெடுக்குமாக வாதங்கள் நீண்டுகொண்டே போயின. அக்கா எனது பக்கம் நின்று உறுதியுடன் வாதாடினாள். கால மாற்றங்களையும், அய்ரோப்பியச் சட்டங்களையும் தனக்குத் தெரிந்தளவுக்கு விளக்கிச் சொன்னாள். கடைசியில் என் பெற்றோர் எனது முடிவுக்கு ஆதரவு தெரிவிக்காவிட்டாலும், எதிர்ப்புத் தெரிவிக்காமலிருந்தனர். ஆச்சரியப்படத்தக்க முறையில் அண்ணா எனக்கு ஆதரவாக மாறினான். சிகிச்சை நாளன்று தனது காரிலேயே என்னை மருத்துவமனைக்கு அழைத்துச் செல்வதாகச் சொன்னான். அன்றிரவே குணாவைத் தொலைபேசியில் அழைத்து விஷயத்தைச் சொன்னேன். அவர் எனக்கு வாழ்த்துகளைத் தெரிவித்தார். மருத்துவமனைக்கு வந்து என்னைப் பார்ப்பதாகவும் சொன்னார்.

சுந்தரிப் பாட்டியிடமும், பிரியா அம்மாவிடமும் சிகிச்சைக்கு நாள் குறிக்கப்பட்டதைத் தெரிவித்தேன். அவர்களும் தங்களது மகிழ்ச்சியையும் வாழ்த்துகளையும் தெரிவித்தார்கள். பாட்டி அப்போதும் சிங்கப்பூரிலேயே இருந்தார். பிரியா அம்மா என்னை வந்து பார்ப்பதைப் பற்றி எதுவும் சொல்லவில்லை. எனக்கு அறுவைச் சிகிச்சை நடக்கும்போது, என்னருகில் திருநங்கைகள் யாராவது இருந்திருந்தால் நான் மகிழ்ச்சியடைந்திருப்பேன். ஏனெனில் பாலின மாற்று அறுவைச் சிகிச்சையென்பது எங்களுக்குப் புனிதச் சடங்கு. அதுதான் திருநங்கைகளின் புத்துயிர்ப்பு!

கல்லூரியின் கோடைகால விடுமுறைக்கு இன்னும் இரண்டு வாரங்களிருந்தன. எனது ஆசிரியை, சிகிச்சைக்காக ஒரு வாரம் முன்கூட்டியே எனக்கு விடுமுறை கொடுத்தார். எனது நிர்வாணம் நிறைவேற்றப்படும் நாளுக்காக நான் காத்திருந்தேன். ஒரு வாரம் கனவுபோலக் கடந்து சென்றது.

AN AUTOBIOGRAPHY

மறுபாதி

புனித நிர்வாணம்

ஜூன் 18 ஆம் தேதி எனது நாள்! முதல்நாள் மாலையே அக்காவும் அண்ணாவும் என்னை அழைத்துவந்து, மருத்துவமனையில் விட்டுச் சென்றனர். அங்கே எனக்கொரு தனியறை கொடுக்கப்பட்டது. அறையின் ஒரு மூலையில் தொலைக்காட்சியும் மறு மூலையில் கழிவறையுமிருந்தன. மாலை ஏழு மணிக்குப் பின்பாக எதுவும் சாப்பிடக்கூடாது என நான் அறிவுறுத்தப்பட்டேன்.

அறைச் சாளரத்தின் வழியே, கொலோன் நகரத்தின் மத்தியிலிருக்கும் தேவாலயத்தின் அழகிய கோபுரம் தெரிந்தது. அதையே வெகுநேரம் பார்த்துக் கொண்டிருந்தேன். நான் மதுரையில் இருந்தபோது, என்னைப் பெண்ணாக மாற்றிவிடுமாறு இயேசு சாமியை மன்றாடியது ஞாபகத்தில் வந்துகொண்டேயிருந்தது. எனது குடும்பத்தினர் இப்போது எனக்கு ஆதரவாகயிருப்பதும் பெரும் நிம்மதியாகயிருந்தது. அன்றிரவில் தூக்கம் அழைக்கும் முன்பே என்னிடம் வந்தது.

அதிகாலையிலேயே எழுந்து குளித்துவிட்டுத் தயாராகயிருந்தேன். ஏழு மணியளவில் எனது அறைக்குள் நுழைந்த தாதி, குடிப்பதற்காக ஒரு மருந்தைக் கொடுத்துச் சென்றார். உடைகளை முற்றாகக் களைந்து தயாராகயிருக்குமாறு கேட்டுக் கொள்ளப்பட்டேன். உடைகளைக் களைந்துவிட்டு, போர்வையால் என்னைப் போர்த்திக்கொண்டேன். சற்றுநேரத்தில் ஓர் ஆண் தாதி வந்து, அறுவைச் சிகிச்சை நடக்கவிருக்கும் அறைக்கு என்னைப் படுக்கையோடு தள்ளிச் சென்றார். என் முள்ளந்தண்டுப் பகுதியில் ஊசியைச் செலுத்திவிட்டு, மயக்க மருந்தை மூக்கின்மீது வைத்தார்கள். நான் மயக்கத்தில் ஆழ்ந்துகொண்டிருந்தேன். அருகே

மருத்துவர் ஒஸ்குரின் குரல் கேட்டது போலிருந்தது. உடனேயே அந்தக் குரல் என் அம்மாவின் குரல் போலக் குழம்பி ஒலித்தது. பனையோலைகள் காற்றில் சரசரக்கும் ஓசையைக் கேட்டேன். அவ்வளவுதான் ஞாபகமிருக்கிறது.

நல்லபடியாக அறுவைச் சிகிச்சை நடந்து முடிந்து, நான் மயக்க நிலையிலிருந்து விழித்தபோது தேகம் முற்றிலும் சோர்ந்திருந்தது. அடிவயிறு குமட்டிக்கொண்டேயிருந்தது. தாதியின் உதவியுடன் படுக்கையிலிருந்தே ஒரு கோப்பைக்குள் வாந்தியெடுத்தேன். படுத்திருந்த நிலையில் என்னால் என் புதிய உறுப்பைப் பார்க்க முடியவில்லை. ஒரு மணிநேரம் கழித்து, முன்பிருந்த அறைக்கே என்னைக் கொண்டுசென்றார்கள். அங்கே போனதும் உடல்நிலை கொஞ்சம் சமநிலைக்கு வந்தது.

சற்றுநேரத்தில், அம்மாவும் அக்காவும் அண்ணாவும் எனது அறைக்குள் நுழைந்தார்கள். நான் அவர்களை முகம் கொள்ளாத சிரிப்புடன் வரவேற்று, அறுவைச் சிகிச்சை வெற்றிகரமாக நடந்து முடிந்தது எனத் தெரிவித்தேன். அம்மா சாப்பாடு கொண்டுவந்திருந்தார். எனக்கும் நல்ல பசியாகயிருந்ததால் உடனேயே சாப்பிட்டேன். என் குடும்பத்தினர் கிட்டத்தட்ட இரண்டு மணிநேரங்கள் என்னுடனிருந்தார்கள். அவர்கள் கிளம்பிச்சென்ற சில நிமிடங்களிலேயே, சாப்பிட்ட முழுவதையும் வாந்தியெடுத்துவிட்டேன். உடலில் ஊறியிருக்கும் மயக்க மருந்தே வாந்திக்குக் காரணம் எனத் தாதி சொன்னார்.

சுவிஸிலிருந்து மாமாவும் சித்தியும் தொலைபேசியில் அழைத்து என் நலனை விசாரித்தார்கள். வேறு சில உறவினர்களும் அழைத்துப் பேசினார்கள். சுந்தரிப் பாட்டியோ "புதுப் பொண்ணு பிறந்துவிட்டாள்" எனத் தொலைபேசியில் பாட்டாகவே பாடிவிட்டார். பிரியா அம்மாவும் அழைத்து, எனக்காக இன்று சாமிக்கு

விளக்கேற்றிவைத்துக் கும்பிட்டதாகச் சொல்லி, உடல்நலம் குறித்த ஆலோசனைகளையும் வழங்கினார். நிறையத் தண்ணீர் குடிக்கச் சொன்னார். அப்போதிலிருந்து நான் தண்ணீர்ப் போத்தலும் கையுமாகவேயிருந்தேன்.

'காமினி' எனக்குச் சித்தி முறையிலுள்ள மலேசியத் திருநங்கை. அவர் ஜெர்மனிக்கு வந்திருப்பதாகவும், தன்னைத் தொலைபேசியில் தொடர்பு கொள்ளுமாறும் எனக்கு முகநூல் வழியாகச் செய்தி அனுப்பியிருந்தார். நான் அவரைத் தொலைபேசியில் அழைத்து "எனக்கு நிர்வாணமாகிவிட்டது சித்தி... மருத்துவமனையிலிருக்கிறேன்" என்று சொன்னேன். சித்தி எனக்கு வாழ்த்துச் சொல்லிவிட்டு, மருத்துவமனையிலிருந்து வெளியேறியதும் தன்னைத் தொடர்புகொள்ளுமாறு கேட்டுக்கொண்டார். அன்றிரவு, சோர்வு மிகுதியால் நான் சீக்கிரமே உறங்கிவிட்டேன். நள்ளிரவில் துடித்துக்கொண்டு எழுந்தேன். அறுவைச் சிகிச்சை செய்திருந்த இடத்தில் தாளாத வலியேற்பட்டதால் தாதியை அழைத்தேன். அவர் எனக்கு வலி நிவாரணி மாத்திரையைக் கொடுத்ததும் அயர்ந்து தூங்கிவிட்டேன்.

மறுநாள் காலையுணவை அருந்திவிட்டுத் தெம்பாக இருந்தேன். மருத்துவர் வந்து எனது உடல்நிலையைப் பரிசோதித்துவிட்டுச் சென்றார். கடந்த மூன்று நாட்களாகவே நான் மலம் கழிக்காததால், வயிறு முட்டிக்கொண்டு நின்றது. ஆனால் படுக்கையிலிருந்து எழுந்து கழிவறைக்குச் செல்லப் பயமாகயிருந்ததால் அடக்கிக்கொண்டிருந்தேன். ஆனால் கழிப்பறைக்குச் செல்லுமாறு தாதி அறிவுறுத்தியதால், மெல்லப் படுக்கையிலிருந்து எழுந்தேன். எழுந்த வேகத்திலேயே தலைசுற்றி மீண்டும் படுக்கையில் சரிந்தேன்.

தாதி உதவிக்கு வந்தார். தாதியின் கையைப் பிடித்துக்கொண்டு கழிவறைக்குள் சென்றேன். உட்கார்ந்து

மலம் கழித்தபோது முக்கியதால், சிறுநீர் அதற்கெனப் பொருத்தப்பட்டிருந்த குழாய் வழியாக வெளியேறாமல், அறுவைச் சிகிச்சை செய்து தையல்கள் போடப்பட்டிருந்த இடத்தின் வழியாக வெளியேறியது. நெருப்புத் தண்ணீர் பட்டது போல நான் துடித்துப்போனேன். கதறலுடன் தாதியை அழைத்தேன். பஞ்சை எடுத்துவிட்டு சிறுநீர் பட்ட இடத்தை நீரால் கழுவுமாறு தாதி சொன்னார். நான் பஞ்சை உரித்தெடுத்தபோது தான், எனது பெண்ணுறுப்பை முதன்முறையாகப் பார்த்தேன். பெண்ணுறுப்புப் பெரிதாக வீங்கி, நிறையத் தையல்களுடன் பார்ப்பதற்குக் கொடூரமாகயிருந்தது. இருப்பினும் எனக்கு மகிழ்ச்சியே ஏற்பட்டது. நீரால் கழுவியதும் எரிச்சல் அடங்கிவிட்டது. தாதி என்னைக் குளிக்கவைத்தார். என்னால் நிமிர்ந்து நிற்கக்கூட முடியவில்லை. மதியவேளையிலும் ஒஸ்குர் என்னைப் பரிசோதிக்க வந்தார். எனது பெண்ணுறுப்பில் உண்டாக்கப்பட்டிருக்கும் துளையில் ஓர் அடைப்பை வைத்திருப்பதாகவும், நாளைக்கு அந்த அடைப்பை மாற்றப் போவதாகவும் சொன்னார்.

அடுத்தநாள், மருத்துவர் ஒஸ்குர் இருந்த அறைக்கு என்னைக் கொண்டுசென்றார்கள். மருத்துவருக்கு உதவி செய்ய ஓர் ஆண் தாதியும் ஒரு பெண் தாதியும் கடமையிலிருந்தார்கள். உயரமான இருக்கையில் என்னை அமரவைத்து, கால்களை விரிக்கச் சொன்னார்கள். ஆண் தாதி என் கைகளை இறுகப் பிடித்துக்கொண்டார். எனது பெண்ணுறுப்புத் துவாரத்துக்குள் அடைக்கப்பட்டிருந்த நீண்ட பஞ்சுச் சுருளை, மருத்துவர் உருவி வெளியே எடுத்தார். அப்போது எனக்கு மெல்லிய வலியே ஏற்பட்டது. அடைப்பு எடுக்கப்பட்டவுடன் துளையிலிருந்து கழிவு இரத்தம் வெளியேறியது. எனது பெண்ணுறுப்பின் எதிரே, முகம் பார்க்கும் ஒரு வட்டக் கண்ணாடியைப் பெண் தாதி பிடித்துக்கொண்டார். இப்போது மருத்துவர் செய்யப்போவதை அந்தக் கண்ணாடி வழியே நான் கவனமாகப் பார்க்க வேண்டும்.

நான் வீடு திரும்பியதும், இதை நான் தனியாகவே செய்யவேண்டும்.

மருத்துவர் ஒரு மெல்லிய இடுக்கியை வைத்து எனது பெண்ணுறுப்பை விரித்தார். தாங்க முடியாத வலியால் நான் துடித்தேன். இன்னொரு இடுக்கியில் பஞ்சைப் பிடித்து, அதைச் சுத்திகரிக்கும் திரவத்தில் தோய்த்து, எனது பெண்ணுறுப்புக்குள் திணித்துச் சுழற்றினார். நான் வலியால் கதறினேன். பத்து ஆண்கள் சேர்ந்து என்னை 'ரேப்' செய்வது போலிருந்தது.

முழுமையாகச் சுத்திகரித்தவுடன், புதிய பஞ்சுச் சுருளை எனது பெண்ணுறுப்புக்குள் திணித்துவிட்டார். செயற்கைப் பெண்ணுறுப்பில் உருவாக்கப்பட்டிருக்கும் அந்தத் துவாரம் மூடிவிடாமல் இருப்பதற்காக, இரண்டு வாரங்களுக்கு அந்த அடைப்பை நான் உள்ளே வைத்திருக்க வேண்டும். எனது பெண்ணுறுப்பைச் சுற்றி இரத்தம் கொட்டிக்கிடந்தது. நான் உட்கார்ந்திருந்த இருக்கை எனது இரத்தத்தால் நனைந்திருந்தது. அந்த இரத்தம் என்னுடைய மாதவிடாய் இரத்தம் எனக் கற்பனை செய்துகொண்டேன்.

நான் மருத்துவமனையிலிருந்த நாட்களில், எனது குடும்பத்தினரும் நண்பர்களும் உறவினர்களும் என்னைப் பார்க்க வந்தனர். ஒருமுறை எனது அக்கா, அம்மாவையும் சித்தியையும் அழைத்து வந்திருந்தாள். அக்கா போர்வையைத் தூக்கி எனது பெண்ணுறுப்பைப் பார்த்துவிட்டு "அம்மா... இது உண்மையான அதைப் போலவேயிருக்கிறது" என்று சொன்னாள். அம்மாவும் சித்தியும் வெட்கத்தினால் எனது பெண்ணுறுப்பைப் பார்க்க மறுத்துவிட்டனர். ஆனால் அவர்களது முகத்தில் மகிழ்ச்சி தெரிந்தது. எனது குடும்பம் என்மீது அக்கறை செலுத்தத் தொடங்கிவிட்டது.

ஒரு வாரம் கழிந்தபோது, நான் மருத்துவமனையைச் சுற்றி மெதுவாக நடக்கத் தொடங்கினேன். வழியில்

என்னைப் பார்த்த மருத்துவர் ஒஸ்குர் “நீ மிகவும் அழகாகயிருக்கிறாய், உன் மீது பல மருத்துவர்களுக்கு ஒரு கண்ணிருக்கிறது” என விளையாட்டாகச் சொன்னார். நான் உலாவியபோது, எனது மூத்திரப் பையைப் பாவாடைக்குள் மறைத்து வைத்திருந்தேன். மருத்துவமனைத் தோட்டத்தில் பலருடன் பேசக் கிடைத்தது. அவர்கள் யாருமே என்னையொரு திருநங்கை எனக் கண்டுபிடிக்கவில்லை.

என்னைப் பார்க்க குணாவும் வந்திருந்தார். நீண்ட நாட்களுக்குப் பின்பு அவரைப் பார்க்கிறேன். அவருடைய கழுத்தில் புதிதாக ஒரு வீக்கமிருந்தது. அதில் கையை வைத்துப் பார்த்தபோது கழலையொன்று உருண்டது. அது என்னவென்று நான் கேட்டதற்கு ‘ஒன்றுமில்லை’ எனக் குணா சொல்லிவிட்டார். அவர் என்னைப் பார்க்க வந்தது, எனக்குப் பெரும் ஆறுதலாகயிருந்தது. என்னுடன் இரண்டு மணிநேரங்கள் இருந்துவிட்டு, அவர் புறப்படத் தயாரானார். என்னால் அவரைப் பிரிய முடியவில்லை. இன்னும் கொஞ்ச நேரம் இருக்குமாறு கெஞ்சிக் கேட்டேன். ஆனால் அவர் புறப்பட்டுவிட்டார். அவரை வழியனுப்புவதற்காக மருத்துவமனையின் வாசல் வரை சென்றேன். அவர் என்னைவிட்டுப் பிரியுமுன்பே, எங்களுக்குள் வழமையான சண்டை வந்துவிட்டது. நான் அறைக்குத் திரும்பிவந்து அமைதியாக அழுதுகொண்டிருந்தேன். அழும்போது கூட இந்த உடல் வலிக்கிறது.

இரண்டு வாரங்கள் மருத்துவமனையிலிருந்தேன். நான் வீடு திரும்பும்போதும், என்னுடலில் பொருத்தப்பட்டிருந்த மூத்திரக் குழாய் அகற்றப்படவில்லை. நான் சிறுநீர் கழிக்கும்போது அதைத் திறந்து மூடிக்கொள்ளலாம். மருத்துவர் எழுதிக் கொடுத்த சீட்டில் மருந்து மாத்திரைகளுக்குப் பதிலாக; இரப்பராலான செயற்கை ஆண்குறி, அதைப் பெண்ணுறுப்பின் துவாரத்திற்குள் சுலபமாக நுழைத்து எடுப்பதற்கான களிம்பு,

சுத்திகரிக்கும் திரவம் ஆகியவையிருந்தன. ஒவ்வொரு நாளும், செயற்கை ஆண்குறியைக் குறைந்தது ஒரு மணிநேரமாவது பெண்ணுறுப்புக்குள் நுழைத்து எடுக்கவேண்டும் என மருத்துவர் அறிவுறுத்தினார். அப்படிச் செய்வதன் மூலமே துளை திருத்தமான வடிவத்திற்கு வரும்.

மருத்துவமனைச் சடங்குகள் முடிந்ததும், எனது அண்ணாவைத் தொலைபேசியில் அழைத்தேன். அவன் வேலைத்தளத்தில் இருந்தான். அவனால் இரவுதான் மருத்துவமனைக்கு வரமுடியும். நான் இரவு வரை காத்திருக்க விரும்பாமல், ஒரு வாடகைக் காரை அமர்த்திக்கொண்டு இரயில் நிலையம் சென்றேன். இரயில் நிலையத்தில் காத்திருந்தபோதும், பயணத்தின் போதும் பெண்ணுறுப்பில் வலி இருந்துகொண்டேயிருந்தது. நான் வீடு திரும்பியபோது, அம்மா ஆரத்தி எடுக்காத குறையாக முகம் மலர வரவேற்றார். அறையில் என்னைப் படுக்கவைத்துவிட்டு, என்னிடமிருந்த சீட்டை வாங்கிக்கொண்டு பார்மஸிக்குச் சென்று, எனக்குத் தேவையானவற்றை வாங்கிவந்தார்.

சிறுநீர் கழிக்கையில் இலேசான எரிச்சலிருந்தது. நான் அதைப் பொறுத்துக்கொண்டாலும், வலி மெதுமெதுவாக அதிகரித்துக்கொண்டே போனது. மறுநாள் என்னால் சிறுநீர் கழிக்கவே முடியவில்லை. வலி தாங்க முடியாமல் கீழே விழுந்துவிட்டேன். வீட்டின் அருகிலிருந்த சிறிய மருத்துவமனைக்கு, அண்ணா என்னைக் கூட்டிச்சென்றான். அங்கே பரிசோதனைகள் செய்தபோது, எனது சிறுநீரில் கிருமித் தொற்றிருப்பது தெரியவந்தது. என்னில் பொருத்தப்பட்டிருந்த மூத்திரக் குழாய் காரணமாகவே இந்தத் தொற்று ஏற்பட்டிருக்கிறது. சில மருந்துகளைப் பெற்றுக்கொண்டு வீடு திரும்பியதும், ஆழ்ந்த உறக்கத்திற்குள் போய்விட்டேன்.

மறுநாள், எனது பெண்ணுறுப்புத் துளையை, அம்மா தூய்மைத் திரவத்தால் சுத்தம் செய்துவிட்டார். இரப்பர் ஆண்குறி எதற்கு என அம்மா கேட்டபோது, நான் மருத்துவர் அறிவுறுத்தியதைக் கூறினேன். ஆனால், அதை எனது பெண்குறிக்குள் நுழைக்கும்போது ஏற்படவிருக்கும் வலியை நினைக்கும்போதே என்னுடல் நடுங்கியது. அம்மா என்னைச் சமாதானப்படுத்தி என் உதவிக்கு வந்தார். எனது பெண்ணுறுப்புக்குள் அம்மா செயற்கை ஆணுறுப்பை நுழைத்ததும், நான் தாங்க முடியாத வலியால் அலறினேன். கழிவு இரத்தம் பொங்கிவந்து என் தொடைகளில் பரவியது. பெண்ணுறுப்பிலிருந்து இரத்தம் வெளியேறிக்கொண்டேயிருந்தது. நான் அடிவயிற்றை அமுக்கி அமுக்கி வலியைக் கட்டுப்படுத்த முயன்றேன். அம்மாவோ இரத்தத்தால் தோய்ந்திருந்த இரப்பர் ஆண்குறியைக் கையில் பிடித்தவாறே வெடித்து அழுதுகொண்டிருந்தார். நல்லூர் கந்தன், லூர்து மாதா, வெள்ளைக்கடற்கரை சூஃபி எல்லோரையும் அழைத்து அழுதார். நான் குணாவைத் தொலைபேசியில் அழைத்து அழுதேன்.

அன்றிரவு புலம்பிக்கொண்டே தூங்கிவிட்டேன். மறுநாள் மருத்துவர் ஒஸ்குருடன் சந்திப்பிருந்தது. அண்ணா என்னை கொலோன் நகரத்துக்கு காரில் அழைத்துச் சென்றான். சிறியதொரு காத்திருப்புக்குப் பின்பாக, ஒஸ்குர் என்னை உள்ளே அழைத்தார். அதே உயரமான இருக்கையில் இம்முறையும் உட்கார வைக்கப்பட்டேன். முதல் வேலையாக, என்னுடலில் பொருத்தப்பட்டிருந்த மூத்திரக் குழாய் அகற்றப்பட்டது. மருத்துவர் எனது பெண்ணுறுப்பைப் பரிசோதித்துவிட்டு, துளை மிகவும் இறுக்கமாகயிருக்கிறது எனச் சொல்லி, செயற்கை ஆணுறுப்பை உட்செலுத்தும் பயிற்சியில் தீவிரமாக ஈடுபடுமாறு அறிவுறுத்தினார். அன்றிலிருந்து நான் அதைத் தவறாமல் செய்யத் தொடங்கினேன். படுக்கையறைக் கதவைத் தாழிட்டுவிட்டு, வழுவழுப்புக்

களிம்பைப் பெண்ணுறுப்பின் துளைக்குள் பூசியதன் பின்பாக, செயற்கை ஆணுறுப்பைத் துளைக்குள் மெதுவாக நுழைத்தெடுப்பேன். தொடக்கத்தில் சற்று எரிவு இருந்தாலும், போகப்போக வலி குறையத் தொடங்கியது. ஒவ்வொரு நாளும் முப்பது நிமிடங்கள் இதைச் செய்தேன்.

ஒரு மாதம் கடந்தபோது, எனது பெண்ணுறுப்பிலிருந்த வீக்கம் முற்றாக மறைந்துபோய், பெண்ணுறுப்பு மிகவும் அழகாகயிருந்தது. மருத்துவருடனான இறுதிச் சந்திப்புக்காக கொலோனுக்குப் புறப்பட்டேன். அன்று குணாவுக்கு ஓய்வுநாளாக இருந்ததால், அவரும் என்னுடன் வந்திருந்தார். என்னை உள்ளே அழைத்த மருத்துவர், மீண்டும் அதே உயர்ந்த இருக்கையில் என்னை அமரவைத்துப் பரிசோதித்தார்.

"உன்னுடைய பெண்ணுறுப்பு திருத்தமாகயிருக்கிறது, துவாரமும் போதியளவு விரிவடைந்திருக்கிறது" என்று மருத்துவர் சொன்னார். முகிழ்த்து வந்த வெட்கத்தை அடக்கிக்கொண்டு, "நான் எப்போது உடலுறவில் ஈடுபடலாம்?" என்று கேட்டேன். "இன்றே நீ தொடங்கிவிடலாம்" என்று ஒஸ்குர் புன்னகைத்தார். நான் நாவால் சில நன்றிகளையும், இருதயத்தால் கோடி நன்றிகளையும் மருத்துவர் ஒஸ்குருக்குச் செலுத்திவிட்டு, மனம் கொள்ளாத மகிழ்ச்சியுடனும் உற்சாகத்துடனும் அவரிடமிருந்து விடைபெற்றேன்.

இந்த நாளைக் கொண்டாடுவதற்காக, நானும் குணாவும் ஒரு சீன உணவகத்துக்குப் போய் நன்றாகச் சாப்பிட்டோம். பின்பு அருகிலிருந்த விடுதியில் அறை எடுத்துக்கொண்டோம். இருவரும் படுக்கையில் கிடந்தவாறே தழுவியும் முத்தமிட்டும் முன்னேறிக்கொண்டிருந்தோம். "உடலுறவில் ஈடுபடுவதால் உனக்கு ஆபத்தில்லையா?" என்று குணா கேட்டார். 'இல்லை' எனத் தலையாட்டிச் சிரித்தேன்.

எனது பெண்ணுறுப்பில் போடப்பட்டிருந்த தையல் காயங்கள் ஆறியிருந்ததால், நான் தைரியமாகவே இருந்தேன். குணா எனது பாவாடையைக் கழற்றி உள்ளாடையையும் அவிழ்த்தார். மருத்துவர் எனது பெண்ணுறுப்பைச் சுத்தம் செய்ததன் பின்னாகப் பஞ்சு வைத்திருந்தார். அந்தப் பஞ்சு இரத்தத்தில் ஊறிக் காய்ந்திருந்ததைக் கண்டதும் குணா பயந்துவிட்டார். “அது கழிவு இரத்தம்” என நான் குணாவுக்குச் சமாதானம் சொன்னேன். “எனக்கு உனது உடல் நலம்தான் முக்கியம்” என்ற குணா உடலுறவில் ஈடுபட மறுத்துவிட்டார். அன்பான சில முத்தங்களுக்குப் பின்னாக இருவரும் பிரிந்து, அவரவர் நகரங்களை நோக்கிப் புறப்பட்டோம்.

காமினி சித்தி

என்னுடைய நிர்வாண உடலைப் பார்க்கும் போதெல்லாம், நான் மகிழ்ச்சியின் உச்சிக்குப் போனேன். ‘இனி நான் எனது கால்களுக்கு இடையே ஆணுறுப்பை அமுக்கிக் கட்டிவைக்கத் தேவையில்லை. நான் விரும்பிய எந்த உடையையும் அணியலாம். நீச்சல் உடையணிந்து தடாகத்தில் மிதக்கலாம். உடலுறவு கொள்வதற்கு இனியும் நான் வெட்கப்படவோ, தயங்கவோ தேவையில்லை’ என்றெல்லாம் எனது கற்பனைத் தோழிகள் இருவருக்கும் சொல்லி, எனக்குள்ளேயே சிரித்துக்கொண்டிருந்தேன். நான் இப்போது முழுமையான பெண். எத்தனையோ அவமானங்களையும் இடர்களையும் வாதைகளையும் கடந்து, என் அடையாளத்தை உறுதி செய்துவிட்டேன்.

இந்த மகிழ்ச்சியை எனது திருநங்கைச் சமூகத்திடம் நான் பகிர்ந்துகொள்ள வேண்டாமா! எனவே காமினி சித்தியைப் பார்ப்பதற்காக டோர்ட்முண்ட் நகரத்துக்குச் சென்றேன். சித்தி அவரது ஜெர்மனியக் காதலனின் வீட்டில் தங்கியிருந்தார். சித்தியின் கால்களில் விழுந்து

"பாம்படுத்தி" சொல்லி வணங்கினேன். சித்தி என்னை ஆசிர்வதித்துக் கட்டியணைத்தார். "நீ தேவதையாட்டம் இருக்கிறாயடி" எனச் சொல்லி என் நெற்றியில் முத்தமிட்டார். காமினி சித்தியும் மாசற்ற அழகிதான். நானும் அவரும் ஒரே உயரம். குணத்திலும் இருவருக்கும் நிறைய ஒற்றுமையிருந்தது.

சித்தியின் காதலருக்கு, சித்தி ஒரு திருநங்கை என்பது தெரியாது. அந்த மனிதர் மலேசியாவுக்குச் சுற்றுலா சென்றிருந்தபோது சித்தியைச் சந்தித்திருக்கிறார். அவரொரு இனிமையான மனிதர். என்னிடம் நன்றாகப் பழகினார். வீடு முழுவதும் காமினி சித்தியின் ஒளிப்படங்களை ஒட்டி வைத்திருந்தார். சித்தியின் கால் கொலுசை, ஒரு பொம்மையின் கழுத்தில் மாட்டிவைத்திருந்தார். மனிதர் சித்தி மீது பைத்தியமாக இருக்கிறார் என்பது வெளிப்படை.

சித்தி எனக்கு அழகிய சிவப்புப் புடவையைப் பரிசளித்தார். அந்தச் சேலை கொசுவலை போலயிருந்தது. ரவிக்கையோ படு கவர்ச்சியாகக் கையில்லாமலிருந்தது. பாலிவுட் நடிகைகள்தான் இப்படிச் சேலை அணிவார்கள். "இந்தச் சேலையைக் கட்டுவதற்கு எனக்கு வெட்கமாகயிருக்கிறது" என்றவாறே சித்தியின் முன்னால் நாணிக்கோணினேன். சித்தி எனது முகத்தைத் தனது கைகளில் ஏந்தியவாறு, எனது கண்களைப் பார்த்துச் சொன்னார்:

"தனுஜா! இனி நீ இப்படித்தான் உடையணிய வேண்டும், நீ மிகவும் அழகானவள். தேவையற்ற வெட்கத்தையும் தாழ்வு மனப்பான்மையையும் தூக்கியெறி!"

சித்தி எனது பெண்ணுறுப்பைப் பார்த்துவிட்டு "நன்றாகச் செய்திருக்கிறார்கள்" எனப் பாராட்டினார். காமினி சித்தியுடனிருந்த ஒவ்வொரு நிமிடமும் எனக்கு உற்சாகமும் தைரியமும் ஊறிக்கொண்டேயிருந்தன.

இரவு எட்டு மணியளவில் சித்தியிடம் விடைபெற்று, சித்தி கொடுத்த சேலை - ரவிக்கையுடன் மனம் நிறைந்து வீடு திரும்பினேன்.

வாரயிறுதியில் குணாவைச் சந்திப்பதற்காக அவரது வீட்டுக்குச் சென்றேன். அவரது கழுத்திலிருந்த வீக்கம் இப்போது அதிகரித்திருந்தது. அவரை வற்புறுத்தி மருத்துவரிடம் அழைத்துச் சென்றேன். குணாவுக்கு காசநோய் எனத் தெரியவந்தது. தொடராக சிகரெட் புகைப்பதும், அவரது வீட்டிலிருந்த தூசு தும்புமே நோய்க்குக் காரணம். 'உடனடியாக மருத்துவமனையில் அனுமதிக்க வேண்டும்' என்றார் மருத்துவர். குணா முதலில் சிகிச்சைக்கு மறுத்தார். ஆஸ்பத்திரியில் படுத்துவிட்டால் தனது வேலை போய்விடுமெனப் பயந்தார். நான் அவருக்கு இல்லாத பொல்லாத சமாதானங்களெல்லாம் சொல்லி, சிகிச்சைக்குச் சம்மதிக்க வைத்தேன்.

நல்வாய்ப்பாக, கல்லூரி தொடங்குவதற்கு இன்னும் சில நாட்களிருந்தன. குணா மருத்துவமனையிலிருந்த நாட்களில், நான் அவரின் வீட்டிலேயே தங்கிக்கொண்டேன். அந்த வீட்டை அங்குலம் அங்குலமாகச் சுத்தம் செய்தேன். தினமும் மருத்துவமனைக்குச் சென்று அவரைக் கவனித்துக்கொண்டேன். அவரது மனைவியின் ஸ்தானத்தில் என்னை இருத்திக்கொண்டு, முழு மனதோடு அவருக்குச் சேவை செய்தேன். குணாவின் கழுத்திலிருந்த கழலை நீக்கப்பட்டு, கட்டுப் போடப்பட்டது. சிகிச்சையின் கொடுமையினாலோ என்னவோ, என்மீது எரிந்து விழுந்துகொண்டேயிருந்தார்.

குணாவைப் பார்ப்பதற்காக, அவரோடு வேலை செய்யும் துருக்கிய நண்பர்கள் வருவார்கள். வந்தவர்கள் சும்மாயிராமல் என் அழகைச் சிலாகித்துக் குணாவிடம் வம்பு பேசினார்கள். ஒருநாள் மாலையில் பார்வையாளர்கள் நேரம் முடிந்ததும்; குணாவின்

நண்பனொருவன் என்னைத் தனது காரில் அழைத்துச் சென்று, குணாவின் வீட்டில் இறக்கிவிட்டான். அது குணாவுக்குப் பிடிக்கவில்லை என்பதை அடுத்தநாள் தெரிந்துகொண்டேன். என்னைப் பார்த்ததும், கழுத்து வலியையும் மீறி அவர் கத்தினார்: "நீ தமிழ்ப் பெண் இல்லை!"

குணாவுக்கு என்மீது காரணமில்லாமல் சந்தேகங்கள் வளர்ந்துகொண்டேயிருந்தன. அவரது புகழ் பெற்ற வாக்கியமான "நீ தமிழ்ப் பெண் இல்லை" என்பதைத் தொடர்ந்து ஜெபித்துக்கொண்டேயிருந்தார். அந்த ஜெபம் "நீ நேற்றிரவு யாருடனும் படுக்கவில்லையா?" என்ற கேள்விவரை போனது. அவர்மீது எனக்கிருந்த காதலில் ஒரு சதவீதம் கூட, அவருக்கு என்மீது இருக்கவில்லை. எங்களது பொழுதுகள் சண்டை சச்சரவோடும், குற்றச்சாட்டுகளை ஒருவருக்கொருவர் மாறிமாறிச் சுமத்துவதுமாகவே கழிந்துகொண்டிருந்தன. குணா சுகமடைந்து மருத்துவமனையிலிருந்து வெளியேறியதும், நானும் எனது வீட்டுக்குத் திரும்பினேன். இருதயம் நிறையக் காதலோடு குணாவிடம் சென்ற நான், இருதயக் காயங்களோடு திரும்பி வந்தேன். அந்தக் காயங்கள் எனக்கும் அவருக்கும் நடுவில் அகழியாகக் கிடந்தன.

மஞ்சள் நீராட்டு

திருநங்கைகளின் கலாசாரத்திலும் மஞ்சள் நீராட்டு விழாவுண்டு. நிர்வாணம் செய்துகொண்ட நாற்பதாவது நாளில், பருவமடைந்த பெண்களுக்குச் செய்யும் அதே சடங்கைச் செய்வோம். திருநங்கையை மஞ்சள் நீரால் குளிப்பாட்டி, புதுப்புடவை அணிவித்து, எங்களது தெய்வம் சந்தோஷி அம்மனுக்குப் பூஜை போடுவோம். இந்தச் சடங்கைத் திருநங்கைத் தாயே முன்னின்று செய்ய

வேண்டும். சிகிச்சைக்கு முன்னரும் கூட ஒரு பூஜை போட வேண்டும்.

ஆனால் எனது சிகிச்சைக்கு முன்னால், எனது திருநங்கைத் தாயால் பூஜை போட முடியவில்லை. எனவே நாற்பதாவது நாள் சடங்கையாவது சிறியளவில் செய்துவிட வேண்டுமென பிரியா அம்மா ஆசைப்பட்டார். என்னை சூரிச் நகரத்துக்கு வருமாறு அழைத்தார். சுந்தரிப் பாட்டியும் அப்போது சூரிச் நகரத்திற்கு வந்திருந்தார். எனக்குச் சடங்கு நடக்கப்போகிறது என்பதை நினைத்து நினைத்து நான் மகிழ்ச்சி தாளாமல் கண்ணீர்விட்டேன்.

சூரிச் இரயில் நிலையத்தில் பிரியா அம்மாவைக் கண்டதும் ஓடிப்போய் ஆசிர்வாதம் பெற்றேன். அம்மா என்னைக் கட்டியணைத்து இனிப்பு ஊட்டிவிட்டார். முன்பு பார்த்ததை விட, அம்மா இப்போது மிகவும் அழகாகயிருந்தார். உடல் மெலிந்து இருபத்தைந்து வயதுப் பெண்ணின் தோற்றத்திலிருந்தார். இரயில் நிலையத்திலிருந்து இருபது நிமிட நடை தூரத்தில் அம்மாவின் அப்பார்ட்மென்ட் இருந்தது. சுந்தரிப் பாட்டி தொலைபேசியில் அழைத்து, மறுநாள் காலையில் வருவதாகச் சொன்னார். ஓயாத பேச்சுகளின் நடுவே, அம்மாவும் நானுமாகச் சேர்ந்து சமைத்துச் சாப்பிட்டுவிட்டு, அங்கிருந்த ஒரேயொரு கட்டிலில் இருவருமாகப் படுத்துத் தூங்கினோம்.

அதிகாலையிலேயே, அம்மா சடங்குக்கான ஏற்பாடுகளை செய்யத் தொடங்கிவிட்டார். சந்தோஷி மாதா படத்திற்கு மாலையணிவித்தார். தண்ணீர் பிடித்துப் பன்னீரும் மஞ்சளும் கலந்து வைத்தார். எல்லா வேலைகளையும் முடித்துக்கொண்டு, இரயில் நிலையத்திற்குச் சென்று சுந்தரிப் பாட்டிக்காகக் காத்திருந்தோம்.

பாட்டி அழகாகப் பட்டுப் புடவை கட்டி, தங்க நகைகள் அணிந்து, நெற்றியில் குங்குமத் திலகத்தோடு சாட்சாத் கறுப்பாத்தி அம்மனைப் போலவே இரயிலிலிருந்து

இறங்கினார். பாட்டியின் காலில் விழுந்து "பாம்படுத்தி" சொன்னேன். பாட்டி என்னை ஆசிர்வதித்துவிட்டு, என்னையே கண்வெட்டாமல் பார்த்துக்கொண்டு நின்றார். பின்பு பிரியா அம்மாவிடம் "இவளைப் பத்திரமாகப் பாதுகாத்து வைத்துக்கொள்!" என்றார். ஒரு கடையில் கோப்பி அருந்திவிட்டு, வீட்டுக்குத் திரும்பினோம். பாட்டியும் அம்மாவும் வேடிக்கையாகப் பேசி என்னைச் சிரிக்க வைத்துக்கொண்டேயிருந்தார்கள்.

சடங்குக்கான நேரமும் வந்தது. குளியலறையில் என்னைப் பிறந்தமேனியாக உட்காரவைத்து, உடல் முழுவதும் மஞ்சளையும் சந்தனத்தையும் பூசிவிட்டு, எனது தலையில் அம்மா மஞ்சள் நீரை வார்த்தார். பாட்டியும் அவ்வாறே செய்துவிட்டு, "நீ பெண்ணாக இருந்து, வாழ்க்கையில் பல முன்னேற்றங்களைக் காணவேண்டும் மகளே" என்று என்னை ஆசிர்வதித்தார். பாட்டி தனது சீராகக் கொடுத்த புதுப் புடவையைக் கட்டிக்கொண்டேன். அம்மாவும் பட்டுப் புடவை கொடுத்தார். மூவருமாகப் பூஜை செய்து சாமி கும்பிட்டோம். மதிய உணவுக்கு அம்மா தடபுடலாக பிரியாணி ஆக்கினார். சுவைத்துச் சாப்பிட்டுவிட்டுப் பேசிக்கொண்டிருந்தோம்.

பாட்டிக்கு எல்லோரையுமே நையாண்டி செய்து எடுத்தெறிந்து பேசும் குணமிருந்தது. காமினி சித்தியைப் பற்றிப் பேச்சு வந்தபோது "அவள் பெண்ணைப் போலவா இருக்கிறாள்... ஆணைப் போன்று உயரமாக இருக்கிறாள், தாட்டியாக நடக்கிறாள்" என்று சொல்லிப் பாட்டி உரக்கச் சிரித்தது, எனக்கு ஏமாற்றமாகவேயிருந்தது. மாலையானதும் பாட்டியை இரயிலில் அனுப்பி வைத்துவிட்டு வீட்டுக்குத் திரும்பினோம். அன்றைய முன்னிரவு முழுவதும், சுந்தரிப் பாட்டியைப் பற்றி பிரியா அம்மா கதைகதையாகச் சொன்னார். அம்மா சொன்னவை அவ்வளவு நல்ல செய்திகளல்ல. பிரியா அம்மாவை சுவிஸ் நாட்டுக்கு அனுப்புவதற்காகப் பாட்டி நிறையப் பணம்

பறித்திருக்கிறார். இன்றுவரை பிரியா அம்மாவிடமிருந்து பாட்டி பணம் கறந்துகொண்டிருக்கிறார்.

எங்களைத் தனது வீட்டுக்கு வந்து செல்லுமாறு பாட்டி அழைத்தார். பாட்டி அவரது சுவிஸ் காதலருடன் வாழ்ந்துகொண்டிருந்தார். அந்த மனிதர் ஓய்வுபெற்ற காவற்துறை அதிகாரி. நாங்கள் பாட்டியின் வீட்டிலிருந்த அன்றைய நாள் முழுவதும், பாட்டி எதையாவது ஏறுமாறாகப் பேசி என்னையும் அம்மாவையும் நோகடிப்பதில் சளைக்கவேயில்லை. அம்மாவைக் கடைகளுக்கு அழைத்துச் சென்று, விதம்விதமான காப்புகளாக வாங்கிக் கைகளில் அடுக்கிக்கொண்டார். வாசனைத் திரவியங்களில் நனைந்தார். தனக்குப் பிடித்ததையெல்லாம் அம்மாவின் பணத்தில் வாங்கிக்கொண்டார். அடுத்தவரை அவமானப்படுத்துவதையும், அடுத்தவரின் பணத்தில் வாழ்வதையுமே பாட்டி வேலையாகக்கொண்டிருப்பார் போலிருக்கிறது. எனது அம்மாவை மட்டுமல்லாமல், வேறு பல திருநங்கைகளையும் பாட்டி பாலியல் தொழிலில் இழுத்துவிட்டுப் பணம் கறந்துகொண்டிருந்தார். இவையொன்றும் பாட்டியின் காதலருக்குத் தெரியாது எனப் பிரியா அம்மா சொன்னார். தெரியவரும் நாளில் பாட்டியின் கைகளுக்கு சுவிஸ் காவற்துறை காப்பு மாட்டலாம்.

பிரியா அம்மா சிறுவயதிலேயே பாலியல் தொழிலுக்குள் தள்ளப்பட்டதால், அவருக்குக் கல்வியறிவு கிட்டவில்லை. சுவிஸில் வதிவிட விசா பெறுவதற்காகச் செய்துகொண்ட போலித் திருமணத்திற்காக, அம்மா 40000 பிராங்குகளை 'மாப்பிள்ளை'க்குக் கொடுக்க வேண்டியிருந்ததாம். அம்மாவுக்கு சுவிஸ் நாட்டிலுள்ள அவரது உரிமைகள் குறித்து எதுவுமே தெரியாமலிருந்தது. அவர் பாலியல் தொழில் செய்து சம்பாதிக்கும் பணத்தில், சுந்தரிப் பாட்டிக்கும் திலகம் பாட்டிக்கும் கப்பம் கட்டிக்கொண்டிருந்தார். இந்த

அவலநிலை எல்லா இடங்களிலும் நடக்கிறது. இந்தப் பாட்டிகளைப் போன்ற பல மூத்த திருநங்கைகள், இளம் திருங்கைகளின் கையறு நிலையையும் அறியாமையையும் பயன்படுத்தி அவர்களைப் பாலியல் தொழிலுக்குள் இழுத்துவிட்டிருக்கிறார்கள். இதுவொரு பாலியல் விற்பனை வலையமைப்பு. இந்த வலைக்குள் பல திருநங்கைகள் கொத்தடிமைகளாகக் கிடக்கிறார்கள்.

நான் சூரிச்சுக்கு எடுத்துவந்திருந்த பணம் முழுவதும் செலவாகியிருந்தது. பிரியா அம்மாவின் கையிலிருந்த கடைசிச் சல்லியையும் சுந்தரிப் பாட்டி பிடுங்கியிருந்தார். எனவே தனது நீண்டநாள் வாடிக்கையாளர் ஒருவரை வீட்டுக்கு அழைப்பதென அம்மா முடிவு செய்தார். அம்மா பாலியல் தொழில் செய்வது எனக்கு மிகவும் வருத்தமாகயிருந்தது. என்ன செய்வது எனத் தெரியாமல், நான் கைகளைப் பிசைந்துகொண்டிருந்தேன்.

ஏழடிகள் உயரமான ஒரு கிழவர், கையில் மதுக்குப்பியுடன் வந்தார். அம்மா அவரைக் 'குதிரைக்காரர்' என்றழைத்தார். அந்தக் கிழவர் குதிரைப் பண்ணை வைத்திருக்கிறாராம். அம்மா குதிரைக்காரரிடம், என்னைத் தனது தங்கையென்றும் மலேசியாவிலிருந்து வந்திருப்பதாகவும் சொல்லிவைத்தார். குதிரைக்காரர் இளித்துக்கொண்டே என்னை அணைக்க வந்தபோது "இவள் பாலியல் தொழில் செய்வதில்லை" எனச் சொல்லி அம்மா அவரைத் தடுத்துவிட்டார்.

குதிரைக்காரரிடம் அம்மா கையை நீட்ட, அம்மாவுக்கு 500 பிராங்குகள் கிடைத்தன. குதிரைக்காரர் எனக்கும் அன்பளிப்பாக 200 பிராங்குகள் கொடுத்துவிட்டு, அவர்கள் உடலுறவில் ஈடுபடுவதைப் பார்க்குமாறு என்னிடம் கேட்டுக்கொண்டார். நான் முதலில் மாட்டேன் என்றுதான் சொன்னேன். ஆனால் அம்மா நயந்துபேசி என்னைச் சம்மதிக்க வைத்துவிட்டார்.

கிழவர் தனது லீலையைத் தொடங்கினார். அந்த மனிதர் விகாரமான தோற்றமுள்ள முதியவராக இருந்தபோதும், அவரால் தான் இன்பமுறுவதைப் போல அம்மா சிறந்த நடிப்பை வெளிப்படுத்தினார். அழகுத் தேவதையான என் அம்மா, ஒரு விகாரமான கிழவருக்குள் நசிந்து கிடப்பதைப் பார்த்து எனது கண்கள் கலங்கின. அம்மா குதிரைக்காரரிடம் கொஞ்சிக்கொண்டே, என்னிடம் "கவலைபடாதே மகளே, இதோ இப்போது இந்தக் கஷ்டம் முடிந்துவிடும், ஆனால் 500 பிராங்குகள் கையிலுள்ளன" என்றார். கிழவர் தனது வேலையை முடித்ததும், குளிப்பதற்காக ஒரு துண்டை எடுத்து அவரிடம் கொடுத்தேன். அவர் குளித்து முடித்ததும், மூவருமாக உட்கார்ந்து அவர் கொண்டுவந்திருந்த மதுவைக் குடித்தோம். மதுக்குப்பி காலியானதும் குதிரைக்காரர் போய்விட்டார்.

அம்மா தொடுதிரை அலைபேசியொன்றை வைத்திருந்தாலும், அவருக்கு அதைச் சரியாகக் கையாளத் தெரியவில்லை. அவருக்கு மின்னஞ்சல் கூட அனுப்பத் தெரியாமலிருந்தது. நான் பொறுமையுடன் அம்மாவுக்குச் சொல்லிக் கொடுத்துக்கொண்டிருந்தேன். அப்போது எனது அலைபேசிக்கு குணாவின் அழைப்பு வந்தது. எடுத்த எடுப்பிலேயே "நீ ஏன் இன்னும் ஜேர்மனிக்குத் திரும்பவில்லை?" என்று எரிந்து விழுந்தார். "தன்னுடன் சில நாட்கள் தங்கியிருக்குமாறு அம்மா கேட்டிருக்கிறார்" என்றேன். குணா என்னைக் கடுமையாகத் திட்டத் தொடங்கினார். எப்போதும் போலவே சண்டையின் நடுவே, அலைபேசியைச் சுழற்றித் தரையில் வீசிவிட்டு நான் அழுதுகொண்டிருந்தேன். அம்மா என்னருகே வந்து உட்கார்ந்துகொண்டு என்னைச் சமாதானப்படுத்தினார்:

"மகளே நீ ஒன்றுக்கும் கவலைப்படாதே... உனது அழகுக்குப் பின்னால் ஆயிரம் ஆண்கள் வருவார்கள்!"

ஓரிரவுக் காமம்

நானும் அம்மாவும் சூரிச்சிலிருக்கும் தமிழ் உணவகமொன்றில் சாப்பிட்டுக்கொண்டிருந்த போது, பக்கத்து மேசையிலிருந்த தமிழ் இளைஞன் என்னிடம் சாடைமாடையாகப் பேச்சுக் கொடுத்தான். அம்மா அவனிடம் “உங்களுக்கு என்ன வேண்டும்?” என்று கேட்க, அவன் என்னைக் காட்டி “இந்தப் பெண்ணை எனக்குப் பிடித்திருக்கிறது” என்றான். அம்மா அவனுடைய தொலைபேசி எண்ணை வாங்கி வைத்துக்கொண்டார். வீட்டுக்குத் திரும்பியதும், அம்மா அந்த எண்ணுக்கு என்னைப் பேசச் சொன்னார். நானும் அழைத்துப் பேசினேன். “இன்றிரவு என்னுடன் டிஸ்கோவுக்கு வர முடியுமா?” என்று அந்த இளைஞன் கேட்டான். நான் விரும்பினால் எனது தோழியையும் அழைத்து வரலாமாம். தோழிக்குத் துணையிருக்கத் தனது நண்பனை அழைத்துவருவானாம். அவன் தோழி எனக் குறிப்பிட்டது பிரியா அம்மாவைத்தான்.

அன்றைய இரவில், அம்மாவும் நானும் பாலிவுட் நடிகைகளைப் போலப் பகட்டாக ஆடை அலங்காரங்கள் செய்துகொண்டோம். வீட்டுக்கு அருகேயிருந்த குறுக்குத் தெருவில் நாங்கள் காத்து நிற்க, அந்த இளைஞனும் அவனது நண்பனும் காரில் வந்து எங்களை ஏற்றிக்கொண்டார்கள். இரண்டு இளைஞர்களுமே அழகாகவும் நாகரிகத் தோற்றத்திலுமிருந்தார்கள்.

காரில் போகும்போதே, அந்த இளைஞன் எனது அழகைப் புகழ்ந்து தள்ளிக்கொண்டிருந்தான். என்னைப் பார்த்த மாத்திரத்திலேயே அவனுக்குப் பிடித்துவிட்டதாம். இதற்குள்ளாகவே அம்மா மற்றைய இளைஞனுடன் அய்க்கியமாகிவிட்டார். டிஸ்கோவுக்குள் சென்றதும், நாங்கள் இரு சோடிகளும் தனித்தனியாக நின்று பேசிக்கொண்டிருந்தோம். அந்த இளைஞர்கள் தாராளமாக மது வாங்கிக் கொடுத்தார்கள்.

நானும் அம்மாவும் அன்று மிதமிஞ்சிக் குடித்துப் போதையானோம் என்பதே உண்மை. ஒவ்வொரு மிடறு மதுவுக்கு நடுவிலும், நானும் அந்த இளைஞனும் முத்தங்களைப் பரிமாறிக்கொண்டிருந்தோம்.

அதிகாலை அய்ந்து மணியாகிவிட்டது. அம்மா அந்த இளைஞர்களை வீட்டுக்கு வருமாறு அழைத்தார். டிஸ்கோவிலிருந்து புறப்பட்டு வீட்டுக்கு வந்துசேர்ந்தோம். நானும் அந்த இளைஞனும் கட்டிலிலும், அம்மாவும் மற்றவனும் ஒரு விரிப்பைப் போட்டுத் தரையிலுமாக உடலுறவு கொண்டோம். அந்த இளைஞன் என் உடல் முழுவதும் கொடுத்த முத்தங்களினாலும், அவனது காதல் ரசப் பேச்சுகளாலும் நான் என் வசமில்லை. ‘குணாவுக்குத் துரோகம் செய்கிறேனே’ போன்ற குற்றவுணர்வுகள் ஏதும் மனதிலில்லை. அது ஏனென்றும் தெரியவில்லை.

அந்த இளைஞனுக்குப் போதிய விறைப்பு ஏற்படாததால், அவனால் தனது ஆண்குறியை எனது பெண்ணுறுப்புக்குள் நுழைக்க முடியவில்லை. இவ்வளவுக்கும் உடலுறவுக்கு முன்பே குளியலறைக்குள் சென்று, என் யோனியின் உட்சுவர்களில் வழுவழுப்பான களிம்பைத் தடவித்தான் வைத்திருந்தேன். திருநங்கைகள் மத்தியில் பொதுவான ஒரு பழக்கமிருக்கிறது. பாலின மாற்றுச் சிகிச்சைக்குப் பின்னர், ஆணுறுப்பை வாயால் சுவைப்பதை நிறுத்திவிடுவோம். யோனி வழிப் புணர்ச்சியையே விரும்புவோம். உனக்கு விறைப்பு ஏற்படாததற்கு நான் பொறுப்பல்ல. அன்று அந்த இளைஞன் ஏமாற்றத்துடன்தான் திரும்பிப்போனான். அதற்குப் பின்பு, அந்த இளைஞர்களுடன் எந்தத் தொடர்பும் இருக்கவில்லை. அது காமக் களிப்புக்கான இரவு மட்டுமே.

எனது விடுமுறைக் காலம் முடிவுக்கு வந்ததால், பிரியா அம்மா எனக்கு வாங்கிக் கொடுத்த பல்வேறு

பரிசுகளுடனும் உடைகளுடனும் ஜெர்மனிக்குத் திரும்பினேன். அம்மாவின் அன்பு மட்டுமல்லாமல், சில புதிய பாடங்களும் அந்தப் பயணத்தில் கிட்டித்தானிருந்தன.

ஓயாத போராட்டம்

குணாவுடனான தொலைபேசிச் சண்டைகள் வலுத்துக்கொண்டேயிருந்தன. இதற்கு ஒரு முடிவுகட்டத் தீர்மானித்தேன். குணாவைத் தொலைபேசியில் அழைத்து "உங்கள் மீது எனக்கிருந்த காதல் குறைந்து விட்டது, நான் சுவிஸில் இருந்தபோது வேறொருவருடன் உடலுறவு வைத்துக்கொண்டேன்" என்றேன். குணா முதலில் அதை நம்பவில்லை. "நீ அப்படியெல்லாம் செய்யக்கூடியவள் இல்லையே" என்றார். "நான் அப்படிச் செய்துவிடுவேன் எனச் சந்தேகப்பட்டுத்தானே, நீங்கள் ஒவ்வொருநாளும் என்னை நோகடித்துக்கொண்டிருந்தீர்கள், இத்தோடு எல்லாம் முடிந்தது" எனக் கூறி நான் அலைபேசி அழைப்பைத் துண்டித்தேன்.

கோடை விடுமுறை முடிந்து கல்லூரி தொடங்கியது. இதுவே எனது கல்லூரிப் படிப்பின் கடைசியாண்டு. கல்லூரியில் எனது வகுப்பாசிரியைக்கு மட்டுமே நான் அறுவைச் சிகிச்சை செய்துகொண்ட விஷயம் தெரியும். "அறுவைச் சிகிச்சையால் ஏற்பட்ட புண்கள் குணமாகிவிட்டனவா?" என ஆசிரியை நலம் விசாரித்தார். "புண்கள் ஆறிவிட்டன, ஆனால் நான் வயிறு குலுங்கச் சிரிக்கும்போது மட்டும் என்னால் சிறுநீரைக் கட்டுப்படுத்த முடிவதில்லை" என்றேன். "இது பெண்களின் வியாதி" எனச் சொல்லி ஆசிரியை சிரித்தார்.

வீட்டின் அருகிலிருந்த ஒரு சிற்றுண்டிச்சாலையில், பகுதிநேர வேலையொன்றைத் தேடிகொண்டேன்.

எனக்கு அறுவைச் சிகிச்சை நடந்துவிட்டதால், நான் இப்போது எனது பாலின அடையாளத்தை ‘பெண்’ என்றும், ‘தனுஜன்’ என்ற பெயரை ‘தனுஜா’ என்றும் சட்டப்படி ஆவணங்களில் மாற்றிக்கொள்ள முடியும். எனவே பாலினத்தையும் பெயரையும் மாற்றுவதற்கான விண்ணப்பத்தை எழுதி, அது சம்பந்தமான அரசு அலுவலகத்திற்கு, மருத்துவச் சான்றிதழ்களுடன் அனுப்பிவைத்தேன்.

ஆனால், எனது விண்ணப்பம் நிராகரிக்கப்பட்டது. அப்போது நான் ஜெர்மனியில் நிரந்தர வதிவிட உரிமையுள்ள, இலங்கைப் பிரஜையாகவே இருந்தேன். என்னிடம் இலங்கைக் கடவுச்சீட்டே இருந்தது. ஜெர்மனியப் பிரஜாவுரிமை உள்ள திருநங்கைகள் மட்டுமே தங்களின் பாலினத்தைச் சட்டபூர்வமாக மாற்றிக்கொள்ள முடியும் எனத் தெரியவந்தது. இந்தச் சட்டத்தில் என்னை ஆச்சரியப்படுத்திய புள்ளி ஒன்றுமிருந்தது. திருநங்கைகளுக்கு ஆதரவான சட்டங்களைக் கொண்டிராத நாடுகளிலிருந்து வந்து, ஜெர்மனியில் வசிக்கும் திருநங்கைகளும் தங்களது பாலினத்தைச் சட்டபூர்வமாக மாற்றிக்கொள்ளலாம். இலங்கையில் திருநங்கைகளுக்கு ஆதரவான சட்டங்கள் இருப்பதாகக் காரணம் காட்டப்பட்டே, எனது விண்ணப்பம் நிராகரிக்கப்பட்டது.

ஃப்ராங்பேர்ட் நகரத்தில் இலங்கைத் துணைத் தூதரகம் இருக்கிறது. நான் தாமதிக்காமல் அவர்களைத் தொடர்புகொண்டேன். இலங்கையில் திருநங்கைகளுக்கு ஆதரவான சட்டங்களிருக்கின்றன; அவர்களது கடவுச்சீட்டு, அடையாள அட்டைகளில் ‘பெண்’ என அவர்களுக்கு அங்கீகாரம் அளிக்கப்படுகிறது என்ற செய்தியைத் தூதரக அதிகாரிகள் உறுதிப்படுத்தியதும், எனக்கு மகிழ்ச்சியாக மட்டுமல்லாமல் சற்றுப் பெருமையாகவுமிருந்தது.

தூதரகத்தின் அறிவுறுத்தலுக்கு அமைய, எனது ஆவணங்களையும் மருத்துவச் சான்றிதழ்களையும் ஆங்கிலத்தில் மொழிபெயர்த்து எடுத்துக்கொண்டேன். அதற்கே 400 ஈரோக்கள் செலவாகிவிட்டன. என்னிடம் அப்போது அதிக பணமும் இருக்கவில்லை. ஒருநாள் காலையில் ஆவணங்களோடு ஃப்ராங்பேர்ட் சென்று, தூதரக வாயிலின் அழைப்புமணியை அழுத்தினேன்.

இலங்கைத் தூதரக வரலாற்றிலேயே, பாலின அடையாள மாற்றம் கோரி முதலாவதாக விண்ணப்பித்த திருநங்கை நான்தான். எனவே தூதரக அதிகாரிகளுக்கும் நடைமுறைகள் குறித்துச் சற்றுக் குழப்பமாகவேயிருந்தது. தூதரகத்தில் நான் சந்தித்த அலுவலகர்கள் எல்லோருமே சிங்களவர்கள். எனினும் அவர்கள் என்னிடம் எந்த வேற்றுமையோ உதாசீனமோ காட்டவில்லை. தங்களால் முடிந்த உதவியைச் செய்வதாக, அவர்கள் எனக்கு நம்பிக்கையூட்டினார்கள்.

அதேவேளையில், ஜெர்மனி நாட்டின் குடியுரிமையைப் பெறுவதற்கான முயற்சிகளிலும் நான் இறங்கினேன். தேவையான ஆவணங்களைச் சமர்ப்பித்து, குடியுரிமைக்காக விண்ணப்பித்தேன். ஆவணங்கள் எல்லாம் சரியாகயிருந்தால், சீக்கிரமே குடியுரிமை கிடைத்துவிடும் என்றார்கள்.

இலங்கைத் தூதரகத்தில் நான் விண்ணப்பம் கொடுத்து ஒரு வாரம் கழிந்தபோது, தூதரகத்திலிருந்து என்னைத் தொலைபேசியில் அழைத்தார்கள். எனது பாலினத்தையும் பெயரையும் மாற்றிக்கொடுக்கும் அதிகாரம் தங்களுக்குக் கிடையாது எனவும், நான் இலங்கைக்கு நேரில் சென்றுதான் அதைச் செய்துகொள்ள முடியும் என்றும் தெரிவித்தார்கள். மிகுந்த நம்பிக்கையுடனிருந்த எனக்கு அது மிகப் பெரிய ஏமாற்றமே. இப்போது எனது கடைசி நம்பிக்கை ஜெர்மனியக் குடியுரிமைதான்.

அது கிடைத்துவிட்டால் நான் சட்டபூர்வமாகவும் பெண்ணாகிவிடுவேன்.

ஜீவன்

முகநூல் வழியாக எனக்கு அறிமுகமாகியிருந்த ஜீவன், இப்போது நெதர்லாந்து நாட்டின் 'பிரேடா' நகரத்தில் வாழ்ந்துகொண்டிருந்தான். என்னைப் பற்றிய அவதூறு இணையத்தில் வெளியாகியிருந்த போது, என்னை அலைபேசியில் அழைத்து " நீ ஒர் அலியா?" எனக் கேட்டவன் இவன்தான். நீண்ட நாட்களுக்குப் பின்பு, ஜீவன் மீண்டும் என்னைத் தொடர்புகொண்டான். அவன் கடுமையான காதல் தோல்வியிலிருந்தான். நானும் பேசுவதற்கு ஆட்கள் இல்லாமலிருந்தேன். நாங்கள் ஒவ்வொரு நாளும் தொலைபேசியில் பேசிக்கொண்டோம். குணா என்னுள் ஏற்படுத்திய வெறுமையை, ஜீவன் சிறிது சிறிதாக நிரப்பிக்கொண்டிருந்தான்.

தனது நண்பனின் வீட்டில் சிறியதொரு மது விருந்துக்கு ஏற்பாடு நடப்பதாகச் சொல்லி, என்னையும் அதில் கலந்துகொள்ளுமாறு ஜீவன் அழைப்புவிடுத்தான். எனக்கும் அந்த வாரயிறுதி விடுமுறையில் எங்காவது பயணம் போய்வருவது மனதுக்கு ஆறுதலாகயிருக்கும் எனப்பட்டது. தவிரவும் ஜீவனைச் சந்திக்கவும் நான் ஆவலாகத்தானிருந்தேன்.

நான் இரயிலில் பிரேடா நகரத்திற்குச் சென்றேன். இரயில் நிலையத்தில் ஜீவன் தனது நண்பர்களோடு காத்திருந்தான். அவர்கள் என்னை அழைத்துச் சென்ற வீடு மது விருந்துக்குத் தயார் நிலையிலிருந்தது. பெரிய மேசையில் பலவகையான மதுப்புட்டிகளும் உறைப்பான தின்பண்டங்களும் அடுக்கி வைக்கப்பட்டிருந்தன. மாடியிலிருந்த அறையை ஜீவன் எனக்காக

ஒதுக்கிக்கொடுத்தான். அங்கே எனது பயணப்பையை வைத்துவிட்டுக் கீழே வந்தேன். மது விருந்தில் அய்ந்து ஆண்களிருந்தார்கள். நான் மட்டுமே பெண்.

ஜீவன் இன்னும் காதல் தோல்வியிலிருந்து மீளவில்லைப் போலிருக்கிறது. முகம் நிறையச் சோகத்தை அப்பிவைத்துக்கொண்டு, தொடர்ந்து சிகரெட்டுகளை எரித்துத் தள்ளினான். நேற்றுவரை என்னுடன் தொலைபேசியில் மனம்விட்டுப் பேசியவன், இன்று என்னிடமிருந்து சற்று எட்டவேயிருக்கிறான். இது எனக்கு எரிச்சலைக் கொடுத்தது. அந்த எரிச்சலில் தாராளமாக மது ஊற்றப்பட்டபோது, நான் ஜீவனின் கவனத்தைக் கவரக் குறுக்குவழிகளைக் கையாண்டேன். அது வேலை செய்தது.

நான் ஜீவனின் நண்பர்களைக் கட்டிப்பிடித்து நடனமாடியபோது, ஜீவன் சற்று நிமிர்ந்து உட்கார்ந்தான். அடுத்த கட்டமாக எனது மேலாடையைக் கழற்றி வீசிவிட்டு உள்ளாடையுடன் நடனமாடினேன். ஜீவன் மெல்லிய பதற்றத்தோடு எழுந்து என்னருகே வந்தான். "உனக்குப் போதை அதிகமாகிவிட்டது" எனச் சொல்லியவாறே, எனது மேலாடையை எடுத்து எனக்கு அணிவித்தான். இந்த அக்கறை எனக்குப் பிடித்திருந்தது. "மேலேயிருக்கும் அறைக்குள் சென்று தூங்கு" எனச் சொல்லி என்னை மாடிப்படிகளில் ஜீவன் இழுத்துச் சென்றான்.

நாங்கள் அறைக்குள் நுழைந்தும் ஜீவன் கதவை மூடினான். நான் புரிந்தும் புரியாமலும் அவனைப் பார்த்தேன். இதுவரை என்னிடமிருந்து விலகியே இருந்தவன், இப்போது என்னைக் கட்டியணைத்தான். என் கன்னத்தில் தனது முகத்தைத் தேய்த்தவாறே "நான் உன்னைக் காதலிக்கிறேன்" என முணுமுணுத்தான். என் முகத்தை நிமிர்த்தி முத்தமிட்டான். அது உண்மையிலேயே

ஜீவனுள்ள தீண்டல். நான் பனியாய் உருகிப்போய் அவன் வசமானேன்.

முத்தமிட்டபடியே என்னைக் கட்டிலில் சாய்த்து, எனது உடைகளை உருவிப்போட்டான். நான் அவனின் ஆடைகளைக் களைந்தேன். ஜீவன் எனது தொடைகளிடையே முகம் வைத்து, என் பெண்ணுறுப்பைச் சுவைத்தான். இந்த அனுபவம் எனக்குப் புதிது. அவனது நாவைக் காட்டிலும், நான் பெண்ணாகிவிட்டேன் என்ற பெருமிதமே எனக்குப் பேரின்பத்தைக் கொடுத்தது.

எனது கைப்பையிலிருந்த களிம்பை எடுத்து யோனித் துவாரத்திற்குள் பூசிக்கொண்டேன். ஜீவன் தனது விறைத்த ஆணுறுப்பை எனது பெண்ணுறுப்பிற்குள் நுழைக்கப் படாத பாடுபட்டான். அப்போது எனது கால்களை என்ன நிலையில் வைத்திருக்க வேண்டுமென எனக்கும் தெரியவில்லை. எனது பெண்ணுறுப்பில் துளைக்கப்பட்டிருக்கும் துவாரம் நேரானதல்ல. கொஞ்சம் வளைவாகவே உள்நோக்கியிருந்தது. நான் எனது கால்களைப் படுக்கப்போட்டால், எனது பெண்ணுறுப்பின் வாசல் தசையால் மூடப்பட்டது. நான் கால்களை மேல்நோக்கித் தூக்கி வைத்திருக்கும்போது தான் பெண்ணுறுப்பின் வாசல் திறந்தது. இருவரும் பலமுறை போராடி இந்தச் சூட்சுமத்தைக் கண்டுபிடித்தோம்.

அப்போதுகூட ஜீவனால் தனது ஆணுறுப்பைச் சுலபமாக என்னுள்ளே செலுத்த முடியவில்லை. மெதுமெதுவாக உள்ளே தள்ளிச் சென்று, பாதி வழியில் ஒரேயடியாக உள்ளே திணித்தான். என் பெண்ணுறுப்புக்குள் கூர்மையான கத்தி பாய்ச்சப்பட்டதுபோல வலி உச்சியிலடிக்க, என் கண்கள் செருகிப்போயின.

இந்த நிலையை அடைவதற்காக, நான் நடத்திய போராட்டங்களையும் பட்ட அவமானங்களையும் சித்திரவதைகளையும் நினைத்துப் பார்த்தேன்.

சிறுவயது முதலே என்னை எனது குடும்பத்தினர் அடித்து நொறுக்கியது, பல ஆண்கள் என்னிடம் காமத்தைத் தணித்துக்கொண்டு என்னை ஏமாற்றியது, சுற்றமும் சூழலும் பழித்தது, பாடசாலையில் கேலிக்கும் கிண்டலுக்கும் உள்ளாகியது எல்லாமே என் ஞாபகத்தில் வரிசையாக வர நான் அழத் தொடங்கினேன். ஜீவன் எனது கண்ணீரைத் துடைத்து விட்டுக்கொண்டே என்னுடன் உடலுறவில் ஈடுபட்டான். "நான் உன்னைக் காதலிக்கிறேன்" எனத் திரும்பத் திரும்ப முணுமுணுத்தான். 'நான் வெற்றி பெற்றுவிட்டேன்' என்று என் மனதிற்குள் சொல்லிக்கொண்டேன். எல்லா மகிமைகளும் வாய்க்கப்பெற்ற இளவரசி போல நான் படுக்கையிலிருந்தேன்.

காமம் என்றால் என்னவென்று இப்போதுதான் முழுமையாகத் தெரிந்துகொள்கிறேன். ஜீவன் எனது பெண்ணுறுப்பினுள் தனது ஆணுறுப்பை நுழைத்து இயங்கும்போது நான் போகச் சிலிர்ப்படைந்தேன். பெண்ணுறுப்பின் ஆழத்தை அவன் தொட்டபோது, நான் மோகத்தில் அவனைக் கடிக்கலானேன். அவன் இயங்கும் வேகத்தை அதிகரிக்க, எனது யோனியிலும் வலி அதிகரித்தது. அவனுக்குச் சுகம் கொடுப்பதற்காக அந்த வலியையும் பொறுத்துக்கொண்டேன். 'இதுதான் பெண்மை, இந்த வலி தான் சுகம், இதற்காகத் தான் நான் ஏங்கினேன், நான் முழுமையான பெண்ணாகிவிட்டேன்' என்று எனக்குள்ளேயே ஆனந்தத்தில் கதறிக்கொண்டிருந்தேன்.

மறுநாள் காலையில், கால்களை நேராக வைத்து என்னால் நடக்கவே முடியவில்லை. எனது பெண்ணுறுப்பு சிறியதொரு பலூன் போல வீங்கியிருந்தது. அதை ஜீவன் பார்த்துவிடக் கூடாது என்பதில் கவனமாகயிருந்தேன். காலையுணவு அருந்தியதும், ஜீவன் என்னைத் தொடருந்து நிலையத்துக்கு அழைத்துச் சென்று, ஜெர்மனி செல்லும் இரயிலில் ஏற்றிவிட்டான். இரவு நடந்ததையிட்டு நான்

மிகவும் மகிழ்ச்சியாகவே இருந்தாலும், எனக்கு ஜீவனின் மீது காதல் ஏற்படவில்லை. அதற்கான காரணமும் எனக்குச் சரியாகத் தெரியவில்லை. ஆனாலும் எனக்கு அவனைப் பிடித்திருந்தது.

பிரியா அம்மாவையும், காமினி சித்தியையும் அலைபேசியில் அழைத்துப் பேசினேன். பாலின மாற்றுச் சிகிச்சைக்குப் பின்பாகக் கிடைத்த முதல் புணர்ச்சி அனுபவத்தை மகிழ்ச்சியாக அவர்களுடன் பகிர்ந்துகொண்டேன். நான் ஆனந்தத்தால் வனையப்பட்ட பெண்ணாக உருமாறியிருந்தேன். எனது முகம் தாழம்பூவாக மலர்ந்திருந்தது. அதற்குள்ளே நுழைய வேதனை அரவம் காத்திருந்தது.

சூரிச்சை நோக்கி

எனது பெயரையும் பாலினத்தையும் ஆவணங்களில் மாற்ற முடியவில்லையே என்ற மனவுளைச்சல் என்னுள் வளர்ந்துகொண்டேயிருந்தது. குடியுரிமை கோரிய எனது விண்ணப்பத்திற்கு எந்தப் பதிலும் கிடைக்கவில்லை. நான் எந்த அலுவலகத்திற்குச் சென்று எனது கடவுச்சீட்டைக் காட்டினாலும் "பெண்ணே, இது உன் தம்பியின் கடவுச்சீட்டா?" எனக் கேட்டார்கள். ஒவ்வொரு அலுவலகத்திலும் "இது நான்தான், நானொரு திருநங்கை" என விளக்கிக்கொண்டிருக்க வேண்டிய நிர்ப்பந்தத்திற்குள் தள்ளப்பட்டிருந்தேன். அவமானம் பாசிபோல என் மனதில் படர்ந்து வளர்ந்துகொண்டேயிருந்தது.

என்னுடைய கல்லூரிப் படிப்பு இன்னும் சில மாதங்களில் முடிந்துவிடும். அதற்குப் பின்பு நான் வேலை தேட வேண்டும். எனது ஆவணங்களிலுள்ள ஆண் அடையாளத்தையும் பெயரையும் பார்த்ததுமே, என்னைத் திருநங்கை எனக் கண்டுபிடித்துவிடுவார்கள்.

ஒரு திருநங்கைக்கு யார் வேலை தருவார்கள்? அப்படியே வேலை கிடைத்தாலும், அது என் படிப்புக்கேற்ற வேலையாக இருக்குமா என்றெல்லாம் எனக்குள்ளேயே கேள்விகள் கேட்டுத் திண்டாடிக்கொண்டிருந்தேன். நான் இதுவரை செய்த சிறு சிறு வேலைகள் எல்லாமே பதிவு இல்லாமல் சொற்ப சம்பளத்துக்குச் செய்தவையே.

அழகிய சவர்க்காரக் குமிழி ஏழு வண்ணங்களைக் காட்டிக் காற்றில் ஏறிக்கொண்டிருக்கும்போதே உடைந்து ஒன்றுமில்லாமல் போவதைப் போல, என் மனநிலை சரியத் தொடங்கியது. எனது மனவுளைச்சல் அதிகரித்து நோயாக மாறும் பருவத்தை எட்டியபோது, நான் கல்லூரிக்குப் போவதை மறந்துவிட்டேன். ஓர் உண்மையான அரவணைப்பு இப்போது எனக்குக் கிடைக்காவிட்டால், நான் முழு மனநோயாளியாகிவிடுவேன். நான் பிரியா அம்மாவைத் தேடி சூரிச் நகரத்துக்குப் பயணப்பட்டேன்.

பிரியா அம்மா அப்போதுதான் மலேசியா சென்று திரும்பி வந்திருந்தார். எனக்காகப் பட்டுச் சேலையும் ஒப்பனைப் பொருட்களும் வாங்கிவந்திருந்தார். எனக்கும் அம்மாவுக்கும் நிறைய நேரமிருந்தது. ஊருலகக் கதைகளெல்லாம் பேசிக்கொண்டிருப்போம். பேசுவதில் சலிப்புத்தட்டினால் ஆண்களுடன் இணையவழியாக அரட்டையடித்தோம். அவர்கள் எங்களது அழகையும் கவர்ச்சியையும் பார்த்து வீணீர் வடிப்பார்கள். எங்களுக்கும் அவர்களது பேச்சில் ஒரு கிறக்கம். வீட்டிலிருக்கும் போது இதுதான் எங்களது முக்கியமான பொழுதுபோக்கு.

மாலையானால் ஊர் சுற்றச் சோடி போட்டுக் கிளம்பிவிடுவோம். அப்படிச் சுற்றித் திரிந்தபோது, அம்மாவின் தோழியான சிங்கப்பூர் திருநங்கை மோனாவை வழியில் எதேச்சையாகச் சந்தித்தோம். மோனா சீன இனத்தவர். வயது அய்ம்பத்தைந்து

இருக்கலாம். சிகையலங்கார நிலையமொன்றில் பணியிலிருந்தார். மோனா எங்களைத் தனது வீட்டுக்கு வருமாறு அழைத்தார். நாங்கள் மதுப்புட்டிகளை வாங்கிக்கொண்டு, மாலை ஆறு மணியளவில் மோனாவின் வீட்டுக்குச் சென்றோம்.

தலைமுறையை வைத்துப் பார்த்தால் மோனா எனக்குப் பாட்டி முறையாவார். மோனாவுடன் சிங்கப்பூர் தமிழ்த் திருநங்கையான ரதியும் தங்கியிருந்தார். ரதிக்கு அய்ம்பது வயதிருக்கும். அவரும் எனக்குப் பாட்டி முறைதான். ஆனால் ரதியைப் பார்த்தால் அவருக்கு முப்பது வயது என்றுதான் நீங்கள் சொல்வீர்கள். பெயருக்கேற்ற பேரழகி. இளம் வயதில், தாய்லாந்தில் நடைபெற்ற திருநங்கை அழகுராணிப் போட்டியில் கலந்துகொண்டு இரண்டாவது இடத்தை வென்றவர்.

மோனாவும் ரதியும் இடைவிடாமல் புகைத்துக் கொண்டிருந்தார்கள். மதுவைத் தண்ணீர் போலக் குடித்தார்கள். இவர்களும் சுந்தரிப் பாட்டியைப் போலவே, இரவு விடுதிகளில் காபரே நடனம் ஆடுவதற்காக 1980-களில் சுவிஸ் நாட்டுக்கு அழைத்து வரப்பட்டவர்களே. ரதியுடன் பேசிக்கொண்டிருந்த போது எனக்கு இன்னும் சில தகவல்கள் தெரியவந்தன. சுவிஸில் இருபதுக்கும் மேற்பட்ட சிங்கப்பூர் - மலேசியத் திருநங்கைகள் வாழ்கிறார்கள். இதைப்போல இன்னொரு மடங்கினர் மற்றைய அய்ரோப்பிய நாடுகளிலுள்ளனர். பாலியல் தொழில்தான் பெரும்பாலும் இவர்களது வாழ்வாதாரமாகயிருக்கிறது.

மோனாவைப் போல பாலியல் தொழிலிலிருந்து மீண்ட திருநங்கைகள் சொற்பமே. நாற்பது வயதுவரை பாலியல் தொழில் செய்துவந்த மோனா, அதற்கு மேல்தான் முடிதிருத்தும் கலையைப் படித்து, வேலை தேடிக்கொண்டார். ரதியோ அய்ம்பது வயதிலும் பாலியல் தொழிலிலேயே உழல்கிறார். பாலியல்

தொழிலிலுள்ள சிக்கல்களையும் சுரண்டல்களையும் குறித்து மோனா எனக்கு விளக்கினார். அவர் எனது கையைப் பிடித்துக்கொண்டு சொன்னார்:

"நீ அதிர்ஷ்டமுள்ளவள் மகளே! அய்ரோப்பாவில் வாழ்வதால் அதிக சிரமமில்லாமல் பெண்ணாக மாறிவிட்டாய். ஆனால் எங்களது வாழ்க்கை அப்படியிருக்கவில்லை. அறுவைச் சிகிச்சைக்குத் தேவையான பணத்தைச் சேர்ப்பதற்காக, நாங்கள் ஆயிரக்கணக்கான ஆண்குறிகளை வாயில் விழுங்க வேண்டியிருந்தது. வறுமையான குடும்பங்களில் பிறந்ததால், அய்ரோப்பாவுக்கு வந்தும் எங்களை விற்றே எங்களது குடும்பங்களைக் காப்பாற்ற வேண்டியிருந்தது. ஒவ்வொரு வாடிக்கையாளனிடமும் பூனையாகக் குழைய வேண்டியிருந்தது. ஒவ்வொரு தரகனிடமும் நாயாகக் குரைக்க வேண்டியிருந்தது. எல்லோருமே எங்களை உறிஞ்சிவிட்டார்கள். இப்போது வெறும் சக்கை உடம்பும் செத்த மனமுமாகத்தான் நடமாடிக்கொண்டிருக்கிறோம்."

இன்னொருநாள், ஷீலாப் பாட்டியைச் சந்திக்க அம்மா என்னை அழைத்துச் சென்றார். போகும்போதே ஷீலாப் பாட்டியைக் குறித்துச் சொல்லிக்கொண்டே வந்தார். ஷீலாப் பாட்டியும் இங்கே பாலியல் தொழில் செய்வதற்காக வந்தவர்தான். வாலிபத்தில் தனது பேரழகால் 'லங்' தெருவின் ராணியாக இருந்தவர்.

'லங்' தெருவுக்கு அருகிலேயே ஷீலாப் பாட்டியின் அப்பார்ட்மென்ட் இருந்தது. குடியிருப்புக்குக் கீழேயிருந்த கோப்பிக் கடையில், அலைபேசியில் எதையோ நோண்டியவாறு ஷீலாப் பாட்டி ஓய்வாக உட்கார்ந்திருந்தார். பிரியா அம்மா சொன்ன பேரழகி இவரில்லை. காய்ந்து கருவாடாக, பல நாட்களாகக் குளிக்காதவர் போல அழுக்கு மூட்டையாக, தலையில் முனிவர் கொண்டையுடன் ஷீலாப் பாட்டியிருந்தார்.

அவர் போதைப்பொருள் அடிமை என்பதை, அவருடைய கண்கள் சந்தேகமின்றித் தெரிவித்தன.

பிரியா அம்மாவும் நானும் பாட்டிக்கு 'பாம்படுத்தி' சொல்லி, காலைத் தொட்டு வணங்கினோம். பாட்டி என்னை ஆசிர்வதித்துவிட்டு "இது யார் பிரியா, மலேசியாக்காரியா, சம்பாரிக்க வந்திருக்கிறாளா?" என்று கேட்டார். "இல்லையம்மா, இவள் எனது மகள், இலங்கைத் தமிழச்சி, படித்துகொண்டிருக்கிறாள்" என்றார் அம்மா. ஷீலாப் பாட்டியால் இதை நம்ப முடியவில்லை. "இலங்கையில் திருநங்கைகள் இருக்கிறார்களா?" என்று ஆச்சரியத்துடன் கேட்டுவிட்டு, என்னை ஈழத் தமிழில் பேசவைத்துக் கேட்ட பிறகுதான் அவர் திருப்தியுற்றார்.

ஷீலாப் பாட்டியைப் பார்த்தபோது எனக்குத் துக்கமாகயிருந்தது. அவர் மனநிலை சற்றுப் பிசகியவர் போலவே பேசினார். 'லங்' தெருவின் ராணி, புதைக்கப்பட்டிருந்த மம்மியிலிருந்து எழுந்துவந்து உட்கார்ந்திருக்கும் எலும்புக்கூடு போலயிருந்தார். பாட்டிக்குச் சிறிது பணம் கொடுத்துவிட்டு, நாங்கள் அங்கிருந்து கிளம்பினோம்.

மோனா குரு

பிரியா அம்மாவை யாரோ வாடிக்கையாளர் அழைத்துச் சென்றுவிட, நான் தனியாக வீட்டிலிருந்தேன். தொலைபேசியில் என்னை அழைத்த மோனா "வெளியில் செல்வோமா?" எனக் கேட்டார். நான் அழகாக உடையணிந்துகொண்டு மோனாவின் வீட்டுக்குச் சென்றேன். என் அழகைக் கண்டு மோனா வியக்காத விநாடியில்லை. அவர் எனக்குப் புத்திமதியும் சொன்னார்:

"கேள் தனுஜா! நீ மிகவும் அழகானவள். உனது அழகைக் கெடுக்கும் எந்த விஷயத்தையும் செய்துவிடாதே.

எக்காரணம் கொண்டும் உடம்பில் சிலிக்கனைச் சேர்த்துவிடாதே. உன் அம்மா பிரியாவைப்போல மார்பகத்தைப் பெரிதாக்கி விடாதே. இவற்றைச் செய்தால் உனக்கு இயற்கையாகவே வாய்த்திருக்கும் அழகு போய்விடும். தயவு செய்து உனது அழகைக் கெடுத்துவிடாதே!"

மோனா சொல்வதை நான் புரிந்து கொண்டேன். இருவருமாக பியானோ இசைக்கப்படும் ஒரு மதுச்சாலைக்குச் சென்றோம். அது மேட்டுக்குடி மனிதர்கள் வந்துபோகும் இடம். அங்கே மதுவின் விலை தங்கத்தின் விலையை நெருங்கியிருந்தது.

இப்படியான சமயங்களில் எவ்வளவுதான் உஷாராக இருந்தாலும், தாழ்வு மனப்பான்மை எங்கிருந்தோ வந்து என்னைத் தழுவிவிடுகிறது. வெளிச்சம் குறைவாகயிருந்த ஒரு மூலையில் உட்காருவதற்காகச் சென்றேன். மோனா என்னைத் தடுத்து, மதுச்சாலையின் நட்ட நடுவாக வெளிச்சத்தில் என்னை உட்கார வைத்தார். இருவரும் ஆளுக்கொரு கோப்பை வைனைக் குடித்துக்கொண்டிருக்கையில் மோனா "தனுஜா முதலில் தாழ்வு மனப்பான்மையை விட்டுத்தள்ளு! உன் அம்மா பிரியாவைவிட நீ அழகானவள். உன்னுடைய கண்ணசைவுக்காக ஆயிரம் ஆண்கள் காத்திருக்கிறார்கள்" என்றார்.

எனக்குப் போதிய மார்பக வளர்ச்சியில்லை. எனது பின்புறமும் அப்படியொன்றும் எடுப்பாகயில்லை. ஆனால் பிரியா அம்மாவோ சிகிச்சையின் மூலம் அவற்றைப் பெரிதாக்கியிருந்தார். இதை நான் மோனாவிடம் சொன்னபோது, அவர் புன்னகைத்துவிட்டுச் சொன்னார்:

"அந்தச் 'சிலிக்கன்' பைகள் யாருக்கு வேண்டும்? இயற்கையான உடலமைப்பைக் கொண்ட உன்னைப் போன்ற பெண்களைத்தான் ஆண்களுக்குப் பிடிக்கும்.

ஆனால் நீயோ குதிரைக்குக் கடிவாளம் போட்டது போன்று ஓடுகிறாய். நீ அப்படி இருக்கக் கூடாது! நீ நடந்து போகும்போது பூமியைப் பார்க்கக்கூடாது, ஆண்களின் கண்களைப் பார்க்க வேண்டும்! ஆண்கள் உன்னை வெகுவாக இரசிக்கிறார்கள். கடைகளில், தெருக்களில், ஏன் இந்த மதுச்சாலையில் கூட ஆண்களின் பார்வை உன் மீதேயிருக்கிறது. ஆனால் நீயோ வெகுளியான பள்ளிச் சிறுமிபோல, இதையெல்லாம் கவனிக்காமலேயே இருக்கிறாய். நீ உனது கண்களால் ஆண்களை உன்னருகே வரவைக்க வேண்டும். உன் பார்வைதான் உன்னை நெருங்கிவர நீ அவர்களுக்குக் கொடுக்கும் அனுமதி!"

மோனா சொன்னதைக் காலம் தாழ்த்தாமல் பரீட்சித்துப் பார்த்தேன். மதுச்சாலையிலிருந்த நடுத்தர வயதான மனிதர்மீது கண் எறிந்தேன். அந்த மனிதரும் தனது நண்பர்களுடன் பேசிக்கொண்டே, என்மீது பார்வையைப் படரவிட்டார். தீர்க்கதரிசி மோனா சொன்னதுதான் நடந்தது. சில நிமிடப் பார்வைப் பரிமாற்றங்களுக்குப் பிறகு, அந்த வெள்ளைக்காரர் என்னிடம் வந்து "நீங்கள் மிகவும் அழகாகயிருக்கிறீர்கள்" என்று பேச்சைத் தொடக்கினார். நட்பை வளர்ப்பதாகச் சொல்லி, எங்களுடைய 'பில்' தொகையைத் செலுத்தியதோடு மட்டுமல்லாமல், எங்களுக்குத் தாராளமாக மதுவும் வாங்கிக்கொடுத்தார்.

அந்த மனிதரின் பெயரை இப்போது மறந்துவிட்டேன். அவர் 'அட்டா' என்ற கால்பந்தாட்டக் குழுவின் நிர்வாகியாகயிருந்தார் என்பது மட்டும் ஞாபகத்திலுள்ளது. அவர் எனது பேச்சிலும் அழகிலும் சொக்கிப்போயிருந்தார். அன்று மதுச்சாலையில் ஆயிரம் பிராங்குகளுக்கு மேலேயே எங்களுக்காகச் செலவு செய்தார். அத்தோடு திருப்தியடையாமல், எங்கள் இருவரையும் தனது காரில் அழைத்துவந்து மோனாவின் வீட்டில் பத்திரமாகச் சேர்ப்பித்தார். தன்னுடைய

தொலைபேசி இலக்கத்தையும் என்னிடம் கொடுத்துச் சென்றார்.

மோனா என்னிடம் சொன்னார்:

"நீ கெட்டிக்காரி தனுஜா! சொல்லிக்கொடுத்ததைச் சரியாகப் புரிந்துகொண்டாய். பிரியா இதையெல்லாம் உனக்குச் சொல்லித்தரமாட்டாள். நீ எப்போதுமே அவளது நிழலில் வாழவேண்டும் என்பதே அவளுடைய ஆசை. அவள் உன்னை ஆளவேண்டும் என நினைக்கிறாள். என்னுடனிருக்கும் ரதியும் அப்படியானவள்தான். தன்னிடம் அழகிருப்பதால் தானொரு மகாராணி என நினைத்துக்கொண்டிருக்கிறாள். ஆனால் எந்தவொரு மகாராணியும் பாலியல் தொழில் செய்வதில்லை. நீ அழகி என்றால் உனது அழகைச் சிறந்த வழியில் பயன்படுத்த வேண்டும். அய்ம்பதுக்கும் நூறுக்கும் வாடிக்கையாளர்களைத் தேடித் தெருவில் நிற்கக்கூடாது. தமிழ்த் திருநங்கைகள் மிகவும் அழகாக இருக்கிறீர்கள், உங்களது 'சொக்லேட்' நிறத்தில் வெள்ளைக்கார ஆசாமிகள் மயங்கிவிடுகிறார்கள். ஆனால் உங்களுக்கு அதைச் சரியாகப் பயன்படுத்திக்கொள்ளத் தெரியவில்லை."

அது என் வாழ்நாளில் மறக்க முடியாதவொரு மாலை. மோனாவின் மலைப் பிரசங்கம் என் மனதில் சிலைவெட்டாகப் பதிந்த நாளது. இன்றுவரை மோனா சொல்லிக் கொடுத்த நுணுக்கங்களையும் வித்தைகளையும்தான் நான் பயன்படுத்தி வருகிறேன். அவரொரு சிறந்த குரு!

தமிழ் டிஸ்கோ

சூரிச் நகரத்தின் சிவப்பு விளக்குப் பகுதியைச் சுற்றி நிறைய டிஸ்கோக்கள் உள்ளன. அங்கே ஓர் ஈழத் தமிழரும் டிஸ்கோ அரங்கொன்றை நடத்திவருவதாகப்

பிரியா அம்மா சொன்னார். எனக்கு அங்கே போக ஆசையாகயிருந்தது. அந்தக் காலகட்டத்தில் தமிழ் இளைஞர்களையே எனக்கு அதிகமாகப் பிடித்திருந்தது.

பிரியா அம்மா, மோனா, அவரது வெள்ளை நண்பனான தோமஸ் ஆகியோருடன் சேர்ந்து, அந்தத் தமிழ் டிஸ்கோவுக்குச் சென்றேன். தோமஸ் என்னையே சுற்றிச்சுற்றி வந்தான். தாராளமாக மது வாங்கிக்கொடுத்தான். பிரியா அம்மா என் காதுக்குள் "மகளே இவனொரு புழுத்த பணக்காரன், ஆளை விட்டுவிடாதே" என்று கிசுகிசுத்தார். ஆனால் எனக்கு தோமஸ் மீது ஆர்வமில்லை. டிஸ்கோவுக்குள்ளிருந்த தமிழ் இளைஞர்கள் மீதே என் கண்கள் அலைந்துகொண்டிருந்தன. என்னோடு நடனமாடிக்கொண்டிருந்த தோமஸை நான் மறந்தேவிட்டேன். மோனா அவசரமாகத் தோமஸை அழைத்துக்கொண்டு அங்கிருந்து கிளம்பினார். அப்போது மோனாவின் இடுங்கிய கண்களிலிருந்து என்னை நோக்கிப் பொறி பறந்ததில் ஆச்சரியம் ஏதுமில்லை. மதுபோதையிலிருந்த எனக்கு அது சுடவுமில்லை.

நானும் அம்மாவும் குடிவெறியின் உச்சத்தில் நடனமாடிக்கொண்டிருந்தோம். எங்களின் மோகினித் தாண்டவத்தில் அங்கிருந்த தமிழ் இளைஞர்களும் கலந்து நடனமாடினார்கள். ஆடிக்கொண்டே எங்களின் உடல்களில் அங்குமிங்குமாகத் தடவவும் கசக்கவும் தொடங்கினார்கள். சில நிமிடங்களிலேயே களியாட்டம் பலாத்காரம் என்ற நிலையை எட்டியது.

இரண்டு இளைஞர்கள் எனது அனுமதியில்லாமலேயே, திடீரென என்னைச் சுவரோடு சாய்த்தார்கள். ஒருவன் என்னை முத்தமிட, மற்றவன் எனது உடைக்குள் முரட்டுத்தனமாகக் கையை நுழைத்து, எனது பெண்ணுறுப்பைத் தடவி என்னை எரிச்சலூட்டினான். நான் சிரமப்பட்டு அவர்களை விலக்கித் தள்ளிவிட்டு,

அம்மாவின் கையைப் பிடித்து இழுத்துக்கொண்டு டிஸ்கோவுக்கு வெளியே சென்றேன்.

வெளியே சிகரெட் பிடித்துக்கொண்டு நின்றிருந்த இன்னொரு தமிழ்க் கும்பல் எங்களைச் சூழ்ந்துகொண்டது. அவர்களில் ஒருவன் எனது கைகளை இறுகப் பிடித்துக்கொண்டான். என்னால் அவனது பிடியிலிருந்து தப்பிக்க முடியவில்லை. அம்மாவோ நேராக நிற்க முடியாமல் போதையில் தள்ளாடிக்கொண்டிருந்தார். நான் அவர்களிடமிருந்து தப்பிக்கப் போராடிக்கொண்டிருந்த போது, ஒருவன் பைந்தமிழில் "உமக்கு வெள்ளையர்களின் சுண்ணி தான் பிடிக்குமோ?" எனக் கேட்டான். நான் கோபத்துடன் "ஆமாம், அதுதான் பெரிதாகயிருக்கும்" என்றேன். கேட்டவன் தனது காற்சட்டையை உரிந்து, தனது ஆணுறுப்பைக் காட்டி "இது உமக்குப் பிடிக்கவில்லையா?" என்று கெக்கலித்தான். எட்டுப்பத்துக் கைகள் ஒரே நேரத்தில் என்னைத் தீண்ட, நான் பெரிதாகக் குரலெடுத்து அலறினேன்.

இந்தக் கூத்தையெல்லாம் எதிரேயிருந்த மாடியிலிருந்து, சாளரத்தின் வழியாக ஒரு வெள்ளைக்காரப் பெண் பார்த்துக்கொண்டிருந்தார். நான் அலறியதும் அந்தப் பெண் ஒரு தயிர்ப் பெட்டியை எடுத்து இந்த வீரர்கள் மீது விட்டெறிந்தார். பதிலுக்கு இந்த வீரர்கள் அந்தப் பெண்ணை நோக்கி பியர் போத்தல்களை எறிந்தார்கள். கண்ணாடி நொறுங்கும் சத்தமும் அந்தப் பெண்ணின் அலறலும் கேட்டன. அந்தச் சத்தங்கள் பிரியா அம்மாவைச் சற்று விழிக்க வைத்தன. அவர் என்னை விடுவிப்பதற்காக, அந்த இளைஞர்களுடன் போராடத் தொடங்கினார். நான் என்ன செய்வது எனத் தெரியாமல் தவித்துக்கொண்டிருந்த போது, காவற்துறையினர் கூவிக்கொண்டு வந்தார்கள்.

என்னோடு வம்பு செய்த இளைஞர்களைக் காவலர்கள் தங்களது வாகனத்தில் ஏற்றினார்கள். என்னிடமோ

அம்மாவிடமோ காவற்துறையினர் எதுவுமே கேட்கவில்லை. நானும் அம்மாவும் அங்கிருந்து கிளம்பி, பக்கத்துத் தெருவுக்குள் நுழைந்தோம். அந்தத் தெருவில் பல திருநங்கைகள் வாடிக்கையாளர்களைப் பிடிப்பதற்காக நின்றிருந்தார்கள். பிரேஸில், சோமாலியா, தாய்லாந்து, பிலிப்பைன்ஸ் எனச் சர்வதேசமே அங்கு நின்றிருந்தது. அவர்கள் எல்லோருக்குமே அம்மாவோடு பழக்கமிருந்தது. அம்மாவும் அந்தத் தெருவில் தொழில் செய்பவர்தான். அந்தத் தெருவில் ஏறிய பின்புதான் நாங்கள் பாதுகாப்பாக உணர்ந்தோம்.

“மம்மி, இப்போது நாங்கள் நடனமாடுவோமா...” என்று கேட்டேன்.

என்னை அறிதல்

இம்முறையும் சுவிஸ் பயணம் எனக்கு நிறையப் பாடங்களைக் கற்றுக் கொடுத்திருக்கிறது. என்போன்ற திருநங்கைகளுக்கு எப்போது, எப்படி ஆபத்து நேரிடுமென்றெல்லாம் சொல்லவே முடியாது. மனிதர்கள் எல்லோருமே தங்களது உடலையும் மூளையையும் எண்ணங்களையும் விழிப்பாக வைத்திருப்பது அவசியமென்றாலும், திருநங்கைகளுக்கு அது பெருங்கட்டாயம். ஏனெனில்; பொதுவான கலாசாரம், நாகரிகம், மொழி, சட்டம், மதம், தத்துவங்கள், விழுமியங்கள் எல்லாமே திருநங்கைகளை விலக்கியே வைத்திருக்கின்றன. எங்களை நாங்கள் மட்டுமே பாதுகாத்துக்கொள்ள வேண்டியிருக்கிறது.

பிரியா அம்மாவிடம் விடைபெற்றுக்கொண்டு ஜெர்மனிக்குத் திரும்பினேன். எனது குடும்பத்தினர் என்னிடம் சகஜமாகவே பழகினார்கள். அது பெரும் நிம்மதி. ஜீவனிடம் தொலைபேசியில் பேசினேன். சூரிச் கதைகளில் பாதியைத் தான் அவனிடம் சொன்னேன்.

அங்கே நான் அடித்த கூத்துகளை அவனிடமிருந்து மறைத்துவிட்டேன். "இனி என்னைவிட்டு எங்கேயும் போகாதே..." என்றான். நானும் அது குறித்துத்தான் சிந்தித்துக்கொண்டிருந்தேன். என்னை மதிப்புச் செய்யக்கூடிய, சமமாக நடத்தக்கூடிய ஒருவனுடன் நிரந்தரமான உறவை ஏற்படுத்திக்கொள்ளவே நான் விரும்பினேன். அதுதான் எனக்கு மன அமைதியையும் பாதுகாப்பையும் இன்பத்தையும் கொடுக்கக் கூடிய வாழ்க்கையாகயிருக்கும் என நம்பினேன். என் வாழ்வில் இன்னோர் அத்தியாயம் தொடங்கியது.

நானும் ஜீவனும் ஒவ்வொரு வாரயிறுதி நாட்களிலும் தவறாமல் ஆகனில் அல்லது ஹொலண்டில் சந்தித்துக்கொண்டோம். இருவருமே இரண்டு மணிநேரப் பயணத் தூரத்திற்குள் வசித்ததால் அது சுலபமாகவேயிருந்தது. விடுதியில் அறை எடுத்துக்கொள்வோம். மது அருந்திக்கொண்டே மகிழ்ச்சியுடன் காமத்தில் திளைப்போம். ஒரேநாளில் பத்துத் தடவைகள் கூட நாங்கள் உடலுறவுகொள்வோம். எனக்குப் போதை அதிகமாகி வாந்தி எடுத்த போதெல்லாம், அவன் என்னைக் கழுவித் துடைத்துத் தூங்க வைப்பான்.

என்னுடலில் பெண்ணுறுப்பு அமைக்கப்பட்ட பின்பாக, என்னுடலை நானே அறிந்துகொள்வதற்குச் சில காலமெடுத்தது. அறுவைச் சிகிச்சையின் போது, என்னுடைய ஆண்குறியின் மொட்டுப் பகுதியை எடுத்து நுணுக்கி 'கிளிட்டோரிஸ்' போல அமைத்திருந்தார்கள். ஜீவனுடனான தொடர்ச்சியான உடலுறவின் மூலமே நான் என்னுடலையும் உணர்ச்சியையும் கண்டுபிடித்தேன். 'கிளிட்டோரிஸ்' பகுதியில் ஆண்குறியோ நாவோ இயங்கியபோது, நான் முழுமையான போகச் சிலிர்ப்பு நிலையை அடைந்தேன். இருபத்தொரு வயதில் தான் எனக்குக் காமம் சரியான முறையில்

அர்த்தமாகியிருக்கிறது. ஜீவன் என்னிலும் மூன்று வயது மூத்தவன்.

நான் இந்த உலகில் எல்லாவற்றையும் மறந்துவிட்டு, ஜீவனை மட்டுமே பைத்தியமாக நேசித்தேன். அவன் என்னைச் சந்திக்க வரும்போதெல்லாம் பரிசுகள் கொடுத்தான். என்னுடன் சேர்ந்து தைரியமாக ஊர் சுற்றினான். காதல் மிளிரும் தனது பேச்சால் என்னை ஒளிர வைத்தான். என் உடலை எனக்கே அறிய வைத்தான். இதைவிட வேறென்ன வேண்டும் எனக்கு! நான் ஆசைப்பட்ட வாழ்க்கை எனக்குக் கிடைத்துவிட்டதால், நான் திருநங்கைச் சமூகத்திலிருந்து விலகத் தொடங்கினேன். அவர்களுடனான உறவை வெகுவாகக் குறைத்துக்கொண்டேன். என்னை ஒரு பெண்ணென்றே நான் நம்பத் தொடங்கினேன்.

நிறைவான காதல் வாழ்க்கைக்கு நல்லிதயம் மட்டுமல்லாமல், செலவுக்குக் கொஞ்சப் பணமும் தேவைப்பட்டதால் மறுபடியும் வேலை தேடும் படலத்தில் இறங்கினேன். எனக்குச் சிறுவயது முதலே விமானப் பணிப்பெண் வேலையிலே விருப்பமுண்டு. இணைய விளம்பரமொன்றைப் பார்த்து, புகழ்பெற்ற ஜெர்மனிய விமான நிறுவனமொன்றிடம் பணிப்பெண் வேலைக்காக விண்ணப்பித்தேன். ஆனால் நானொரு திருநங்கை என்பதை அவர்களுக்கு மறைத்துவிட்டேன். எனது கடவுச்சீட்டு, அடையாள அட்டை போன்ற ஆவணங்களின் நகல்களை அவர்களுக்கு அனுப்பி வைக்கவில்லை.

சில வாரங்களிலேயே நேர்முகத் தேர்வுக்கான அழைப்பு வந்தது. நேர்காணலில் பல்வேறு பரீட்சைகளோடு, எனது ஆங்கில மொழியறிவும் சோதிக்கப்பட்டது. எல்லாப் பரீட்சைகளையும் மிகுந்த தன்னம்பிக்கையோடு எதிர்கொண்டு வெற்றிபெற்றேன். எனக்கு வாழ்த்துகளைத் தெரிவித்த நிறுவனத்தினர், பயிலுனராக என்னைச்

சேர்த்துக்கொள்வதாகச் சொன்னார்கள். எனது கடவுச்சீட்டு முதலிய பல்வேறு ஆவணங்களின் நகல்களைத் தங்களுக்கு அனுப்பிவைக்குமாறும் கேட்டுக்கொண்டனர். நான் ஒருபுறம் மகிழ்ச்சியுடனும், மறுபுறம் தயக்கத்துடனும் அங்கிருந்து கிளம்பினேன்.

வீடு திரும்பியதும், என்னுடைய ஆவணங்களின் நகல்களோடு ‹நானொரு திருநங்கை, எனது பாலின மாற்றுச் சிகிச்சை முடிந்துவிட்டது. இப்போது எனது பெயரையும், பாலினத்தையும் மாற்றுவதற்காகக் காத்திருக்கிறேன்› என்றொரு குறிப்பையும் எழுதி விமான நிறுவனத்துக்கு அனுப்பிவைத்தேன். இரண்டே நாட்களில் விமான நிறுவனம் என்னைத் தொலைபேசியில் அழைத்தது. “நிறையப் பெண்கள் எங்களிடம் பணிக்காக விண்ணப்பித்திருக்கிறார்கள். அவர்களுடன் ஒப்பிடும்போது உங்களுக்குத் தகுதிகள் குறைவாகயிருப்பதால் நீங்கள் தேர்ந்தெடுக்கப்படவில்லை” எனப் புதிய கதை சொன்னார்கள். அவர்கள் வைத்த எல்லாப் பரீட்சைகளிலும் தேறிய பின்பும், திருநங்கை என்பதாலேயே நான் நிராகரிக்கப்படுகிறேன் என்பது வெளிப்படை. பிறப்பிலேயே பெண்ணாக இருப்பவர்களையும் என்னையும் எப்படி ஒரே தராசில் நிறுக்க முடியும்? பெண்ணாவதற்கான போராட்டத்திலேயே என் வாழ்நாள் முழுவதையும் நான் செலவிட்டிருக்கிறேன். என்னுடைய போராட்ட வாழ்க்கை, ஒரு சராசரிப் பெண்ணைவிட என்னை மன வலிமையுள்ளவளாகவும் அனுபவசாலியாகவும் ஆக்கிவைத்திருக்கிறது. என்னுடைய உடல் காரணமாக நான் நிராகரிக்கப்படுவது அநீதியிலும் அநீதி. ஆகாயம் போல, வானவில் போல, அருவி போல, அலை போல என்னுடைய பிறப்பும் இயற்கையாலானது. இயற்கையைத் தண்டிக்க முடியாது!

பறந்துகொண்டு பணி செய்யும் ஆசையைத் தற்காலிகமாக மறந்துவிட்டு, தரையில் வேலைகளைத் தேடிக்கொடுக்கும்

முகவர் ஒருவரைக் கண்டுபிடித்து அவரிடம் போனேன். நல்வாய்ப்பாக, எங்களது வீட்டுக்கு அருகாமையிலிருந்த அழகுசாதனப் பொருட்கள் தயாரிக்கும் தொழிற்சாலையில் பணியிடம் காலியாகயிருந்தது. எனது ஆவணங்களை முகவரிடம் சமர்ப்பித்தபோது, நானொரு திருநங்கை என்ற உண்மையை மறைக்காமல் சொன்னேன்.

அதைக் கேட்டதும் முகவர் ஒரு நிமிடம் மவுனம் சாதித்துவிட்டு, "சரி, உங்களது தோற்றமும் குரலும் பெண்ணுடையது போலவேயிருக்கின்றன. தொழிற்சாலையைப் பொறுத்தளவில் உங்களது திருநங்கை அடையாளத்தை மறைத்துவிடுங்கள்" என்றார்.

"நீங்களே சொன்னாலும் எனது திருநங்கை அடையாளத்தைக் காட்டிக்கொள்வதற்கு எனக்கு விருப்பமில்லை" என்று அவருக்குப் பதிலளித்தேன்.

தொழிற்சாலையில் காலை ஆறு மணிக்கு வேலை ஆரம்பிக்கும். யாருக்கும் சந்தேகம் எழாதவகையில், ஒரு பெண் போலவே கவனமாக நடந்துகொண்டேன். தோலுக்கான களிம்பு தயாரிக்கும் சிறிய இயந்திரமொன்றை மேற்பார்வையிடும் இலகுவான வேலை எனக்குக் கிடைத்திருந்தது. உற்பத்திச் சங்கிலியில் ஏதாவது தவறு நிகழ்ந்தால், இயந்திரத்தை நிறுத்தித் தவறைச் சரிசெய்ய வேண்டும்.

தொழிற்சாலையில் எனக்குச் சில நண்பர்கள் கிடைத்தாலும், என்னுடைய கருப்புத் தோல் காரணமாக என்னை நோகடிக்கும் விதத்திலும் சிலர் பேசுவார்கள். இங்கேயும் ஆண்கள் என்னை மொய்த்துக்கொண்டிருந்தார்கள். இடைவேளை நேரங்களில் என்னிடம் வழிவார்கள். எனது அலைபேசி எண்ணைக் கேட்பார்கள். 'எனக்கு ஒரு காதலன் இருக்கிறான்' எனச் சொல்லி அவர்களின் வாய்களை அடைத்தேன்.

இந்த வாழ்க்கை எனக்குப் பிடித்திருந்தது. மாதத்திற்கு 1200 ஈரோக்கள் ஊதியமாகக் கிடைத்தன. வீட்டுச் செலவுக்காக அம்மாவிடம் 300 ஈரோக்கள் கொடுத்துவிடுவேன். என் முகத்தில் ரோமம் வளர்வதைத் தடுப்பதற்காக, வழமையாகச் செய்துகொள்ளும் 'லேசர்' சிகிச்சைக்கான பணத்தையும் ஒதுக்கிவைப்பேன். மீதிப் பணத்தை என் காதலனுடன் சேர்ந்து எண்ணம்போல செலவு செய்தேன்.

எனக்கு ஜெர்மனியக் குடியுரிமை கிடைத்ததும், சட்டப்படி பெண்ணாகப் பதிவு செய்துவிட்டு, நானும் ஜீவனும் திருமணம் செய்துகொள்வதாகவும், ஒரு குழந்தையைத் தத்தெடுத்து வளர்ப்பதாகவும் பேசிக்கொண்டோம். என் விரலில் ஒரு தங்க மோதிரத்தைப் போட்டுவிட்டு 'நான் உன்னைக் கை விடமாட்டேன்' என்று ஜீவன் சத்தியம் செய்து கொடுத்தான். என்னுடைய வாழ்க்கையில் ஆண்களால் செய்து கொடுக்கப்படும் எத்தனையாவது சத்தியம் இதுவென உண்மையிலேயே எனக்குக் கணக்குத் தெரியவில்லை. ஆனால் நான் முழு மனதுடன் ஜீவனை நம்பினேன். அவன் தனது காதலால் என்னை ஒவ்வொரு நாளும் பூக்க வைத்தான்.

குறுகிய காலத்தில் என்னுடைய உடலில் இத்தனை மாற்றமா என்று என் குடும்பத்தினர் வாயைப் பிளந்தார்கள். ஏனெனில் என்னுடைய உடல் பெண்ணுடல் போலவே ஆகியிருந்தது. பாலின மாற்றுச் சிகிச்சைக்குப் பின்பாகப் பெரும்பாலான திருநங்கைகள் அழகாகிவிடுவது, அவர்களது புற உடல் சம்பந்தப்பட்ட விஷயம் மட்டுமேயல்ல. அவர்களது அகமும் மகிழ்ச்சியால் நிறைந்துவிடுவதே அழகின் இரகசியம்.

நான் ஜீவனை முழுவதுமாக நேசித்ததாலும் நம்பியதாலும், வேறெந்த ஆணுடனும் இரகசியத் தொடர்பில் இருக்கவில்லை. டிஸ்கோ போன்ற களியாட்டங்களுக்கும் போவதில்லை. ஜீவனுடன் சேர்ந்து மட்டுமே மது

குடித்தேன். தொழிற்சாலையில் வேலை, வேலை விட்டால் வீடு என்றிருந்தேன். வாரயிறுதி நாட்களில் ஜீவனுடன் விடுதியில் தங்குவேன். எங்களுக்குள் இப்போது வாய்ச் சண்டைகளும் குறைந்துவிட்டன.

காமத்தைக் கலையாக்குவதில் இருவரும் உன்மத்தம் கொண்டு செயற்பட்டோம். ஆணுறுப்பு யோனியின் உட்சுவரில் அதிகமாக உராய்வதால், அங்கே வெடிப்புக் காயங்கள் ஏற்பட்டு எரிவெடுத்தது. அதையெல்லாம் சட்டை செய்யாமல் நாங்கள் காமத்தைக் கொண்டாடிக்கொண்டிருந்தோம். இருவரும் ஒன்றாக இருக்கும்போது, நாங்கள் அலைபேசியே பார்ப்பதில்லை. முத்தங்கள் கொடுத்துக்கொள்ளவே எங்களுக்கு நேரம் போதாமலிருந்தது. எனக்கு மூக்குத்தி எடுப்பாக இருக்குமென ஜீவன் சொன்னதும், நான் துள்ளிக்குதித்து மூக்குக் குத்தத் தயாரானேன். மூக்குக் குத்தும் கடைக்கு என்னை அழைத்துச் சென்ற ஜீவன், தனது மடியில் என்னை உட்காரவைத்து, மூக்கில் துளைபோடச் செய்து மூக்குத்தி அணிவித்தான். அவனுடனிருந்த நாட்களில் அவனது நெஞ்சில் தலைவைத்துக் கவலைகளை மறந்து தூங்கிவிடுவேன். இவற்றையெல்லாம் என்னால் இன்றுவரை மறக்க முடியவில்லை.

நட்சத்திர நாயகிகள்

சில மாதங்களாக வேலையும் வீடும் ஜீவனுமாக, என் வாழ்க்கை பெரிய குழப்பங்களில்லாமல் சென்றுகொண்டிருந்த போது 'ஹம் ஸ்ரீ காமாட்சி அம்மன்' ஆலய வருடாந்திரத் தேர்த் திருவிழா வந்தது. அப்போதுதான் மலேசியாவில் விடுமுறையை முடித்துக்கொண்டு காமினி சித்தி டோர்ட்முண்ட் வந்திருந்தார். "தேர்த் திருவிழாவுக்குச் சேர்ந்து போகலாமா?" எனக் கேட்டார். நான் ஜீவனையும்

எங்களுடன் வருமாறு அழைத்தேன். அதில் ஏனோ அவனுக்கு விருப்பமிருக்கவில்லை. "நீங்கள் இருவரும் சென்று வாருங்கள்" என்றான்.

தேர்த் திருவிழாவன்று முதல் இரயிலைப் பிடித்து, காமினி சித்தியின் வீட்டுக்குப்போனேன். விமானப் பணிப்பெண் ஒருவர் எழுதிய சுயசரிதை நூலை, எனக்குப் பரிசளிப்பதற்காக சித்தியின் காதலர் வாங்கி வைத்திருந்தார். சித்தி மலேசியாவிலிருந்து எனக்குப் பாவாடை - தாவணி கொண்டுவந்திருந்தார்.

கருநீல நிறத்தாலான அந்த அழகிய பாவாடை - தாவணியை அணிந்துகொண்டேன். நீண்ட சடைபின்னி, தலை நிறைய மல்லிகைப்பூ வைத்து சித்தி அலங்காரம் செய்துவிட்டார். சித்தி ஆகாய நீலத்தில் காஞ்சிபுரம் பட்டுப் புடவையைக் கட்டிக்கொண்டார். ஏதோ வானத்தையே உடுத்திக்கொண்டதுபோல சித்தி ஜொலித்துக்கொண்டிருந்தார். எங்களுடைய ஒப்பனையும் ஆடை அணிகலன்களும் எந்தச் சினிமா நடிகையையும் தோற்கடிக்கக் கூடியவை.

அன்றைக்கு 'ஹம்' இரயில் நிலையம் தமிழ்ப் பக்தர்களால் நிறைந்திருந்தது. அங்கிருந்த தமிழ்ப் பெண்கள் எங்களின் அலங்காரங்களைப் பார்த்து அசந்துபோனார்கள். அவர்களிடையே நாங்கள் திடீர் நட்சத்திரங்களாகிவிட்டோம். அந்தப் பெண்களில் சிலர் எங்களுடன் சேர்ந்து 'செல்ஃபி' எடுத்துக்கொண்டார்கள். அவர்கள் எங்களிடம் வித்தியாசமாக எதையும் கேட்காததை வைத்துப் பார்த்தால், அவர்கள் எங்களைத் திருநங்கைகள் எனக் கண்டுபிடிக்கவில்லை என்றே நினைக்கிறேன்.

தேர்த் திருவிழாவில் அம்மனைத் தரிசித்த கண்களை விட, எங்களை மொய்த்த கண்களே அதிகம். எனக்குத் தெரிந்தவர்கள் பலரும், எனது உறவினர்களும் கூடத் திருவிழாவுக்கு வந்திருந்தார்கள். முன்பொருமுறை

நான் இதே திருவிழாவுக்கு வந்திருந்தபோது, என்னைத் தெரிந்தவர்கள் என்னிடமிருந்து விலகிச் சென்றார்கள். இம்முறை அவர்களே ஆர்வமாக வந்து என்னிடம் பேசினார்கள். வாலிப வயோதிப அன்பர்களும் என்னை விட்டுவைக்கவில்லை. கண் சாடைகள் என்ன! தொலைபேசி எண்களைக் கேட்பவர்கள் என்ன! என்னைப் பின்தொடர்பவர்கள் என்ன! என்ன!! ஆனால் நான் யாரிடமும் பிடிகொடுத்துப் பேசவில்லை. எனக்குத்தான் என் அன்பான ஜீவன் இருக்கிறானே.

நான் கண்டபாட்டுக்குத் தொழிற்சாலையில் விடுப்பு எடுத்துக்கொண்டு, ஜீவனுடன் ஊர் சுற்றச் சென்றுவிடுவேன். கூடிய சீக்கிரமே எனக்கு ஜெர்மனியக் குடியுரிமை கிடைத்துவிடும் என்ற நம்பிக்கையிருந்ததால், தொழிற்சாலை வேலையைப் பற்றி எனக்குப் பெரிய அக்கறையிருக்கவில்லை. குடியுரிமை கிடைத்துவிட்டால் எனது பாலினத்தையும் பெயரையும் மாற்றிவிடலாம். ஏற்கனவே ஒரு விமான நிறுவனம் எனக்கு வைத்த பரீட்சைகளில், விமானப் பணிப்பெண் வேலைக்கு நான் தகுதியானவளே என்பது தெரிந்துவிட்டது. எனவே அந்த வேலையை என்னால் சுலபமாகத் தேடிக்கொள்ள முடியும் என்றே நான் எண்ணினேன்.

எங்களது காதல் கதையை, ஒரு நல்லநாள் பார்த்து எனது அம்மாவிடமும் சொன்னேன். அம்மா மட்டுமே வீட்டிலிருந்த நேரமாகப் பார்த்து, ஜீவனை அழைத்துவந்து அம்மாவிடம் அறிமுகம் செய்துவைத்தேன். அம்மாவுக்கும் ஜீவனைப் பிடித்திருந்தது. அடுத்தகட்டமாக, எனது அக்காவுக்கும் ஜீவனைத் தொலைபேசி வழியே அறிமுகப்படுத்தி வைத்தேன். அக்காவும் ஜீவனும் விரைவிலேயே நண்பர்களாகிவிட்டார்கள். நான் ஜீவனைச் சந்திக்கப்போகும் நாட்களில், அம்மா ஜீவனுக்காக ஏதாவது சமையல் செய்து என்னிடம் கொடுத்துவிடுவார். ஜீவனுக்கும் எனது குடும்பத்துக்குமான உறவு மெல்ல

மெல்ல வளர்ந்துவருவதை, நான் மகிழ்ச்சியுடன் இரசித்துக்கொண்டிருந்தேன்.

ஆனால், ஜீவனின் குடும்பத்திற்கோ என்னைப் பற்றி எதுவுமே தெரியாது. ஜெர்மனியிலிருக்கும் ஒரு பெண்ணை அவன் காதலிக்கிறான் என்பது மட்டுமே அவர்களுக்குத் தெரிந்திருந்தது.

குடியுரிமைக்கு விண்ணப்பித்துப் பல மாதங்கள் கடந்தும், எந்தப் பதிலும் எனக்குக் கிடைப்பதாகயில்லை. நான் பொறுமையிழந்து போனேன். குடியுரிமை வழங்கும் அலுவலகத்தைத் தொலைபேசியில் அழைத்து முறைப்பாடு வைத்தேன். "தற்போது நீங்கள் வேலை செய்கிறீர்களா?" எனக் கேட்டார்கள். ஆமெனச் சொன்னதற்கு, வேலை ஒப்பந்தப் பத்திரத்தைத் தங்களுக்கு அனுப்பிவைக்குமாறு சொன்னார்கள். நானும் அதை அனுப்பி வைத்துவிட்டு நம்பிக்கையுடன் காத்திருந்தேன்.

இம்முறை சற்று விரைவாகவே பதில் கிடைத்தது. என்னுடைய வேலை ஒப்பந்தம் ஆறு மாதங்களுக்கு மட்டுமேயானது. குடியுரிமை கோருவதெனில், கால வரையறையற்ற வேலை ஒப்பந்தம் அல்லது மாணவருக்கான சான்றிதழ் தேவை என்றார்கள். நான் அலறியடித்துக்கொண்டு ஓடிப்போய், என்னைத் தொழிற்சாலை வேலைக்கு அனுப்பிவைத்த முகவரின் முன்நின்று பிரச்சினையைச் சொன்னேன். கனிவான மனம் கொண்ட அந்த மனிதர், என்னுடைய ஆறுமாத ஒப்பந்தகாலம் முடிந்ததும் கால வரையறையற்ற ஒப்பந்தத்தைச் செய்துகொள்ளலாம் என்றார். ஆறுமாத ஒப்பந்தம் முடிவதற்கு இன்னும் இரண்டு மாதங்கள் மட்டுமேயிருந்ததால் சற்றுத் தெம்பாகவேயிருந்தேன்.

தனிக்குடித்தனம்

ஜீவனும் நானும் சந்திக்கும்போது விடுதியறை வாடகைக்கே மாதம் பல நூறு ஈரோக்கள் செலவாகின. எங்களால் பிரிந்திருக்கவும் முடியவில்லை. எனவே எனது ஊரான ஆகனிலேயே ஒரு வீட்டை வாடகைக்கு எடுத்து, நாங்கள் சேர்ந்து வாழலாம் என்ற முடிவுக்கு வந்தோம்.

பல நாட்களாக வீடு தேடும் படலத்தை நடத்தி, ஓர் அடுக்குமாடிக் கட்டடத்தின் நான்காவது மாடியில், அழகான வீடொன்றைக் கண்டுபிடித்துக் குடிபுகுந்தோம். ஜீவன் ஹொலண்டில் செய்துகொண்டிருந்த தொழிற்சாலை வேலையை விட்டுவிட்டு வந்திருந்தான். அவனிடம் கையிருப்பு எதுவுமிருக்கவில்லை. நான் வீட்டுக்குத் தேவையான தளபாடங்களையும் பொருட்களையும் 5000 ஈரோக்களுக்கு வாங்கிப்போட்டேன். அந்தப் பெரும் தொகையை மாதாமாதம் நான் தவணைமுறையில் செலுத்த வேண்டியிருந்தது. எனது அம்மாவும், அண்ணாவும் கூட எனது புதுக்குடித்தனத்திற்குக் கொஞ்சம் பணம் கொடுத்து உதவினார்கள். என்னுடைய மகிழ்ச்சியைத் தங்களது மகிழ்ச்சியாகக் கொள்ளும் நிலைக்கு அவர்கள் வந்து சேர்ந்திருந்தார்கள். திருநங்கைகளைத் தள்ளிவைக்கும் அநேக குடும்பங்களிருக்கும் போது, எனது குடும்பத்தினருக்கு என்னைப் புரிய வைப்பதில், எனது போராட்ட குணத்தாலும் விடாமுயற்சியாலும் நான் ஓரளவாவது வெற்றிபெற்றிருந்தேன்.

எனது முயற்சியால் ஜீவனுக்கு உணவகமொன்றில் வேலை தேடிக் கொடுத்தேன். பத்துப் பதினைந்து நாட்களுக்கு எல்லாம் நன்றாகத்தான் போய்க்கொண்டிருந்தன. பின்வந்த நாட்கள் என்னைச் சுழற்றியடித்தன. என்னுடன் கூடி வாழ்வதில் ஜீவனுக்கு மெல்ல மெல்லச் சலிப்புத் தோன்றியதைக் கவனித்தேன். சின்ன விஷயத்துக்கெல்லாம் என்னுடன் சீறிச் சினக்க

ஆரம்பித்தான். அது என்னுடைய வீடு என்ற ஆங்காரத்தில், நானும் அவனுக்குப் பதிலடி கொடுத்துவந்தேன். 'மொழி தெரியாததால் வேலை சிரமமாகயிருக்கிறது' எனக் காரணம் சொல்லி வேலைக்குப் போவதை நிறுத்திக்கொண்டான். எப்போதும் எதைப்பற்றியாவது புகார் சொல்லிக்கொண்டேயிருந்தான். ஹொலண்டுக்குத் திரும்பிச் செல்வதைப் பற்றி முணுமுணுப்பாகப் பேசத் தொடங்கினான். அவன் என்னைக் கடனாளியாக்கிவிட்டுக் கை விட்டுவிடுவானோ என நான் பயந்துகொண்டிருந்தேன்.

அவனது பெற்றோருக்கு, அவன் தனது காதலியுடன் ஜெர்மனியில் தங்கியிருக்கிறான் என்பது மட்டுமே தெரிந்திருந்தது. சில தடவைகள் அவனது தாயாருடன் என்னைத் தொலைபேசியில் பேசவும் வைத்திருக்கிறான். அப்போதெல்லாம் அவனது தாயார் "அவனைத் திருத்திப் பத்திரமாக உன்னுடனேயே வைத்துக்கொள்ளம்மா" என மறக்காமல் சொல்வார். ஒருமுறை அவரிடம் பேசிக்கொண்டிருந்த போது, எனது குடும்பம் 'ஆகன்' நகரத்தில் வசிக்கிறது எனப் பொதுவாகச் சொல்லி வைத்தேன். அந்த மனுசிக்கு அந்தத் 'துப்பு' போதுமானதாகயிருந்தது. அங்கே இங்கேயென்று விசாரித்து, என்னைத் திருநங்கை என்று கண்டுபிடித்துவிட்டார்.

அதற்குப் பின்பு ஜீவனின் குடும்பம் ஒரு கணமும் தாமதிக்காமல், ஜீவனை என்னிடமிருந்து பிரிக்கும் முயற்சியில் இறங்கியது. ஒருநாள் வேலை முடிந்து நான் வீட்டுக்கு வந்தபோது, ஜீவன் என்னிடம் ஏதோ பேச வேண்டுமென்று பெரிதாகப் பீடிகை போட்டான். இலங்கையிலுள்ள தனது மாமாவின் மகளைத் திருமணம் செய்யுமாறு தனது பெற்றோர் வற்புறுத்துகிறார்கள் என்றான். எனக்குள் பொங்கிவந்த அழுகையைக் கட்டுப்படுத்திக்கொண்டு "நீ என்ன முடிவு எடுத்திருக்கிறாய்?" என்று கேட்டேன். "நான்

ஹொலண்டுக்குப் போய் எனது பெற்றோரைச் சமாதானப்படுத்திவிட்டுத் திரும்பி வருகிறேன்" என்றான். எனக்கு அவனது பேச்சில் நம்பிக்கை வரவில்லை. ஆனால் என்னிடமிருந்து விலகிச் செல்லாமல் அவனை எப்படிப் பாதுகாத்து வைத்திருப்பது என்றும் எனக்குப் புரியவில்லை.

அடுத்தநாள் காலையில் வேலைக்குப் போய்விட்டேன். இடைவேளை நேரத்தின் போது பலமுறை ஜீவனைத் தொலைபேசியில் அழைத்தேன். அவன் எனது அழைப்புகளை ஏற்கவில்லை. 'ஏதோ நடக்கப்போகிறது' என்று என் மனம் பதைத்துக்கொண்டிருந்தது. வேலையில் கவனத்தைச் செலுத்தவே முடியவில்லை. வேலை முடிந்ததும் வீட்டுக்கு ஓடித்தான் வந்தேன். நான் பயந்ததுபோல் இல்லாமல் ஜீவன் வீட்டில்தானிருந்தான். "ஏன் நீ தொலைபேசியை எடுக்கவில்லை?" என்று சத்தம் போட்டேன். "நான் பெரிய சிக்கலில் இருக்கிறேன்" என்று சொல்லி, அவன் மெதுவாக ஆரம்பித்தான்:

"நான் இங்கிருந்து கூடிய சீக்கிரம் கிளம்ப வேண்டும். எனது பெற்றோர், உடனேயே ஹொலண்டுக்குத் திரும்புமாறு என்னை வற்புறுத்துகிறார்கள். உனது மதிப்பு அவர்களுக்குத் தெரியவில்லை. 'ஓர் அலியையா நீ காதலிக்கிறாய்' என்று என்னிடம் கத்துகிறார்கள். நான் போய் அவர்களிடம் உன்னை பற்றி எடுத்துச் சொல்லி, அவர்களின் மனதை மாற்றிவிடுவேன். அதற்குப்பின்பு வந்து உன்னைத் திருமணம் செய்கிறேன்..."

அவன் பேசி முடிப்பதற்கு முன்னமே நான் சொன்னேன்:

"இங்கே பார் ஜீவன்! நாங்கள் இருப்பது இலங்கையில் இல்லை. நாங்கள் இருவருமே வயது வந்தவர்கள், எங்களது வாழ்க்கையை எங்களது விருப்பப்படி அமைத்துக்கொள்ள நமக்கு உரிமையுண்டு".

ஆனால், அவனோ போய்த்தான் ஆகவேண்டும் என்று விடாப்பிடியாக நின்றான். போனால் அவன் திரும்பி வரமாட்டான் என்று என் மனம் சொல்லிற்று. வேதனையும் அழுகையுமாக நான் விரக்தியின் உச்சத்திற்குப் போனபோது, வீட்டின் சாளரம் வழியாக வெளியே குதிக்க எத்தனித்தேன். ஜீவன் என்னைச் சாளரத்திலிருந்து இழுத்து அறையின் நடுவே தள்ளிவிட்டு, எனது கன்னத்தைப் பொத்தி ஓர் அறைவிட்டான். இதுவே ஜீவன் என்னை முதலும் கடைசியுமாக அடித்தது. என்னை அடித்துவிட்டு, தனது கையைச் சுவரில் ஓங்கி ஓங்கிக் குத்தினான். நான் அதையே பார்த்துக்கொண்டிருந்தேன். சுவரில் இரத்தம் படிவதைக் கண்கொட்டாமல் பார்த்தேன். பார்த்துக்கொண்டே சொன்னேன்:

"நீ போகலாம்!"

மரண வாசல்

ஜீவன் தனது உடைகளைத் தேடி எடுத்துப் பைக்குள் திணித்துக்கொள்வதையும், கிளம்புவதற்குத் தயாராக உடை மாற்றுவதையும், நான் மவுனமாகப் பார்த்துக்கொண்டிருந்தேன். அவன் தனது பையைக் கையில் எடுத்துக்கொண்டு "டிக்கெட் வாங்கப் பணமில்லை" என்றான். எனது கைப்பையிலிருந்து பணத்தை எடுத்து மேசையில் வைத்தேன். அவன் பணத்தை எடுத்துக்கொண்டு வீட்டிலிருந்து இறங்கிச் சென்றான்.

அவன் வீட்டு வாசலைத் தாண்டும்வரை ஆத்திரத்தோடு வெறித்துப் பார்த்துக்கொண்டிருந்தேன். பின்பு சாளரம் வழியாக வீதியைப் பார்த்தபோது, அவன் வேகமாக நடந்துபோவது தெரிந்தது. மனம் பொறுக்காமல் நானும் வீட்டிலிருந்து கிளம்பி, அவன் பின்னாலேயே

ஓடிச் சென்றேன். அவனை நெருங்கியதும் அவனது கையைப் பற்றிக்கொண்டு, வீட்டுக்குத் திரும்பி வருமாறு கெஞ்சினேன். அவனிடம் மன்றாடியவாறு இரயில் நிலையம்வரை சென்றேன். ஆனால் அவனோ போவதில் உறுதியாகயிருந்தான்.

அவன் இரயிலுக்காகக் காத்திருந்தபோது, நான் அவனருகிலேயே நின்று மவுனமாகக் கண்ணீர் வடித்துக்கொண்டிருந்தேன். என்னுடைய இருதயமோ கடினமாகிக்கொண்டிருந்தது. இரயிலில் ஏறுவதற்கு முன்பாக, ஜீவன் என்னிடம் "ஒருமுறை உன்னை முத்தமிட வேண்டும்" என்றான். அவன் என்னை முத்தமிட வரும்போது, அவனது கன்னத்தைப் பற்களால் இறுகக் கடித்தேன். வலிதாங்க முடியாமல் அவன் என்னைத் தள்ளிவிட்டான். அவனது கன்னத்தில் ஓங்கி ஓர் அறைகொடுத்தேன். அவன் திகைத்துப்போய் நின்றுவிட்டான். இரயில் நிலையத்திலிருந்த பயணிகள் எங்களைக் கவனித்தார்கள். "நான் திருநங்கை பார்த்துக்கொள்" என்று நான் அவனிடம் சொன்னது, எனக்கே நான் சொல்லிக்கொண்டது போலத்தானிருந்தது. எனது கைகளைச் சேர்த்து அவனின் முகத்துக்கு நேரே திருநங்கைகள் பாணியில் தட்டிவிட்டு, பயணிகள் கூட்டத்திற்குள் நுழைந்து வெளியேறினேன்.

நேராக ஒரு மருந்துக்கடைக்குச் சென்று தலைவலி மாத்திரைகள் வாங்கினேன். ஒரு பெட்டியில் இருபது மாத்திரைகளே இருந்தன. இன்னும் இரண்டு மருந்துக்கடைகளுக்குச் சென்று, அதே மாத்திரைகளை வாங்கி அறுபது மாத்திரைகளைச் சேர்த்துக்கொண்டேன். வீட்டுக்கு வந்ததும்; எனது வங்கிக் கணக்கு எண், அதற்கான கடவுச்சொல், எனது மின்னஞ்சலின் கடவுச்சொல் ஆகியவற்றை எனது அக்காவுக்கு அனுப்பிவைத்தேன். மறுநிமிடமே அக்கா என்னை அலைபேசியில் அழைத்தாள். "ஜீவன் என்னைவிட்டுப் போய்விட்டான் அக்கா" எனச் சொல்லிக் குழறி

அழுதேன். "எதற்காக வங்கிக்கணக்கு விபரங்களை எனக்கு அனுப்பியிருக்கிறாய், ஏதாவது தவறான முடிவுக்குப் போகப் போகிறாயா?" என்று அக்கா கேட்க "இல்லை" எனச் சொல்லிவிட்டு, எனது அலைபேசியை முழுமையாகச் செயலிழக்க வைத்தேன்.

ஜீவனும் நானும் ஒரு மாதகாலம் வாழ்ந்த வீட்டின் நட்ட நடுவாக உட்கார்ந்து ஓலமிட்டு அழுதேன். ஜீவன் சில ஆடைகளை விட்டுவிட்டுப் போயிருந்தான். அந்த ஆடைகளை எடுத்து என் மடியில் போட்டுக்கொண்டு, என் உடலிலிருந்த நீர் முற்றாக வற்றும்வரை அழுது தீர்த்தேன். அடுத்து என்ன செய்வதென்று தெரியாமல் தரையை வெறித்துப் பார்த்துக்கொண்டு முடங்கிப் போயிருந்தேன். ஒரு காகிதத்தை எடுத்து ‹அம்மா, அண்ணா, அக்கா உங்களை நான் நேசிக்கிறேன், ஆனால் ஜீவனையே அதிகமாக நேசிக்கிறேன்› என்று எழுதினேன். அந்தக் காகிதத் துண்டை உணவருந்தும் மேசையின் மீது வைத்தேன். வாங்கி வந்திருந்த தலைவலி மாத்திரைகள் மேசையில் எனக்காகக் காத்திருந்தன.

பத்துப் பத்து மாத்திரைகளாக வாயில் போட்டுத் தண்ணீரைக் குடித்தேன். அந்த மாத்திரைகள் எனது தொண்டையை உரசிச் செல்வதை என்னால் உணர முடிந்தது. முப்பது மாத்திரைகளை விழுங்கியிருந்தபோது, வயிற்றைப் புரட்டிக்கொண்டு வாந்தி தொண்டைக்கு வந்தது. எனது உடல் மாத்திரைகளை எதிர்த்துப் போராடியது. நான் மரணத்துக்குச் சென்றுவிடப் போராடினேன். சிரமப்பட்டு மீதி முப்பது மாத்திரைகளையும் எனது வயிற்றுக்குள் இறக்கினேன். உடலில் பாரத்தை உணர்ந்தேன். மனமோ அதைவிடப் பாரமாகியிருந்தது. மெதுவாக நடந்துபோய்க் கட்டிலில் படுத்துக்கொண்டேன். கடந்த இரவில்தானே இந்தப் படுக்கையில் நானும் ஜீவனும் ஒருவரையொருவர் தழுவிக்கொண்டு உறங்கிக்கிடந்தோம்!

'ஜீவனைக் காட்டிலும் சிறந்த காதலன் எனக்கு இந்தப் பிறவியில் கிடைக்கப்போவதில்லை' என என்னுடைய கடைசி வார்த்தைகளை முணுமுணுத்தேன். நான் திருநங்கையாகப் பிறந்ததால்தான் அவன் என்னைவிட்டு விலகினான் என்பதை நினைத்தபோது, என் பிறப்பின் மீதே காறியுமிழ்ந்தேன். இப்படியே கட்டிலில் தேம்பியழுதபடி படுத்திருந்தபோது, எனது நாக்கு மரக்கத் தொடங்கியது. தொண்டை வரண்டுபோய் வலியெடுத்தது. கால்களில் ஆயிரம் எறும்புகள் ஊர்வது போலிருந்தது. எனது ஈன மரணத்தை எறும்புகள் எடுத்து வருகின்றனவாக்கும் என நினைத்துக்கொண்டேன். நான் மெதுமெதுவாகப் பிரக்ஞையைத் தவறவிட்டுக் கொண்டிருக்கும்போது, என் வீட்டின் அழைப்புமணி தொடர்ச்சியாக ஒலிக்க ஆரம்பித்தது.

ஜீவன் மனம் மாறித் திரும்பவும் என்னிடம் வந்துவிட்டான் என்று நினைத்துக்கொண்டே, தட்டுத் தடுமாறி நடந்துபோய் வாசற்கதவைத் திறந்தேன். அங்கே எனது அண்ணா நின்றுகொண்டிருந்தான். எனது அக்கா அலைபேசியில் அண்ணாவை அழைத்து, உடனேயே எனது வீட்டுக்குச் சென்று பார்க்குமாறு எச்சரித்திருக்கிறாள்.

அண்ணா வீட்டுக்குள் நுழைந்ததுமே, உணவுமேசையில் கிடந்த வெற்று மாத்திரைப் பெட்டிகளைப் பார்த்துவிட்டான். நான் தாளில் எழுதி வைத்திருந்த குறிப்பையும் படித்தான். "என்ன செய்து தொலைத்தாய்?" எனப் பதறிப்போய்க் கேட்டான். "ஜீவன் என்னைவிட்டுப் போய்ட்டான்" என்று சொல்லி அழுதேன். "அந்த நாய் போனால் என்ன, உனக்கு நாங்கள் இருக்கிறோம்" என்ற அண்ணா என்னைக் கைத்தாங்கலாக அழைத்துப்போய் தனது காரில் உட்காரவைத்தான். அண்ணாவின் கார் மருத்துவமனையை நோக்கிப் பறந்தது. நான் காருக்குள்ளேயே வாந்தி எடுத்தேன். மருத்துவமனையை அடைந்தபோது, நான் அரை மயக்க நிலையிலிருந்தேன்.

என்னுடைய பதினாறாவது வயதில், முப்பது மாத்திரைகளை விழுங்கிவிட்டு இதே மருத்துவமனைக்கு வந்திருக்கிறேன். இப்போது நான் பெண்ணாக மாறியும் அதே மருத்துவமனைக்குத்தான் வந்திருக்கிறேன். இம்முறை இருமடங்கு மாத்திரைகள் என்பது மட்டுமே வித்தியாசம். எனக்குச் சிகிச்சையளித்த பெண் மருத்துவர் "ஏன் இப்படிச் செய்தாய்?" எனக் கேட்டார். "எனது காதலனை மறக்க முடியவில்லை, அவனுடன் வாழும் உரிமையை எனக்கு இந்த உலகம் கொடுக்கவில்லை" என்று கொஞ்சம் தத்துவமாகச் சொன்னேன். அப்போது எனக்கு நினைவு தப்பிப்போனது.

பட்ட கால்

மயக்கத்திலிருந்து நான் கண் விழிக்கையில், நேரம் அதிகாலை நான்கு மணியாகயிருந்தது. நான் படுக்க வைக்கப்பட்டிருந்த கட்டிலுக்கு அருகே தொலைபேசியிருந்தது. சற்றுநேரத்தில் அந்தத் தொலைபேசிக்கு அம்மா அழைத்தார்.

நான் நடந்த எல்லாவற்றையும் சொல்லி, அம்மாவிடம் கதறிக் கரைந்தேன். அம்மாவோ பதற்றப்படாமல் எனக்கு நம்பிக்கையூட்டிப் பேசினார். "நீ எதற்கும் கவலைப்படாதே, உன்னைப் பெற்றெடுத்த எனக்கு உன்னை வாழவைக்கவும் தெரியும்" என்றார். சற்றுநேரத்தில் எனது அக்காவும் தொலைபேசியில் அழைத்துப் பேசினாள். அந்த ஆதரவான வார்த்தைகள் என்னைக் கொஞ்சம் தேற்றின.

பிரியா அம்மாவைத் தொலைபேசியில் அழைத்துச் சேதியைச் சொன்னேன். அவர் எனது முட்டாள்தனத்துக்காக என்னைத் தாறுமாறாகத் திட்டினார். காமினி சித்தியையும் அழைத்துப் பேசினேன். அவர் அப்போது மலேசியாவில் இருந்தார். 'ஆண்களின் காதல் வார்த்தைகளை

திருநங்கைகள் ஒருபோதும் நம்பிவிடக் கூடாது' என்று என்னை அவர் முன்பே எச்சரித்திருந்தார். "சித்தி நீங்கள் எச்சரித்தபடியே ஆகிவிட்டது" எனச் சொல்லிக் கண்ணீர்விட்டேன். "உன்னைக் கட்டியணைத்து ஆறுதல் சொல்கிறேன் மகளே" என்ற சித்தி என்னுடன் சேர்ந்து அழுதார். என்னோடு சேர்ந்து சிரிப்பதற்கு ஆளில்லாவிட்டாலும், சேர்ந்து அழுவதற்காவது ஆளிருந்தது.

என் குடும்பத்தினரும், என்னுடைய திருநங்கைச் சமூகத்தினரும் எனக்குக் கொடுத்த அன்பினாலும் ஆதரவினாலும் நான் மனமும் உடலும் தேறிவந்தேன். ஆனாலும் ஜீவனை என்னால் மறக்கவே முடியவில்லை. அவன் சேதியைக் கேள்விப்பட்டால், பதறித் துடித்துக்கொண்டு மருத்துமனைக்கு ஓடிவருவான் என்றுகூட நம்பினேன்.

‹நான் தற்கொலைக்கு முயன்றதால் மருத்துவமனையில் அனுமதிக்கப்பட்டிருக்கிறேன்› என்றொரு தகவலை, முகநூல் வழியாக ஜீவனுக்கு அனுப்பினேன். அவன் எனது தகவலைப் படித்த பின்பும், எனக்குப் பதில் அனுப்பவில்லை. அவனின் அலைபேசிக்கு அழைத்தால், மறுமுனையில் சடுதியில் அழைப்புத் துண்டிக்கப்பட்டது. என்னிடம் ஜீவனின் அம்மாவின் எண்ணும் இருந்ததால், அவரைத் தொலைபேசியில் பிடித்தேன். "ஜீவன் என்னைவிட்டுச் சென்றுவிட்டதால், தற்கொலைக்கு முயன்று மருத்துவமனையில் இருக்கிறேன்" என்றேன். அதற்கு ஜீவனின் தாயார் "பரவாயில்லை" என்று சொன்னார். "ஜீவனுடன் நான் பேச முடியுமா?" எனக் கேட்டேன். "நாங்கள் அவனுக்கு அரைக் கோடி ரூபாய் சீதனத்துடன் பெண் பார்த்து வைத்திருக்கிறோம், உன்னிடம் அவ்வளவு பணம் இருக்குமா?" என்று அவர் எதிர்க் கேள்வி கேட்டார். ஆத்திரம் தலைக்கேற அழைப்பைத் துண்டித்தேன். அந்த நிமிடத்திலேயே என்

மனதிலிருந்து ஜீவனை என்றென்றைக்குமாக விலக்கி வைத்தேன்.

மூன்று நாட்கள் மருத்துவமனையிலிருந்தேன். நான்காவது நாளில் அண்ணாவும் அம்மாவும் வந்து என்னை வீட்டுக்கு அழைத்துச் சென்றார்கள். ஜீவனுடன் வாழ்வதற்காக நான் வாடகைக்குப் பிடித்திருந்த வீட்டை, தமிழ் நண்பர் ஒருவரிடம் அண்ணா கைமாற்றிவிட்டான்.

எதுவுமே செய்யப் பிடிக்காமல் வீட்டுக்குள் அடைந்து கிடந்தேன். வேலைக்குச் செல்லாததால், பணிநீக்கம் செய்வதாகக் கடிதம் வந்தது. ஒருநாள் திடீரெனக் கடைத்தெருவுக்குப் போய், என் தொப்புளில் வளையம் மாட்டிக்கொண்டேன். தொப்புளில் வளையம் மாட்டும் பெண்களை ஜீவனுக்குப் பிடிக்காது.

இப்படியே மூன்று மாதங்கள் வேலையின்றி இருந்தேன். இந்தக் காலங்களை, என்னுடைய இரு கற்பனைத் தோழிகளுக்கும் கதைகள் சொல்வதிலேயே கழித்தேன். அவ்வப்போது இணைய வழியாக வேலையும் தேடிக்கொண்டிருந்தேன். பட்ட காலிலே படுமென்று புதிய பிரச்சினையொன்றும் எனக்கு வந்தது. எனது தலைமுடி கொத்துக்கொத்தாக உதிர ஆரம்பித்தது. 'புழுவெட்டு' எனச் சொல்லப்படும் இந்தப் பிரச்சினை எனக்குச் சிறு வயதிலிருந்தது. இப்போது மறுபடியும் வந்திருக்கிறது. காதல் தோல்வியில் நொறுங்கிப் போய்க்கிடந்த நான் இந்தப் பிரச்சினையில் கவனம் செலுத்தவில்லை.

2013 பெப்ரவரி மாதம், இனிப்புகள் தயாரிக்கும் ஒரு தொழிற்சாலையில் எனக்கு வேலை கிடைத்தது. அங்கே என்னுடைய ஆவணங்களைக் கையாளும் பொறுப்பில் ஓர் இளம் பெண்ணிருந்தார். எனது ஆவணங்களை அவரிடம் சமர்ப்பித்தபோது "நானொரு திருநங்கை, இந்த விஷயத்தைத் தயவுசெய்து உங்களுடனேயே வைத்திருங்கள்" என்று தயக்கத்துடன் சொன்னேன்.

அந்த அன்பான பெண் என்னைப் பார்த்துப் புன்னகைத்து "இங்கே வேலை செய்ய எல்லோருக்கும் உரிமையிருக்கிறது" என்றார். பணி ஒப்பந்தப் பத்திரம் கிடைத்ததும், குடியுரிமை வழங்கும் அலுவலகத்துக்கு அதை உடனடியாகவே அனுப்பிவைத்தேன்.

மிகுந்த தயக்கத்துடனேயே வேலைக்குச் சென்றேன். என்னைத் திருநங்கை எனச் சக தொழிலாளர்கள் கண்டுபிடித்துவிடுவார்கள் என்ற பயம் என் உடல் முழுதும் ஊர்ந்துகொண்டேயிருந்தது. இயந்திரம் தயாரித்து வெளித்தள்ளும் இனிப்புத் துண்டின்மீது பாதாம் பருப்பு வைக்கும் சலிப்பான பணி எனக்குக் கொடுக்கப்பட்டது. எனக்குக் குடியுரிமை கிடைப்பதும் கிடைக்காததும் இந்த வேலையில் நான் நீடிப்பதைப் பொறுத்ததே என்பதால், பயபக்தியாகப் பருப்பு வைத்துக்கொண்டிருந்தேன்.

சக தொழிலாளர்கள் என்னை வரவேற்பதாகயில்லை. 'இவள் ஏன் இங்கு வந்தாள்?' என்பது போன்ற பார்வையே அநேகரிடமிருந்தது. ஒரு ரஷ்யப் பெண் என்னை விநோதமாகவே பார்த்துச் சிரித்துக்கொண்டிருந்தாள். என்னிடம் முதலில் நெருங்கிவந்து பேசியவள் ஒரு பாகிஸ்தானி. அவளின் பெயர் சோனியா.

ஒரு சிறிய அறிமுகப் பேச்சின் பின்னாக "அந்த ரஷ்யாக்காரி ஏன் உன்னைப் பார்த்துச் சிரிக்கிறாள் தெரியுமா?" என்று சோனியா கேட்டாள். 'தெரியாது' எனத் தலையாட்டினேன். "நீ உயரமாக, முகத்தில் ரோமங்களுடன் இருப்பதால், உன்னை ஆணென்று அவள் சொல்கிறாள்" என்று சோனியா சொன்னதும் நான் உடைந்துபோனேன். சோனியா என்னைத் திருநங்கை எனக் கண்டுபிடிக்கவில்லை. கொஞ்சம் ஆண்தன்மையிருக்கும் பெண் என்றே அவள் நினைத்தாள்.

தற்கொலை முயற்சிக்குப் பின்பாக, நான் அய்ந்து கிலோ எடை குறைந்திருந்தேன். முகத்தில் தசையே இல்லாமல் கன்னங்கள் ஒட்டிப்போயிருந்ததால்,

உண்மையிலேயே நான் பெண்வேடம் அணிந்த ஆணைப் போலத்தானிருந்தேன். மூன்று மாதங்களாக 'லேசர்' சிகிச்சை செய்துகொள்ளாததால், முகத்தின் சில பகுதிகளில் ரோமமும் வளர்ந்திருந்தது.

முப்பது வயதான சோனியா திருமணமாகாதவள். அழகானதும் சற்றுக் குள்ளமானதுமான தோற்றத்தைக் கொண்டிருந்தாள். நான் மதிய உணவு எடுத்துச் செல்லாததால், சோனியா தன்னுடைய உணவை என்னுடன் பகிர்ந்துகொண்டாள். சாப்பிட்டுக்கொண்டிருக்கும் போது அவள் சொன்னாள்:

"நீ ஏதோ மன நிம்மதியின்றி இருப்பதுபோலத் தெரிகிறது. அதனாலேயே உனது முகம் சோகை பிடித்திருக்கிறது. உடம்பைக் கவனித்துக்கொள்! அழகாக ஒப்பனை செய்துகொள்! தன்னம்பிக்கையோடு இரு!"

சோனியாவின் வார்த்தைகள் என்னை உசுப்பிவிட்டன. நான் மறுபடியும் எனது தோற்றத்தில் கவனத்தைச் செலுத்தினேன். புழுவெட்டால் நாசமாகிக் கிடந்த எனது தலைக்கு 'விக்' வைக்கும் யோசனையையும் சோனியாவே கொடுத்தாள். இணையத்தில் தேடி, நீண்ட கறுப்பு முடிகள் கொண்ட அழகிய 'விக்' வாங்கித் தலையில் அணிந்துகொண்டேன். முகத்துக்கு 'லேசர்' சிகிச்சை செய்துகொண்டேன். முக ஒப்பனையில் பல மணிநேரங்களைச் செலவிட்டேன்.

இப்படியாக ஒரு மாதம் கழிந்தது. ஒருநாள் முகநூலை மேய்ந்துகொண்டிருந்த போது, ஒருகணம் என் நெஞ்சுக்குள் தண்ணீர் வற்றிப்போனது. எனக்கும் ஜீவனுக்கும் பொதுவான நண்பனொருவன், ஜீவனின் திருமண ஒளிப்படங்களை வாழ்த்துகளோடு முகநூலில் பகிர்ந்திருந்தான். ஜீவன் இலங்கைக்குச் சென்று, தனது உறவுக்காரப் பெண்ணைக் கல்யாணம் செய்திருந்தான். ஒளிப்படங்களில் அவன் வெகு சந்தோசமாக இளித்துக்கொண்டிருந்தான். அந்த இளிப்பைப்

பார்த்தபோது, இவனுக்காக நான் தற்கொலைக்கு முயன்றதை நினைத்து வெட்கம்தான் வந்தது.

'உன்னைக் கை விடமாட்டேன்' என்று வார்த்தைக்கு வார்த்தை கூறிய ஜீவனும் கடைசியில் ஒரு பெண்ணைத் தேடிச் சென்றுவிட்டான். நான் திருநங்கையாக இல்லாமல் பெண்ணாக இருந்திருந்தால் அவனை என்னுடனேயே வைத்திருந்திருக்கலாம், அவனுக்கு ஒரு குழந்தையைப் பெற்றுக் கொடுத்திருக்கலாம் என்றெல்லாம் நான் யோசித்துக்கொண்டிருந்த போது, என்றாலும் அவனின் அம்மா கேட்ட அரைக் கோடி ரூபாய் சீதனத்துக்கு நான் எங்கே போவேன் என்ற எண்ணம் குறுக்காலே வர, வாயில் எனக்குக் கசப்பான சிரிப்பே எஞ்சியது.

ஆண்களின் காதலை யாசித்து, அவர்களுக்குப் பின்னால் பைத்தியக்காரி போல அலையும் இந்த வாழ்க்கை இனியும் எனக்கு வேண்டாம். இனி ஆண்கள் என்னிடம் யாசித்து, என் கால்களில் வீழ்ந்து கிடக்குமாறு செய்வேன் என எனக்குள் உறுதிமொழியெடுத்து, வாயிலிருந்த கசப்பான சிரிப்பை முண்டி இருதயத்துக்குள் விழுங்கினேன்.

ரபீக்

நாளொரு நாகரிகமும் பொழுதொரு அலங்காரமுமாக நான் வேலைக்குப் போய் வந்துகொண்டிருக்க, எனது புகழ் தொழிற்சாலையெங்கும் கசிந்து பரவியது. நடக்கும்போது பதுங்கிப் பதுங்கி நடக்காமல், அழகுராணிப் போட்டிகளில் நடைபோடுவது போல நிமிர்ந்து கம்பீரமாக நடந்தேன். அன்பாகவும் தாழ்மையாகவும் பேசும் எனது பாணியைக் கைவிட்டு, வாயில் வண்டி வண்டியாகத் திமிரை ஏற்றிக்கொண்டேன். இதற்கெல்லாம் கைமேல் பலன் கிடைந்தது. என் அழகில் மசிந்துபோன தொழிற்சாலை மேற்பார்வையாளர்,

என்னை உதவி மேற்பார்வையாளர்களில் ஒருத்தியாக நியமித்தார். சம்பளமும் கொஞ்சம் அதிகரித்தது.

வேலைத்தளத்தில் நான் எனக்கு வைத்துக்கொண்ட பெயர் சனா. என்னுடைய உயரமும் மெல்லிய உடலும் ஆண்களை என்பால் ஈர்த்தன. என்னுடைய அலைபேசி எண்ணைக் கேட்டும், தங்களோடு ஒரு கோப்பை மது குடிக்க வருமாறு அழைத்தும் விண்ணப்பங்கள் வரிசையில் வந்தன. ரபீக் என்ற துருக்கிய மனிதரும் அங்கே வேலை செய்தார். அவர் சில தமிழ்ச் சொற்களைப் பேசி, என் நட்பை நாடினார்.

ரபீக்குக்கு நாற்பது வயதிருக்கும். உடற்பயிற்சி செய்து முறுக்கேற்றிய உயரமான தேகம். முன்பு ரபீக் வேலை செய்த இடத்தில் அவருக்குத் தமிழ் நண்பர்கள் அதிகமாம். ரபீக் சில தமிழ்ப் பாடல் வரிகளையும் பாடிக் காட்டினார். அவர் பாடிய 'காதல் ரோஜாவே எங்கே நீ எங்கே' இப்போதும் என் ஞாபகத்திலுள்ளது. உண்மையிலேயே அவர் நன்றாகப் பாடினார். அப்படிப் பாடிப் பாடியே என் அலைபேசி எண்ணை வாங்கிவிட்டார்.

ஒரு சனிக்கிழமை காலை பதினொரு மணியளவில், ரபீக் என்னை அலைபேசியில் அழைத்தார். "மதியம் நாங்கள் சேர்ந்து உணவருந்தலாமா?" எனக் கேட்டார். நம்மோடு பணியாற்றும் மனிதர்தானே என்ற எண்ணத்தில் அவரது அழைப்பை ஏற்றுக்கொண்டேன். என் மனதில் வேறு எண்ணங்களோ மயக்கங்களோ இருக்கவில்லை. அரை மணிநேரத்தில் எனது வீட்டுக்கு முன்னால் வருவதாக ரபீக் சொன்னார். நான் அவசர அவசரமாகக் குளித்து, ஒப்பனை செய்து தயாரானேன்.

ரபீக் தனது காரில் வந்து என்னை ஏற்றிக்கொண்டார். "எங்கே போகிறோம்?" என நான் கேட்டதற்கு "முதலில் எனது வீட்டுக்குப் போகலாம்" என்றார். ரபீக் தனியாகத்தான் வாழ்கிறார் என்பதால் எனக்கு அவரது வீட்டுக்குச் செல்லத் தயக்கமாகயிருந்தாலும்,

அவர் அன்போடு அழைக்கும்போது மறுப்புச் சொல்ல முடியவில்லை. ரபீக் உண்மையிலேயே பழகுவதற்கு இனிமையான மனிதர்தான். நாக்கில் சிறிது வசியமுமுண்டு.

வீட்டுக்குப் போனதும் என்னை அமரவைத்துவிட்டு, "கொஞ்சம் மது அருந்துகிறாயா சனா?" என்று ரபீக் கேட்டார். "வேண்டாம் பழச்சாறு கொடுங்கள் போதும்" என்றேன். கண்ணாடிக் கோப்பைகளில் எனக்குப் பழரசமும் அவருக்கு மதுவும் எடுத்துவந்தார். இருவரும் அருகருகாக உட்கார்ந்து பேசிக்கொண்டிருந்தோம். தொலைக்காட்சியில் 'ஹிப்ஹொப்' பாடல்கள் ஓடிக்கொண்டிருந்தன.

பேசிக்கொண்டே ரபீக் எனது தோளில் கைவைக்க, நான் தயக்கத்துடன் நெளிந்தேன். "பயப்படாதே சனா... நான் கெட்டவனில்லை" என்றார் ரபீக். "இல்லை... நான் இதற்குத் தயாராகயில்லை" என்று நான் சொன்னதும், ரபீக் கொஞ்சம் சினத்துடன் என்னைப் பார்த்து "அப்போ இன்று முழுவதும் என்னுடன் பேசிக்கொண்டே இருக்கப்போகிறாயா?" என்று கேட்டார். அவரது அணுகுமுறையே இப்போது முரட்டுத்தனமாகயிருந்தது. எனக்கு அவர்மீது அச்சம் மட்டுமல்லாமல் அன்புமிருந்தது. நான் அவருக்கு வளைந்து கொடுக்கலானேன்.

அவர் என் முகமெங்கும் முத்தம் பெய்துகொண்டிருந்த போது, எனக்கும் கொஞ்சம் மது தருமாறு கேட்டேன். ரபீக் மது எடுத்துவரச் சென்ற நேரத்தில், நான் கழிவறைக்குள் சென்று, எனது பெண்ணுறுப்பில் வழுவழுப்புக் களிம்பைப் பூசிக்கொண்டேன். அவர் 'ராக்கி' மதுவைக் கிண்ணத்தில் சற்றுத் தாராளமாகவே ஊற்றியிருந்தார். மதுவால் உடல் விறைத்ததும் உடலுறவுக்குத் தயாரானேன்.

நான் ஜீவனுடன் தான் கடைசியாக உடலுறவு வைத்திருந்தேன். ஜீவனைப் பிரிந்ததன் பின்னாக,

இரப்பர் ஆணுறுப்பை வைத்து எனது பெண்ணுறுப்பின் துவாரத்தை விரிவுபடுத்தும் பயிற்சியை நான் செய்திருக்கவில்லை. எனவே இப்போது துவாரம் மிகவும் சுருங்கிப்போயிருந்தது. ரபீக் எனது உடைகளைக் கழற்றிவிட்டு, தன்னுடைய ஆடைகளையும் களைந்து நிர்வாணமாக நின்றார். எழுச்சியடைந்திருந்த அவரது ஆணுறுப்பு மிகப் பெரியதாகயிருந்தது. அதை எப்படி எனது உடலுக்குள் ஏற்றுக்கொள்வது எனப் புரியாமல் நான் தவித்தேன். இவரிடமிருந்து இப்போது தப்பித்தால் போதுமெனத் தோன்றியது. ரபீக்கோ முழு வேகத்துடன் காரியத்தில் இறங்கிவிட்டார்.

ரபீக் எனது பெண்ணுறுப்பை அழுத்தமாகத் தடவிக் கொடுத்துவிட்டு, பெண்ணுறுப்பின் துவாரத்தில் தனது விரலைத் தள்ளினார். துவாரம் மிகவும் இறுக்கமாகயிருந்ததை உணர்ந்தவர் "சனா நீயொரு கன்னிப் பெண்ணா" எனக் கேட்க, நான் சட்டென "ஆம்" என்றேன். "இதுவரை நீ உடலுறவில் ஈடுபட்டதில்லையா?" என்று ரபீக் வியப்புடன் கேட்டார். "இல்லை" என்றேன். இப்படிச் சொன்னால் அவர் என்னை விட்டுவிடக் கூடும் என நினைத்தேன். ஆனால் ரபீக்கோ தனக்கு 'லொட்டரி' அடித்துவிட்டதுபோல மகிழ்ச்சியில் குதித்தார்.

நானும் கன்னிப் பெண்போலவே நடந்துகொண்டேன். மெதுவாக என்னைக் கையாளுமாறு கேட்டுக்கொண்டேன். ஆனால் ஒருத்தியைக் கன்னி கழிக்கப்போகிறோம் என்ற உற்சாகத்தில், அந்த மனிதர் முரட்டுத்தனமாகவே நடந்துகொண்டார். அவர் ஆணுறுப்பை எனது பெண்ணுறுப்பில் பொருத்தி உள்ளே தள்ளியபோது, அடிவயிற்றில் வெடி வெடித்ததுபோல வலித்தது. "என்னை விட்டுவிடுங்கள்... என்னால் முடியவில்லை... வலிக்கிறது" என்று கெஞ்சினேன். "முதற்தடவை அப்படித்தானிருக்கும்" எனச் சொல்லிவிட்டு, எனது துவாரத்தைக் குத்திக் கிழிக்கும் முயற்சியை அவர்

தொடர்ந்தார். பெண்ணுறுப்பின் உட்புறத் தோல் கிழிந்து இரத்தம் கசிந்தது. அதனை அவர் கன்னித்திரை கிழிவதால் ஏற்படும் இரத்தம் என நினைத்து, இன்னும் வெறித்தனமாக இயங்கினார்.

அவர் தனது காரியத்தை முடித்ததும், மகிழ்ச்சியுடன் என்னைக் கட்டியணைத்தார். "நான் இப்போது வீடு திரும்ப வேண்டும்" என்றேன். அவர் வாயெல்லாம் இளிப்புடன் "இத்தகைய முதல் மரியாதையை எனக்குக் கொடுத்துவிட்டு, உடனடியாக வீடு திரும்ப ஆசைப்படுகிறாயே" என்றார். "இல்லை... நான் உடனே போகவேண்டும்" என்று விடாப்பிடியாக நின்றேன். ரபீக் அரைமனதோடு என்னைக் காரில் ஏற்றி வந்து, எனது வீட்டருகே இறக்கிவிட்டார். "நான் உங்களிடம் அன்பையும் நட்பையுமே எதிர்பார்த்தேன், ஆனால் நீங்கள் கேவலமாக நடந்துகொண்டீர்கள்" என அவரிடம் சொல்லி விடைபெற்றேன்.

வேகமாகக் குளியலறைக்குள் நுழைந்து, ஆடைகளை அவிழ்க்காமலேயே தண்ணீரின் கீழ் நின்றேன். எனது தொடையிடுக்குகளில் காய்ந்திருந்த உதிரத்தை நீர் கழுவியது. என் மனதில் கசியும் குருதியை என்னதான் செய்வது!

இந்த ஆண்களுக்கு காமவெறியைத் தவிர வேறெதுவுமே தெரியாதா? தங்களது வெறியைத் தீர்த்துக்கொள்வதற்காக, இவர்கள் எதைச் செய்யவும் தயாராகயிருக்கிறார்கள். இவர்களுடைய காதல் பேச்சும், அன்பான நடவடிக்கைகளும் இவர்களது இந்திரியம் வெளியேறும் போது கூடவே வெளியேறிவிடுகின்றன. அன்றிரவு எனக்குத் தூக்கமே வரவில்லை. இந்தக் கொடுமையை நான் யாரிடம்தான் சொல்வது! எனது கற்பனைத் தோழிகளை அழைத்து, அவர்களிடம்தான் சொல்லி முறிந்தேன்.

யாழ்நங்கைகள்

என்னுடைய இருபத்தியிரண்டாவது வயதில், எனது முதல் மகள் எஸ்தர் எனக்குக் கிடைத்தாள். முகநூல் வழியாகத்தான் எனக்கு எஸ்தரும் நிரோஷாவும் அறிமுகமானார்கள். எஸ்தர் யாழ்ப்பாணத்தில் வாழ்ந்துகொண்டிருக்கும் திருநங்கை. எங்களது கலாசாரப்படி, எஸ்தரை மகளாக ஏற்றுக்கொண்டேன். நிரோஷா என்னோடு இப்போதும் நெருங்கிய உறவிலிருக்கிறாள். தன்னுடைய பாலின மாற்று அறுவைச் சிகிச்சையை முடித்துவிட்டாள். இவர்கள் இருவரும் இன்னும் சில யாழ்ப்பாணத் திருநங்கைகளையும் எனக்கு அறிமுகப்படுத்தி வைத்தார்கள். இப்படியாகத்தான் எனக்கு வாழ்வில் புதியதொரு பிடிப்பும் உறவுகளும் கிடைத்தன.

இலங்கையின் சட்டப் புத்தகம் திருநங்கைகளைப் பெண்களாக அங்கீகரித்து மதிப்பளிக்கிறது. ஆனால் சமூகம் மதிப்பளிக்கத் தயாராகயில்லை. பெண்களின் உரிமைகளைக் குறித்தே போதிய விழிப்புணர்வு இல்லாத பழைமைவாத சமூகத்தில், திருநங்கைகளைக் குறித்து என்ன கரிசனை இருந்துவிடப் போகிறது! இந்தச் சூழலுக்குள்தான் யாழ்ப்பாணத் திருநங்கைகள் அடைபட்டுக்கிடக்கிறார்கள். எனினும் ஆங்காங்கே சில நம்பிக்கைக் கீற்றுகளும் மின்னாமலில்லை.

யாழ்ப்பாணத்தில் சாரா - மேரி என்ற இரண்டு திருநங்கைகள் பெண்ணுடை அணிந்து வாழ்ந்துவருவதாக, எஸ்தர் என்னிடம் தெரிவித்தாள். சாரா அக்காவின் அலைபேசி எண்ணையும் கொடுத்தாள். நான் உடனேயே சாரா அக்காவை அழைத்துப் பேசினேன். சாரா அக்காவுக்கு இனிமையான பெண் குரல். அவருக்கு அப்போது இருபத்தெட்டு வயது. அமைதியான சுபாவமும் அன்புள்ளமும் கொண்டவர். நிறையப் படித்திருந்தார், ஆங்கிலத்திலும் புலமையுள்ளவர்.

ஓர் அலுவலகத்தில் வேலை செய்து, தனது பாலின மாற்று அறுவைச் சிகிச்சைக்காகப் பணம் சேர்த்து வைத்திருந்தார். இந்தியாவுக்குச் சென்று அந்தச் சிகிச்சையைச் செய்யப்போவதாகச் சொன்னார்.

இந்தியாவில் திருநங்கைகளுக்குச் செய்யப்படும் பாலின மாற்று அறுவைச் சிகிச்சைகள் திருத்தமாகயில்லை. உடலுறவு செய்துகொள்வதற்கான துவாரம் பெரும்பாலும் அமைக்கப்படுவதில்லை. இதை நான் சாரா அக்காவுக்கு விளக்கிச் சொன்னேன். "அப்படியானால் சரியான முறையில் எங்கே சிகிச்சை செய்துகொள்ளலாம்?" என்று சாரா அக்கா கேட்டார்.

"எனது தோழி ரோஸ், தாய்லாந்துக்குச் சென்றுதான் திருத்தமான அறுவைச் சிகிச்சையைச் செய்துகொண்டார். நீங்களும் அதே மருத்துவமனையில் சிகிச்சை செய்துகொள்வதே நல்லது. முடிந்தால் நானும் உங்களுடன் தாய்லாந்துக்கு வருகிறேன். எனது மார்பகத்தைப் பெரிதாக்குவதற்கான சிகிச்சையை நானும் செய்ய வேண்டியிருக்கிறது" என்று நான் சொன்னதும், சாரா அக்கா என்னுடன் தாய்லாந்துக்கு வருவதாக உற்சாகத்துடன் சொன்னார். அவர் மகிழ்ச்சியில் பேசும்போது பறவையொன்று பாடுவதைப் போலிருந்தது. நான் தாய்லாந்து செல்வதற்கான பணத்திற்கு என்ன வழி என்று எனக்குத் தெரியாவிட்டாலும், சாரா அக்காவின் மகிழ்ச்சியைக் குலைக்க நான் விரும்பவில்லை. சாரா அக்கா தனது திருநங்கைத் தோழி மேரியம்மாவையும் எனக்கு அறிமுகம் செய்துவைத்தார்.

மேரியம்மா ஒரு கடுமையான உழைப்பாளி. சுன்னாகம் சந்தையில் வியாபாரம் செய்து சற்று வசதியாகவேயிருந்தார். திருநங்கைகள் பாலியல் தொழில் செய்துதான் வாழ முடியும் என்ற தலைவிதியை, தனது கடின உழைப்பால் அவர் உடைத்திருந்தார். யாழ்ப்பாணத்தில் வாழும் திருநங்கைகளைப் பற்றியும், அவர்கள் எதிர்நோக்கும்

பிரச்சினைகளைக் குறித்தும் மேரியம்மா எனக்கு விளக்கிச் சொன்னார். யாழ்ப்பாணத்திலிருக்கும் பல திருநங்கைகள் மேரியம்மா மூலமாக எனக்கு அறிமுகமானார்கள். அவர்களுடன் இணைந்து செயற்படவும், என்னால் முடிந்தளவுக்கு அவர்களுக்கு உதவவும் விரும்பினேன். அவர்களுடைய முன்னேற்றமும் என்னுடைய முன்னேற்றமும் வேறுவேறல்ல. எங்களுடைய முன்னேற்றமும் ஒட்டுமொத்தத் திருநங்கைகள் சமூகத்தின் முன்னேற்றமும் வேறுவேறல்ல.

சினிமாக் காதலர்

முகநூல் வழியாக எனக்கொரு சுவாரஸியமான நண்பர் கிடைத்தார். அவரின் பெயர் சுப்பையா. கனடாவில் வாழும் ஈழத் தமிழரான சுப்பையா, முகநூல் படங்களில் கோட் - சூட் - தொப்பி அணிந்துகொண்டு, வாயில் சுருட்டுடன் வித்தியாசமான தோரணையிலிருந்தார். தன்னையொரு தமிழ் சினிமாத் தயாரிப்பாளர் என அறிமுகப்படுத்திக்கொண்ட சுப்பையா, எனது அலைபேசி எண்ணைக் கேட்டார். சினிமா என்றாலே தமிழ்ச் சனங்கள் கொஞ்சம் மயங்கித்தான் விடுகிறோம் இல்லையா! ஒருநாள், சுப்பையா என்னை அலைபேசியில் அழைத்துப் பேசினார்.

"மிஸ் நீங்கள் மிகவும் அழகாகயிருக்கிறீர்கள், எனது அடுத்த படத்தில் நடிக்க உங்களுக்குச் சம்மதமா?" என்று சுப்பையா கேட்டார். அவரை எவ்வளவுக்கு நம்பலாம் என்பதில் எனக்குக் குழப்பமிருந்தது. சுப்பையாவின் முகநூல் முழுவதும், அவர் பல தென்னிந்திய நடிகர்களுடன் காட்சியளிக்கும் புகைப்படங்களிருந்தன. "உங்களுக்கு விருப்பமிருந்தால் நீங்கள் சினிமாவில் நடிக்கலாம், இல்லையென்றாலும் நாங்கள் நண்பர்களாகத்

தொடரலாம்” என்றார் சுப்பையா. அடிக்கடி என்னோடு அலைபேசியில் பேசினார்.

அவர் தனது வாழ்க்கையைக் குறித்துச் சொன்ன கதைகள் எனக்கு அவர்மீது இரக்கத்தையும் பரிவையும் உண்டாக்கின. அய்ம்பது வயதைக் கடந்திருக்கும் சுப்பையா இன்னும் திருமணம் செய்துகொள்ளவில்லை. தன்னுடைய நான்கு சகோதரிகளுக்கும் திருமணம் செய்து வைப்பதற்காக, கனடாவில் கஷ்டப்பட்டு உழைத்தே அவரின் இளமை கழிந்துவிட்டதாகச் சொன்னார்.

இளமையில் சிரமப்பட்டாலும், இப்போது சினிமாத் தயாரிப்பு உட்படப் பல தொழில்களுடன் வசதியாகவே இருக்கிறாராம். தொழில் காரணமாகப் பல இடங்களுக்கும் பறந்து திரிவதால், தன்னுடைய மாளிகை போன்ற வீட்டைப் பராமரிக்கக் கூட யாருமில்லையாம். என்னைக் கனடாவுக்கு வருமாறு சுப்பையா அழைத்தார். அவருடைய வீட்டில் தங்கியிருந்து, தொழிலில் உதவி செய்யுமாறு கேட்டுக்கொண்டார்.

கனடா என்றால் கசக்கவா செய்யும்! எனக்குச் சிறுவயது முதலே கனடா நாட்டின்மீது ஒரு மோகமிருந்தது. ஆனால் எனக்கு இன்னும் ஜெர்மனியக் குடியுரிமை கிடைக்கவில்லை. என்னுடைய இலங்கைக் கடவுச்சீட்டு ஆண் அடையாளங்களுடனிருக்கிறது. சுப்பையாவோ என்னைப் பெண்ணென்றே நம்பிப் பழகிவருகிறார். இந்தக் கடவுச்சீட்டுடன் கனடா சென்றால், நான் திருநங்கை என்பது சுப்பையாவுக்குத் தெரிந்துவிடும். எனவே நான் கனடாவுக்குச் செல்லத் தயங்கிக்கொண்டிருந்தேன்.

சுப்பையா என்னை விடுவதாகயில்லை. “தனுஜா, நீங்கள் எனக்கொரு நல்ல துணையாக, என் வாழ்வின் கடைசிவரை கூடவே வருவீர்களா?” என நாவு தழுதழுக்கச் சுப்பையா கேட்டபோது, நானும் கொஞ்சம் கரைந்துதான் போனேன்.

நான் போதும் போதுமென்ற அளவுக்கு ஆண்களால் ஏமாற்றப்பட்டிருக்கிறேன். கடைசியாக ஒருதடவை இந்த முதியவரின் கோரிக்கையையும் ஏற்பதில் என்ன தவறிருக்கிறது என்று யோசித்தேன். ஒருவருக்கொருவர் துணையாகயிருப்பது நல்லதொரு ஒப்பந்தம்தானே. ஆனால், இப்போது என்னுடன் இவ்வளவு அன்பாகவும் உணர்ச்சிகரமாகவும் பேசும் சுப்பையாவுக்கு, நானொரு திருநங்கை என்பது தெரிய வரும்போது என்னவாகும்?

சுப்பையா முகநூலில் என்னைவிட பிஸி. முகநூல் அடிமையென்றே அவரைச் சொல்லலாம். முகநூலில் நான் பதிவேற்றும் ஒளிப்படங்களைப் பார்த்துவிட்டு, என் தோற்றம் குறித்துச் சில அபிப்பிராயங்களை சினிமாத் தயாரிப்பாளருக்கே உரிய தோரணையுடன் சொல்வார். "நீ அழகி என்பது உண்மை, ஆனால் உனது மார்பகங்கள் ஒட்டிப்போயுள்ளன. அவற்றைக் கொஞ்சம் பெரிதாக்கினால் நீ பேரழகி ஆகிவிடுவாய்" என்றார் சுப்பையா.

ஜெர்மனியில் திருநங்கைகள் மார்பகச் சிகிச்சை செய்துகொள்வதானால், முதலில் மருத்துவக் காப்புறுதி நிறுவனத்திடம் விண்ணப்பிக்க வேண்டும். ஏனெனில் சிகிச்சைக்கான செலவை அந்த நிறுவனமே செலுத்த வேண்டியிருக்கும். காப்புறுதி நிறுவனத்தின் மருத்துவரே எங்களது மார்பகங்களின் வளர்ச்சியைச் சோதித்து, சிகிச்சைக்கு அனுமதிக்கலாமா வேண்டாமா என முடிவெடுப்பார். நான் ஏற்கனவே ஹோர்மோன் எடுத்திருந்த காரணத்தால், எனது மார்புகள் குரும்பைகள் போலச் சிறியதாக அரும்பியிருந்தன. அதைக் காரணம் காட்டி மருத்துவக் காப்புறுதி நிறுவனம் எனது சிகிச்சைக்கு ஒத்துழைக்க மறுத்துவிட்டது.

அவர்களைப் பொறுத்தவரை எனக்கு மார்பகங்கள் உள்ளன. ஆனால் அவற்றைப் பெரிதாக்கும் ஆசையை நான் கைவிடுவதாகயில்லை. என்னுடன் பழகிய பல

ஆண்கள், எனது மார்பகங்கள் சிறியவை என்று சொல்லிச் சொல்லியே எனக்குள் தாழ்வு மனப்பான்மையை வளர்த்து வைத்திருக்கிறார்கள்.

மார்பகச் சிகிச்சைக்கான எனது கோரிக்கையைக் காப்புறுதி நிறுவனம் நிராகரித்துவிட்டதால், பணம் செலவு பண்ணித்தான் சிகிச்சை செய்ய வேண்டும். ஜெர்மனியில் அதைச் செய்வதென்றால் 5000 ஈரோக்களுக்கும் அதிகமாகச் செலவாகும். தாய்லாந்தில் அதே சிகிச்சையை 1500 ஈரோக்களுடன் அழகாக முடித்துவிடலாம்.

இப்போது சுப்பையா எனது மார்பகங்களைப் பெரிதாக்கச் சொன்னதும் நான் உற்சாகமடைந்தேன். "நீங்கள் சிகிச்சைக்குப் பணம் கொடுத்தால், நான் மார்பகங்களைப் பெரிதாக்கிக்கொள்வேன்" என்று சிரித்துக்கொண்டே சொன்னேன். பணம் கொடுப்பதற்குச் சுப்பையா தயாராகவேயிருந்தார். அதுமட்டுமல்லாமல், கனடாவிலிருந்து எனக்குப் பரிசுகளை அனுப்பிக் கொண்டேயிருந்தார். சேலை, அலைபேசி, காதல் சின்னங்கள் என வந்துகொண்டேயிருந்தன.

எப்போதுமே ஒருத்தி துரதிர்ஷ்டத்துடனா இருக்கப் போகிறாள்! எப்போதாவது அவளும் அற்புதங்களால் இரட்சிக்கப்படுகிறாள். நான் அந்த இனிப்புத் தொழிற்சாலையில் வேலைக்குச் சேர்ந்த எட்டாவது மாதத்தில், எனக்கு ஜெர்மனியக் குடியுரிமை வழங்கப்பட்டது. இனி நான் சட்டப்படியும் பெண்ணே.

குடியுரிமைப் பத்திரத்தைப் பெற்றுக்கொண்டதுமே, எனது பாலினத்தையும் பெயரையும் மாற்றக்கோரி, சம்பந்தப்பட்ட அலுவலகங்களுக்கு விண்ணப்பங்களைத் துரிதகதியில் அனுப்பிவைத்தேன். இனி வேலைக்கான நேர்காணல்களில் நான் பெண்ணாகவே தோன்றலாம். ஒரு நல்ல வேலையையும் பெற்றுக்கொள்ளலாம். எனது விமானப் பணிப்பெண் கனவு எட்டிவிடும் தொலைவில்தான் உள்ளது.

தாய்லாந்து

சுப்பையா தனது வாக்குறுதியைக் காப்பாற்றத் தவறவில்லை. பாலைப்பழம் போல 3000 ஈரோக்களை எனக்கு அனுப்பிவைத்தார். நான் மின்னல் வேகத்தில் செயற்பட்டேன். யாழ்ப்பாணத்திலிருந்த சாரா அக்காவைத் தொடர்புகொண்டு பேசினேன். அவரும் தாய்லாந்துக்குப் புறப்படுவதற்குத் தயாராகயிருந்தார். தாய்லாந்து மருத்துவமனையை மின்னஞ்சல் மூலம் தொடர்புகொண்டு, எங்கள் இருவரதும் சிகிச்சைகளுக்கான தேதிகளைப் பெற்றுக்கொண்டேன். முதலில் சாரா அக்கா தாய்லாந்தைச் சென்றடைந்தார். இரண்டு நாட்கள் கழித்து நான் புறப்பட்டேன். அதற்குள் சாரா அக்காவுக்கு நல்லபடியாகவே அறுவைச் சிகிச்சை நடந்து முடிந்திருந்தது.

தாய்லாந்தின் தலைநகர் பாங்கொக்கில் நான் இறங்கியவுடன், நேராக சாரா அக்கா தங்கியிருந்த விடுதிக்குச் சென்றேன். மருத்துமனைக்கு மிக அருகிலேயே அந்த விடுதியிருந்தது. திருநங்கைகளுக்குச் சிகிச்சையளிப்பதில் அந்த மருத்துவமனை புகழ்பெற்றது என்பதால், சிகிச்சைக்காக வந்திருந்த திருநங்கைகளால் அந்த விடுதி நிரம்பித் ததும்பியது. படுக்கையிலிருந்த சாரா அக்கா உடலில் சோர்வோடும் முகத்தில் மகிழ்வோடும் என்னை வரவேற்றார். அங்கே எனக்காகத் தோழி ஏஞ்சலும் காத்திருந்தார். என்னைச் சந்திப்பதற்காகவே ஏஞ்சல் சென்னையிலிருந்து வந்திருந்தார். அவர் இங்கே ஏற்கனவே சிகிச்சை பெற்றிருந்த அனுபவசாலி.

ஏஞ்சல் பெயருக்கு ஏற்றதுபோல சிறகுகள் கொண்ட தேவதைதான். நாங்கள் அங்கிருந்த நாட்களில் ஏஞ்சல் பறந்து பறந்து எங்களைக் கவனித்துக்கொண்டார். அமெரிக்கா, அவுஸ்ரேலியா, தென்னாபிரிக்கா, நைஜீரியா என உலகின் அனைத்து முனைகளிலிருந்தும் திருநங்கைகள் அங்கே சிகிச்சைக்காக வந்திருந்தார்கள்.

அவர்களும் எங்களுக்கு ஒத்தாசையாகயிருந்தார்கள். எனக்கு மறுநாள் காலை எட்டுமணிக்குச் சிகிச்சை நடக்கயிருந்தது.

காலையில் ஏஞ்சல் என்னை மருத்துவமனைக்கு அழைத்துச் சென்றார். எனக்காக நியமிக்கப்பட்டிருந்த மருத்துவரின் அறைக்குள் குறித்த நேரத்தில் அழைக்கப்பட்டேன். எனது உடலை நிர்வாணப்படுத்திப் பரிசோதித்த மருத்துவர், நான் உயரமாக இருப்பதாலும் எனது இடை பெருத்திருப்பதாலும் எனக்கு 400 கிராம் சிலிக்கன் வைக்கப் போவதாகச் சொன்னார். 300 கிராம் சிலிக்கன் வைக்கவே நான் திட்டமிட்டிருந்தாலும், மருத்துவர் கூறியதை மகிழ்வுடன் ஏற்றுக்கொண்டேன். சிகிச்சைக்கான பணத்தைக் காசாளரிடம் செலுத்திவிட்டுக் காத்திருக்குமாறு மருத்துவர் சொன்னார்.

நான் காசாளரிடம் பணத்தைச் செலுத்திவிட்டுக் காத்திருக்கலானேன். என்னைப் போலவே ஏராளமான திருநங்கைகளும் பெண்களும் மார்பகச் சிகிச்சைக்காக அங்கே வந்திருந்தார்கள். நான் வேலை மெனக்கெட்டு எண்ணிப் பார்த்ததில், எனக்கு முன்னே நாற்பத்தொரு பேர்கள் காத்திருந்தார்கள். என்னை அவர்களுடன் விட்டுவிட்டு, சாரா அக்காவைக் கவனிப்பதற்காக ஏஞ்சல் விடுதிக்குத் திரும்பிவிட்டார். காத்திருப்புப் பட்டியல் மிக மெதுவாகவே அசைந்தது. பட்டினியுடன் கூடிய நெடிய காத்திருப்பு ஒன்றுக்குள் நான் தள்ளப்பட்டேன்.

காத்திருப்பு இரவு பத்து மணிவரை நீண்டது. எனக்கான அழைப்பு வந்தபோது, சிகிச்சை அறைக்குள் பசி மயக்கத்துடனேயே சென்றேன். சிகிச்சையளிக்கப்படும் மேசையில் நான் படுத்ததுமே மயக்கநிலைக்குச் சென்றேன். அது எனக்குச் செலுத்தப்பட்ட ஊசி மருந்தாலா அல்லது பசியாலா என்பது எனக்கே குழப்பம்தான். எனது கைகளுக்கு அடியில் அக்குள்

பகுதியை அறுத்து, அதன் வழியாக என் ஒட்டிய மார்பகங்களுக்குள் சிலிக்கன் செலுத்தப்பட்டது.

நான் மயக்கத்தின் ஆழத்திலிருந்து மீளும்போது, என்னை அறியாமலேயே எனது நாவு ‘மகிஷாசுரமர்த்தினி’ மந்திரத்தைச் சொல்லிக்கொண்டிருந்தது. மருத்துவர் என்னை அழைப்பது எனக்கு அரைகுறையாகக் கேட்கிறது. நான் கைகளைக் கூப்பி அவரை வணங்கியவாறே மந்திரத்தைச் சொல்லிக்கொண்டிருந்தேன். எனது மார்புக்குள் பாறாங்கல்லை வைத்திருப்பதைப் போன்றே உணர்ந்தேன். சீராக மூச்சுவிட முடியாமல் திணறிக்கொண்டிருந்தேன். என்னை வேறொரு அறைக்கு மாற்றினார்கள். ஏற்கனவே சிகிச்சையை முடித்துக்கொண்டவர்கள் அந்த அறையில் படுத்திருந்தார்கள்.

பாலின மாற்று அறுவைச் சிகிச்சையைச் செய்துகொண்ட, பிலிப்பைன்ஸ் திருநங்கை ஒருத்தியும் அங்கே படுக்க வைக்கப்பட்டிருந்தாள். அவள் மயக்கத்திலிருந்து தெளிந்ததும் வலி பொறுக்காமல் குழறி அழத் தொடங்கினாள். “என்னால் வலியைத் தாங்கிக்கொள்ள முடியவில்லை, தயவுசெய்து என்னை மறுபடியும் ஆணாக்கிவிடுங்கள்” என ஆங்கிலத்தில் அரற்றிக்கொண்டிருந்தாள். அவளின் அழுகை என்னையும் தொற்றிக்கொண்டது. அவளுக்கு அருகில் சென்று, அவளை ஆறுதல்படுத்த விரும்பினேன். ஆனால் என்னால் படுக்கையிலிருந்து எழுந்திருக்கவே முடியவில்லை. திருநங்கைகளின் இத்தகைய அரற்றல்களுக்கும் கண்ணீருக்கும் நடுவே இரவெல்லாம் தூக்கமில்லாமல் விழித்திருந்தேன்.

காலையில் எனது மார்பகத்தில் வலி சற்றே குறைந்திருந்தது. என்னை அழைத்துச் செல்வதற்காக ஏஞ்சல் வந்திருந்தார். அவருடன் விடுதிக்குத் திரும்பினேன். சாரா அக்கா இன்னும் படுத்த படுக்கையாகவே கிடந்தார். அவரால்

நடக்க முடியவில்லை. நானும் அவருக்கு அருகே படுத்துக்கொண்டேன்.

நான் தூங்கி எழுந்திருந்தபோது மாலை நேரமாகியிருந்தது. மார்பக வலி பெருமளவு குறைந்திருந்தது. கண்ணாடியில் எனது முலைகளை ஆர்வத்தோடு பார்த்துக்கொண்டேயிருந்தேன். அவை வீக்கமுற்றுப் பெரிதாகியிருந்தன, எனினும் பார்ப்பதற்கு அழகாகவேயிருந்தன.

பிரியா அம்மாவை அலைபேசியில் அழைத்து, எனது சிகிச்சை விபரங்களைச் சொன்னேன். 400 கிராம் சிலிக்கன் அளவுக்கு அதிகமானது என்றே அவர் அபிப்பிராயப்பட்டார். முடிந்தால் எனது மூக்கிலும் தாடைப் பகுதியிலும் அறுவைச் சிகிச்சைகளைச் செய்து, மேலும் திருத்தமான பெண் முகத்தைப் பெற்றுக்கொள்ளுமாறு ஆலோசனையும் சொன்னார். அம்மாவின் பேச்சைக் கேட்டு, மறுபடியும் மருத்துவரின் முன்னால் போய் நின்றேன்.

மருத்துவர் எனது முகத்தை ஆராய்ந்து பார்த்துவிட்டு "கடவுள் உனக்கு அழகிய முகத்தைக் கொடுத்திருக்கிறார். அதை எனது சிகிச்சையால் மாற்றிவிட முடியும்தான். ஆனால் அது இயற்கையான முகம் போலிருக்காது. நிறையப் பக்க விளைவுகளுண்டு. காலப்போக்கில் முகம் விகாரமாகக் கூட மாறிவிடலாம். உன்னுடைய முகம் இப்போதே பெண்ணின் முகம்தான், அதை மாற்றிவிடாதே" என்று அறிவுரை கொடுத்து என்னை அனுப்பிவைத்தார்.

இரண்டு வாரங்கள் தாய்லாந்தில் இருந்தேன். நானும் ஏஞ்சலும் மனம்போல ஊரைச் சுற்றித் திரிந்தோம். விதம்விதமான தாய்லாந்து உணவுகளைச் சுவைத்தோம். ஆடைகளாக வாங்கிக் குவித்தோம். டிஸ்கோக்களுக்குச் சென்று நடனமாடினோம். சாரா அக்காவையும்

ஏஞ்சலையும் பத்திரமாக ஊருக்கு அனுப்பி வைத்ததன் பின்னாக, நானும் ஜெர்மனிக்குத் திரும்பினேன்.

எனது விம்மிப் புடைத்த மார்பகங்களைப் பார்த்து அம்மா வாயைப் பிளந்தார். "உண்மையிலேயே மிதமிஞ்சிப் பெருத்திருக்கின்றன" என்று அதிருப்தியுடன் முணுமுணுத்தார். ஆனால் என்னுடைய மார்பகங்களை எனக்கு மிகவும் பிடித்திருந்தது. முழுமையான பெண்ணாகவே மாறிவிட்டேன் என்ற சந்தோசத்தில் நானிருந்தேன். இந்தச் சந்தோசத்தைக் கெடுப்பதுபோல, கனடா சுப்பையா என்னை அடிக்கடி தொலைபேசியில் அழைத்து, கனடாவுக்கு வந்துவிடுமாறு நச்சரித்துக் கொண்டிருந்தார்.

நான் அவரிடமிருந்து பணத்தை வாங்கிவிட்டதால், அவரைக் கைகழுவ முயல்கிறேன் என்று அவர் சந்தேகப்படுவது பேச்சில் தெரிந்தது. எனக்கு அவரை ஏமாற்றும் எண்ணமெல்லாம் கிடையாது. உண்மையில் நான் கனடாவுக்குச் செல்லவே விரும்பினேன். நான் யாரென்ற முன்கதைச் சுருக்கமெல்லாம் கனடாவில் எவருக்கும் தெரியாதல்லவா! முழுமையான பெண்ணாக என்னை அடையாளப்படுத்திக்கொண்டு, புதியதொரு வாழ்க்கையை நான் அங்கே தொடங்கலாம்.

ஆனால், என்னுடைய புதிய ஜெர்மனியக் கடவுச் சீட்டிலும் ஆண் அடையாளமேயிருக்கிறது. இதை எப்படிச் சுப்பையாவிடம் தெரிவிப்பது எனத் தெரியாமல்தான் நான் திண்டாடினேன். இதற்குள் விமானப் பயணச்சீட்டுக்கான பணத்தையும் சுப்பையா அனுப்பிவிட்டார். சரி, இதையும் சமாளித்துக்கொள்ளலாம் என்ற நம்பிக்கையுடன் கனடாவுக்குப் புறப்படத் தயாரானேன். எனது பயணத்துக்கு அம்மா வேண்டா வெறுப்பாகவே சம்மதம் தந்தார். எனினும் புதிய வாழ்க்கைக்கான தேடல் என்னை ஜெர்மனியிலிருந்து கிளப்பிற்று.

கனடா

ஜெர்மனியின் 'டுசல்டோர்ப்' விமான நிலையத்திலிருந்து புறப்பட்டு, இலண்டன் வழியாகக் கனடாவின் 'வான்கூவர்' விமான நிலையத்தைச் சென்றடைந்தேன்.

விமான நிலையத்தில் எனக்கு ஆறு மாதங்களுக்கான விசா வழங்கினார்கள். சுப்பையா விமான நிலையத்துக்கு வந்து, என்னை அழைத்துச் செல்வதாகப் பேச்சு. நான் விமான நிலையம் முழுவதும் சுப்பையாவைத் தேடியலைந்தேன். அவரது அலைபேசிக்கு அழைத்தால், அது அணைக்கப்பட்டிருந்தது. இரண்டு மணிநேரங்களாக நான் விமான நிலையத்திலேயே தவித்துக்கொண்டிருந்ததன் பின்பாக, சுப்பையா அலைபேசியில் தொடர்புக்கு வந்தார். "இதோ இப்போதே கிளம்பி வருகிறேன்" என்றார்.

மேலும் ஒரு மணிநேரம் என்னைக் காத்திருக்க வைத்துவிட்டு, சுப்பையா பரபரப்பாக விமான நிலையத்திற்குள் நுழைந்தார். முறுக்கிவிட்ட பெரிய மீசையும் தலையில் தொப்பியுமாகப் பழைய நடிகர் எஸ்.வி. ரங்காராவ் மாதிரியிருந்தார். ஆள் என்னைவிட உயரம். என்னைக் கட்டிப்பிடித்து ஆங்கிலத்தில் முகமன் சொன்னார். எனது உருவத்தைக் காட்டிலும் அவரது உருவம் மூன்று மடங்கு பெரிதாகயிருந்தது.

"உங்களது விமானம் எத்தனை மணிக்கு வரும் என்பது எனக்குத் தெரியாது" என்று கோணலாகவே பேசத் தொடங்கிய சுப்பையா, நிறுத்தாமல் வழவழவென்று பேசிக்கொண்டேயிருந்தார். அவருக்குப் படிப்பறிவோ, பகுத்தறிவோ இருப்பதாகத் தெரியவில்லை. இவர் எப்படி ஒரு தொழிலதிபராக இருக்கிறார் என்பதும் எனக்குப் புரியவில்லை.

சுப்பையா எனது பெட்டியை இழுத்துக்கொண்டு, பரபரப்பாக அவரது வாகனத்தைத் தேடிச் சென்றார்.

ஆனால் தனது வாகனத்தை எங்கே நிறுத்தி வைத்திருக்கிறார் என்பதை அவர் மறந்துவிட்டார். பொறுமை என்றால் என்னவென்று அவருக்குத் தெரியாமலிருந்தது. அங்குமிங்குமாகத் தேடி ஒருவழியாக அவரது காரைக் கண்டுபிடித்தோம். வீட்டை நோக்கிக் காரைச் செலுத்தியவாறே, வழியெல்லாம் கனடா நாட்டின் அருமை பெருமைகளை ஓயாமல் புகழ்ந்து தள்ளிக்கொண்டேயிருந்தார்.

சுப்பையாவின் வீடு வன்கூவர் நகரத்திலிருந்து சற்றுத் தொலைவாக ‘டெல்டா’ எனும் பகுதியிலிருந்தது. அப்போது அங்கே அதிக குளிரில்லை. ஜெர்மனியின் காலநிலை போலவேயிருந்தது. சுப்பையாவின் வீடு அவர் சொல்லியதைப்போல மாளிகையில்லாவிட்டாலும், ஓரளவு பெரிய வீடுதான். வீட்டின் கீழ்த்தளத்தை ஜமைக்கா நாட்டைச் சேர்ந்த ஒரு தாய்க்கும் மகளுக்கும் வாடகைக்குக் கொடுத்துவிட்டு, மேற்தளத்தில் சுப்பையா வசித்தார். எனக்குத் தனியாக ஓர் அறையை ஒதுக்கிக் கொடுத்தார். அன்றிரவு சுப்பையாவோடு சேர்ந்து சாப்பிட்டுவிட்டு, எனது அறையில் நிறைய யோசனைகளுடன் தூங்கிப்போனேன். சுப்பையா என்னை எந்த விதத்திலும் கவரவேயில்லை.

மறுநாள் காலையில், பல்கனியில் நின்று தேநீர் அருந்தியவாறே இயற்கையின் அழகை இரசித்துக் கொண்டிருந்தேன். அது இந்தியர்கள் அதிகம் வாழும் பகுதி. தலைப்பாகையும் தாடியுமாக நிறையச் சீக்கிய மக்கள் தெருவில் நடமாடினார்கள். வீட்டின் கீழ்த்தளத்தில் குடியிருந்த ஜமைக்கா பெண்ணான அலிஸ் மதியத்திற்குள் என்னோடு நட்பாகிவிட்டாள். அவளுக்குப் பதினாறு வயதிருக்கும்.

அலிஸிடம் பேசிக்கொண்டிருக்கும் போது, அங்கு வாழும் சீக்கிய இளைஞர்களைப் பற்றிய பேச்சு வந்தது. அவளுக்கு அந்த இளைஞர்களுடன் பழக்கமிருந்தது.

அவளது அலைபேசியில் 'டாங்கோ' என்றொரு செயலியைத் தரவிறக்கம் செய்து வைத்திருந்தாள். அந்தச் செயலி மூலமாகவே ஆண் நண்பர்களைத் தேடிக்கொள்வதாகச் சொன்னாள்.

"நீ சுப்பையாவையா திருமணம் செய்யப் போகிறாய்? அவர் அப்படித்தான் எங்களிடம் சொன்னார்" என்றாள் அலிஸ்.

"திருமணம் செய்யப் போவதில்லை, நான் அவரின் நண்பி மட்டுமே" என்றேன்.

"அதுதானே பார்த்தேன்... இளம் பெண்ணான நீ, அந்த முதியவரைத் திருமணம் செய்வது சரியாக இருக்காதே" என்று அலிஸ் புன்னகைத்தாள். நான் இரவு முழுவதும் குழப்பத்துடன் செய்துகொண்டிருந்த யோசனைகளுக்கான பதில், அலிஸின் அந்தப் புன்னகையில் தானிருந்தது.

அன்று பின்னேரம், சுப்பையா என்னை வெளியே அழைத்துச் சென்றபோது, எனக்கொரு 'சிம்' அட்டை வாங்கிக் கொடுத்தார். அலிஸ் குறிப்பிட்ட அந்த 'டாங்கோ' செயலியை எனது அலைபேசியில் தரவிறக்கம் செய்துகொண்டேன். கண்முடிக் கண் திறப்பதற்குள் அந்தச் செயலி மூலமாக ஆண்கள் என்னை மொய்க்கத் தொடங்கினார்கள். அவர்கள் எல்லோருமே எனது தொலைபேசி எண்ணைக் கேட்டார்கள். சில சீக்கிய இளைஞர்களுக்கு மட்டுமே என் எண்ணைக் கொடுத்தேன். எனக்கு அவர்களைத்தான் அதிகமும் பிடித்திருந்தது. அவர்களும் என்னை அலைபேசியில் கூப்பிட்டு அவ்வப்போது அரட்டையடித்தார்கள்.

சுப்பையா ஒரு தொழிலதிபர் இல்லை என்பது எனக்கு விரைவிலேயே தெரியவந்தது. என்னைக் கனடாவுக்கு அழைப்பதற்காகவே, சினிமாத் தயாரிப்பாளர் என்றெல்லாம் அவர் கதை விட்டிருக்கிறார். உண்மையில் அவர் நெடுந்தூரச் சுமையுந்துச் சாரதியாகவே வேலை

செய்கிறார். அவரின் வயதையும் என்னிடம் குறைத்தே சொல்லியிருக்கிறார். சுப்பையா அப்போது அறுபது வயதை நெருங்கிக்கொண்டிருந்தார். இதையெல்லாம் கேள்விகேட்டு அவரோடு சண்டைபோட்டு என்னவாகப் போகிறது! நானே என்னைப் பற்றிய மிகப் பெரிய உண்மையை, அவரிடம் இதுவரை மறைத்துத்தானே வைத்திருக்கிறேன்.

சுப்பையா வேலைக்குச் செல்ல வேண்டியிருந்தது. அவர் சுமையுந்து வேலைக்குச் சென்றால், இரண்டு வாரங்கள் கழித்துத்தான் வீடு திரும்புவாராம். அதுவரை நான் தனிமையில் இருப்பதை நானும் விரும்பவில்லை, அவரும் விரும்பவில்லை. எனவே என்னை விசயா அக்காவிடம் அழைத்துச் சென்று சுப்பையா அறிமுகப்படுத்தி வைத்தார். விசயா அக்கா, இலங்கை - இந்தியப் பொருட்களை விற்பனை செய்யும் மளிகைக் கடையொன்றை வன்கூவர் நகரத்தில் நடத்திக்கொண்டிருந்தார். விசயா அக்காவின் கடையில் தொட்டாட்டு வேலைகளைச் செய்து பொழுதைக் கழிக்குமாறு சுப்பையா ஆலோசனை சொன்னார்.

சுப்பையா வேலைக்குச் சென்ற பின்பு, நான் தனிமையால் தவித்துக்கொண்டிருந்தேன். சமைப்பது, சாப்பிடுவது, தூங்குவது, இணையத்தில் மேய்வது என்றே நேரம் நொண்டியடித்தது. விசயா அக்காவின் கடைக்குப் போவதிலும் அலுப்புத் தட்டியிருந்தது. இந்த வேளையில்தான், என்னுடைய ‘டாங்கோ’ நண்பனான க்ரண் என்னைச் சந்திக்க விரும்பினான். என்னைத் தனது வீட்டுக்கு அழைத்தான். நான் அவனது அழைப்பை ஏற்றுக்கொண்டேன்.

சீக்கியனான க்ரண் ஒரு பெரிய வீட்டில் தனியாக வசித்தான். சுத்திகரிப்பு நிறுவனமொன்றின் முதலாளியாக வசதியாகவே வாழ்ந்துகொண்டிருந்தான். அவனது வீட்டில் எனக்குத் தடபுடலான விருந்தொன்றை அவன்

கொடுத்தான். உணவை முடித்துக்கொண்டு, பஞ்சாபிப் பாடல்களைக் கேட்டுக்கொண்டே மதுவருந்தினோம். அப்படியே உடலுறவை நோக்கி நகர்ந்தோம். என்னை நிர்வாணமாகப் பார்த்த க்ரண் சொக்கிப்போனான். "உன்னுடைய முலைகள் எப்படி இவ்வளவு அழகாக இருக்கின்றன?" என்று திரும்பத் திரும்பக் கேட்டுக்கொண்டிருந்தான்.

உடலுறவு முடிந்த கையோடேயே, "உனக்கொரு உண்மையைச் சொல்லியாக வேண்டும்... எனக்கு மனைவியும், இரண்டு குழந்தைகளும் இருக்கிறார்கள்" என்று க்ரண் பாவமன்னிப்புக் கேட்கத் தொடங்கினான். நான் இப்படி எத்தனையோ பாவமன்னிப்புகளைப் பார்த்தவள் என்பதால் அதைப் பற்றியெல்லாம் அலட்டிக்கொள்ளவில்லை. இவன் என் தனிமையைப் போக்குகிறான், உடலுறவில் என்னை மகிழ்விக்கிறான், பணக்காரனாக வேறு இருக்கிறான் என்றே என் மனம் கணக்குப் போட்டது.

எங்களது உறவு தொடர்ந்தது. க்ரண் என் செலவுகளுக்குத் தாராளமாகப் பணம் கொடுத்தான். அவன் என்னைத் தீவிரமாகக் காதலித்துக்கொண்டிருந்தான். ஆனால் எந்த ஆணிடமும் நேர்மையாக இருக்கக் கூடாது என்ற முடிவுடன் நானிருந்தேன். என் நேர்மைக்குப் பரிசாகத் துரோகங்களைப் பெற்றதெல்லாம் போதும். க்ரணுக்குத் தெரியாமல், ரோனி என்ற இன்னொரு சீக்கிய இளைஞனையும் சந்திக்கத் தொடங்கினேன்.

ரோனியும் ஒரு சுமையுந்துச் சாரதியே. தனிக்கட்டையான இருபத்தைந்து வயது அழகன். டாங்கோ மூலம் எனக்கு அறிமுகமாகியிருந்த ரோனியை நேரில் சந்தித்தபோது, அவன் என்னை டிஸ்கோவுக்கு அழைத்துச் சென்றான். ரோனி அன்புள்ளம் கொண்ட புன்னகை மன்னன். அன்றிரவு முழுவதும் இருவரும் குடித்துக் கூத்தடித்துவிட்டு, அதிகாலை நான்கு மணியளவில்

ரோனியின் காரில் வீடு திரும்பினோம். குடிபோதையில் தள்ளாடிக்கொண்டிருந்த மனிதர்களை வீதிகளில் பார்த்தேன். அய்ரோப்பாவைக் காட்டிலும் கனடாவில் அதிகமாகக் குடிக்கிறார்கள் என்றே நினைக்கிறேன். குடித்துவிட்டுத் தெருவில் சண்டை போடுவதிலும் இவர்களே முன்னணியிலிருக்கிறார்கள்.

நானும் ரோனியும் அந்த மக்களைப் போல சண்டை செய்யாமல், மகிழூந்துக்குள் உட்கார்ந்து அன்பாகக் காதல் செய்தோம். கணக்கற்ற முத்தங்களைப் பரிமாறிக்கொண்டோம். மோகம் தலைக்கேறிய ரோனி எனது மார்பங்களைக் கடித்து வைத்தான். எனது முலைகள் கன்றிச் சிவந்துவிட்டன. அவன் எனது கழுத்திலும் காயங்களைக் கொடுத்தான். நான் வீடு திரும்பவேண்டும் என்றதும், என்னைக் கொண்டுவந்து சுப்பையாவின் வீட்டில் பத்திரமாக இறக்கிவிட்டான்.

நவரச நாயகன்

நான் ரோனியோடும் க்ரணுடனும் மாறி மாறிப் பொழுதைக் கழித்ததால், விசயா அக்காவின் கடைப் பக்கமே போகவில்லை. சுப்பையா என்னைத் தொலைபேசியில் அழைத்து “ஏன் கடைக்குப் போகவில்லை?” என்று அதிகாரத் தொனியில் சத்தம்போட்டார். நானும் வாயாட வாக்குவாதம் வலுத்துக்கொண்டே போனது. நான் தன்னைவிட்டுப் போய்விடுவேனோ என்ற நியாயமான சந்தேகம் அவருக்கு இருந்துகொண்டேயிருந்தது. தனக்கொரு குழந்தையைப் பெற்றுக்கொடுக்குமாறு சுப்பையா கேட்டார். “சரி வாருங்கள் பேசலாம்” எனச் சொல்லி அவரைச் சமாளித்தேன்.

சுப்பையாவைச் சமாதானப்படுத்துவதற்காக, விசயா அக்காவின் கடைக்கு மறுபடியும் போகத் தொடங்கினேன். விசயா அக்கா என்னுடன் மிகவும் பட்சமாகத்தான்

பழகினார். அவருக்கு ஒத்தாசையாகக் கடையில் வேலை செய்தேன். நாள் முழுக்க மிளகாய்த்தூளுக்கும் அப்பளக் கட்டுகளுக்கும் நடுவிலேயே நின்றுகொண்டிருப்பது சலிப்பைக் கொடுத்தது. சுப்பையா திரும்பி வரட்டுமென்று பல்லைக் கடித்துக்கொண்டிருந்தேன்.

சலித்துக்கிடந்த என் மனதைத் துடிக்கவைக்க ஒருவர் கடைக்கு வந்தார். கலகலவெனப் பேசிய அந்தத் தமிழ் இளைஞர் கவர்ச்சியான தோற்றமுடையவர். இவரை நான் எங்கேயோ பார்த்திருக்கிறேனே என்று என் மனம் குறுகுறுத்தது. அவரை அடையாளம் காண அதிக நேரம் எடுக்கவில்லை.

"நீங்கள் நடித்த குறும்படமொன்றை நான் YouTube இல் பார்த்தேன், நன்றாக நடித்திருக்கிறீர்கள்" என்று நான் அவரிடம் சொன்னதும், அவருக்கு உற்சாகம் பொங்கியது. அவரது பெயர் நரேன். கனடியத் தமிழ்த் திரைப்படங்களில் நடிப்பவர். டொரொண்டோவில் வசிக்கிறார். ஒரு திரைப்பட விழாவுக்காக வன்கூவர் நகரத்துக்கு வந்திருக்கிறார்.

அவர் கடையில் வாங்க வந்த பொருட்களை மறந்துவிட்டு, சினிமாவைப் பற்றிப் பேசத் தொடங்கிவிட்டார். சினிமா குறித்து அவருக்கு நிறையக் கனவுகளிருந்தன. எங்களுடைய முகநூல் விலாசங்களைப் பரிமாறிக்கொண்டு நண்பர்களாக இணைந்தோம். அந்த இணைவு என்னை எப்படித் துரத்தித் துரத்தி அடிக்கப்போகிறது என்பதைத்தான் இனி நீங்கள் வாசிக்கப் போகிறீர்கள்.

முகநூலில் நான் பதிவேற்றியிருந்த என்னுடைய ஒளிப்படங்களைக் குறித்து, உட்பெட்டியில் 'கொமென்டுகள்' அனுப்புவதில்தான் நரேன் ஆரம்பித்தார். எனக்கு அவரைப் பிடிக்காமலிருக்க எந்தக் காரணங்களுமில்லை. ஆனால் அவர் திருமணமானவர் என்பதை அவரது முகநூல் பதிவுகளிலிருந்து

தெரிந்துகொண்டதால், என் மனதில் ஆசைகளை வளர்த்துக்கொள்ளவில்லை. தன்னுடைய மனைவியின் அருமை பெருமைகளையும் முகநூலில் நரேன் பதிவிட்டிருந்தார்.

அப்போதுதான் கார்த்திகை விளக்கீடு நாள் வந்தது. சுப்பையாவின் வீட்டில் விளக்குகளேற்றி, தீபங்களின் நடுவேயிருந்து ஒரு 'செல்ஃபி' எடுத்து முகநூலில் போட்டுவிட்டேன். உடனடியாகவே நரேனிடமிருந்து ‹நீங்கள் ஒரு குத்துவிளக்கு என்று எனக்கு முன்னரே தெரியவில்லை› என்று உட்பெட்டியில் தகவல் வந்தது. உட்பெட்டியில் கொஞ்சம் பேசிக்கொண்டோம். அலைபேசி எண்களையும் பரிமாறிக்கொண்டோம்.

அன்றிலிருந்து நரேன் என்னைத் தொலைபேசியில் துரத்திக்கொண்டேயிருந்தார். மிக அன்பாகவும் நகைச்சுவையாகவும் பேசுவார். தமிழ் சினிமா நடிகர்களின் குரலில் 'மிமிக்ரி' செய்து என்னை மகிழ்விப்பார். அவருடன் பேசுவது எனக்கு இன்பத்தைக் கொடுத்தது. ஓர் அந்நியரிடம் பேசுகிறோம் என்ற உணர்வே எனக்கு வரவில்லை.

அவரின் மனைவியைப் பற்றிப் பேச்சோடு பேச்சாக நான் விசாரித்தபோது, ஒரு குழந்தையை போன்று அவர் தேம்பித் தேம்பி அழத் தொடங்கிவிட்டார். "என்னுடைய மனைவியைக் காதலித்துத் திருமணம் செய்தேன். ஆனால் திருமணத்துக்குப் பின்பு இல்லறம் நன்றாக இருக்கவில்லை. சண்டை சச்சரவுடனேயே நாட்கள் போயின. எனது மனைவி என்னைவிட்டுப் பிரிந்து சென்றுவிட்டாள். இப்போது விவாகரத்துக்காகக் காத்திருக்கிறோம். என் வாழ்க்கையே நாசமாகிப் போய்விட்டதே" என்று நரேன் அழுது ஆர்ப்பாட்டம் செய்தார். நான் அன்பாகவும் பொறுமையாகவும் பேசி அவரைத் தேற்றினேன். அவரது அழுகையை நிறுத்தப்

படாத பாடுபட்டேன். கிட்டத்தட்ட ஓர் ஆயாம்மாவின் வேலை எனக்கு.

நரேனுடன் தொலைபேசியில் நட்பை வளர்த்துக் கொண்டிருந்த போது, சீக்கியர்களுடனும் எனது உறவு தொடரவே செய்தது. தமிழ் முறைப்படி தாலி கட்டி, என்னை இரண்டாவது மனைவியாக ஏற்றுக்கொள்ளப் போவதாக க்ரண் காதல் மயக்கத்தில் புலம்புவான். ரோனி வித்தியாசமானவன். அவனுடைய உறவில் ஒரு நேர்மையிருந்தது. தேவையில்லாத ஆசை வார்த்தைகளோ, அதிகப்பிரசங்கித்தனமோ அவனிடம் அறவே கிடையாது. எனது உடலை வதைக்காமல், எனது உடலில் வலி ஏற்படாமல், எனது உடலை அறிந்து என்னுடன் உடலுறவுகொண்ட முதல் ஆண் ரோனி தான்.

ஒருநாள், ரோனியுடன் பொழுதைக் கழித்துவிட்டு நள்ளிரவில் வீடு திரும்பினேன். நரேன் அலைபேசியில் பல தடவைகள் அழைப்பு விட்டிருந்தார். எனவே நான் நரேனை அழைத்துப் பேசினேன். ஆள் குடித்துவிட்டு மரண வெறியிலிருந்தார். "ஏன் இவ்வளவு நேரமும் தொலைபேசி அழைப்பை ஏற்கவில்லை?" என்று நரேன் கேட்கவும் "எனது காதலன் ரோனியுடன் இருந்துவிட்டு, இப்போதுதான் வீட்டுக்கு வந்தேன்" என்றேன். "ரோனி தமிழனா?" என்று நரேன் கேட்டார். "இல்லை" என்றேன்.

"வேற்று இனத்து ஆண்களுடன் நீ பழகுவது சரியில்லை தனுஜா... உன்னை அவர்கள் ஏமாற்றிவிடுவார்கள்..." என்றார் நரேன்.

"என்னைத் தமிழ் ஆண்களும் ஏமாற்றியிருக்கிறார்கள் நரேன்! அவர்கள் பேசும் தமிழ்ப் பண்பாடு, ஒழுக்கமெல்லாம் எவ்வளவு கள்ளத்தனமானவை என்று எனக்கு நன்றாகவே தெரியும். அவையெல்லாம் என்

தொடைக்குள் புதைந்திருந்தன... குட்நைட் நரேன்" என்று சொல்லிவிட்டு அழைப்பைத் துண்டித்தேன்.

அடுத்தநாள் காலையிலேயே நரேன் 'ஸ்கைப்' வழியாகக் கச்சேரியை ஆரம்பித்துவிட்டார். என்னை வேறெந்த வேலையையும் செய்யவிடாமல் தொடர்ந்து பேசிக்கொண்டேயிருந்தார். இப்படியாக இரண்டு நாட்கள் என்னோடு முழுநேர வேலையாகப் பேசிய பின்பாக "நான் உன்னைக் காதலிக்கிறேன் தனுஜா" என்றார்.

"இல்லை... எனக்கு உங்கள் மேல் காதலில்லை, உங்களை எனக்குப் பிடித்திருக்கிறது. தொடர்ந்தும் எனது நண்பராகவே இருங்கள், அதற்குமேல் நாம் செல்ல வேண்டாம் நரேன்..."

"தனுஜா... உன்னால் மட்டும்தான் என்னைத் துயரத்திலிருந்து மீட்க முடியும். நான் உன்னைத் திருமணம் செய்துகொள்கிறேன். நான் சராசரித் தமிழ் ஆண்களைப் போலில்லை. உன்னை மதித்து எனக்குச் சரிசமமாக நடத்துவேன். உன்னைத் தேவதை மாதிரிப் பார்த்துக்கொள்வேன்"

"நடிகரே! உங்கள் சினிமா வசனங்களைக் கொஞ்சம் நிறுத்துங்கள்!" என்று நான் நரேனைக் கேலி செய்தாலும், அன்றிரவு முழுவதும் சிந்தனையிலேயே ஆழ்ந்திருந்தேன். என் எதிர்காலம் என்னவாகப் போகிறது?

ஜீவன் என்னைப் பிரிந்து சென்றதன் பின்பாக, பல ஆண்கள் என்னைக் காமத்துக்கு மட்டுமே பயன்படுத்தி வந்தார்கள். முதியவரான சுப்பையாவுடன் என்னால் வாழமுடியும் எனத் தோன்றவில்லை. நான் சுப்பையாவின் கணினியைப் பார்த்தபோது, அதில் ஆண் தன்பாலீர்ப்பாளர்களின் நீலப்படங்கள் பார்க்கப்பட்டிருந்ததைக் கண்டுபிடித்தேன். அவர் இதுவரை திருமணம் செய்யாமலிருப்பதற்கும், என்னைப் பாலியல்ரீதியாக அணுகாமலிருப்பதற்கும்,

இந்த நீலப்படங்களுக்கும் தொடர்பிருப்பதாகவே எனக்குத் தோன்றியது. அவர் தன்பாலீர்ப்பாளராக இருக்க வாய்ப்புள்ளது. தொங்கத் தொங்கத் தாலிகட்டிக்கொண்டு, ஒரு சராசரிப் பெண்ணாகக் குடும்பம் நடத்தும் ஆசை என் இருதயத்தின் ஓரத்தில் இன்னமுமுள்ளது. அதுதான் என் எதிர்கால வாழ்க்கைக்கு நல்லதும் கூட. இவ்வாறெல்லாம் ஆழ்ந்து சிந்தித்ததன் பின்னாக, நரேனின் காதலை ஏற்றுக்கொள்வது என்ற முடிவுக்கு வந்தேன்.

என் சம்மதத்தை மறுநாள் காலையில் நரேனிடம் தெரிவித்தேன். நரேன் அதற்கும் அழுது ஆனந்தக் கூச்சலிட்டார். அவர் உணர்ச்சிகளின் உலைக்களமாகயிருந்தார். அன்றே ரோனியையும் க்ரணையும் தொலைபேசியில் அழைத்து “நான் வேறொருவரைக் காதலிக்கிறேன், உங்களுடன் முன்புபோல இனிப் பழக முடியாது” எனச் சொல்லி விட்டேன். அவர்கள் ஏதேதோ கூறி என் மனதைக் கலைக்கத்தான் பார்த்தார்கள். ஆனால் நான் மசியவில்லை. நரேன் என்னுள் பற்றவைத்த காதல் பொறியை, என்னைச் சுற்றி நெருப்பு வளையமாகப் படரவிட்டேன். நெருப்பு என்னைக் கழுவிப் போடட்டும். புத்தம் புதிய வாழ்க்கை எனக்காகக் காத்திருக்கிறது.

மாலையானதும் உணவகமொன்றில் நரேனைச் சந்தித்தேன். என்னால் வாயை மூடிக்கொண்டு சாப்பிட முடியாதளவுக்கு, நரேன் தனது நகைச்சுவைப் பேச்சால் என்னைச் சிரிக்க வைத்துக்கொண்டேயிருந்தார். அவரது பாசமான பேச்சும், நேசமான நடவடிக்கைகளும் என்னை அவரிடம் கட்டிப் போட்டுவிட்டன. எனது மனதை ஒருவர் ஆட்கொண்டுவிட்டால், நான் ஆண்டாள் நாச்சியார் போல காதல் தீவிரவாதி ஆகிவிடுகிறேன். இப்போதும் அதுவே நடந்தது. நாங்கள் வீடு திரும்பிக்கொண்டிருந்த வழியில், நரேனின் வாயில்

கற்பூரமும் நாறுகிறது கமலப்பூவும் நாறுகிறது என்பதைத் தெரிந்துகொண்டேன்.

நரேனைப் பிரிந்துசெல்ல எனக்கு மனமேயில்லை. எனவே அவர் தங்கியிருந்த விடுதிக்கு நானும் சென்றேன். வெறுமையான அந்த அறையைக் காதலினாலும் முத்தங்களினாலும் நாங்கள் நிரப்பினோம். நரேனுடன் நான் உடலுறவில் ஈடுபட்டபோது, அவரின் முழுமையான அன்பையும் அக்கறையையும் நான் உணர்ந்தேன். இவற்றையெல்லாம் ஒரு பெண் தெரிந்துகொள்ள படுக்கையைவிடச் சிறந்த இடம் வேறிருக்க முடியாது. நரேன் காமத்தை மட்டுமே கருதி என்னிடம் வரவில்லை. அவர் உண்மையாகவே என்னை நேசித்தார். அவரது உடல் எனக்குக் கொடுத்த சுகத்தைக் காட்டிலும், அவரது உள்ளம் கொடுத்த சுகத்திற்கே நான் அடிமையானேன்.

என்னுடன் பழகிய எந்த ஆணும், இவரளவுக்கு எனக்கு நம்பிக்கைகளைக் கொடுக்கவில்லை. நரேன் வாயைத் திறந்தால் வாக்குறுதிகளாகக் கொட்டின. வாயை மூடினால் முத்தங்களாகக் கொட்டின. இன்னும் சில மாதங்களில் தனக்கு விவாகரத்துக் கிடைத்துவிடும் என்றும், கூடிய சீக்கிரத்திலேயே என்னைத் திருமணம் செய்துகொள்வதாகவும் சொன்னார். மூன்று நாட்கள் என்னுடன் தேனிலவு கொண்டாடிவிட்டு, அவர் டொரொண்டோவுக்குத் திரும்பினார். என்னைச் சீக்கிரமே டொரொண்டோவுக்கு அழைத்துக்கொள்வதாகச் சொல்லிச் சென்றார்.

நானொரு திருநங்கை என்பதை இனியும் நரேனிடம் மறைக்கக் கூடாது என நினைத்தேன். அவர் டொரொண்டோவைச் சென்றடைந்ததும் என்னைத் தொலைபேசியில் அழைத்தார். நான் உண்மையைச் சொல்ல முயன்றேன். ஆனால் தயக்கத்தில் என் நாவு புரள மறுத்தது. "நான் உங்களிடம் ஓர்

உண்மையைச் சொல்ல வேண்டும் நரேன்...'' என்று பீடிகை போட்டுக்கொண்டேயிருந்தேன். இந்தப் பலத்த பீடிகையைப் பார்த்து நரேன் பயந்துவிட்டார். தன்னுடனான உறவை நான் முறித்துக்கொள்ளப் போகிறேனாக்கும் என்று நினைத்திருப்பார் போலிருக்கிறது; வாயில் வார்த்தைகள் வராமல் விம்மி விம்மி அழத் தொடங்கிவிட்டார். நான் ஒருவாறு தயக்கத்தைக் களைந்துவிட்டு ''எனக்கு ஒருபோதும் குழந்தை பிறக்காது நரேன்'' என்றேன். ''ஏன்?'' என்று கேட்டுக் குழறி அழவே ஆரம்பித்துவிட்டார்.

''நான் பிறக்கும்போது பெண்ணாக இருக்கவில்லை'' என்றேன். என்னுடன் பழகிய ஆண்களிடம் நான் உண்மையை கூறும்போது, அவர்கள் பெரும்பாலும் குழப்பமடைவார்கள். நானும் நேரடியாகச் சொல்லத் தயங்கிப் பூடகமாகவே ஆரம்பிப்பதால், குழப்பம் மேலும் அதிகரிக்கும். இவருக்கும் அப்படித்தானிருந்தது. ''எனக்கு ஒன்றுமே புரியவில்லையே'' என்று விம்மினார். நான் அவரை அமைதிப்படுத்திவிட்டுக் கேட்டேன்:

''திருநங்கைகளைப் பற்றிக் கேள்விப்பட்டிருக்கிறீர்களா நரேன்? நானொரு திருநங்கை!''

''நீ என்னைவிட்டுப் பிரிவதற்காக, ஒரு பொய்யைக் கண்டுபிடித்து வைத்திருக்கிறாய்'' என்று சிணுங்கினார் நரேன்.

''இல்லை! நான் உண்மையிலேயே திருநங்கைதான். எனது இரு அக்குள்களிலும் இருக்கும் தழும்புகளைப் பற்றிக் கேட்டீர்களல்லவா... நான் மார்பகங்களுக்கு சிலிக்கன் சிகிச்சை செய்துகொண்டதால் ஏற்பட்ட வடுக்களே அவை'' என்று தொடங்கி, என் பிறப்புப் பற்றி என்னென்ன உண்மைகளுண்டோ அத்தனையையும் அவரிடம் அவிழ்த்துக் கொட்டினேன்.

நான் சொல்லி முடிக்கும்வரை மூச்சுப்பேச்சில்லாமல் கேட்டுக்கொண்டிருந்த நரேன், சொல்லி முடித்ததுமே வீறிட்டு அழுதார். என்னுடைய வாழ்க்கைக் கதை அவரைப் பெரிதும் உடைத்துப் போட்டிருந்தது. அவர் என்ன செய்தாரென்றால், ஒருநாள் முழுவதும் குடித்துக்கொண்டேயிருந்தார். நான் திருநங்கை என்பது தனக்கொரு பிரச்சினை இல்லையென்றும், இந்த உண்மையை வேறு யாரிடமும் பகிர வேண்டாமென்றும் சொன்னார். "நானும் இந்த உண்மையைக் கூடியவரை மறைக்கவே விரும்புகிறேன்" என்றேன்.

நான் உண்மையைச் சொன்ன பின்பும், நரேனுக்கு என்மீதிருந்த காதல் எள்ளளவும் குறையவில்லை. இந்த உண்மையைத் தன்னுடைய பெற்றோரிடம் மறைத்துவிட்டு, என்னைத் திருமணம் செய்துகொள்வதாகச் சொன்னார். இதற்குப் பின்பு என்னுடைய திருநங்கை அடையாளம் குறித்து நான் அவரிடம் பேசவில்லை. முழுமனதுடன் என்னை அவருக்கு ஒப்புக்கொடுத்தேன். அவரின் பெயரைக் காயத்ரி மந்திரம் போல இரவும் பகலும் உச்சரித்துக்கொண்டிருந்தேன்.

நான் இனியும் சுப்பையாவின் வீட்டில் தங்கியிருப்பது, நரேனுக்கு நான் தெரிந்தே செய்யும் துரோகம் எனக் கருதினேன். சுப்பையாவுடன் எனக்குள்ள தொடர்பின் உண்மை நிலவரம் நரேனுக்குத் தெரியாது. சுப்பையா எனது மாமா என்று மட்டுமே நரேனிடம் சொல்லியிருந்தேன். சுப்பையா எப்போது வீடு திரும்புவார் என நான் நிமிடங்களை எண்ணியவாறு காத்திருக்கலானேன்.

சுப்பையா நெடுந்தூரப் பயணத்திலிருந்து வீடு திரும்பியதும், "எனக்கு டொரொண்டோ இளைஞர் ஒருவருடன் காதல் ஏற்பட்டுவிட்டது, நான் இங்கிருந்து கிளம்ப நீங்கள் அனுமதிக்க வேண்டும்" என அவரிடம் பக்குவமாகவே சொன்னேன். அதைக்

கேட்டதும் சுப்பையா தாட்பூட்டெனக் குதிக்கத் தொடங்கிவிட்டார். அவர் என்னையே திருமணம் செய்யப் போவதாகவும், எங்களது திருமணத்தைப் பற்றி ஊர் முழுவதும் சொல்லிவிட்டதாகவும் சத்தம் போட்டார். நான் மிக அமைதியாக "அது நடக்கவே நடக்காது! தவிரவும் நீங்களொரு தன்பாலீர்ப்பாளர் என்றே நான் நினைக்கிறேன். நீங்கள் உங்களுக்கேற்ற ஒரு துணையைத் தேடுவதே சரியானது. உங்களுக்கும் எனக்கும் பொருந்தாது" என்றேன். இதற்கு மேல் சுப்பையாவால் என்னைக் கட்டுப்படுத்த முடியவில்லை. "உனக்கு இங்கிருக்கப் பிடிக்காவிட்டால் ஜெர்மனிக்குப் போய்விடு! பயணச்சீட்டு வாங்கித் தருகிறேன்" என்றார். நான் "சரி" என்று சொன்னதும், அடுத்தநாள் புறப்படும் விமானத்திற்கான பயணச்சீட்டை உடனடியாகவே இணையம் வழியாக வாங்கச் சொன்னார். அவரது வங்கி அட்டை மூலம் பணம் செலுத்தப்பட்டது. வன்கூவரிலிருந்து காலையில் புறப்படும் விமானம் 'மொன்றியால்' வரை செல்லும். அங்கிருந்து இன்னொரு விமானம் பிடித்து ஜெர்மனி செல்ல வேண்டும்.

நான் நரேனைத் தொலைபேசியில் அழைத்து "என்னுடைய மாமாவுக்கு நம்முடைய காதல் பற்றித் தெரிந்துவிட்டது, காலையில் என்னை வலுக்கட்டாயமாக ஜெர்மனிக்கு அனுப்பப்போகிறார்" என்றேன். இருவரும் கவனமாகத் திட்டமிட்டோம். மொன்றியாலிலிருந்து டொரொண்டோ போவதற்கான விமானப் பயணச்சீட்டை, நரேன் இரவோடு இரவாக எனக்கு அனுப்பிவைத்தார்.

மறுநாள் காலை ஆறு மணியளவில், சுப்பையா என்னை விமான நிலையத்துக்கு அழைத்துச் சென்றார். விமான நிலையத்தின் வாசல்வரை என்னுடைய பெட்டியை இழுத்து வந்தார். அவரைக் கட்டித்தழுவி விடைபெற்றேன். சுப்பையா எனது கையில் 300 டொலர்களை, நான் மறுக்க மறுக்கத் திணித்துவிட்டார். "நீங்கள் அன்பான மனிதர்தான்... ஆனால்" என்று நான்

ஆரம்பிக்கவும் "இப்போது எதுவும் பேச வேண்டாம்" எனச் சொல்லிவிட்டு, தனது பரபரப்பான நடையுடன் சுப்பையா திரும்பிச் சென்றார். வாகனத் தரிப்பிடத்தில் அவரது கார் நிறுத்தப்பட்டிருந்த திசைக்கு எதிர் திசையாகத்தான் நடந்துபோனார். நான் 'போர்டிங் பாஸ்' எடுக்கும் இடத்திற்குப் போய், எனது பெட்டியை ஒப்படைத்துவிட்டு "எனது பயணம் மொன்றியால் வரைக்கும்தான்" என்றேன்.

கனவு மனிதன்

வன்கூவரிலிருந்து மொன்றியால்வரை பறக்க ஆறு மணிநேரம் எடுத்தது. நான் நரேனைத் தவிர வேறெதைப் பற்றியும் சிந்திக்கவில்லை. எனது குடும்பத்தினரைப் பற்றிக் கூடச் சிந்தித்தேனில்லை. நான் விரும்பிய மனிதரைத் தேடிப் புதிய கண்டத்தில் பயணம் செல்கிறேன். மொன்றியாலிலிருந்து ஒன்றரை மணிநேரம் பறந்து டொரொண்டோவில் இறங்கினேன்.

விமான நிலையத்தில் காத்திருந்த நரேன் கண்களில் நீருடன் என்னை அணைத்துக்கொண்டார். இந்த அணைப்பு பல நிமிடங்கள் நீண்டது. என் மனம் கசிந்து நான் நின்றபடியே பறக்கலானேன். நரேனின் அன்பு என்னைத் திக்குமுக்காடச் செய்தது. நான் தேடிய கனவு மனிதனைக் கண்டுபிடித்துவிட்டேன் என்ற பெருமிதம் என் ஆன்மாவை நிறைத்துப்போட்டது. நரேனின் காரில் பயணப்பட்டு வீட்டுக்குப் போனோம். அது டிசம்பர் மாதம் என்பதால், என்னால் டொரொண்டோவின் குளிரைத் தாங்கவே முடியவில்லை. என் வாழ்க்கையில் இதுவரை பார்த்த எத்தனையோ குளிர்காலங்களை விட இது வித்தியாசமாகயிருந்தது. அதாவது கொடுமையாகயிருந்தது.

'ஸ்கார்பரோ' என்ற இடத்தில் நரேனின் வீடிருந்தது. விசாலமானதும் அழகியதுமான இந்த வீட்டில்தான், சில மாதங்களுக்கு முன்பு நரேன் தனது மனைவியுடன் வாழ்ந்திருந்தார். அந்த வாழ்க்கையின் சுவடுகளை என்னால் அங்கே காண முடிந்தது. சுவரில் மாட்டப்பட்டிருந்த திருமண ஒளிப்படங்கள் என்னை உறுத்தத்தான் செய்தன. அன்றிரவு நான் சமையல் செய்தேன். "இங்கே சமையல் செய்யும் முதற்பெண் நீதான்" என்றார் நரேன். அவரின் மனைவிக்குச் சமையல் செய்யத் தெரியாதாம்.

நரேன் என்னையே சுற்றிச்சுற்றி வந்தார். ஒரு நிமிடம் கூட என்னைவிட்டு அகலவில்லை. என் வாழ்க்கையில் நம்பிக்கையொளி தொற்றிற்று. நரேனின் அன்பில் நனைந்தே ஒவ்வொரு நாளும் நகர்ந்துபோய், 2014 ஆம் வருடம் வந்தது. எனக்கு ஓர் உண்மையான காதலன் கிடைத்துவிட்டதால்; இனிக் குடிப்பதில்லை, டிஸ்கோவுக்குச் செல்வதில்லை, வேறு ஆண்களுடன் பழகுவதில்லை என்றெல்லாம் புதுவருடச் சங்கற்பங்கள் செய்துகொண்டேன்.

வருடப் பிறப்பாகையால் கோயிலுக்குச் செல்ல விரும்பினேன். அந்த நகரத்திலிருந்த பிள்ளையார் கோயிலுக்கு நரேன் கூட்டிச் சென்றார். அவருடைய சில நண்பர்கள் கோயிலின் முன்னே நின்றிருந்தனர். அவர்களின் மத்தியில் எனது கையைப் பிடித்து நரேன் அழைத்துச் சென்றது எனக்குப் பெருமிதமாகயிருந்தது. என்னைத் தனது காதலியென்று நண்பர்களுக்கு அறிமுகப்படுத்தினார். அந்த நாகரிகமான நண்பர்கள் என்னைப் பற்றித் துருவித் துருவி எதுவும் கேட்காதது நிம்மதியாகயிருந்தது.

கோயிலிற்குள் சென்று வழிபட்டோம். என்னை ஒரு நிமிடம் கண்களை மூடச் சொல்லிவிட்டு, எனது நெற்றி வகிட்டில் நரேன் குங்குமம் வைத்துவிட்டார்.

நான் உருகிப்போய் நின்றேன். "எங்களது மனதைப் பொறுத்தவரை நாங்கள் இருவரும் இன்றிலிருந்து கடவுள் சாட்சியாகக் கணவன் - மனைவி" என்று நரேன் சொன்னபோது, நான் என் இருதயத்தால் அவரது கால்களைத் தொட்டேன். எல்லாவித மங்கலச் சின்னங்களும் பெற்று, ஒரு முழுமையான பெண்ணாகத் தமிழ்ச் சமுதாயத்திற்குள் வாழவேண்டும் என்பதுதான் என் கனவாகயிருந்தது. அது இப்போது நரேன் மூலம் நிறைவேறுகிறது. குங்குமத் திலகம் என் நெற்றியைக் குளிர்த்திப்போட்டது.

உண்மையிலேயே நாங்கள் கணவன் - மனைவியாகத்தான் வாழ்ந்துகொண்டிருந்தோம். அந்த இன்பத்தை இடைஞ்சல் செய்வதுபோல, என் அண்ணாவிடமிருந்து ஒரு செய்தி வந்தது. கடவுச்சீட்டிலும் ஆவணங்களிலும் பாலினம் மற்றும் பெயரை மாற்றிக்கொள்வதற்கான அனுமதி எனக்குக் கிடைத்திருக்கிறது. கொலோன் நகர நீதிமன்றத்திற்கு நான் நேரில் சென்று, ஆவணங்களை மாற்றிக்கொள்ள வேண்டும். இதுவும் முக்கியம்தான்.

"நான் ஜெர்மனிக்குச் சென்று சட்ட அலுவல்களை முடித்துக்கொண்டு வருகிறேன்" என்று நான் நரேனிடம் சொன்னதும், அவரின் முகம் வாடிவிட்டது. நான் ஜெர்மனிக்குச் சென்றால் அவரை மறந்துவிடுவேன் என அஞ்சினார். கொஞ்சித் தாலாட்டிப் பேசி அவருக்கு நிலைமையைப் புரியவைத்ததன் பின்னாக, என்னை ஜெர்மனிக்கு அனுப்பிவைக்க அரைகுறை மனதோடு சம்மதித்தார். நான் ஜெர்மனிக்குச் செல்வதற்கு முன்பாக, அவரது பெற்றோரைச் சென்று சந்திக்க வேண்டும் என்றொரு நிபந்தனையும் விதித்தார்.

நரேனின் பெற்றோர் 'மிசிசாகா' என்ற ஊரில், அடுக்குமாடிக் குடியிருப்பொன்றில் வசித்தார்கள். நாங்கள் அங்கே சென்றபோது, வீட்டில் நரேனின் தாய் மட்டுமேயிருந்தார். அந்த அறுபது வயதுப்

பெண்மணி என்னை வரவேற்பதாகயில்லை. என்னிடம் முகம் கொடுத்துப் பேசவுமில்லை. ஆனால் எனது தலைமுடியைப் பார்த்து “இது பொய் முடியோ?” என அவர் கேட்டதும் நான் ஆடிப்போனேன். எனது தலைமுடி பொய்முடியே என ஆண்கள் ஒருபோதும் கண்டுபிடித்ததில்லை. நான் ஒருவாறு சமாளித்துக்கொண்டு “எனது தலைமுடி இயற்கையிலேயே இப்படித்தான் மாமி” என்று சொன்னேன்.

நான் ‘மாமி’ என்று அழைத்ததற்காக அவர் கோபப்படவில்லை என்றுதான் நினைக்கிறேன். நல்லதொரு பால் தேநீர் தயாரித்து எனக்குக் கொடுத்தார். ஆனாலும் என்னிடம் அதிகம் பேசவில்லை. அவர் என்னிடம் எந்தக் கேள்வியையும் கேட்டுவிடக் கூடாது என டொரொண்டோ விநாயகரை வேண்டியபடிதான் நானுமிருந்தேன். நரேனும் நானும் ஒன்றாகத் தங்கியிருப்பதை மாமியிடம் மறைத்துவிட்டோம். பெரிய சேதாரங்கள் இல்லாமல் அங்கிருந்து திரும்பினோம்.

நான் மீண்டும் நரேனிடம் வருவேன் என்ற நம்பிக்கையுடன்தான், விமான நிலையத்தில் அவரைப் பிரிந்தேன். நரேன் அழுது புலம்பிக்கொண்டேயிருந்தார். அவரைத் தேற்றிவிட்டு விமானத்தை நோக்கிச் சென்றேன். விமானம் புறப்பட்டதும், அதுவரை அடக்கிவைத்திருந்த கண்ணீர் பீறிட்டுக் கொப்பளித்தது. அழுதுகொண்டே ஜெர்மனி நோக்கிப் பறந்தேன்.

பாரிஸ் நாட்கள்

நான் வீடு திரும்பியதால் அம்மா மகிழ்ந்துபோனார். அண்ணாவும் என்னோடு இயல்பாகப் பழகினான். அப்பா குடிப்பதில் மட்டுமே கவனத்தைச் செலுத்தினார். குடிநோயாளியாக மாறியிருந்தார். எனது ஆவணங்களில் மாற்றங்களைச் செய்ய முத்திரைப்

பணம் செலுத்துவது, சான்றிதழ்களை அனுப்பிவைப்பது போன்ற வேலைகளைச் செய்துகொண்டு, பெரும்பாலும் வீட்டுக்குள்ளேயே முடங்கிக் கிடந்தேன். இரவுபகலாக 'ஸ்கைப்'பில் நரேனின் முகம் பார்த்து உரையாடினேன். நரேன் எனது பிரிவைத் தாங்க முடியாமல் புழுப்போல துடித்துக்கொண்டிருந்தார். புதுவருடப் பிறப்பன்று கோயிலுக்கு நான் கட்டிச் சென்றிருந்த சேலையை, எனது ஞாபகமாகத் தனது படுக்கையில் விரித்து வைத்திருந்தார்.

ஆவணங்களில் மாற்றம் செய்யும் வேலை சட்டென முடியாமல் இழுத்துக்கொண்டேயிருந்தது. சான்றிதழுக்கு மேல் சான்றிதழ் கேட்டார்கள். அனுப்பிவைத்தால் அதில் நொட்டை சொன்னார்கள். நானும் அவர்களுடன் சலிக்காமல் போராடிக்கொண்டிருந்த போது, பெப்ரவரி பிறந்து காதலர் தினமும் நெருங்கிக்கொண்டிருந்தது.

காதலர் தினத்தில் எனக்கொரு இன்ப அதிர்ச்சியைக் கொடுக்க நரேன் முடிவெடுத்தார். தன்னுடைய அலுவலகத்தில் ஒரு வாரம் விடுப்பு எடுத்துக்கொண்டு, சொல்லாமல் கொள்ளாமல் பாரிஸில் வந்து குதித்தார். அங்கே தனது ஒன்றுவிட்ட அண்ணனின் வீட்டில் தங்கினார். என்னைத் தொலைபேசியில் அழைத்து "பாரிஸில் உனக்காகக் காத்திருக்கிறேன்" என்றார். அது உண்மையிலேயே எனக்கு அதிர்ச்சிதான். நரேன் என்னைத் தேடி இவ்வளவு தூரம் வருவார் என்று நான் எதிர்பார்க்கவேயில்லை. ஒரு நிமிடத்தைக் கூட வீணடிக்காமல், பாரிஸுக்கு இரயிலைப் பிடித்தேன்.

நான் பாரிஸ் இரயில் நிலையத்தில் இறங்கவும், நரேன் தனது நண்பர்கள் புடைசூழ ஆர்ப்பாட்டமாக அங்கே நுழையவும் சரியாகயிருந்தது. நான் விளையாட்டாக ஒரு தூணின் பின்னால் மறைந்து நின்றுகொண்டு அவரைக் கவனித்தேன். அவர் அங்குமிங்குமாக ஓடியோடித் தேடிவிட்டு, என்னை காணவில்லை என்று அழத் தொடங்கிவிட்டார். நான் ஓடிச்

சென்று அவரைக் கட்டியணைத்துக்கொண்டேன். நாங்கள் ஒருவரையொருவர் இப்படிப் பைத்தியமாக நேசித்த காட்சியை நீங்கள் நேரில் கண்டிருந்தால், பொறாமையிலேயே கருகியிருப்பீர்கள் என்றுதான் நினைக்கிறேன்.

நரேனின் நண்பரின் வண்டியில் பயணித்து, நரேனின் அண்ணனின் வீட்டுக்கு வந்து சேர்ந்தோம். நரேனின் அண்ணன் அப்போது வேலைக்குச் சென்றிருந்தார். நரேனின் நண்பர்களும் எங்களைத் தனிமையில் விட்டுச் சென்றனர். ஒரு மாதம் பிரிந்திருந்த ஏக்கத்தை இருவரும் தீர்த்துக்கொண்டோம். அன்றைய உடலுறவு மனதில் நெகிழ்ச்சியாகவும் உடலில் உன்மத்தமாகவும் நடந்து முடிந்தது. இருவரும் மிகுந்த மகிழ்ச்சியுடனிருந்தோம்.

நான் குளித்துவிட்டுச் சமையலைத் தொடங்கினேன். நாங்கள் சாப்பிட்டுக்கொண்டிருக்கும் போது, நரேனின் அண்ணனும் வேலை முடிந்து வந்து, எங்களுடன் சாப்பாட்டில் கலந்துகொண்டார். சமையல் மிக அருமையென்று என்னைப் பாராட்டினார். நரேனின் அண்ணன் அமைதியாகப் பேசும் மனிதர். மனைவியைப் பிரிந்து தனியாகத்தான் வாழ்கிறார். என்னுடன் மிக மரியாதையாகப் பழகினார்.

பொழுது சாய்ந்ததும், நானும் நரேனும் கைகளைக் கோர்த்தவாறே வெளியே கிளம்பினோம். ஈஃபிள் கோபுரத்தின் கீழே அமர்ந்து முத்தங்களைத் தெறிக்கவிட்டோம். எங்கள் தலைகளுக்கு மேலே கோபுரம் மின்விளக்குகளால் ஒளிர்ந்துகொண்டிருந்தது. அந்த நகரத்தில் ரோஜா மலர்களைத் தெருவில் விற்பவர்கள் அதிகம். எதிர்ப்படும் எல்லா வியாபாரிகளிடமும் ரோஜா மலர்களை வாங்கி, நரேன் எனக்குப் பரிசளித்தார். தமிழ்க் கடைகளால் நிறைந்திருந்த ‘லா சப்பல்’ பகுதியில் உணவருந்தினோம். நரேன் எப்போதும் போலவே மூக்கு முட்டக் குடிக்கவும் தவறவில்லை.

அந்தப் பாரிஸ் நாட்கள் இனிமையானவை. நரேன் மீண்டும் கனடாவுக்குத் திரும்ப வேண்டிய நாளும் வந்தது. நானும் நரேனின் அண்ணாவும் விமான நிலையம்வரை சென்று வழியனுப்பினோம். நரேன் என்னைப் பிரிய மனமின்றி அழுதுகொண்டே சென்றார். நானும் அழுதுகொண்டுதானிருந்தேன். நரேன் அந்தப் பக்கம் போனதும் இந்தப் பக்கம் நரேனின் அண்ணன் "நீங்கள் ஏன் இவனைக் காதலித்தீர்கள்?" என்று என்னிடம் கேட்டார். "இப்படியொரு அன்பான மனிதரை யாருக்குத்தான் பிடிக்காது" என்றேன்.

நரேனின் அண்ணா கொஞ்ச நேரம் யோசித்துவிட்டுச் சொன்னார்:

"அவன் ஒரு பச்சைப் பொய்காரன் அம்மா! பொய் சொல்வதைத் தவிரக் குடிப்பதற்காக மட்டுமே வாயைத் திறப்பான். குடி இல்லாமல் அவனால் இருக்கவே முடியாது. இப்படித்தான் கனடாவில் அந்தப் பெண்ணின் வாழ்க்கையைக் கெடுத்தான், இப்போது உங்களின் வாழ்க்கையையும் கெடுக்கப்போகிறான்..."

நரேனைப் பற்றிய புகாரை நான் முன்னரும் கேள்விப்பட்டிருக்கிறேன். நான் கனடாவில் இருந்தபோது, நரேனின் நண்பரொருவரும் இதே புகாரை என்னிடம் சொல்லியிருக்கிறார். அவர் கூடுதலாக வேறொரு தகவலும் சொல்லியிருந்தார். நரேனுக்கு 'கஞ்சா' புகைக்கும் பழக்கமும் இருப்பதால், நரேன் தனது உணர்வுகளை மிகையாகப் பெருப்பித்து வெளிப்படுத்துகிறாராம். நரேன் பேசும் முறையை வைத்துப் பார்த்தால், நண்பர் சொன்னது உண்மையான தகவலாகவேயிருக்கலாம். ஆனால் நரேன் என் முன்னே ஒருபோதும் கஞ்சா புகைத்ததில்லை.

எனக்கு அறிவுரைகள் சொல்லிக்கொண்டிருந்த நரேனின் அண்ணனிடம், நான் உறுதியாகச் சொன்னேன்:

"எது எப்படியோ... நான் நரேனை விரும்பிவிட்டேன். எத்தகைய பிரச்சினைகள் வந்தாலும் நான் அவருடன் வாழ்ந்தே தீருவேன், அவரை மெல்ல மெல்ல எனது அன்பால் திருத்திவிடுவேன்."

என்னுடைய தன்னம்பிக்கையான பேச்சை, நரேனின் அண்ணன் வரவேற்கத்தான் செய்தார். இரயில் நிலையம்வரை வந்து, என்னை ஜெர்மனிக்கு வழியனுப்பி வைத்தார்.

மாமியார் வீடு

எங்களுடைய காதல் வாழ்க்கை இப்போது தொலைபேசியில்தான் நடந்துகொண்டிருந்தது. ஒவ்வொரு இரவும் நரேன் நண்பர்களோடு சேர்ந்து குடித்துவிட்டு, என்னைத் தொலைபேசியில் அழைப்பார். அப்போது ஜெர்மனியில் அதிகாலையாக இருக்கும். நான் அதிகாலையிலேயே எழுந்து அவரின் அழைப்புக்காகக் காத்திருப்பேன். குடித்ததற்கு மன்னிப்புக் கேட்டவாறே சீமான் பேச்சை ஆரம்பிப்பார். பேசுவதில் பாதி புரியாது. அவரது வாய் குழறிக்கொண்டிருக்கும்.

அவரும் நானும் கனடாவில் தங்கியிருந்த வீடு, அவருடைய மனைவியின் வீடு என்பது எனக்கு இந்தக் கட்டத்தில்தான் தெரிய வந்தது. இப்போது அந்த வீட்டை அவரது மனைவியே எடுத்துக்கொள்ள, நரேன் தன்னுடைய பெற்றோரின் வீட்டில் போய்த் தங்கியிருக்கிறார். குடித்துவிட்டுப் பெற்றோருக்கும் தொல்லை கொடுத்துக்கொண்டிருந்தார். அவருடைய வாழ்க்கையில் என்னைப் போன்ற ஒரு பெண் வந்த பின்பும், ஏன் இப்படிக் குடித்துத் தன்னையே அழித்துக்கொள்கிறார் என்பது எனக்குப் புரியாமலேயேயிருந்தது. குடிக்காதீர்கள் என நான் சொல்லும்போதெல்லாம், குடியை உடனேயே

நிறுத்திவிடுவதாக அழுதபடியே சத்தியம் செய்வதற்கு அவர் தயங்குவதேயில்லை.

நரேன் அதிகமாகக் குடித்துவிட்டுக் கார் ஓட்டியதால் காவற்துறையிடம் மாட்டிக்கொண்டார். அவரது ஓட்டுநர் உரிமம் உடனடியாகவே பறிக்கப்பட்டது. இதை நினைத்து நினைத்து இன்னும் அதிகமாகக் குடித்தார். ஒருநாள், மதுச்சாலையில் தமிழ் இளைஞன் ஒருவனுடன் சண்டையிட்டு, அந்த இளைஞனைக் கடுமையாகத் தாக்கிவிட்டார். அதற்கும் வழக்குப் பதிவு செய்யப்பட்டது. வேலைக்கு ஒழுங்காகப் போகாததால் பணிநீக்கமும் செய்யப்பட்டார்.

எனவே, இப்போது நரேனுக்குக் குடிப்பது முழுநேர வேலையாகவும், இரவு நேரங்களில் தொலைபேசி வழியே என்னுடன் சண்டை போடுவது பகுதிநேர வேலையாகவுமிருந்தது. எனது வாழ்க்கை மீண்டும் மெல்ல மெல்ல நரகமாகிக்கொண்டிருந்தது. கண்ணீருடன் தூங்கிக் கவலையுடன் விழித்தெழுந்தேன்.

நரேனுக்கு எப்போதாவது தெளிவாக இருக்க வாய்ப்புக் கிடைத்தால், என்னைத் தொலைபேசியில் அழைத்து, என்னுடன் சண்டை போட்டதற்காக மன்னிப்புக் கேட்பார். நானும் ஏசுநாதர் போல உடனடியாகவே மன்னித்துவிடுவேன். ஆனால் அன்றிரவே மீண்டும் பூமரம் ஏறிவிடுவார். "நீ என்னைவிட்டுச் சென்றதைத் தாங்க முடியாமல்தான் குடித்து அழிகிறேன், நீ என்னருகில் இருந்தால் இப்படிக் குடிக்க மாட்டேன்" என்று அவர் சொன்னபோது, அதையும் முயற்சித்துப் பார்த்துவிடலாம் என முடிவெடுத்தேன்.

எனது ஆவணங்களில் மாற்றம் செய்யும் வேலை நிலுவையிலேயே இருந்ததால், நடுவில் ஒரு மாதம் கனடாவுக்குச் சென்றுவரலாம் என எண்ணினேன். "அங்கே வந்தால் நான் எங்கே தங்குவது?" என்று நரேனிடம் கேட்டேன். "அது பிரச்சினையில்லை... நான்

எனது அம்மாவிடம் பேசிவைத்திருக்கிறேன், நீ என்னுடன் அம்மாவின் வீட்டிலேயே தங்கிக்கொள்ளலாம்'' என்றார். நான் நரேனின் பேச்சை நம்புவதற்குத் தயங்கியதால், நரேன் தனது அம்மாவையே என்னிடம் பேசவைத்தார். மாமியும் தனது சம்மதத்தை என்னிடம் தெரிவித்தார்.

நரேனை மீண்டும் சந்திக்கப் போகிறேன் என்பதை நினைத்தபோதே, நரேன் மீதிருந்த எனது கோபமெல்லாம் கோடை காலப் பனியாகிவிட்டது. என்னிடமிருந்த பணத்தில் விமானப் பயணச்சீட்டும், நரேன் குடும்பத்தினருக்குப் பரிசுப் பொருட்களும் வாங்கிக்கொண்டேன். மனம் முழுவதும் ததும்பிக்கொண்டிருந்த காதலுடன் டொரொண்டோவில் போய் இறங்கினேன்.

விமான நிலையத்தில் கையில் ரோஜா மலர்களுடனும், அருகில் தனது நண்பருடனும் நரேன் காத்திருந்தார். என்னைக் கண்டதும் ஓடிவந்து கட்டியணைத்து முத்தமிட்டார். ரோஜா மலர்களின் வாசத்தைக் காட்டிலும் மதுவின் நெடியே தூக்கலாகயிருந்தது. நான் வருகிறேன் என்ற சந்தோசத்தில் குடித்திருக்கிறாராம். அவரிடம் சாரதிப் பத்திரம் இல்லாததால், அவரது நண்பரின் காரில் பயணித்தோம். நரேனின் பெற்றோரின் வீட்டுக்குள் மிகுந்த தயக்கத்து! னேயே வலது காலை வைத்தேன்.

மாமி வெறும் கண்ணசைவாலேயே என்னை வரவேற்றார். நான் நரேனின் அறைக்குச் சென்று, எனது உடைமைகளை வைத்துவிட்டுப் படுக்கையில் அமர்ந்திருந்தேன். அந்த அறையைவிட்டு வெளியே செல்ல எனக்குப் பயமாகயிருந்தது. நரேன் என்னை வற்புறுத்தி வரவேற்பறைக்கு அழைத்துச் சென்றார்.

நரேனின் அம்மா தேநீர் தயாரித்துக் கொடுத்தார். “நன்றி மாமி'' என நான் சொன்னது எனக்கே கேட்கவில்லை. நான் தேநீரைக் குடித்துவிட்டு, எனது தேநீர் கிண்ணத்துடன் நரேனின் வெற்றுக் கிண்ணத்தையும்

எடுத்துக்கொண்டு கழுவச் சென்றேன். "அவளை ஒரு வேலையும் செய்ய வேண்டாம் என்று சொல்லு" என மாமி நரேனிடம் கத்தினார். நான் பதற்றத்தில் கிண்ணங்களைக் கீழேபோட்டு உடைக்காமலிருந்தது தெய்வத் திருவுளமே. கிண்ணங்களை அப்படியே வைத்துவிட்டு, மாமியின் முன்னே அடக்கவொடுக்கமாக உட்கார்ந்துகொண்டேன்.

மாமி என்னைப் பார்த்து "நீ ஏன் இவனை நம்பி இங்கே வந்தாய்?" என்று கேட்டார். இதற்கு என்ன பதில் சொல்வது எனத் தெரியாமல் நான் திகைத்துப்போனேன். நரேன் அங்கிருந்து மெதுவாக நகர்ந்துவிட, நான் மாமியிடம் தனியாகச் சிக்கிக்கொண்டேன். நான் உதட்டில் பூசியிருந்த சிவப்புச் சாயத்தைக் குறித்து, மாமி தனது அதிருப்தியை வெளியிட்டார். அவரது ஒரு கண் எனது தலைமுடியிலேயே இருந்தது. எந்த நேரத்திலும் அவர் பாய்ந்து, எனது பொய்த் தலைமுடியைப் பிடுங்கிவிடலாம் என்றுகூட நான் பயந்தேன். இவ்வளவுக்கும், மாமியும் தனது தலைமுடிக்கு வர்ணமும், உதட்டுக்குச் சிவப்புச் சாயமும் பூசித்தானிருந்தார். ஆனால் என்னை மட்டும் குத்தல் கதைபேசி நோகடிக்கிறார்.

நான் நரேனின் அறையில் போயிருந்து சுவரைப் பார்த்து அழுதுகொண்டிருந்தேன். இந்த வீட்டில் என்னால் எப்படித்தான் காலம் தள்ள முடியும்? நரேன் என்னைச் சமாதானப்படுத்திவிட்டு, தாயாரிடம் சென்று சண்டை போட்டார். உடனேயே மாமி என்னிடம் வந்து "இனி நான் உன்னைப் பற்றி வாயே திறக்கமாட்டேன் அம்மா, நீ உன் இஷ்டம் போலவே இரு" என்று சொல்லிவிட்டுச் சென்றார்.

சற்றுநேரத்தில் நரேனின் தந்தை வேலையிலிருந்து வீடு திரும்பினார். எனக்கு வணக்கம் தெரிவித்தார். நான் பதில் வணக்கத்தைத் தெரிவிக்கும்போதே "இவனையெல்லாம் நம்பி எப்படி நீங்கள் கனடாவரை வந்தீர்கள்?"

என்று கேட்டார். குடும்பப் பாடல் போல, இந்தக் கேள்வி இவர்களது குடும்பக் கேள்வியாக இருக்கும் போலிருக்கிறது என நினைத்தவாறே நான் வாயடைத்து நின்றேன். நரேனின் அப்பா தொடர்ந்தும் பல குறுக்குக் கேள்விகளைப் போட்டார். ஏதேதோ உளறிக்கொட்டிச் சமாளித்து வைத்தேன். இவ்வளவு கேள்விகளைக் கேட்ட நரேனின் பெற்றோர், நரேனுடன் ஒரே அறையில் தங்குவதற்கு என்னை எப்படி அனுமதித்தார்கள் என்பது எனக்குப் புரியவேயில்லை. மாமாவும் மாமியும் நவீன நாடகங்களில் வரும் பாத்திரங்களைப் போலப் பூடகமாகப் பேசினார்கள், எதிர்பாராத நேரத்தில் குரலை உயர்த்தினார்கள், கேள்விகளை மட்டுமே கேட்டார்கள். அவர்களது நாடகத்தில் நானொரு புதிய பாத்திரம்.

அன்றிரவு என் மனம் வேதனையில் துவண்டு கிடந்தது. எனது மனநிலையைப் பற்றிய எந்தக் கவலையுமில்லாமல், நரேன் என்னுடன் உடலுறவுகொண்டார். நான் கனடாவுக்கு வந்தது தவறு என்பதை முதற்தடவையாக உணர்ந்தேன். உடலுறவு முடிந்தவுடன் குளியலறைக்குச் சென்று பெண்ணுறுப்பில் தேங்கியிருக்கும் விந்தைக் கழுவிவிடுவது எனது வழக்கம். ஆனால், நள்ளிரவில் குளியலறைக்குச் சென்றால் தனது பெற்றோருக்குச் சந்தேகம் வருமெனச் சொல்லி நரேன் என்னைத் தடுத்துவிட்டார். நான் நரேனைக் கட்டியணைத்தவாறே பல்வேறு குழப்பங்களுடன் படுக்கையில் கிடந்தேன்.

மறுநாள் அதிகாலையில் எழுந்து குளித்துவிட்டு, சாமியறைக்குச் சென்று “கடவுளே! இன்று நரேனின் அம்மா என்னுடன் சண்டை போடக் கூடாது” என வேண்டிக்கொண்டேன். நெற்றியில் விபூதியை வைத்துக்கொண்டு, வீட்டைச் சுத்தம் செய்யத் தொடங்கினேன். என்னைத் துடைப்பமும் கையுமாகப் பார்த்த மாமி “இதுவரை இந்த வீட்டில் என்னை தவிர யாருமே வேலை செய்ததில்லை” என்றார். மாமி என்னை நோக்கி ஓரடி எடுத்துவைக்கிறார் எனப்

புரிந்ததும், நான் அவரை நோக்கி ஈரடிகள் வைத்துச் சமையலறைக்குள் புகுந்துகொண்டேன்.

நானும் மாமியுமாகச் சேர்ந்து சமையலை ஆரம்பித்தோம். மாமி என்னுடன் மனம்விட்டுப் பேசினார். கனடாவில் தமிழ் மக்கள் ஒழுக்கமில்லாமல் வாழ்வதைப் பற்றித்தான் அவர் பெரிதும் கவலைப்பட்டார். அயலட்டத்திலுள்ள தமிழ்க் குடும்பப் பெண்களின் வரலாறு அவரது வாயில் கந்தலாகிக்கொண்டிருந்தது. நான் எனது தலைமுடியை விரித்துப்போட்டிருப்பது மாமிக்குப் பிடிக்கவில்லை. பின்னல் போட்டுக்கொள்ளச் சொன்னார். நானும் மாமியார் மெச்சிய மருமகளாக அவ்வாறே செய்தேன். மாமி என்னிடம் திடீரென அன்பாகப் பேசுவார், திடீரென எரிந்து விழுவார். அவரது மனநிலையை என்னால் கடைசிவரை புரிந்துகொள்ளவே முடியவில்லை. நரேனின் தந்தை என்னிடம் குறைவாகத்தான் பேசுவார். அவரது முகத்தில் உணர்ச்சிகளைக் கண்டுபிடிப்பது, கனடாவில் காகத்தைக் கண்டுபிடிப்பதைப் போன்றது.

இந்த வீட்டில் எனக்கு இன்னொரு பிரச்சினையுமிருந்தது. நான் எனது பொய் முடியுடனேயே இருபத்துநான்கு மணிநேரங்களும் இருக்க வேண்டியிருந்தது. குளியலறையில் மட்டுமே அதை என்னால் கழற்றிவைக்க முடியும். அதேவேளையில் எனது தலையிலிருந்த புழுவெட்டு, கொஞ்சம் கொஞ்சமாக மறைந்துகொண்டேயிருந்தது. மொட்டை வட்டங்கள் கருகருவென்ற புதுமுடியினால் நிரவிக்கொண்டே வந்தன.

துன்பத்துப்பால்

நான் மாமியார் வீட்டுக்குப் போன சில நாட்களிலேயே, நரேனுக்குப் புதிதாக ஒரு வேலை கிடைத்தது. நான் அதிகாலையில் அய்ந்து மணிக்கே எழுந்து, தேநீர்

தயாரித்து நரேனுக்குக் கொடுப்பேன். அவர் குளித்துவிட்டு வருவதற்குள், அவரது உடைகளை மினுக்கித் தயாராக வைத்திருப்பேன். மதிய உணவுக்கான சாண்ட்விச்சுகளைத் தயாரித்துப் பெட்டியில் வைத்துவிடுவேன். வாசல்வரை சென்று அவரை வழியனுப்பி வைப்பேன். பின்பு இரண்டு மணிநேரங்கள் தூங்கிவிட்டு எட்டு மணிக்கு எழுந்திருப்பேன். குளித்துவிட்டு, வீட்டு வேலைகளைச் செய்வேன். 'இன்று மாமி என்னுடன் சண்டை போடக்கூடாது' என மனமுருகிக் கடவுளை வேண்டிக்கொள்ளவும் தவறமாட்டேன்.

மாமி பத்து மணியளவில்தான் துயில் கலைவார். அவர் குளித்துவிட்டு வந்ததும், இருவரும் சமையலில் இறங்குவோம். அது முடிந்ததும் இருவருமாகச் சேர்ந்தே துணி துவைப்பது போன்ற வேலைகளை முடித்துக்கொண்டு, இருவரும் ஒன்றாகவே அமர்ந்து தொலைக்காட்சிக்குள் மூழ்கிவிடுவோம். அவர் என்னைத் தன்னுடைய தோழியாக ஏற்றுக்கொண்டார். மருமகளாக ஏற்றுக்கொள்வதற்கான எந்த அறிகுறிகளும் தென்படுவதாகயில்லை. எது எப்படியோ, நானும் மாமியும் சேர்ந்திருப்பது நரேனின் அப்பாவுக்கு மகிழ்ச்சியைக் கொடுத்தது. மாமாவும் என்னுடன் கலகலப்பாகப் பழக ஆரம்பித்தார். மாமா என்னை உண்மையிலேயே அன்பு செய்தார் என்றே நம்புகிறேன்.

நரேன் வேலை முடிந்து வந்ததும், இருவரும் தனிமையிலிருந்து கதைகள் பேசுவோம். வீட்டின் அருகிலிருந்த '*Tim Hortons*' என்ற கோப்பிக் கடைக்குச் சென்று கோப்பி அருந்துவோம். அந்தக் கடையில் கோப்பி, சுடுதண்ணீர் போலக் கேவலமாகயிருக்கும். கனடா மக்கள் அதைத்தான் கோப்பி என்று நம்பிக் குடித்துவருகிறார்கள். எனக்கு வீட்டிலிருந்து வெளியே வந்து நரேனுடன் நேரத்தைச் செலவிடுவதே முக்கியமென்பதால், சகித்துக்கொண்டு அந்தத் திரவத்தை அரைகுறையாக விழுங்கிவைப்பேன்.

மெல்ல மெல்ல இந்த வாழ்க்கைமுறை எனக்குப் பிடிக்கத் தொடங்கியது. கணவர், மாமா, மாமி, கடமைகள் என முழுமையான தமிழ்க் குடும்பத்துப் பெண்ணாக நான் மாறிவிட்டேன். நான் திருநங்கை என்பதையே மறந்துவிட்டேன். தனியாக வெளியே செல்வதற்கு மாமி என்னை அனுமதிக்கமாட்டார். ஓர் அடிமையைப் போலவே அங்கே வாழ்ந்துகொண்டிருந்தேன் எனத் தாராளமாகச் சொல்லலாம். ஆனால் இந்த வாழ்க்கை எனக்குப் பிடித்திருந்தது. ஒரு சராசரித் தமிழ்ப் பெண்போல வாழவேண்டும் என்பது சிறுவயது முதலே என் கனவாகயிருந்தது. அந்தக் கனவு இப்போது நிறைவேறிவிட்டது என்றுதான் நினைத்தேன். ஆனால் காலம் என்னிடம் சற்றும் கருணை காட்டுவதாகயில்லை.

நாங்கள் வாழும் அடுக்குமாடிக் கட்டடத்தில், இரண்டு தமிழ் இளைஞர்களும் குடியிருந்தார்கள். நரேன் அந்த இளைஞர்களின் வீட்டுக்குச் சென்று, அவர்களுடன் கூடிக் குடிப்பதுண்டு. நான் இங்கே வந்த புதிதில், நரேன் அடிக்கடி அங்கே போவதில்லை. நாட்கள் செல்லச் செல்ல, நரேன் அந்த இளைஞர்களின் வீட்டிலேயே தனது மாலை நேரங்களை அதிகமாகச் செலவு செய்தார். என்மீதான அவரது கவனம் குறைந்துகொண்டே வந்தது. அந்த இளைஞர்கள் கஞ்சா அடிமைகள் என மாமி சொன்னார். நரேன் அந்த இளைஞர்களின் வீட்டிலிருந்தால், அவரைத் தொலைபேசியில் அழைத்து வீட்டுக்குத் திரும்பச் சொல்லி வற்புறுத்துமாறு மாமி எனக்குக் கட்டளையிடுவார். நான் அதைச் செய்யத் தயங்கினால் என்னோடு சண்டையிடுவார். நான் தொலைபேசியில் அழைத்தாலோ நரேன் என்னுடன் சண்டையிட்டார்.

குறைந்திருந்த நரேனின் குடிப் பழக்கம் மறுபடியும் உச்சமாகியது. வேலை முடிந்தவுடன் எங்கெல்லாமோ சென்று குடித்துவிட்டு, நிறைபோதையில் வீடு திரும்பினார். என்னதான் நிலைதடுமாறிய

போதையென்றாலும், என்னுடன் உடலுறவு வைத்துக்கொள்ள அவர் ஒருநாளுமே தவறியதில்லை. உடலுறவுக்குப் பின்னாக, பெண்ணுறுப்பில் படியும் விந்தை நான் கழுவத் தவறியதால், எனது சிறுநீரகப் பாதையில் கிருமித் தொற்று ஏற்பட்டு வலியெடுத்தது. நான் எப்போதுமே என்னுடன் 'Antibiotic' மாத்திரைகளை வைத்திருப்பதால், அவற்றை விழுங்கிக் குணமானேன். இருப்பினும் வலி மூன்று நாட்களுக்கு நீடித்தது. உடல்வலி, மனவலி எல்லாவற்றையும், நரேனின் மீது கொண்ட தீராக்காதலால் நான் பொறுத்துக்கொண்டேன்.

நரேனின் குடி, குழப்படிகளை நேரடியாகக் கண்டிக்க முடியாத மாமி, என் மீதுதான் தனது கோபத்தைக் காட்டினார். அந்தக் கோபத்தை இரட்டிப்பாக நான் நரேனிடம் காட்டினேன். ஒரு விடுமுறை நாளின் மாலையில், நரேன் என்னைக் குளிர்த்தி செய்ய ஒரு முயற்சி எடுத்தார். இருவரும் வெளியே சென்று உணவருந்துவதாக ஏற்பாடு. மகிழ்ச்சியுடன் என்னை நன்றாக அலங்கரித்துக்கொண்டேன். எப்போதாவது ஒரு தடவைதானே வெளியில் செல்ல வாய்க்கிறது! கொஞ்சம் கவர்ச்சியாக உடை அணியத்தான் எனக்கு விருப்பம். ஆனால் மாமி நொட்டை சொல்வார் என்பதால் கண்ணியமாகவே புறப்பட்டேன்.

வீட்டின் அருகிலிருந்த மதுச்சாலைக்கு நரேன் என்னை அழைத்துச் சென்றார். இந்தச் சாராயப் பயணம் எனக்கு மகிழ்ச்சியை அளிக்கவில்லை. ஆனாலும், நரேனுடன் தனிமையில் இருக்க வாய்க்கும் ஒரு விநாடியைக் கூட நான் தவறவிட விரும்பவில்லை. அந்த மதுச்சாலையில்தான் எனக்குச் சனியன் பிடிக்கப்போகிறது என்று எனக்கெப்படித் தெரியும்!

நான் உயரமாகவும், கவர்ச்சியான உடலமைப்பு உள்ளவளாகவும் இருந்ததால், தெருவிலும் மதுச் சாலையிலும் ஆண்களின் கண்களெல்லாம் என்மீதே

மொய்த்தன. இதற்காக மகிழ்வதா அல்லது துக்கிப்பதா எனத் தெரியாமல் நான் பதற்றமானேன். ஆனால் என்னைக் காட்டிலும் நரேனே அதிகமாகப் பதறினார். அவர் என்னைப் பார்க்காமல், என்னில் கண்ணெறியும் ஆண்களையே முறைத்துப் பார்த்துக்கொண்டிருந்தார். மதுவை மடக்கு மடக்கென விழுங்கினார். போதை ஏறியதும், அந்த ரோமியோக்களை உதைக்கப்போவதாகக் கெம்பத் தொடங்கினார். நான் அவரை அங்கிருந்து கிளப்ப முயன்றுகொண்டிருந்தேன்.

ஒருவாறு மதுச்சாலையிலிருந்து கிளம்பி, ஓர் இந்திய உணவகத்திற்குச் சென்றோம். அங்கே பரிசாரகர் எங்களைச் சரியாகக் கவனிக்கவில்லை என்று நரேன் சண்டையைத் தொடக்கினார். நான் எவ்வளவோ சொல்லியும் கேட்காமல், கடுமையான வார்த்தைகளால் பரிசாரகரைத் திட்டினார். பரிசாரகரும் பதிலுக்குப் பதில் பேச, நரேன் மேசையிலிருந்த எதையோ எடுத்துப் பரிசாரகரின் முகத்தில் அடித்தார். மற்றைய பரிசாரகர்கள் ஓடிவந்து நரேனைப் பிடித்துக்கொண்டு, காவற்துறையைத் தொலைபேசியில் அழைத்தார்கள். இன்னும் சில நிமிடங்களில் காவற்துறையினர் வந்துவிடுவார்கள். என்னை அவமானம் பிடுங்கித் தின்னலாயிற்று. நான் அதைத் தாங்க முடியாமல் அங்கிருந்து வெளியேறி, வீட்டை நோக்கி நடந்தேன்.

நான் வீட்டுக்குள் நுழையும்போது, மாமி வரவேற்பறையில் உட்கார்ந்திருந்தார். நான் தனியாக வருவதைப் பார்த்ததும் முகத்தைச் சுழித்தார். உணவகத்தில் நடந்த அடிதடி பற்றி மாமியிடம் நான் எதுவும் சொல்லவில்லை. நரேன் நண்பர்களோடு எங்கேயோ போயிருப்பதாகச் சொல்லிவிட்டு, அறைக்குள் சென்று அழுதுகொண்டேயிருந்தேன். நரேனை அலைபேசியில் தொடர்புகொள்ளப் பல தடவைகள் முயற்சித்தேன். அவரது அலைபேசி செத்திருந்தது. இரவு முழுவதும் கண்ணீருடன் விழித்துக்கொண்டேயிருந்தேன். அதிகாலை

நான்கு மணியளவில் நரேன் வீடு வந்துசேர்ந்தார். அப்போதும் நிறைபோதையிலேயே இருந்தார். "என்ன நடந்தது?" எனக் கேட்டேன். அவர் எந்தப் பதிலும் அளிக்கவில்லை. படுத்ததும் தூங்கிவிட்டார்.

கூறைச் சேலை

நரேனோடு சண்டையும் சமரசமுமாக நாட்கள் நகர்ந்துகொண்டிருந்தன. ஆனால் மாமியும் மாமாவும் எனது பழக்க வழக்கங்களால் மெல்ல மெல்லக் கவரப்பட்டு, என்னோடு வாரப்பாடாக இருந்தனர். தங்களது மகன் என்னைத் திருமணம் செய்துகொள்வதற்கு, அவர்கள் சம்மதமும் தெரிவித்தார்கள். ஒருநாள் காலையில் மாமியும் மாமாவும் கடைவீதிக்குச் சென்றிருந்தார்கள். நான் சமையலில் மும்முரமாகயிருந்த போது திரும்பிவந்தார்கள். இருவரும் வாங்கிவந்த பொருட்களை வரவேற்பறையில் பரப்பிவைத்துவிட்டு, என்னைக் கூப்பிட்டார்கள். திருமணத்திற்குத் தேவையான கூறைச் சேலையை மாமி என்னிடம் கொடுத்தார். மாமாவும் எனக்கொரு பட்டுப் புடவை வாங்கி வந்திருந்தார். அந்தக்கணம் பரவசத்தால் என் உடல் நடுங்கியது. அவர்களது கால்களில் விழுந்து வணங்கினேன். மாமா எனது தோள்களைத் தொட்டுத் தூக்கிவிட்டார். பின்பு புன்னகைத்துக்கொண்டே சொன்னார்:

"விரைவில் கல்யாணத்தைச் செய்யுங்கள். கல்யாணத்துக்குப் பிறகு தனிக்குடித்தனம் போங்கள். நானும் எனது மனைவியும் தனிமையாகவும் அமைதியாகவும் வாழ்வதற்கு ஆசைப்படுகிறோம்."

மாலையில் நரேன் வீடு திரும்பியதும், எனக்குக் கிடைத்த கூறைச் சேலையைப் பெருமிதத்துடன் அவரிடம் காட்டினேன். எங்களது திருமணம் வெகுவிரைவில் நடக்கவிருப்பதால், இனிக் குடிக்கக்

கூடாதென்று அவரிடம் சத்தியமும் கேட்டேன். நரேன் சத்தியத்தில் சிறிது திருத்தம் செய்து ‘இனி அதிகமாகக் குடிக்கமாட்டேன்’ எனச் சத்தியம் செய்து கொடுத்தார். இப்படியாக நாங்கள் திருமணத்தை நோக்கிப் போய்க்கொண்டிருந்த போதுதான், அந்த இழவெடுத்த கடிதம் வந்துசேர்ந்தது.

காவற்றுறையால் நரேனுக்கு அனுப்பப்பட்டிருந்த கடிதத்தை, மாமி தான் பிரித்துப் படித்தார். கடிதத்தைத் தனக்கு தெரிந்த ஆங்கிலத்தில் வாசித்த மாமி, என்னிடமும் சில கேள்விகளைக் கேட்டு விஷயத்தை முழுவதுமாக விளங்கிக்கொண்டார். இந்திய உணவகத்தில் நரேன் பணியாளரைத் தாக்கிக் கலாட்டா செய்ததற்கான குற்றப் பத்திரமே அந்தக் கடிதம். நரேனின் மீது காவற்றுறை வழக்குப் பதிவு செய்திருந்தது. வேலையிலிருந்த நரேனைத் தொலைபேசியில் அழைத்து விஷயத்தைச் சொன்னேன். “மாலையில் பேசிக்கொள்ளலாம்” என்று அவர் சர்வ சாதாரணமாகச் சொன்னார்.

சம்பவம் நடந்த அன்று நானும் நரேனுடன் இருந்ததால், மாமி என்மீதும் கோபமுற்றதைப் பிழையென்று சொல்ல முடியாது. தன்னால் முடியுமானவரை நரேனைத் திட்டிவிட்டு மாமி அழத் தொடங்கினார். நான் மாமியைச் சமாதானப்படுத்த முயன்றுகொண்டிருந்தேன். மாமி என்னிடம் “நீ மிகவும் நல்ல பிள்ளை, நல்ல பழக்க வழக்கங்களுள்ளவள், இந்தக் காவாலியைக் கல்யாணம் செய்யாதே” எனச் சொல்லி என் கன்னத்தைத் தடவினார். நானும் மாமியோடு சேர்ந்து எதையெல்லாமோ நினைத்து அழுதேன். மாலையில் நரேன் வேலையால் வந்ததும், அந்தக் கடிதத்தைக் காட்டி மாமி விசாரித்தார். நரேன் வழக்கம் போலவே சிலபல பொய்களைச் சொல்லிச் சமாளித்தார்.

நான் கனடா வந்து ஒரு மாதம் முழுதாக முடிந்து, மீண்டும் ஜெர்மனிக்குச் செல்வதற்கான நாளும் வந்தது.

நான் கண்டிப்பாக ஜெர்மனிக்குத் திரும்பத்தான் வேண்டும். திருமணப் பதிவு செய்வதற்கு முன்பாகவே, எனது ஆவணங்களில் பாலின, பெயர் மாற்றங்களைச் செய்யாவிட்டால், திருமணப் பதிவில் சட்டச் சிக்கல்கள் எழும். முக்கியமாக நரேனின் பெற்றோருக்கு, நான் திருநங்கை என்ற உண்மை தெரிந்துவிடும்.

அன்று அதிகாலையில் எழுந்து, நரேனுக்குத் தேவையானவற்றைச் செய்துகொடுத்து, அவரைப் பலமுறை ஆரத்தழுவி முத்தமிட்டு, நல்ல முகத்தோடு வேலைக்கு அனுப்பிவைத்தேன். நரேன் சென்றதும் நல்ல முகம் கோணல் முகமாகிக் குமுறிக் குமுறி அழுதேன். நரேனைப் பிரிந்திருப்பது என்னால் முடியாத காரியமாகவே தோன்றியது.

மாமியும் மாமாவும் என்னை விமான நிலையத்திற்கு அழைத்துச் சென்றார்கள். நான் காருக்குள்ளும் அழுதுகொண்டுதானிருந்தேன். காரை ஓட்டியபடியே மாமா எனக்கு ஆறுதல் வார்த்தைகளைச் சொன்னார். "நீங்கள் விரைவிலேயே கனடாவுக்குத் திரும்பிவந்து கல்யாணம் செய்யத்தானே போகிறீர்கள்... கவலை வேண்டாம்" என்றார் மாமா. மாமியும் எனக்கு ஆறுதல் வார்த்தைகளைச் சொன்னார். இப்போது என்னை மருமகளாக மாமி ஏற்றுக்கொண்டுவிட்டார். வெயிலும் மழையும் கலந்து வருவதுபோல எனக்கு மகிழ்ச்சியும் கவலையுமாகயிருந்தது. விமான நிலையத்திற்குள் நுழைந்ததுமே எனது மனம் முற்றாக உடைந்துபோயிற்று.

"நீ மீண்டும் நரேனைச் சந்திக்கவே மாட்டாய்" என்று எனது கற்பனைத் தோழிகள் என்னிடம் சொன்னார்கள். அப்போது நரேன் என்னை அலைபேசியில் அழைத்தார். "உங்களை நான் மீண்டும் சந்திக்கமாட்டேனோ" எனக் கதறி அழுதேன். "உன்னை ஒருபோதும் கை விடமாட்டேன்" என்று நரேன் வாக்குறுதி கொடுத்தார்.

டொரொண்டோவிலிருந்து டப்ளின் வந்து சேர்ந்தேன். டப்ளினில் மறு விமானம் பிடிக்கவேண்டும். மறு விமானத்திற்கு ஒரு மணிநேரமிருந்ததால், அந்த நேரத்தில் நான் நரேனோடு அலைபேசியில் பேசினேன்.

எனது பிரிவைத் தாங்க முடியாமல் நரேன் அழ, அவர் அழுவதைக் கேட்டு நானும் அழுதேன். இப்படி மாறிமாறி அழுதுகொண்டிருந்ததில், நான் ஏற வேண்டிய விமானம் புறப்பட்டுச் சென்றுவிட்டதை நான் கவனிக்கவேயில்லை. மேலும் பன்னிரண்டு மணிநேரங்கள் டப்ளினில் காத்திருந்துதான் ஜெர்மனி செல்லும் விமானத்தைப் பிடித்தேன்.

சட்டப்படியும் பெண்

கொலோன் நகர நீதிமன்றத்தில் பத்துக்கும் மேற்பட்ட திருநங்கைகள் காத்திருந்தோம். முப்பது நிமிடங்கள் காத்திருந்ததன் பின்னாக, விசாரணைகள் நடக்கும் அறைக்குள் நான் அழைக்கப்பட்டேன். நீதவான் என்னிடம் சில கேள்விகளைக் கேட்டுவிட்டு, "இன்று முதல் உங்களது பெயர் தனுஜா, சட்டப்படியும் நீங்கள் ஒரு பெண்" என்று சொன்னவாறே என்னைப் பார்த்தார். நான் கையெடுத்து அவரைக் கும்பிட்டேன். நீதவான் புன்னகையுடன் ஒரு பத்திரத்தில் முத்திரையைப் பதித்து என்னிடம் ஒப்படைத்தார். நான் அந்தப் பெறுமதிமிக்க பத்திரத்துடன் விசாரணை அறையைவிட்டு வெளியே வந்ததும், கண்ணீரால் எனது முகத்தைக் கழுவினேன். என்னுடைய போராட்டம் ஒரு முடிவுக்கு வந்துவிட்டது. இன்று முதல், நானொரு திருநங்கை என எவரிடமும் நான் கூற வேண்டியிருக்காது. நான் பெண்!

ஒரே வாரத்தில் கடவுச்சீட்டு முதற்கொண்டு பள்ளிச் சான்றிதழ்கள் வரையான அனைத்து ஆவணங்களிலும் பாலினத்தையும் பெயரையும் மாற்றிக்கொண்டேன். நான்

ஜெர்மனி நாட்டுக் குடிமகள் என்பதால், ஜெர்மனி நாடு எனக்குப் புதிய பிறப்புச் சான்றிதழ் வழங்கியிருந்தது. பிறப்புச் சான்றிதழ் வழங்கும் அலுவலகத்தோடு சிறியதொரு போராட்டம் செய்து, எனது பிறப்புச் சான்றிதழில் 'பெண்' எனக் குறிப்பிட வைத்தேன். நான் வாழும் ஊரின் நகரசபைக்குச் சென்று, எனது முந்தைய பாலினத்தைக் குறித்த எந்தத் தகவலையும் யாரிடமும் கொடுக்கக்கூடாது என்றொரு சட்ட ஏற்பாடும் செய்துகொண்டேன்.

கனடாவிலிருந்து திரும்பி வந்ததிலிருந்தே, எனக்கும் நரேனுக்குமிடையில் தொடர்ச்சியாகச் சண்டை சச்சரவுகள் ஏற்பட்டன. நரேனின் தொலைபேசி அழைப்புக்காக நான் ஆவலோடு காத்திருந்த நாட்கள் போய், அவர் அழைத்தாலே நான் பயப்படத் தொடங்கினேன். போதாக்குறைக்கு, நரேனின் தாயாரும் என்னை அழைத்து, நரேன் குறித்து அடுக்கடுக்காக முறைப்பாடுகளை வைத்தார். குடித்துவிட்டு ரோட்டில் போட்ட சண்டை இப்போது வீட்டுக்குள்ளேயே நுழைந்துவிட்டதாம்.

நான் நரேனுடன் சண்டையிடுவதும் அழுவதுமாக நித்தமும் இருப்பது எனது அம்மாவை வருத்தியது. "உனக்கு இப்படியுமொரு பரிசுகெட்ட வாழ்க்கை தேவையா?" என்று கேட்டார். "என்னைப் போலவே நீயும் ஒரு மொடாக் குடிகாரனைக் கல்யாணம் செய்து, வாழ்க்கை முழுவதும் கஷ்டப்பட வேண்டாம்" என அம்மா சொன்னது மிகச் சரியான அறிவுரைதான். ஆனால் என்னால்தான் அதை ஏற்றுக்கொள்ள முடியவில்லை. அதாவது நான் தெரிந்தே சிக்கலில் மாட்டிக்கொள்கிறேன்.

இந்த நிலைக்குப் பல திருநங்கைகள், அவர்களது வாழ்வில் ஒருமுறையாவது செல்வதுண்டு. நாங்கள் மனமாரக் காதலித்த ஆண்களை விட்டு எங்களால் சுலபமாக விலகிவிட முடியாது. ஏனெனில் அவர்கள் எங்களைப் பெண்ணாக ஏற்றுக்கொண்டிருக்கிறார்கள்.

இந்த அங்கீகாரத்தைக் கொடுக்கும் காதலனுக்காக எதை இழக்கவும் விட்டுக்கொடுக்கவும் நாங்கள் சித்தமாகயிருக்கிறோம். அவர்கள் எங்களைக் கொடுமைப்படுத்தினாலும் கூட விட்டுவிலக முடியாமல் தவிப்போம். நரேனைப் போன்று என்னை முழுமனதாகக் காதலிக்கும் இன்னொருவர் என் வாழ்க்கையில் இனி வரவேமாட்டார் என்ற எண்ணமே என் மனதிலிருந்தது. அந்த எண்ணமே என்னை நரேனது இழுப்புக்கெல்லாம் வளைந்துபோகச் செய்தது.

இந்தியாவுக்குச் சென்று தமிழ் சினிமாவில் நடிக்க வேண்டுமென்ற ஆசை நரேனுக்கு இருந்தது. நரேனின் நண்பர் ஒருவர், சென்னைக்கு வந்து மூன்று மாதங்கள் தங்கியிருந்து திரைப்பட வாய்ப்புத் தேடுமாறு நரேனுக்கு ஆலோசனை சொன்னதும், நரேன் வேலையை விட்டுவிட்டு இந்தியாவுக்குப் புறப்படத் தயாரானார். அதற்கு நான் எந்த மறுப்பும் சொல்லவில்லை. ஆனால் என்னைத் திருமணம் செய்துவிட்டு, இந்தியாவுக்குச் செல்லுமாறு அவரைக் கேட்டுக்கொண்டேன். நரேனுக்கு சினிமா மீதிருந்த ஆசை, என்மீதிருந்த காதலைவிட அதிகமாகயிருந்தது. நான் தடுத்தும் கேளாமல் இந்தியாவுக்குப் புறப்பட்டுச் சென்றார். நான் அவரின் விருப்பங்களுக்கு இணங்க, என் வாழ்க்கையில் எத்தனையோ விட்டுக்கொடுப்புகளைச் செய்தேன். ஆனால் நரேனோ எனக்காக எந்த விட்டுக்கொடுப்பும் செய்யத் தயாராகயில்லை. அவர் காதலின் பெயரால் என்னை அதிகாரம் செய்தார். நியாயமேயற்ற அந்த மேலாதிக்கத்தை, என்மீதான அதீத அன்பென்றும் அக்கறையென்றும் தவறாக மொழிபெயர்த்தார்.

ஆதித் தொழில்

நான் கனடாவிலிருந்து திரும்பிவிட்டதை அறிந்து, பிரியா அம்மா என்னைத் தொலைபேசியில் அழைத்தார். சுவிஸில் பாலியல் தொழில் செய்வதில் சட்டச் சிக்கல்கள் ஏற்பட்டதால், ஜெர்மனியின் 'ஹம்ஃபேர்க்' நகரத்துக்கு அம்மா வந்துவிட்டார். அங்கே 'ஐயர் சாவித்திரி' என்ற மலேசியத் திருநங்கையுடன் சேர்ந்து பாலியல் தொழில் செய்துகொண்டிருந்தார்.

"எத்தனை நாட்களுக்கு இப்படியே திருட்டுத்தனமாகப் பாலியல் தொழில் செய்து, நாடு நாடாக ஓடிக் கொண்டிருக்கப் போகிறீர்கள் மம்மி?" என்று கேட்டேன். "நான் உன்னைப் போல படித்தவளில்லை மகளே, எனக்கெல்லாம் யார் வேலை தருவார்கள்?" என்று அம்மா எதிர்க் கேள்வி கேட்டார். அவருக்கு உடனடியாகச் சொல்வதற்கு என்னிடம் பதில் இல்லைத்தான். அம்மாவின் கேள்விக்கு உங்களிடமும் பதில் இல்லைத்தானே!

அம்மாவுக்கும் அவரோடு சேர்ந்து தொழில் செய்யும் ஐயர் சாவித்திரிக்குமிடையே ஏதோ மனத்தாங்கலாம். எனவே தனியாகத் தொழில் செய்ய அம்மா விரும்பினார். கொலோன் நகரத்தில் தொழில் செய்ய, ஒரு வாடகை அறையைத் தேடித்தருமாறு என்னிடம் கேட்டார். இணையத்தில் சலித்துத் தேடி, வாரத்திற்கு 400 ஈரோக்கள் வாடகையில் ஓர் அறையைக் கண்டுபிடித்தேன். அடுத்தநாளே பிரியா அம்மா கொலோனுக்கு வந்தார். நான் ஆகனிலிருந்து கொலோனுக்குச் சென்றேன். இருவரும் இரயில் நிலையத்தில் சந்தித்துக்கொண்டோம். அறையின் உரிமையாளருக்கு தொலைபேசியில் தெரிவித்துவிட்டு, அந்த அறையைத் தேடிச் சென்றோம்.

கொலோன் நகரத்தின் மத்தியில், சனசந்தடியான இடத்தில் அந்த அறையிருந்தது. உரிமையாளர் எங்களுக்காக அங்கே காத்திருந்தார். கொஞ்சம் தயக்கத்துடன்தான்

அவரைச் சந்தித்தோம். அவருக்கு எங்களைப் பார்த்துத் தயக்கங்கள் ஏதுமில்லை. உடனடியாகவே ஒரு வாரத்திற்கான வாடகையை வாங்கிக்கொண்டு, சாவியைக் கைமாற்றினார்.

கட்டில் மற்றும் தளபாடங்களுடனும் நவீன கழிவறையுடனும் அறை நேர்த்தியாகயிருந்தது. அந்த அறையில் உட்கார்ந்து, நான் இணைய வழியாக அம்மாவுக்கு வாடிக்கையாளர்களைத் தேடினேன். இணையத்தில் அம்மாவின் ஒளிப்படத்தைப் பதிவேற்றி, அலைபேசி இலக்கத்தையும் இணைத்தேன். அய்ந்து நிமிடங்கள் கூட ஆகியிருக்காது, அம்மாவின் அலைபேசி இடைவிடாமல் அலறத் தொடங்கியது.

அம்மாவுக்கு 'டொச்' மொழியைச் சரளமாகப் பேசத் தெரியாததால், நானே அலைபேசி மூலமாக வாடிக்கையாளர்களிடம் வியாபாரம் பேசினேன். வாடிக்கையாளரிடம் 150 ஈரோக்கள் அம்மா வாங்குவார். வாடிக்கையாளர் வரும் நேரத்தில், நான் அறையிலிருந்து வெளியேறித் தெருவில் சுற்றிக்கொண்டிருப்பேன். வாடிக்கையாளர் தனது வேலையை முடித்துக்கொண்டு வெளியேறியதும், அம்மா என்னை அலைபேசியில் அழைப்பார். நான் அறைக்குத் திரும்புவேன்.

ஆகனில் அறைக்குள் அடைந்துகிடந்து, நரேனை நினைத்து அழுது புலம்புவதை விட, அம்மாவுடன் இங்கேயிருப்பது எனக்கு ஆறுதலாகவேயிருந்தது. அம்மாவுக்குத் தொழில் நன்றாகவே நடந்தது. நானும் அம்மாவும் மகிழ்ச்சியாகவே நாட்களைக் கழித்தோம். அது நரேனுக்குப் பொறுக்கவில்லை.

நரேன் இந்தியாவிலிருந்து தொலைபேசியில் அழைத்து, என்னிடம் பணம் கேட்டார். பணத்திற்கு நான் எங்கே போவேன்! மறுபடியும் மறுபடியும் அழைத்துப் பணம் கேட்டு நச்சரித்தார். என்னிடம் பணம் இல்லையென்று நான் சொன்னபோது, நரேன்

கெட்ட கெட்ட வார்த்தைகளால் என்னைத் திட்டினார். அந்த வார்த்தைகளின் வெம்மை தாளாமல் நான் அழுதுகொண்டேயிருந்தேன். அந்தக் கண்ணீரின் ஈரத்தில்தான் நரேனின் மீதான வெறுப்பு முளைவிட்டுத் தழைத்தது. என்னிடமிருந்த கண்ணீர் முழுவதுமாக வற்றியபோது, என் மனம் நரேனிடமிருந்து விலகத் தொடங்கியது.

அந்தத் துன்பமான தருணத்தில், பிரியா அம்மாவே என்னை அரவணைத்துக்கொண்டார். அவர் என் மனதை மெல்ல மெல்ல மாற்றினார்:

"கவலைப்படாதே மகளே! திருநங்கைகளாகப் பிறந்த எங்களுக்கு, எங்களைத் தவிர துணை யாருமில்லை. உன்னை மதிக்காமல் துன்பப்படுத்துபவனை நீயும் பொருட்படுத்த வேண்டாம். அவனை உன் மனதிலிருந்து தூக்கி எறிந்துவிடு! உன் மகிழ்ச்சியை நீதான் உருவாக்கிக்கொள்ள வேண்டும். பணத்தால் நீ எதைத்தான் வாங்க முடியாது! நீயும் என்னுடன் பாலியல் தொழிலுக்கு வந்துவிடு!"

பாலியல் தொழிலில் ஈடுபடுவதற்கு எனக்குத் தயக்கமாகயிருந்தாலும், அம்மா கை நிறையச் சம்பாதிப்பதைப் பார்த்தபோது என் மனம் தடுமாறவே செய்தது. நரேனின் மீதிருந்த வெறுப்பு அந்தத் தடுமாற்றத்தை அதிகமாக்கியது. கடைசியில் நானும் உலகின் 'ஆதித் தொழிலுக்குள்' வீழ்ந்தேன்.

பிரியா அம்மாவிடம் வந்துபோன ஒரு வாடிக்கையாளரே, எனக்கு முதலாவது வாடிக்கையாளரானார். அவர் அம்மாவிடம் வந்தபோது; தனக்கு ஓர் அழகிய தங்கையிருப்பதாகச் சொன்ன அம்மா, அந்தத் தங்கையோடு உடலுறவுகொள்ள முப்பது நிமிடங்களுக்கு 150 ஈரோக்கள் கொடுக்கவேண்டும் எனச் சொல்லி வலையை விரித்தார். வாடிக்கையாளர் ஒப்புக்கொண்டதும், அம்மா என்னை அலைபேசியில் அழைத்து, அறைக்கு வரச் சொன்னார்.

நான் அறைக் கதவைத் தட்டியதும், அம்மா வந்து கதவைத் திறந்துவிட்டார். அம்மாவுக்குப் பின்னாலேயே நின்றுகொண்டிருந்த உயரமான ஒரு வெள்ளைக்காரர் அம்மாவின் பின்புறத்தைப் பிசைந்துகொண்டிருந்தார். என்னைக் கண்டதும், அம்மாவை அப்படியே விட்டுவிட்டு என்மீது தாவி விழுந்தார். என்னைக் கட்டிலில் படுக்கவைத்து முத்தங்களிட்டார். அப்போது அம்மா எனது கையில் வழுவழுப்புக் களிம்பைத் தடவிவிட, நான் அதை எனது பெண்ணுறுப்புக்குள் பூசிக்கொண்டேன். என்னுடன் புணர்ச்சியில் ஈடுபட்ட வெள்ளைக்காரருக்கு ஒரே நிமிடத்தில் விந்து வெளியானது.

உண்மையிலேயே, இது நரேனை மறப்பதற்கான சுலப வழியாகயிருந்தது. மனித மனங்களின் நுட்பங்களும் அசைவுகளும் உண்மையிலேயே புதிரானவை. இந்த உலகம் அழியும்வரைக்கும் கூட, யாராலும் இந்தப் புதிர்களை அவிழ்த்துவிட முடியாது. நரேன் தீண்டிய உடலை வேறொருவர் தீண்டியதும், நரேன் என் மனதிலிருந்து தூரமாகப் போனார். நான் அந்த நிமிடத்திலிருந்து திருமணம், குடும்ப வாழ்க்கை, தாலி, தமிழ்க் கலாசாரம் என்றெல்லாம் சிந்திப்பதை விட்டுவிட்டு, பணம் சேர்ப்பதைப் பற்றி மட்டுமே சிந்திக்கத் தொடங்கினேன்.

அந்த வாரம் முழுவதும் தொழில் செய்து, தாராளமாகவே செலவு செய்தது போக ஆயிரம் ஈரோக்களைச் சேமித்துவைத்தேன். அறை வாடகையை நானும் அம்மாவும் சரிபாதியாகப் பகிர்ந்துகொண்டோம். நரேன் என் மனதிலிருந்து தூரமாகச் சென்றாலும், என்னால் அவரை முற்றாக மறக்க முடியவில்லை. அவர் என்னைத் தொலைபேசியில் அழைத்தபோதெல்லாம், பாழும் மனம் இறக்கையில்லாத தும்பியாகத் தத்தளித்தது. நரேன் என்னிடம் பணம் கேட்டபோதெல்லாம், பாலியல் தொழில் செய்து சம்பாதிக்கும் பணத்தை

அவருக்கு அனுப்பிவைத்தேன். அவரோ எனது பணத்தில், சென்னையில் நண்பர்களோடு குடித்துக் கூத்தடித்துக்கொண்டிருந்தார்.

ஐயர் என்ற சாவித்திரி

ஹம்ஃபேர்க் நகரத்திலிருந்த ஐயர் சித்தியும் கொலோனுக்கு வரப் போவதாகச் சொன்னார். அவரால் தனியாகயிருந்து சமாளிக்க முடியவில்லையாம். அம்மாவுக்கும் சித்திக்குமிடையே ஏற்கனவே மனத்தாங்கல்கள் இருந்தபோதும், அம்மா அதையெல்லாம் பொருட்படுத்தாமல் சித்தியை வரவேற்கத் தயாரானார். திருநங்கைகள் ஒருவருக்கொருவர்தான் உதவிக்கொள்ள வேண்டும், வேறுயாரும் உதவிக்கு வரமாட்டார்கள் என்பது அம்மாவின் உறுதியான நம்பிக்கை.

ஐயர் சித்தியும் கொலோன் நகரத்துக்கு வந்து எங்களுடன் இணைந்துகொண்டார். ஐயர் சித்தியின் முக அமைப்பே மனித முகம்போல இல்லாமல் வித்தியாசமாகயிருந்தது. அவர் தனது முகத்திலும் உடலிலும் பல அறுவைச் சிகிச்சைகளைச் செய்திருந்தார். அழகிய பெண் தோற்றத்தை அடைவதற்கு முயன்று, வேறொரு விசித்திரமான தோற்றத்தை அவர் அடைந்திருக்கிறார்.

நாங்கள் மூவரும் சாப்பிட்டுக்கொண்டிருந்த போது "உங்களை ஏன் ஐயர் என்கிறார்கள்?" எனச் சித்தியிடம் கேட்டேன். தான் மலேசியாவில் ஆணாக வாழ்ந்து கொண்டிருந்த போது, இந்தியாவுக்குச் சென்று வேத மந்திரங்களைக் கற்றுக்கொண்டதாகவும், மலேசியாவில் கோயிலில் பூஜை செய்யும் குருக்களாகப் பணியாற்றியதாகவும் சித்தி சொன்னார். ஆனால், அவரால் ஆண் வேடத்தைத் தொடர முடியவில்லை. அவர் திருநங்கையாகத் தன்னை வெளிப்படுத்திக்கொண்ட பின்பாக, அவரால் கோயில்களில் பணியாற்ற

முடியவில்லை. குடும்பத்தினரும் அவரது மாற்றத்தை ஏற்றுக்கொள்ளவில்லை. காலப்போக்கில் சித்தி பாலியல் தொழிலாளியாகிவிட்டார்.

நாங்கள் மூவரும் கூட்டாகப் பாலியல் தொழில் செய்தோம். காவற்துறை, தெருப் பொறுக்கிகள் எல்லோரையும் சமாளித்து; உடலை வதைத்துச் சம்பாதித்தோம். நரேனோ அடிக்கடி பணம் கேட்டுத் தொல்லை செய்தார். ஒருநாள் "என்னிடம் பணம் இல்லை" என நான் சொன்னபோது, நரேன் மிகக் கடுமையான வார்த்தைகளைப் பேசி என் மனதைச் சிதைத்துப்போட்டார். நான் பிய்ந்துபோன மனதால் தேம்பிக்கொண்டிருந்த போது, பிரியா அம்மா சொன்னார்:

"தனுஜா மகளே! நீ அவனை முற்றிலும் மறந்துவிடு! என்னுடைய வாழ்க்கையே உனக்கொரு பாடமல்லவா... நான் உயிரைக்கொடுத்துக் காதலித்த மனிதர், என் உழைப்பை முழுவதுமாக உறிஞ்சினார். நான் பாலியல் தொழில் செய்து உடலை வருத்திச் சம்பாதிக்கிறேன் என்பதைப் பற்றியெல்லாம் அவர் கவலைப்படவேயில்லை. என்னுடைய பணத்தில் பல பெண்களுடன் உல்லாசமாகச் சுற்றித்திரிந்தார். கடைசியில் ஒருநாள் எனது சாபத்தால் வாகன விபத்தில் செத்துப்போனார். திருநங்கைகள் தங்களது காதலர்கள் காட்டும் அன்பாலும் பாசத்தாலும் இரண்டு கண்களையும் மூடிக்கொள்ளக் கூடாது. ஒரு கண்ணை நாங்கள் எப்போதும் திறந்தே வைத்திருக்கவேண்டும்."

அம்மா சொன்னது எனக்குப் புரிந்தது, ஆனாலும் நரேனை மறக்க முடியாமல் மனம் புழுங்கிக்கொண்டிருந்தேன். இதற்கிடையில் அம்மாவுக்கும் ஐயர் சித்திக்குமிடையே மீண்டும் மனத்தாங்கல்கள் எழுந்தன. இருவரையும் சமாதானம் செய்துவைப்பதே எனது வேலையாகிப் போனது. ஒரு கட்டத்தில், ஐயர் சித்தியிடமிருந்து விலகியிருந்தாலே போதுமானது என அம்மா

முடிவெடுத்து, சுவிஸ் நாட்டுக்கே திரும்பிப் போய்விட்டார். நானும் ஆகனுக்குத் திரும்பினேன்.

இனி நான் என்ன செய்ய வேண்டும் எனத் தீவிரமாகச் சிந்தித்தேன். பிரியா அம்மாவையும் ஐயர் சித்தியையும் போல என்னால் ஓர் அறையில் நூறுக்கும் நூற்றைம்பதுக்கும் பாலியல் தொழில் செய்ய முடியாது. நான் என்னுடைய தொழிலின் தரத்தை உயர்த்த நினைத்தேன். பெரிய பெரிய பணக்காரர்களுடன் என்னுடைய தொழில் இருக்கவேண்டும். அப்படியான பணக்கார ஆண்களைச் சந்திப்பதற்கான ஓர் இணையத்தளத்தைக் கண்டுபிடித்து, எனது ஒளிப்படத்தையும் புதிதாக உருவாக்கிய மின்னஞ்சல் முகவரியையும் அந்த இணையத்தில் பதிவு செய்தேன்.

முதல் வாடிக்கையாளராக ஒரு சுவிஸ் கிழவர் கிடைத்தார். சூரிச் நகரத்துக்கு வர முடியுமா எனக் கேட்டு மின்னஞ்சல் அனுப்பியிருந்தார். அவருடன் தங்குவதற்கான கட்டணமாக இரவொன்றுக்கு 1000 பிராங்குகள் கொடுக்க முடியும் என்றும் குறிப்பிட்டிருந்தார். நான் சம்மதம் தெரிவித்த சில நிமிடங்களிலேயே, அவர் விமானப் பயணச்சீட்டை அனுப்பிவைத்தார். நேற்றுவரை நான் ஏழையாகவும், ஆண்களால் அலட்சியம் செய்யப்படுபவளுமாக இருந்தேன். இன்றோ ஓரிரவுக்காக, விமானப் பறப்பும் ஆயிரம் பணமும் விருந்தும் எனக்காகக் காத்திருக்கின்றன. இனிப் பின்வாங்குவதில்லை என முடிவெடுத்தேன்.

மறுநாள், சூரிச் விமான நிலையத்தில் எழுபது வயது மதிக்கத்தக்க வெள்ளைக்கார மனிதர் எனக்காகக் காத்திருந்தார். என்னை வரவேற்றவாறே, எனது பெட்டியை எடுத்துச் சென்று அவரது விலையுயர்ந்த காருக்குள் வைத்தார். "நீங்கள் மிகவும் அழகாக இருக்கிறீர்கள்" எனப் புகழ்ச்சியான வார்த்தைகளை அள்ளி வீசினார்.

விமான நிலையத்திலிருந்து பத்துக் கிலோமீற்றர்கள் தூரத்திலுள்ள அவரின் வீட்டுக்குப் போனோம். நான் வீட்டுக்குள் நுழைந்ததுமே, இரண்டு இரவுகளை என்னுடன் கழிப்பதற்கான தொகை 2000 பிராங்குகளை எடுத்து அவர் என் கையில் வைத்தார். தனியாக வாழும் அந்த முதியவருடன் உணவருந்தியும், தொலைக்காட்சியைப் பார்த்தும் பகல் பொழுதைக் கழித்தேன். இரவு அந்த மனிதர் என்னுடன் உடலுறவுகொண்டார். அவர் கொடுத்திருந்த பணம் என்னை அவருக்கு ஒத்துழைக்கப் பண்ணியது.

மறுநாள் காலையில் எனக்கொரு நல்ல சேதி காத்திருந்தது. சில நாட்களுக்கு முன்பாக, அரபு நாட்டு விமான நிறுவனமொன்றிடம் பணிப்பெண் வேலைக்காக விண்ணப்பித்திருந்தேன். அந்த நிறுவனம் நேர்காணலுக்கான அழைப்பை மின்னஞ்சலில் அனுப்பியிருந்தது. நாகரிகமான புதிய உடைகளை அணிந்துகொண்டு நேர்காணலுக்குச் செல்ல ஆசைப்பட்டேன். என்னுடைய ஆசையை நிறைவேற்ற அந்த முதியவர் தயங்கவேயில்லை. என்னை உயர்தரமான கடைகளுக்கு அழைத்துச் சென்று உடைகள் வாங்கிக்கொடுத்தார். இரண்டாவது இரவையும் அவருடன் கழித்துவிட்டு, பெட்டி கட்டிக்கொண்டு பிரியா அம்மாவின் அறைக்குப் போனேன்.

அம்மா என்னைக் கண்டதும் மகிழ்ச்சியில் நடனமாடினார். அவரது செலவுக்காக 300 பிராங்குகள் கொடுத்தேன். நரேனுக்கும் 200 பிராங்குகள் அனுப்பிவைத்தேன். நான் நரேனிடமிருந்து வெகுதூரம் விலகி வந்துவிட்டாலும், விட்டகுறை தொட்டகுறையாக அவர்மீது எனக்கு அக்கறையிருக்கவே செய்தது. சென்னையில் கூத்தடித்துக்கொண்டிருந்த நரேனும் என்னை மறந்திருந்தார். நான் பணம் அனுப்பிவைத்தால் மட்டுமே, அலைபேசியில் அழைத்து அன்பைப் பொழிந்தார். நரேன் இப்போது வேறு பெண்களுடன்

தொடர்பிலிருக்கிறார் என்பதை அவரது நண்பரொருவர் மூலம் நான் அறிந்தேயிருந்தேன். அதைப் பற்றி இப்போது எனக்குக் கவலையில்லை. அவர் ஒருகாலத்தில் என்மீது காட்டிய காதலுக்காகவும், அன்புக்காகவும் என்னால் முடிந்த உதவிகளை அவருக்குச் செய்கிறேன். நரேனுக்குப் பணம் அனுப்புவதை பிரியா அம்மாவிடமிருந்து மறைத்துவிட்டேன். அம்மாவுக்குத் தெரிந்தால் தவறாக நினைப்பார். திருநங்கைகள் சமுதாயத்தில், ஆண்களுக்குப் பணம் கொடுக்கும் திருநங்கைகளை இழிவாகவே கருதுவார்கள்.

காணிவேல்

அப்போது சூரிச்சில் கோடைகால காணிவேல் நிகழ்ந்துகொண்டிருந்தது. நகரத்தின் முக்கிய வீதிகளில் மக்கள் விநோதமான அலங்காரங்களுடன் கூடுவார்கள். ஆடல் பாடலுடன் நகரத்தில் மது நதியாக ஓடும். நானும் அம்மாவும் மிகக் கவர்ச்சியான ஆடைகளை அணிந்து, முகத்திற்கும் அழகாக அரிதாரம் பூசிக்கொண்டு காணிவேலுக்குச் சென்றோம்.

வெள்ளை ஆண்கள் கூட்டமொன்று குடிபோதையில் நடனமாடிக்கொண்டிருந்தது. அவர்களுடன் சேர்ந்து நாங்களும் ஆட்டம் போட்டோம். அப்போது இரண்டு தமிழ் இளைஞர்கள் எங்களையே குறிவைத்துப் பார்த்துக்கொண்டிருந்தார்கள். அது எனக்குக் கோபத்தை உண்டு பண்ணியது. நான் அவர்களருகே சென்று "என்ன வேண்டும்?" என்று டொச் மொழியில் கேட்டேன். அந்த இருவரில் மூத்தவன் "உனக்குத் தமிழ் தெரியாதாடி?" எனக் கேட்டான். "நான் கொலம்பியா நாட்டைச் சேர்ந்தவள்" என்றேன். அருகில் நின்ற இளையவன் தனக்குத் தெரிந்த ஸ்பானிஷ் மொழியில் என்னிடம் பேசினான். நானும் எனக்குத்

தெரிந்த ஸ்பானிஷ் மொழியில் "பெண்களை இப்படி முறைத்துப் பார்க்கக் கூடாதென உனது அம்மா உனக்குச் சொல்லித் தரவில்லையா?" என்று கேட்டேன். நான் கேட்டது அவனுக்குப் புரிந்ததா எனத் தெரியவில்லை. அதற்குள் சில வெள்ளையர்கள் என்னை நடனமாட அழைக்கவே அங்கிருந்து அகன்றுவிட்டேன். அந்தத் தமிழ் இளைஞர்களோ கள்ளைப் பார்த்த குரங்குகளைப் போல எங்களையே சுற்றிக்கொண்டிருந்தார்கள். அவர்களிடமிருந்து தப்பிப்பதற்காக நானும் அம்மாவும் அங்கிருந்து விலகி நடக்கத் தொடங்கினோம்.

ஆனால், அந்தத் தமிழ் இளைஞர்கள் எங்களைப் பின்தொடர்ந்து வரவும், பிரியா அம்மா பயந்துபோனார். நான் அம்மாவைத் தைரியமாக இருக்குமாறு சொன்னேன். இளைஞர்கள் எங்களை நெருங்கிவந்ததும், இளையவன் எங்களிடம் டொச் மொழியில் மன்னிப்புக் கேட்டான். தனது நண்பனையும் எங்களிடம் மன்னிப்புக் கேட்க வைத்தான். இது கொஞ்சம் புதுமையாகத்தானிருந்தது. பிரியா அம்மா பயம் தெளிந்து உற்சாகமாகி "மச்சான் நாங்களும் தமிழ்தான்" என்றார். அப்படியே அந்த இளைஞர்களுடன் நட்பாகிவிட்டோம்.

அந்த இளையவனின் பெயர் நகுல். அவனிடம் பேசும்போது, எங்களிருவருக்கும் ஒரே வயதுதான் என்பதும் தெரிந்தது. அடுத்தநாள் எனது பிறந்தநாள் என்பது நகுலுக்குத் தெரியவந்ததும், அவன் எனது பிறந்தநாளைக் கொண்டாடுவதற்கு முடிவெடுத்தான். நாங்கள் நால்வரும் ஒரு மதுச்சாலைக்குப் போனோம். அன்று நள்ளிரவுவரை குடித்துக்கொண்டே, உரசலும் ஊடலுமாகப் பேசிக்கொண்டிருந்தோம். நள்ளிரவு பிறந்தபோது நகுல் எனது உதட்டில் முத்தமிட்டுப் பிறந்தநாள் வாழ்த்துச் சொன்னான். பிரியா அம்மாவுக்குப் போதை அதிகமாகிவிட்டது. அந்த இளைஞர்களை வீட்டுக்கு அழைத்துச் செல்வோமா என்று கேட்டார். எனக்கு நகுலின் நண்பனின் நடவடிக்கைகள்

அவ்வளவாகப் பிடிக்கவில்லை. அவன் என்னிடம் சற்று முரட்டுத்தனம் காட்டினான். எனவே வேண்டாம் எனச் சொல்லிவிட்டேன். அந்த இளைஞர்களின் உபசரிப்புக்கு நன்றி சொல்லிவிட்டு, நாங்கள் அங்கிருந்து கிளம்பிவிட்டோம். எனக்குப் பிறந்தநாள் வாழ்த்துச் சொல்வதற்காக, நரேன் எந்த நேரத்திலும் என்னை அலைபேசியில் அழைக்கக்கூடும்.

அடுத்தநாள் பகல் முழுவதும், நரேனிடமிருந்து பிறந்தநாள் வாழ்த்து வருமெனக் காத்துக்கிடந்தேன். மாலை நேரமாகியும் வாழ்த்து வராததால், நானே நரேனை அலைபேசியில் அழைத்தேன். அவர் எனக்கு வாழ்த்துச் சொல்லாமல் உற்சாகமின்றிப் பேசினார். "இன்று எனது பிறந்தநாள் என்பது உங்களுக்குத் தெரியுமா?" எனக் கேட்டேன். "மறந்து போய்விட்டேன்" என்றார். நான் உடனடியாகவே அழைப்பைத் துண்டித்தேன். அந்தப் பிறந்தநாள் இழவுநாள் போல எனக்கிருந்தது.

கையிலிருந்த பணத்தை நாங்கள் காணிவேலில் விசிறியடித்திருந்ததால், நானும் அம்மாவும் வெறுங்கையாக இருந்தோம். ஒரு வாடிக்கையாளரை அழைக்கலாமென யோசனை சொன்ன அம்மா, அவரது அபிமான வாடிக்கையாளரான குதிரைக்காரரைத் தொலைபேசியில் அழைத்து, அவருக்காக இரண்டு பெண்கள் காத்திருக்கிறோம் என உசுப்பேற்றினார். குதிரைக்காரர் கையில் மதுக் குடுவையுடன் அடித்துப்பிடித்து ஓடிவந்தார். எங்களுக்கு தலா 500 பிராங்குகள் கொடுத்தார். சாமிமாடத்தில் அந்தப் பணத்தை வைத்துவிட்டு, மதுவை விழுங்கிக்கொண்டு தயாரானோம். குதிரைக்காரர் பிரியா அம்மாவின் முலைகளைப் பிடித்துக்கொண்டே, என்னைப் புணர்ந்தார். பத்து நிமிடங்களில் அவருக்கு விந்து வெளியானது. குளித்துவிட்டு, குதிரைப் பண்ணைக்குத் திரும்பினார்.

நான் ஏதேதோ யோசனைகள் செய்துகொண்டு படுத்திருந்தேன். “நீ கவலையாக இருக்கிறாயா மகளே?” என்று அம்மா கேட்டார். “இல்லை மம்மி, பல ஆண்கள் காதல் என்ற பெயரால் என்னை வன்புணர்ச்சி செய்தார்கள். இவரோ பணத்தைக் கொடுத்துச் சுகத்தைப் பெற்றுச் செல்கிறார். இது தெளிவான ஏற்பாடு. காதல் வேறு, காமம் வேறு, தொழில் வேறு என்று பகுத்து அறிந்துகொள்ளும் பக்குவத்துக்கு நான் வந்துவிட்டேன். ஆகவே கவலைப்பட ஏதுமில்லை” என்றேன்.

விமானப் பணிப்பெண் வேலைக்கான நேர்காணல் நாள் நெருங்கிக்கொண்டிருந்ததால், சில தயாரிப்புகளைச் செய்வதற்காக நான் ஜெர்மனிக்குத் திரும்பினேன். வீட்டுக்கு வந்ததும் முதல் வேலையாக நரேனைத் தொலைபேசியில் அழைத்தேன். “நான் உங்களை வெறுக்கிறேன், நம்முடைய உறவு இத்தோடு முடிந்துபோயிற்று” என அவரிடம் சொல்வதற்குத் தயாரானேன். நான் பேச்சை ஆரம்பிப்பதற்கு முன்பே, நரேன் தனது ஆலாபனையை ஆரம்பித்துவிட்டார். தன்னுடைய இந்திய வருகை வெற்றியளிக்கவில்லை என்றும், விரைவிலேயே தான் கனடாவுக்குத் திரும்பிச் சென்று, பணம் சம்பாதித்து, என்னை முறைப்படி திருமணம் செய்துகொள்வதாகவும் சொன்னார்.

நான் ஒருமுறை மூச்சை ஆழமாக உள்ளிழுத்து வெளியேற்றிவிட்டு, “மன்னிக்கவும் நரேன், நீங்கள் என்னை மறந்திருந்த நாட்களில் நான் வேறொருவருடன் படுத்துவிட்டேன், ஆண்கள் கேவலமாக நடத்தும்போது, அழுதுகொண்டு அவர்களின் கால்களிலேயே விழுந்து கிடைப்பதற்கு நானொன்றும் உண்மையான பெண்ணில்லை” என்றேன். நரேனோ நான் சொல்வதை நம்புவதாக இல்லை. “விளையாடாதே தனுஜா, நீ என்னை மட்டுமே காதலிக்கிறாய் என்பது எனக்குத் தெரியும்” என்றார். என்னை நகுல் முத்தமிடும் ஒளிப்படத்தை உடனடியாகவே நரேனுக்கு அனுப்பிவைத்தேன். அதைப்

பார்த்ததும் நரேன் கதறியழத் தொடங்கிவிட்டார். "நானும் இப்படித்தான் பல நாட்களாக அழுதேன்" எனச் சற்றுக் குரூரமாகவே சொல்லிவிட்டுத் தொலைபேசி அழைப்பைத் துண்டித்தேன். இந்த உறவு முறியும்போது என் இருதயமும் சேர்ந்தே முறிந்தது. என் இரத்தமெல்லாம், என் கண்கள் வழியே நிறமற்ற நீராக வெளியேறிக்கொண்டிருந்தது.

நேர்முகத் தேர்வு

விமானப் பணிப்பெண் வேலைக்கான நேர்முகத் தேர்வு, கொலோன் நகரத்திலிருந்த அய்ந்து நட்சத்திர விடுதியொன்றில் நடந்தது. சுவிஸில் வாங்கியிருந்த விலை உயர்ந்த உடைகளைப் பொருத்தமாகவும் திருத்தமாகவும் அணிந்துகொண்டு சென்றிருந்தேன். நிறையப் பெண்கள் நேர்முகத் தேர்வுக்காக வந்திருந்தார்கள். போட்டி கொஞ்சம் கடுமைதான். அந்தப் பெண்கள் பல்கலைக்கழகப் படிப்பை முழுமையாக முடித்துவிட்டு இந்த நேர்காணலுக்கு வந்திருந்தார்கள். நானோ கல்லூரிப் படிப்பைப் பாதியிலேயே நிறுத்தியவள். ஆனால், ஏன் படிப்பை நிறுத்தினேன் என்பதைத் தேர்வாளர்களிடம் சொல்ல முடியாத நிலை. நானொரு திருநங்கை என்பதாலேயே படிப்பைத் தொடர முடியவில்லை என்று அவர்களிடம் சொன்னால் 'திருநங்கை' என்பதையே காரணமாக வைத்து என்னை நிராகரித்துவிடுவார்கள். என் சக போட்டியாளர்கள் நான் பட்ட கஷ்டங்களைத் தங்களது வாழ்வில் நிச்சயமாகவே சந்தித்திருக்கமாட்டார்கள். நானோ வாழ்நாள் முழுதும் கஷ்டங்களையும் போராட்டங்களையும் மட்டுமே சந்தித்தேன்.

நேர்முகத் தேர்வின் முதற்சுற்றிலேயே என்னை நிராகரித்துவிட்டார்கள். அது பெரியதொரு

ஏமாற்றத்தை எனக்குக் கொடுத்தாலும், மனதைத் திடப்படுத்திக்கொண்டு என் முயற்சிகளைத் தொடர்ந்தேன். ஜெர்மனி மற்றும் சுவிஸ் நாடுகளைச் சேர்ந்த இரண்டு விமான நிறுவனங்களிடம் வேலை கேட்டு விண்ணப்பித்தேன். ஜெர்மனிய நிறுவனம் என்னை நேர்முகத் தேர்வுக்கு அழைத்தது.

அந்த நேர்முகத் தேர்வு ஃபிராங்பேர்ட் நகரத்தில் நடைபெற்றது. கணினி அறிவு, ஆங்கில மொழித்திறன் எனப் பல பரீட்சைகள் வைக்கப்பட்டன. அந்தப் பரீட்சைகளைச் சிறப்பாகவே எதிர்கொண்டேன். "ஏன் கல்லூரிப் படிப்பைப் பாதியிலேயே நிறுத்திவிட்டீர்கள்?" எனக் கேட்டார்கள். "தனிப்பட்ட காரணங்களால் தொடர முடியவில்லை" என்றேன். நான்கு வாரங்களில் பதில் அனுப்புவதாகச் சொல்லி என்னை அனுப்பிவைத்தார்கள். அந்த வேலை எனக்குக் கிடைத்துவிடும் என்ற நம்பிக்கையோடு அங்கிருந்து கிளம்பினேன். அந்த நம்பிக்கையை நான் வீட்டில் பகிர்ந்துகொண்ட போது, அம்மா "கிடைக்கவே கிடைக்காது" எனச் சொல்லி என்னுடைய நம்பிக்கையை முடிந்தளவுக்கு நாசமாக்கினார். நான்கு வாரங்களின் முடிவில் அம்மாவின் கருநாக்கே பலித்தது.

மலேசியத் திருநங்கைகளின் ‹WhatsApp› குழுவென்றில் நான் இணைந்திருந்தேன். அந்தக் குழுவில் அரட்டையடிப்பதில் என் நாட்கள் வீணே கழிந்துகொண்டிருந்தன. அந்தக் குழுவின் வழியாக நிஷா எனக்குப் பழக்கமானார். அவர் ஐயர் சித்திக்கும் நண்பி. ஐயர் சித்தி தனியாகக் கொலோன் நகரில் சிரமப்படுவதாகவும், அவரைப் போய்ப் பார்க்குமாறும் நிஷா என்னிடம் கேட்டுக்கொண்டார். திருநங்கைகளுக்குத் திருநங்கைகள் தானே ஆதரவு. நான் ஐயர் சித்தியைப் பார்த்துவருவதற்காகக் கொலோன் நகரத்துக்குப் புறப்பட்டேன்.

சித்தி அதே பழைய அறையில்தான் பாலியல் தொழில் செய்துகொண்டிருந்தார். என்னைக் கண்டதும் கட்டியணைத்துக் கண்ணீர்விட்டார். என்னைத் தன்னுடனேயே தங்கியிருக்குமாறு கேட்டுக்கொண்டார். விமானப் பணிப்பெண் வேலை கிடைக்கும்வரை, பாலியல் தொழில் செய்யலாமென முடிவெடுத்து ஐயர் சித்தியுடன் சேர்ந்துகொண்டேன்.

சித்தி முதுமையை நோக்கி வேகமாக நகர்ந்து கொண்டிருந்தார். என்னதான் சைவ உணவு உண்பவராக இருந்தாலும், ஜெர்மனியின் தரமான உருளைக்கிழங்கும் பாலும் பியரும் சித்தியைக் குண்டாக்கியிருந்தன. இளையவளான என்னைக் கண்டதும், சித்தியின் வாடிக்கையாளர்களில் பெரும்பகுதியினர் என்னிடம் தாவினார்கள். நான் நாளொன்றுக்கு 500 ஈரோக்கள் வரை சம்பாதித்தேன். விமானப் பணிப்பெண் வேலைக்குப் போனால், இதே தொகைக்காக ஒரு வாரம் உழைக்க வேண்டியிருக்கும்.

தனது எதிரியான ஐயர் சித்தியுடன் நான் இருப்பது, பிரியா அம்மாவுக்குப் பிடிக்கவில்லை. என்னை ஐயர் சித்தியிடமிருந்து விலகச் சொன்னார். நானோ ஐயர் சித்தியை விட்டுக் கொடுப்பதாகயில்லை. கடைசியில், இது எனக்கும் பிரியா அம்மாவுக்குமிடையிலான சண்டையில் முடிந்தது. அம்மா எனது மனம் புண்ணாகும்படி கடுமையாகவும் இழிவாகவும் பேசியதால் "இனி உங்களோடு எனக்கு எந்த உறவுமில்லை" எனக் கூறி, பிரியா அம்மாவுடனான பந்தத்தை முடிவுக்குக் கொண்டுவந்தேன். பிரியா அம்மாவின் இழப்பை, ஐயர் சித்தி தனது அன்பால் ஈடுசெய்தார்.

இப்படியே கொலோன் நகரத்தில் ஒரு வாரத்தைக் கழித்தபோது, சுவிஸ் விமான நிறுவனம் என்னை நேர்முகத் தேர்வுக்கு அழைத்து மின்னஞ்சல் அனுப்பியது.

என்னைத் தயார் செய்வதற்காகவும் பயண ஏற்பாடுகளைக் கவனிப்பதற்காகவும், ஆகனுக்கு மிக்க மகிழ்ச்சியுடன் திரும்பினேன். ஐயர் சித்தி இரயில் நிலையம்வரை வந்து "இனி நான் உன்னை விமானம் ஒன்றில்தான் சந்திக்க நேரிடும்" எனச் சொல்லிக் கட்டியணைத்து வழியனுப்பி வைத்தார்.

நான் வீட்டுக்குத் திரும்பியபோது, எனது தந்தையின் குடிப் பழக்கம் உச்சத்திலிருந்தது. சூதாட்ட மோகமும் அதனால் ஏற்பட்ட கடன் தொல்லையும் அவரை மனநோயாளி போல மாற்றியிருந்தன. இரவுகளில் திடீர் திடீரென எழுந்து மின் கணப்பை நிறுத்திவிடுவார். நான் குளிரைத் தாங்க முடியாமல் கணப்பை மீண்டும் இயக்கிவிடுவேன். நான் கண்ணயர்ந்ததும் அப்பா அதை மீண்டும் நிறுத்திவிடுவார். இப்படி ஏகப்பட்ட விசித்திரமான சேட்டைகள். ஆனால் என்னால் சகிக்கவே முடியாத அவரது சேட்டையொன்றிருந்தது.

அப்பா ஒவ்வொரு மாலையிலும் குடித்துவிட்டு வந்து, அம்மாவுடன் சண்டை போடுவார். அம்மாவோ பொறிக்குள் சிக்கிய எலிக்குஞ்சு மாதிரித் திண்டாடுவார். அம்மாவை அடிப்பதற்காக அப்பா பாயும்போது, நான் குறுக்கே போய்நின்று அம்மாவைப் பாதுகாப்பேன். ஒருநாள் இப்படித் தடுத்தபோது அப்பாவைப் பார்த்து "அம்மாவை அடித்தால் காவற்துறையை அழைப்பேன்" என்று சொல்லிவிட்டேன். அதைக் கேட்டதும் வெகுண்டுபோன அப்பா "வேசையாடித் திரியும் பொறுக்கி நாயே" எனச் சொல்லியவாறே என்னையும் அடிக்க வந்தார். இப்போது அம்மா வந்து எனக்கும் அப்பாவுக்கும் குறுக்கே நின்றுகொண்டார்.

அப்பா உமிழ்ந்த வார்த்தைகள் எனக்கு அடக்க முடியாத ஆத்திரத்தையும் வேதனையையும் ஏற்படுத்தின. நான் எனது அறைக்குள் நுழையும்போது "வீட்டைவிட்டு வெளியே போடா வேசி மகனே" என்று அப்பா

கத்தினார். நான் அறைக்குள் நுழைந்து என்னை அமைதிப்படுத்திக்கொள்ள முயன்றுகொண்டிருந்த போது, அம்மாவைப் போட்டு அடிக்கும் சத்தம் கேட்டது. நான் ஓடிப்போய்த் தடுக்க முயன்றபோது, அப்பா என்னையும் அடித்தார்.

நான் அடியையும் வாங்கிக்கொண்டு, அறைக்குள் நுழைந்து கதவை மூடிக்கொண்டேன். உடனடியாகவே தொலைபேசியில் காவற்துறையை அழைத்து, இங்கே நடக்கும் குடும்ப வன்முறையைப் பற்றித் தெரிவித்தேன். அடுத்த அய்ந்தாவது நிமிடத்தில் காவற்துறையினர் எங்கள் வீட்டுக் கதவைத் தட்டினார்கள். உள்ளே நுழைந்ததும் முதல் வேலையாக, அப்பாவை வீட்டிலிருந்து வெளியேற்றினார்கள். ஒரு வாரத்திற்கு எங்களது வீட்டுக்குள் நுழைய முடியாதவாறு அப்பாவுக்குத் தடை விதிக்கப்பட்டது. இது இலங்கை அல்ல, அய்ரோப்பா என்ற பாடம் காவற்துறையால் அப்பாவுக்குக் கற்பிக்கப்பட்டது. அப்பா பாடத்தைப் புரிந்துகொண்டாரோ இல்லையோ, என்மீதான அவரது வெறுப்பு இரட்டிப்பானது மட்டும் உண்மை.

மறுபடியும் சுவிஸ்

சூரிச் நகரத்தில், ரோமனோ என்றொரு வெள்ளைக்காரர் எனக்கு அறிமுகம். கடந்தமுறை நான் அங்கே சென்றிருந்தபோது, ஒரு மதுச்சாலையில் எனக்குப் பழக்கமான பண்புமிக்க மனிதரவர். அய்ம்பது வயதான ரோமனோ விவாகரத்தானவர். தனக்கொரு துணையைத் தேடும் தீவிர முயற்சியில் அவர் இருந்தபோதே எனக்கு அறிமுகமானார். எதற்கும் இருக்கட்டுமென்று அவரது அலைபேசி எண்ணையும் வாங்கி வைத்திருந்தேன்.

நான் ரோமனோவை அலைபேசியில் அழைத்து, சூரிச் நகரத்தில் எனக்கு நேர்முகத் தேர்வு நடக்கவிருப்பதைச்

சொன்னேன். என்னை மறுபடியும் சந்திப்பதில் ஆர்வமாகயிருந்த ரோமனோ, தனது வீட்டிலேயே என்னைத் தங்குமாறு கேட்டுக்கொண்டார். என்னை வரவேற்க விமான நிலையத்திற்கும் வந்தார். அவருக்கு என்மீது ஈர்ப்பிருந்தது வெளிப்படையானது. ஆனால் எனக்கு அவர்மீது எந்த ஈடுபாடும் கிடையாது. சூரிச்சில் தங்கியிருப்பதற்கு அவரது அறிமுகத்தைப் பயன்படுத்திக்கொண்டேன். அவ்வளவே!

ரோமனோவின் வீடு, சூரிச் நகரத்திற்கு வெளியேயுள்ள அழகிய கிராமத்திலிருந்தது. அந்த வீடு கிட்டத்தட்டப் பண்ணை வீடு போலவேயிருந்தது. வீட்டின் இருமருங்கும் சோளத் தோட்டங்களிருந்தன. வீட்டின் பின்புறம் செம்மறி ஆடுகள் மேய்ந்துகொண்டிருந்தன. தங்குவதற்குச் சரியான இடமென்று என் மனது சொல்லிக்கொண்டது.

ரோமனோ, இத்தாலி - சுவிஸ் பெற்றோருக்குப் பிறந்தவர். தொடருந்துத் துறையில் உயரதிகாரியாகப் பணிபுரிபவர். இரவுணவுக்காக என்னை உயர்தர உணவு விடுதியொன்றுக்கு அழைத்துச் சென்றார். என்னை முதன்முதலாகப் பார்த்தபோதே தனக்கு மிகவும் பிடித்துவிட்டது என்றெல்லாம் சொல்லிக் காதல் வலையைக் களைப்பில்லாமல் வீசிகொண்டிருந்தார். நானோ களைப்பு மிகுதியால் சீக்கிரமே படுக்கைக்குச் சென்றேன். படுக்கையில் விழுந்ததும் தூங்கிவிட்டேன். நள்ளிரவில் எனக்கு விழிப்புத் தட்டியபோது, ரோமனோ எனது உடலைத் தடவிக்கொண்டிருப்பதை உணர்ந்தேன். எனினும் தூங்குவது போல அசையாமற் கிடந்தேன். ரோமனோ என்னைவிட்டு விலகிச் செல்லும் சத்தம் கேட்டது. அநேகமான அய்ரோப்பிய வீடுகளில் அறைக் கதவுகளுக்குத் தாழ்ப்பாள்கள் பொருத்தப்படுவதில்லை என்பதால் இதுவொரு பிரச்சினை.

எனது திருநங்கைத் தாயோடு என்னதான் எனக்கு மனத்தாங்கல் இருந்தாலும், சூரிச் வரை வந்துவிட்டு அவரைச் சந்திக்காமலேயே போவது சரியற்றது என எனக்குத் தோன்றியது. அவரை அலைபேசியில் அழைத்துப் பேசிவிட்டு, சூரிச் இரயில் நிலையத்தில் இருவரும் சந்தித்துக்கொண்டோம். சிறிது நேரம் பேசிக்கொண்டிருந்ததுமே, பழைய மனத்தாங்கல்கள் புகைபோல கலைந்துபோயின. இருவரும் மறுபடியும் இணைந்துகொண்டோம். அன்றிரவு பிரியா அம்மாவின் வீட்டிலேயே தங்கிவிட்டு, காலையில் இரயிலைப் பிடித்து ரோமனோவின் வீட்டுக்குச் சென்றேன். மதியம் எனக்கு நேர்முகத் தேர்விருந்தது.

என்னுடைய கல்விச் சான்றிழ்களையும் மற்றைய ஆவணங்களையும் ஒழுங்குபடுத்திக் கோப்பில் வைத்துக்கொண்டேன். திருத்தமாக ஒப்பனை செய்து, பொருத்தமான உடைகளை அணிந்துகொண்டு கிளம்பினேன். இங்கேயும் பல பெண்கள் நேர்முகத் தேர்வுக்காகக் கூடியிருந்தார்கள். எங்களுக்குப் பலவிதமான பரீட்சைகளை வைத்துவிட்டு, அடுத்த சுற்றுத் தேர்வுக்கு மூன்று பெண்களை மட்டுமே தெரிவு செய்தார்கள். இம்முறையும் நான் நிராகரிக்கப்பட்டேன். எனக்கு வாழ்க்கையின் மீதே வெறுப்பு ஏற்பட்டுவிட்டது என்றுதான் சொல்லவேண்டும். இன்னும் எத்தனைக் காலத்துக்குத்தான் போராடியே சாவது? எவ்வளவு தூரம்தான் தலையாலேயே நடப்பது? பிரியா அம்மாவை அலைபேசியில் அழைத்துத் தேம்பியழுதேன். அம்மா என்னைத் தேற்றிவிட்டு, நேராகத் தனது அறைக்கு வரச் சொன்னார்.

"நமக்கெல்லாம் வேலை கிடைக்கவே கிடைக்காது" என்று பிரியா அம்மா அடித்துச் சொன்னார். அவருக்கு நான் பாலியல் தொழிலில் முழுமையாகவே இறங்கிவிட வேண்டும் என்ற ஆசையிருந்தது. என் வருமானத்தில், தாய் என்ற முறையில் அவருக்கும்

ஒரு பங்கு கிடைக்குமல்லவா! அம்மாவிடமிருந்து அவரது திருநங்கைத் தாய்மார்கள் அதைப் பெற்றார்கள். இப்போது அதை அனுபவிப்பது அம்மாவின் முறை.

இந்தக் கவலைகளையெல்லாம் எப்படித்தான் எதிர்கொள்வது? ஒரு டிஸ்கோவுக்குப் போய்க் கவலைகளை மறக்கலாம் என அம்மா ஆலோசனை சொன்னார். இருவரும் தூக்கலாக அலங்காரங்களைச் செய்துகொண்டு, குதி உயர்ந்த செருப்புகளோடு 'ஹொலிவூட்' நடிகைகளைப் போல வெளியே புறப்பட்டோம்.

மகாராணி

நாங்கள் நுழைந்த டிஸ்கோ, பணக்கார ஆண்கள் தங்களுக்கான காமத் துணைகளைத் தேடிக் கொள்வதற்காகவே நேர்ந்துவிடப்பட்ட ஸ்தலம். நிறையப் பாலியல் தொழிலாளர்கள் அங்கே குமிந்திருந்தார்கள். அவர்கள் எல்லோருமே பெண்கள். அவர்களுக்கிடையே புகுந்துகொண்ட எங்களிருவரையும் திருநங்கைகள் என யாருமே அடையாளம் காணவில்லை. நாங்கள் உயரமாகவும் நீண்ட கால்களுடனுமிருந்ததால், அங்கிருந்த பெண்களின் கண்களில் பொறாமை வழிந்து முகங்கள் கோணிக்கொண்டன.

நானும் அம்மாவும் மதுவருந்திக்கொண்டிருந்த மேசைக்கு அருகே, உடல் பெருத்த ஒரு வெள்ளைக்காரர் எல்லாப் பெண்களுடனும் வழிந்துகொண்டிருந்தார். பார்ப்பதற்கு அசல் கோமாளியைப் போலவேயிருந்தார். கால்பந்து விளையாடும் காலணிகளை அணிந்துகொண்டு டிஸ்கோவுக்கு வந்திருந்தார். பல வண்ணங்களில் மினுங்கிய அவரது ஆடையலங்காரங்களை வைத்து அவரை சுவிஸ் எம்.ஜி.ஆர். என்றே தயங்காமல் சொல்லிவிடலாம். மனிதர் கொடைவள்ளல்தான் என்பது

பிறகு தெரியவந்தது. நானும் அம்மாவும் அவரைக் கேலிசெய்து விளையாடினோம். பதிலுக்கு அந்த மனிதர் “என் கணக்கில் ஏதாவது குடிக்கிறீர்களா அழகிய இளம் பெண்களே...” என மரியாதை செய்தார். நாங்கள் ஆமென்றதும் எங்களது மேசை உயர்ரக மதுவினால் நிரம்பியது. அந்தச் சந்தோசத்தில், எனக்கு வேலை கிடைக்காத கவலையைக் கூட நான் மறந்துவிட்டேன். முடிந்த மட்டும் குடித்துக் கும்மாளமடித்தோம்.

எங்களை மதுவினால் குளிப்பாட்டிய மனிதரின் பெயர் டேவிட். அவருக்கு அய்ம்பது வயதிருக்கும். அவர் தனது ‘விசிட்டிங் கார்டை’ என்னிடம் கொடுத்தார். அதனை எனது கைப்பையில் பத்திரமாக வைத்துக்கொண்டேன். டேவிட் குடிவெறியில் அங்கிருந்த பெண்களுடன் உச்சமாக ஆட்டம் போட்டுக்கொண்டிருக்க, நானும் அம்மாவும் அதிகாலை மூன்று மணியளவில் அங்கிருந்து புறப்பட்டுப் பொடிநடையாக வீட்டுக்கு வந்தோம்.

என்னை அணைத்தவாறே அம்மா படுத்திருந்தார். “தயவுசெய்து என்னிடமிருந்து விலகிச் செல்லாதே மகளே, நீ இல்லாமல் நான் மிகவும் தவித்துவிட்டேன்” என்று அம்மா சொல்லவும், அவரை இறுக அணைத்துக் கொண்டேன். என்னைப் பெற்றெடுத்த தாயிடம் கிடைக்காத பாசத்தையும், மகள் என்ற தகுதியையும் எனக்குக் கொடுத்தவரல்லவா இவர். அவருக்குள் ஒடுங்கிக்கொண்டு தூக்கத்தில் ஆழ்ந்தேன்.

ரோமனோ என்னைக் காணாமல் குழம்பிக்கொண்டிருப்பார் என்பதால், மாலையில் அவரது வீட்டுக்குத் திரும்பினேன். எனக்குத் தங்குவதற்கு வீடு கொடுத்தவருக்கு, நான் சிலமணி நேரங்களையாவது கொடுப்பதுதானே நியாயம். அன்றிரவு வீட்டிலேயே ரோமனோ சுவையான சமையல் செய்தார். உணவருந்தியதும் அருகருகாக உட்கார்ந்திருந்து தொலைக்காட்சியில் படம் பார்த்தோம். ரோமனோ எனது கவனத்தைத் தன்மீது திருப்புவதற்காகச் சில

சுவாரசியமற்ற எத்தனங்களைச் செய்தார். நான் என்ன செய்ய! எனக்குத்தான் அவர்மீது எதுவித ஈர்ப்பும் வரமாட்டேன் என்கிறதே. கடைசியாக ரோமனோ ஒரு பணச்சுருளை எனது கையில் திணித்தார். உண்மையிலேயே அது சுவாரசியமான செயலே.

பணத்தைப் பத்திரப்படுத்திவிட்டு, அவர்மீது விழுந்து அவரை உடலுறவுக்குத் தூண்டினேன். ஆனால் எனக்கு அந்த உடலுறவு எந்த மகிழ்ச்சியையும் கொடுக்கவில்லை. ஒரு பழுத்த பாலியல் தொழிலாளியைப் போல இயந்திரமாகவே இயங்கினேன். இதுவரை நான் நேசித்த ஆண்கள் எல்லோருமே, என்னைப் பாலியல் பொம்மையைப் போலப் பயன்படுத்திவிட்டுத் தூக்கியெறிந்துவிட்டார்கள். ஆனால் ரோமனோ தங்குவதற்கு இடமும் கொடுத்துப் பணமும் கொடுத்திருக்கிறார் என்பதில் எனக்கு மெத்தத் திருப்தியே. அந்த மனிதரும் எனது உடலைப் பெரிதாக வதைக்கவில்லை. சீக்கிரமே அவருக்கு விந்து வெளியாகிவிட்டது. நிம்மதியாகத் தூங்கினேன்.

அடுத்தநாள் மாலையில், பிரியா அம்மாவைச் சந்திக்கச் சென்றேன். இருவரும் என்ன செய்வது எனத் தெரியாமல் யோசித்துக்கொண்டிருந்த போது, டிஸ்கோவில் சந்தித்த கொடைவள்ளல் டேவிட்டை தொலைபேசியில் அழைத்துப் பார்க்கலாம் என்று அம்மா சொன்னார். நான் டேவிட்டை தொலைபேசியில் அழைத்து "சந்திக்கலாமா?" எனக் கேட்டேன்.

ஆடம்பர உணவு விடுதியொன்றில் டேவிட்டைச் சந்தித்தோம். மூவரும் சாப்பிட்டுக்கொண்டிருக்கையில் "பிரியா! எனக்கு உன்னைவிட உனது தங்கையையே மிகவும் பிடித்திருக்கிறது" என்று டேவிட் கேனத்தனமாக அம்மாவிடம் சொன்னார். இது சிக்கலில்தான் முடியும் என்று எனக்குத் தெரியும். தொட்டதுக்கெல்லாம் பொறாமைப்படுவதும், சுருங்கிப்போவதும் பிரியா

அம்மாவின் இயல்பாகயிருந்தது. நான் நினைத்ததே நடந்தது. சாப்பிட்டு முடித்ததுமே, தனக்குத் தலை வலிக்கிறது எனச் சொல்லிவிட்டு, அம்மா வீட்டுக்குத் திரும்பிவிட்டார். எனக்கும் மனநிலை குழம்பிப்போக, நான் ரோமனோவின் வீட்டுக்குப் புறப்பட்டேன். இதைப் பற்றியெல்லாம் எந்தக் கவலையுமில்லாமல் டேவிட் மதுவில் மூழ்கிவிட்டார்.

மறுநாள் மதியம், டேவிட் என்னைத் தொலைபேசியில் அழைத்து "தனுஜா! உன்னை எனக்கு மிகவும் பிடித்திருக்கிறது, நாம் சந்திக்கலாமா?" என்று கேட்டார். சந்திப்புக்கு நான் சம்மதம் தெரிவித்தேன். சந்திப்புக்குப் புறப்படுவதற்கு முன்பாக, பிரியா அம்மாவை அலைபேசியில் அழைத்து விஷயத்தைச் சொன்னேன். டேவிட்டும் நானும் சந்திப்பதை அம்மா விரும்பவில்லை. "அந்த டேவிட் மாஃபியா குழுவைச் சேர்ந்தவன், உன்னைக் கடத்திச் சென்றுவிடுவான்" என்று என்னைப் பயமுறுத்த முயன்றார். அம்மா தனது கட்டுப்பாட்டுக்குள் என்னை வைத்திருக்கவே முயல்கிறார் என்பது எனக்குத் தெளிவானது. "எனக்கும் மாஃபியா குழு எப்படியிருக்கும் என்று பார்க்க ஆசையாகத்தானிருக்கிறது. விமானப் பணிப்பெண் வேலை தான் கிடைக்கவில்லை, மாஃபியாவிடமாவது வேலை கிடைக்கிறதா பார்ப்போம்" என்று அம்மாவுக்குப் பதிலளித்தேன்.

நானும் டேவிட்டும் ஒரு கோப்பிக்கடையில் சந்தித்துப் பேசினோம். டேவிட் தனது மனதில் தோன்றுவதையெல்லாம் குழந்தை மாதிரிப் பேசிவிடக்கூடியவர். அவரது முன்னாள் மனைவி பணக்காரப் பாலியல் தொழிலாளி. டேவிட்டுக்கு இரண்டு பெண் குழந்தைகளிருக்கிறார்கள். என்னுடைய கருப்பு நிற அழகு தன்னைப் பித்தாக்கியிருப்பதாகச் சொன்ன டேவிட், வார விடுமுறை நாட்களைத் தன்னுடன் தனிமையில் கழிக்க முடியுமா என்று

நேரடியாகவே கேட்டார். அந்த நிமிடத்திலிருந்து எனக்கு வாழ்க்கையில் ஏறுமுகம் தான்.

டேவிட் தோற்றத்தில்தான் கோமாளியே தவிர, ஆள் புளியங்கொம்புதான். வேடிக்கையான பணக்காரரான அவருக்கு 'டாவோஸ்' என்ற சுற்றுலாத்தலத்தில் ஓர் அழகிய வீடிருந்தது. அந்த வீட்டில் நாங்கள் ஒவ்வொரு வாரயிறுதி நாட்களையும் கழித்தோம். டேவிட் அந்த வீட்டைத் திராட்சை இரசத்தாலும், என்னைப் பணத்தாலும் நிரப்பினார். நான் அவரைக் காமத்தால் நிரப்பினேன். கையில் தாராளமாகப் பணம் புழங்கியதால், எனக்கு அந்த வாழ்க்கை பிடித்துப்போனது.

டேவிட்டைச் சந்திக்காத நாட்களைப் பிரியா அம்மாவுடனும் ரோமனோவுடனும் மாறிமாறிக் கழித்தேன். என்னிடமிருந்த பணத்தைத் தங்க நகைகளாக மாற்றிச் சேமித்து வைத்தேன். என்னுடைய இந்த முன்னேற்றத்தைப் பார்த்ததும், பிரியா அம்மாவுக்குள்ளிருந்த பொறாமைப் பாம்பு வெளியே தலைகாட்டியது. நான் அந்தப் பாம்பின் தலையில் பணத்தால் அடித்தேன். பிரியா அம்மாவுக்கும் தாராளமாகச் செலவு செய்தேன். இரண்டு மாதங்கள் இப்படியே ஆனந்தமாகக் கழிந்தன.

டேவிட் தனது தாயாருக்கும், தாயாரின் கணவருக்கும் என்னை அறிமுகம் செய்துவைத்தார். டேவிட்டின் தாயார் எவ்லின் 'லூஸெர்ன்' நகரத்தில் அரண்மனை போன்றதொரு வீட்டில் வசிக்கிறார். அந்த அன்பான பெண்மணிக்கு என்னை மிகவும் பிடித்திருந்தது. எவ்லினது கணவர் எவ்லினிலும் முப்பது வயது குறைந்தவர். டேவிட் அந்தத் தம்பதியரையும் என்னையும் பாரிஸ் நகரத்துக்குச் சுற்றுலாவுக்கு அழைத்துப்போனார்.

பாரிஸ் நகரத்தின் ஆடம்பர விடுதியான *Shangri-La Hotel* இல் நாங்கள் தங்கினோம். அந்த விடுதியில் நாளொன்றுக்கு ஓர் அறையின் வாடகை ஆயிரம்

ஈரோக்கள். அந்த விடுதியின் பணியாளர்கள் என்னை ஒரு மகாராணியைப் போல உணரவைத்தார்கள். எல்லாமே கனவு போலிருக்கின்றன. எனது வாழ்வில் ஏற்பட்டுக்கொண்டிருக்கும் மாற்றங்களை என்னால் புரிந்துகொள்ளவே முடியவில்லை. நிச்சயமாகவே எனக்கு டேவிட் மீது காதல் இருக்கவில்லை. ஆனாலும் அவர் எனக்குச் செய்து கொடுத்த வசதிகளும் உல்லாசங்களும் எனக்குப் பிடித்திருந்தன. இந்தப் பயணம் எங்கே போய் நிற்குமென்றும் எனக்குத் தெரியவில்லை. டேவிட் என்னை முழுமையாகக் காதலிக்கத் தொடங்கிவிட்டார். நான் இல்லாமல் அவரால் வாழவே முடியாது என்ற நிலைக்கே வந்துவிட்டார்.

அழுகளம்

அருச்சுனனுக்கும் நாக இளவரசி உலுப்பிக்கும் பிறந்தவர் அரவான். குருஷேத்திரப் போரில் பாண்டவர்கள் வெற்றி பெறுவதற்காக, எல்லா இலட்சணங்களும் பொருந்திய ஒருவனைக் காளிக்குக் களப்பலி கொடுக்க வேண்டியிருக்கிறது. அரவான் பலியாளாக கிருஷ்ணனால் தேர்வு செய்யப்படுகிறார். பலியாகச் சம்மதிக்கும் அரவான் தனக்குத் திருமணம் செய்துவைக்குமாறும், தாம்பத்யத்தை அனுபவித்த பின்பு பலியாவதாகவும் வேண்டிக்கொள்கிறார். விடியலில் இறக்கப் போகிறவரை இரவில் எந்தப் பெண்தான் திருமணம் செய்துகொள்வாள்? எனவே கிருஷ்ணனே மோகினி வடிவமெடுத்துப் பெண்ணாக மாறி, அரவானைத் திருமணம் செய்துகொள்கிறார். காலையில் அரவான் பலி கொடுக்கப்படுகிறார். துண்டிக்கப்பட்ட அவரது தலை மகாபாரதப் போரில் ஈடுபட்டு, கௌரவர்களின் பல சேனைகளை முற்றாக அழித்துப்போட்டது. அந்தத் தலை வாயில் கத்தியைக் கவ்விக்கொண்டு குதித்துக் குதித்துப் போரிட்டதால் 'கூத்தாண்டவர்' என

அரவான் அழைக்கப்படுகிறார். உண்மையில் அங்கே நிகழ்ந்தவை இரண்டு பலிகள். கிருஷ்ணனும் தன்னைப் பலியிட்டுக்கொள்கிறார். தன்னுடைய ஆண் தேகத்தை சுயபலியிட்டுப் பெண் வடிவெய்திய கிருஷ்ணனின் அவதாரங்களாகவே இந்தியத் திருநங்கைகள் தங்களைக் கற்பனை செய்துகொள்கிறார்கள். அரவானே அவர்களது கணவர். நாகரிக சமுதாயமும் நவீன சட்டங்களும் கொடுக்க மறுக்கும் மதிப்பையும் அங்கீகாரத்தையும், அவர்கள் ஐதீகத்தில் கண்டடைகிறார்கள்.

இந்தியாவின் விழுப்புரம் நகரத்திற்குச் சற்றுத் தொலைவில் ‘கூவாகம்’ என்ற கிராமத்தில் கூத்தாண்டவர் கோயிலுண்டு. அங்கே ஆண்டுதோறும் சித்திரைப் பௌர்ணமிக் காலத்தில் நடக்கும் திருவிழாவில் திருநங்கைகள் கலந்துகொள்வார்கள். பௌர்ணமியன்று முக்கிய விழாவான ‘சுவாமிக்குக் கண் திறத்தல்’ நிகழ்ச்சி நடைபெறும். இந்தியத் திருநங்கைகள் மட்டுமல்லாமல், உலகின் பல பகுதிகளிலிருந்தும் இங்கு வரும் திருநங்கைகள் தங்களை மணப்பெண்களாக அலங்கரித்துகொண்டு, பூசாரியின் கையால் தாலி கட்டிக்கொள்வார்கள். அன்றிரவு முழுவதும் ஆடிப்பாடி மகிழ்வார்கள்.

மறுநாள் காலையில் கூத்தாண்டவர் தேரோட்டம் நடக்கும். அப்போது திருநங்கைகள் சூடம் ஏற்றிக் கும்மியடித்து ஆடுவார்கள். அரவானின் தேர் அழுகளத்தை நோக்கிச் செல்லும்போது, திருநங்கைகள் ஒப்பாரிவைத்து அழுதவாறே தேரைப் பின்தொடர்வார்கள். உச்சிப்பொழுதில் அரவானின் களப்பலி நிகழ்த்தப்படும். அப்போது திருநங்கைகள் தாங்கள் அணிந்துள்ள மங்கலச் சின்னங்களைக் களைந்து, தாலியை அறுத்து விதவைக் கோலம் பூண்டுகொள்வார்கள்.

அந்தத் திருவிழாவுக்குச் செல்ல வேண்டுமென்பது என்னுடைய நெடுநாள் ஆசை. டேவிட்டின்

புண்ணியத்தில் இந்த வருடம் அது சாத்தியப்படும் போலவே தோன்றியது. எனக்குத் தலைமுடி உதிரும் பிரச்சினையுமிருந்ததால், இந்தியாவில் அதற்கு ஏதாவது வைத்தியம் கிட்டுமா எனவும் பார்த்துவிடலாம்.

நான் இந்தியாவுக்குச் சுற்றுலா செல்லப்போவதாக, டேவிட்டிடம் ஒரு விண்ணப்பத்தைப் போட்டேன். அவர் எனக்குப் பண உதவி செய்வதாகச் சொன்னார். "நீ தனியாக அவ்வளவு தூரம் போக வேண்டாம், உனது அம்மாவையும் துணைக்கு அழைத்துச் செல்" என்று புத்திமதியும் சொன்னார். டேவிட்டுக்குக் கிள்ளியெல்லாம் தரத் தெரியாது. என் இந்தியப் பயணத்திற்காக 4000 சுவிஸ் பிராங்குகளை அள்ளிக் கொடுத்தார்.

நான் டேவிட்டிடமும், ரோமனோவிடமும், பிரியா அம்மாவிடமும் விடைபெற்றுக்கொண்டு ஜெர்மனிக்குத் திரும்பினேன். வீடு திரும்பியதும் முதல் வேலையாக, அம்மாவை என்னுடன் இந்தியாவுக்கு வருமாறு கேட்டேன். என்னுடைய தலைமுடி உதிரும் பிரச்சினைக்கு வைத்தியம் செய்யவே அங்கே போவதாகக் காரணமும் சொன்னேன். அம்மா பயணச் செலவைப் பற்றிக் கேட்டபோது, சுவிஸில் ஓர் உணவுவிடுதியில் கடந்த இரண்டு மாதங்களாக வேலை செய்து பணம் சம்பாதித்தேன் என்றேன்.

அம்மா என்னுடன் இந்தியா வரச் சம்மதித்ததும், நான் பெரும் மகிழ்ச்சியோடும் உற்சாகத்துடனும் பயண ஏற்பாடுகளைக் கவனித்தேன். சிங்கப்பூரிலிருந்த சுந்தரிப் பாட்டியைத் தொலைபேசியில் அழைத்து, நானும் கூவாகம் திருவிழாவுக்கு வருகிறேன் எனத் தகவல் தெரிவித்து ஆசிர்வாதம் வாங்கிக்கொண்டேன்.

மீண்டும் தமிழகம்

சென்னையில் நானும் அம்மாவும் இறங்கியபோது, எங்களை வரவேற்று அழைத்துச் செல்வதற்காக விமான நிலையத்தில் சித்தியின் குடும்பம் காத்திருந்தது. சித்தியும் சித்தப்பாவும் என்னை முதன்முதலாகப் பெண்ணுருவத்தில் பார்க்கிறார்கள். அவர்கள் என்னுடைய பாலின மாற்றத்தைப் பற்றி முன்பே கேள்விப்பட்டிருந்தாலும், அவர்களது கண்கள் ஆச்சரியத்தால் நிறைந்தேயிருந்தன. அவர்கள் கொண்டுவந்திருந்த வாகனத்தின் சாரதியும் இலங்கை தமிழரே. சாரதிக்கு என்னைத் திருநங்கை என அடையாளம் தெரியவேயில்லை. அவர் மட்டுமல்ல, தமிழகத்தில் என்னைச் சந்தித்தவர்களில் பெரும்பாலானோர் என்னைத் திருநங்கை என அடையாளம் காணவில்லை. நான் அம்மாவுடன் இருந்ததுகூட அதற்கொரு காரணமாகயிருக்கலாம். திருநங்கைகளை அவர்கள் வீதிகளிலோ இரயில்களிலோதான் பார்த்திருப்பார்கள். குடும்பத்துடன் பார்த்திருக்க வாய்ப்புகள் குறைவே.

சித்தியின் வீடு வளசரவாக்கத்தில் இருந்தது. நாங்கள் தங்குவதற்கு வசதியான ஓர் அறையைக் கொடுத்தார்கள். வெப்பம் சுட்டெரித்து வியர்வையில் நான் குளித்தாலும், சென்னை எனக்கு மகிழ்ச்சியையே கொடுத்தது. இதுவொரு உயிர்ப்புள்ள நகரம். எனது பால்யகாலத்தோடு கலந்துவிட்ட அந்த நிலத்தை உற்சாகத்தோடு சுற்றிவந்தேன். இட்லியையும் மசாலாத் தோசையையும் மனம்போலத் தின்றேன். எனது தலைமுடி உதிரும் பிரச்சினைக்குத் தீர்வு கேட்டுச் சில மருத்துவர்களைச் சந்தித்துக் காசைக் கரியாக்கினேன். எனினும் நான் அதைப் பற்றிப் பெரிதாகக் கவலைப்படவில்லை. கூத்தாண்டவர் கோயிலுக்குச் செல்லும் மகிழ்ச்சியிலேயே மனம் நிறைந்திருந்தது.

சுந்தரிப் பாட்டி அலைபேசியில் அழைத்து என்னிடம் பேசினார். கூத்தாண்டவர் கோயில் திருவிழாவில் கலந்துகொள்வதற்காக, சிங்கப்பூரிலிருந்து மல்லிகா என்னும் திருநங்கை சென்னைக்கு வரயிருப்பதாகவும், அவரையும் அழைத்துக்கொண்டு கூவாகத்துக்கு வருமாறும் கூறினார். வாகன வாடகையை நானும் மல்லிகாவும் பகிர்ந்துகொள்வதாக ஏற்பாடானது.

மல்லிகா எனக்கு முகநூலில் ஏற்கனவே பழக்கமானவர்தான். அவரொரு புகழ்பெற்ற பரத நாட்டியக் கலைஞர். நான் சென்னை விமான நிலையத்திற்குச் சென்று, மல்லிகாவை அழைத்துக்கொண்டு சித்தியின் வீட்டுக்கு வந்தேன். அதன் பின்புதான், கூவாகம் செல்லும் எனது திட்டத்தை அம்மாவுக்கும் சித்திக்கும் தெரியப்படுத்தினேன். அவர்கள் எதிர்ப்பேதும் தெரிவிக்கவில்லை. எனது அம்மா “என் மகளுக்கு உலகம் தெரியாது, அவளை நீங்கள்தான் பத்திரமாகப் பார்த்துக்கொள்ள வேண்டும் அம்மா” என்று மல்லிகாவிடம் கேட்டுக்கொண்டார். கடைசியில் எனது அம்மா தனது வயிற்றின் கனியான தனுஜனை, தனுஜா என்ற மகளாக அங்கீகரித்தேவிட்டார். நாட்டியத் தாரகையோ “நானும் தான் உலகம் தெரியாத ஆள், உன்னை நான் எப்படிப் பார்த்துக்கொள்வதாம்...” என்று தனிமையில் என்னிடம் குறைப்பட்டுக்கொண்டார்.

மல்லிகா கேரளாவைச் சேர்ந்தவர். கலாஷேத்ராவில் பரத நாட்டியம் பயின்றுவிட்டு, சிங்கப்பூருக்குச் சென்று மாணவர்களுக்கு நடனம் கற்றுக் கொடுத்தவர். சிங்கப்பூரில் வசிக்கும் போதுதான், தனது நாற்பதாவது வயதில் திருநங்கையாகத் தன்னை வெளிப்படுத்திக்கொண்டவர். சிங்கப்பூரில் மல்லிகாவுக்கும் அவரது நாட்டியக் கலைக்கும் மிகுந்த மரியாதையிருந்தது. ஆனாலும் திருநங்கையாக அவர் தன்னை வெளிப்படுத்திக்கொண்டதும், அந்த மரியாதையெல்லாம் மண்ணாய்ப் போனது. அவரது நாட்டியத் தொழிலே நசிந்துபோக, பாலியல் தொழிலாளியாக மாறிவிட்டார்.

நானும் மல்லிகாவும் விழுப்புரத்தைச் சென்றடைந்தபோது, சுந்தரிப் பாட்டி அங்கே ஏற்கனவே வந்துவிட்டிருந்தார். பாட்டி எனக்கும் மல்லிகாவுக்கும் விடுதியில் அறை பிடித்து வைத்திருந்தார். அறையில் குளித்து முழுகிப் புத்துணர்ச்சியடைந்தோம். ஆசைப்பட்டதுபோல அலங்காரங்களைச் செய்துகொண்டு, திருநங்கைகளுக்கான அழகுராணிப் போட்டியைக் காண்பதற்குச் சென்றோம்.

இந்த 'மிஸ் கூவாகம்' அழகுராணிப் போட்டி ஒரு தேவையற்ற ஆணி என்பதே என் கருத்து. பலபத்துத் திருநங்கைகளிடையே ஒருவரை அழகுராணி எனத் தேர்ந்தெடுத்தால் மற்றவர்களெல்லாம் யார்? அசிங்கமானவர்களா? ஒரு திருநங்கையை உற்சாகப்படுத்துவதற்காகப் பல திருநங்கைகளைத் தோல்வியாளர்களாக்கும் இந்தப் போட்டியை நான் விரும்பவில்லை. எது எப்படியோ, போட்டி நடந்த மண்டபம் களைகட்டியிருந்தது. எழுத்தாளராக, நடிகையாக, சமூகச் செயற்பாட்டாளராக எனப் பலதுறைகளிலும் சாதித்திருந்த திருநங்கைகளும் அங்கே வந்திருந்தார்கள். மண்டபத்துக்குள் திருநங்கைகளின் எண்ணிக்கையைவிட, திருநங்கைகளைத் தொல்லை செய்வதற்கென்றே வந்திருந்த காமுகர்களின் எண்ணிக்கையே அதிகமாகயிருந்தது. அந்தக் கூட்ட நெரிசலுக்குள், எனது அன்புக்குரிய தோழி ஏஞ்சலைக் கண்டுபிடித்து ஆரத்தழுவிக்கொண்டேன். அன்றிரவு ஏஞ்சல் என்னுடனேயே விடுதி அறையில் தங்கிக்கொண்டார்.

மறுநாள் காலையில், கூவாகம் கிராமமும் சுற்றுவட்டாரங்களும் திருநங்கைகளால் முழுதாக நிரம்பித் ததும்பின. அன்றைக்குத்தான் அரவான் சுவாமியிடம் திருநங்கைகள் தாலியேற்பார்கள். நாங்கள் மணப்பெண்களைப் போல எங்களை அலங்கரித்துகொண்டு, சுந்தரிப் பாட்டியின் தலைமையில் கூத்தாண்டவர் கோயிலுக்குப் போனோம். பல

திருநங்கைகள் பூசாரிகளின் கைகளை அரவானின் கைகளாகக் கருதித் தாலி கட்டிக்கொண்டார்கள். டேவிட் எனக்குக் கணவனைப் போலவே இருந்து கொண்டிருந்ததால், நான் இங்கே தாலி கட்டிக்கொள்ள விரும்பவில்லை. அதை அறுக்கவும் விரும்பவில்லை.

இரவில் கூவாகம், இந்திரலோகம் போலத் திருநங்கைகளால் சுடர்ந்துகொண்டிருந்தது. பாட்டுகளும் நடனங்களும் உளக்கிளர்ச்சியை ஏற்படுத்தின. அதேவேளையில் கண்களில் காமத்தையும் கைகளில் அநாகரிகத்தையும் மனதில் வன்முறையையும் வைத்திருந்த முரட்டு ஆண்களும் அங்கே குவிந்திருந்தார்கள். அவர்களின் தொல்லைகளைத் தாங்கமுடியாமல் திருநங்கைகள் தவித்தார்கள். சில ஆண்கள் கூட்டாகச் சேர்ந்து திருநங்கைகளைத் தூக்கிச் சென்று பலாத்காரம் செய்தார்கள். காவற்துறையால் கூடக் குற்றங்களை முழுவதுமாகக் கட்டுப்படுத்த முடியவில்லை. அத்தகைய ஆண்களை நான் ஏசி விரட்டிவிடுவதை, நீங்கள் ஒரு YouTube காணொளியில் கண்டிருக்கக் கூடும். அந்தக் காணொளி, என்னுடைய இரண்டாவது கூவாகப் பயணம் 2017 இல் நிகழ்ந்தபோது, ஒரு வட இந்தியப் பத்திரிகையாளரால் உருவாக்கப்பட்ட ஆவணப்படத்தின் சிறு பகுதியாகும். அந்தக் காணொளி மில்லியன் கணக்கான பார்வையாளர்களைச் சென்றடைந்தது. என்னைப் பொதுவெளிக்குக் கொண்டுவந்ததில், இக்காணொளிக்கு முதன்மையான பங்குண்டு.

மறுநாள் உச்சிப் பொழுதில் அழுகளத்தைச் சென்றடைந்தோம். அங்கே பல்லாயிரக்கணக்கான திருநங்கைகள் முதல் நாள் கட்டிய தாலியுடன் காத்திருந்தார்கள். தேரில் கம்பீரமாக வந்த அரவான் அங்கே துண்டுகளாக்கப்பட்டுப் பலி கொடுக்கப்பட்டதும், திருநங்கைகளின் ஒப்பாரி நெஞ்சைப் பிளந்தது. அந்த ஓலமே எங்களது சர்வதேசிய கீதம். நேற்றுக் கட்டிக்கொண்ட புதுத் தாலியை அறுத்தும்,

வளையல்களை உடைத்தும் திருநங்கைகள் விதவைக் கோலம் கொண்டார்கள். வெள்ளையாடை அணிந்து துக்கம் கொண்டாடினார்கள். அழுகளம் திருநங்கைகளின் ஏக்கத்தால் எரிந்து போயிற்று.

கனத்துப்போன இருதயங்களுடன் நாங்கள் விடுதிக்குத் திரும்பினோம். அன்றிரவு விடுதி அறையில், என்னை முன்வைத்துப் பஞ்சாயத்தொன்று நடந்தது. எனது திருநங்கைத் தாயான பிரியா அம்மாவிடமிருந்து என்னைப் பிரித்து, திலகம் பாட்டிக்கு என்னை மகளாக்குவது என்று சுந்தரிப் பாட்டி முடிவு செய்தார். திலகம் பாட்டிதான் பிரியாவின் அம்மா. திருநங்கைகள் ஜமாத்தின் புதிய தீர்மானத்தின்படி நான் பிரியாவுக்குத் தங்கையாகிவிட்டேன்.

திலகம் பாட்டிக்கு மகளாகப் போக எனக்கு விருப்பமில்லை. அந்தப் பாட்டிக்குப் பணத்தைத் தவிர வேறெதிலும் அன்புமில்லை, அக்கறையுமில்லை. ஆனால் ஜமாத்தின் முடிவை மீற முடியாத நிலையில் நானிருந்தேன். நான் உடனேயே அலைபேசியில் பிரியாவைத் தொடர்புகொண்டு, ஜமாத்தின் தீர்மானத்தைத் தெரிவித்தேன். பிரியா இந்த முடிவை ஏற்றுக்கொள்ள மறுத்து என்னிடம் சண்டையிட்டார். அந்தச் சண்டையில் சுந்தரிப் பாட்டி தலையிட்டதும் சண்டை பெரிதாகியது. சுந்தரிப் பாட்டி சரமாரியாகப் பிரியாவைத் திட்டினார். சுந்தரிப் பாட்டிக்கும் பிரியாவுக்குமிடையே ஏற்கனவே கொடுக்கல் வாங்கல்கள் உட்படப் பல்வேறு பிரச்சினைகளிருப்பதை அந்தச் சண்டையிலிருந்து அறிந்துகொண்டேன். என்மீதும் நிறையக் குற்றச்சாட்டுகளை பிரியா உருவாக்கி, அவற்றைத் திருநங்கைகளிடையே பரப்பியிருப்பதும் தெரியவந்தது. அதிலொரு சுவாரசியமான குற்றச்சாட்டு ‹சிலோன்காரி› என்பதாகும்.

இரவு முழுவதும் ஜமாத்தில் நடந்த சண்டைகளாலும் பஞ்சாயத்துகளாலும் நான் மிகவும் சோர்வடைந்தேன். மறுநாள் காலையில், மனக்கவலையுடன் சென்னைக்குத் தனியாகவே திரும்பினேன். நானும் அம்மாவும் சென்னைக் கடைத்தெருக்களில் அலைந்து திரிந்து துணிமணிகள் வாங்கிக்கொண்டோம். கூவாகத்திலிருந்து திரும்பிய ஏஞ்சலும் எங்களுடன் சேர்ந்துகொண்டார். நானும் ஏஞ்சலும் ஒரே மாதிரியான உடைகளை அணிந்துகொண்டு, இரட்டை நட்சத்திரங்களாகச் சென்னையை ஒரு கலக்குக் கலக்கினோம். நானும் அம்மாவும் ஜெர்மனிக்குத் திரும்பியபோது, ஏஞ்சல் விமான நிலையம்வரை வந்து வழியனுப்பி வைத்தார். நல்லுள்ளம் படைத்த அந்தத் தேவதை இப்போது கனடா நாட்டில் வாழ்ந்துகொண்டிருக்கிறார்.

வழிகாட்டிகள்

ஜெர்மனிக்கு வந்து சேர்ந்ததும்; ஒரேயொரு நாள் வீட்டில் இருந்துவிட்டு, மறுநாளே சூரிச்சுக்குக் கிளம்பிச் சென்றேன். இம்முறை பிரியாவின் வீட்டில் தங்குவதைத் தவிர்த்துக்கொண்டேன். ரோமனோவின் வீட்டில் தங்கிக்கொண்டேன். என்னவொன்று, அவ்வப்போது எனது உடலை ரோமனோ சற்று வருத்துவார். ஆனால் பிரியாவைப் போல மனதைக் காயப்படுத்தமாட்டார்.

அன்று மாலையே டேவிட்டைச் சந்தித்தேன். அவர் தனது மகள்களுடன் துபாய்க்குச் சுற்றுலா சென்று திரும்பியிருந்தார். அவர் என்மீதான பிரிவேக்கத்தில் உழன்றுகொண்டிருந்தார் என்பதை அவரது பேச்சும், அவர் துபாயிலிருந்து எனக்காக வாங்கி வந்திருந்த விலையுயர்ந்த தங்க வளையல்களும் உணர்த்தின.

என்னுடைய வாழ்க்கை டேவிட்டுடனும், ரோமனோவுடனும் இரட்டைத் தடத்தில் பயணித்துக்

கொண்டிருந்தது. என்னிடம் நிறையப் பணமும் சேர்ந்துகொண்டிருந்தது. எனது அம்மாவுக்கு மட்டுமல்லாமல், அவ்வப்போது பிரியாவுக்கும் பண உதவிகளைச் செய்தேன். எனது அம்மாவுக்குத் தங்க நகைகளும் வாங்கிக் கொடுத்தேன். வீட்டில் எனக்கு மரியாதையும் உயர்ந்துகொண்டே போனது. அப்பா கூட என்னைச் சகித்துக்கொள்ளத் தொடங்கிவிட்டார். நானோ டேவிட்டுடன் பல நாடுகளுக்கும் உல்லாசமாகப் பறந்துகொண்டிருந்தேன்.

இதெல்லாம் எனது முன்னாள் அம்மா பிரியாவுக்குப் பொறுக்கவில்லை. இம்முறை அவரது உள்ளத்தில் பொறாமைப் பாம்பு தாராளமாகவே நஞ்சைக் கக்கிவிட, அவர் பாவச் செயலொன்றைச் செய்தார். டேவிட்டைத் தொலைபேசியில் அழைத்து "உங்களுடைய காதலி தனுஜா ஒரு திருநங்கை" என அள்ளி வைத்துவிட்டார். என்மீது பிரியாவுக்குப் பொறாமையிருந்தது எனக்குத் தெரியும், ஆனால் எனக்கு இப்படியொரு துரோகத்தை இழைப்பார் என நான் கனவிலும் நினைத்திருக்கவில்லை.

அவ்வளவுதான்! ஒரேநாளில் என் வாழ்க்கை பொலபொலவெனச் சரிந்தது. டேவிட் என்னைவிட்டுப் பிரிந்தார். நிகழ்ந்த அவமானமும் துக்கமும் என்னில் கெட்ட கோபமாக உருக்கொண்டன. நான் பிரியாவைத் தேடிப்போய்ச் சண்டைபோட்டேன். "நீயெல்லாம் ஒரு குருவா? தாயா? நீ நாசமாகப் போவாய்!" எனச் சாபம் கொடுத்தேன். தன்னை மன்னித்துவிடுமாறு பிரியா அழுதார். அந்த அழுகை உண்மையாகக் கூட இருக்கலாம். ஆனால் அது என்னைக் கரைப்பதாகயில்லை.

நான் ரோமனோவை இரவுகளில் மகிழ்ச்சிப்படுத்தினால், அவர் பணம் கொடுத்தார். ஆனால் அந்தப் பணம் எனக்குப் போதுமானதாகயில்லை. நான் எப்படியோ வசதியான வாழ்க்கைக்குப் பழக்கப்பட்டுவிட்டேன். ஆடம்பர விருந்துகளையும் நடன அரங்குகளையும்

உயர்ரக மதுவையும் பெரிதும் விரும்பினேன். விலையுயர்ந்த நேர்த்தியான ஆடைகளை அணியவே எனக்குப் பிடித்திருந்தது. எப்படிப் பை நிறையப் பணம் சம்பாதிக்கலாம், அதை எப்படிச் செலவு செய்யலாம் என்பதுவே என்னுடைய முழுநேரச் சிந்தனையாகயிருந்தது.

ரோமனோவின் வீட்டில் தங்கியிருந்து, சுவிஸில் வேலை தேடி அலைந்துகொண்டிருந்தேன். ஆனால் அது கிடைப்பதாகயில்லை. பாலியல் தொழிலுக்கோ வாடிக்கையாளர்கள் எங்குமிருந்தார்கள். தெருக்களில், இரயிலில், மதுச்சாலைகளில், கோயில்களில் எனச் சர்வ வியாபிகளாகயிருந்தார்கள். பாலியல் தொழிலில் முழுவதுமாக இறங்கிவிடலாமா என்று நான் தீவிரமாக யோசித்துக்கொண்டிருந்த போதுதான், என் வழிகாட்டி செலினா புரஃபேர்க்கைச் சந்தித்தேன்.

சுவிஸ் பெண்ணான செலினா பல்கலைக்கழக ஆசிரியை. அய்ரோப்பாவில் வாழும் தமிழ்த் திருநங்கைகளைக் குறித்து ஆய்வு செய்துகொண்டிருந்தார். ஒரு ஜெர்மனியத் திருநங்கை மூலம் அவர் என்னைக் கண்டுபிடித்தார். செலினா மிகுந்த அன்புள்ளம் கொண்டவர். என்னுடைய கதையைக் கேட்கும் போதெல்லாம் அவர் கண்ணீர் விட்டார். நமக்காகப் பிறர் உகுக்கும் கண்ணீரைக் காட்டிலும் புனிதநீர் நதியிலும் கிடையாது, ஸம் ஸம் கிணற்றிலும் ஊறாது.

செலினாவுடனான உரையாடல்களே என்னை மெல்ல மெல்ல மாற்றின. அவர் எனக்குத் தன்னம்பிக்கையை ஊட்டிக்கொண்டேயிருந்தார். எனது கல்வியைத் தொடருமாறும், திருநங்கைச் சமூகத்தின் நலனுக்காகச் செயற்படுமாறும் ஓயாமல் என்னைத் தூண்டினார். மீண்டும் படிப்பைத் தொடர வேண்டுமென செலினா என்னில் மூட்டிய தீ என்னை எரிக்கத் தொடங்கியது. தவறான பாதையில் எவ்வளவு தூரத்துக்குப்

போயிருந்தாலும், தயங்காமல் திரும்பி வருவதே சிறந்தது என நான் தீர்மானித்தேன்.

எனது பணத்தாசையையும் பகட்டு வாழ்க்கையையும் சுவிஸ் மண்ணிலேயே ஆழக் குழிதோண்டிப் புதைத்துவிட்டு, அம்மாவின் கூட்டை நோக்கி ஜெர்மனிக்குப் பறந்தேன். நான் மீண்டும் படிப்பைத் தொடரப் போகிறேன் எனச் சொன்னதும், எனது குடும்பத்தினர் உண்மையிலேயே மகிழ்ச்சியடைந்தார்கள். அப்போது காமினி சித்தியிடமிருந்து அலைபேசி அழைப்பு வந்தது. அவர் என்னைச் சந்திக்க ஆசைப்பட்டார்.

காமினி சித்தி மலேசியாவுக்குச் சென்று, ஒரு தமிழ் இளைஞனைத் திருமணம் செய்துவிட்டு ஜெர்மனிக்குத் திரும்பியிருந்தார். நான் கொஞ்சமும் தாமதிக்காமல் சித்தியின் ஊருக்கு இரயிலைப் பிடித்தேன். என் மனதில் ஒரு திட்டமிருந்தது. நான் படிப்பைத் தொடருவதென்னவோ உறுதிதான். ஆனால் என்னில் உண்மையிலேயே பாசம் காட்டும் திருநங்கைத் தாயொருவர் எனக்குத் தேவைப்பட்டார்.

நீண்ட இடைவெளிக்குப் பிறகுதான் சித்தியைச் சந்திக்கிறேன். இடையில் நடந்த காதல்கள், துரோகங்கள், ஏமாற்றங்கள் எல்லாவற்றையும் சித்திக்குச் சொன்னேன். சித்தி தனது கரங்களுக்குள் வைத்துக்கொண்டு என்னைத் தேற்றினார். "என்னை உங்களது மகளாகத் தத்து எடுத்துக்கொள்ளுங்கள்" எனச் சித்தியின் கால்களைத் தொட்டு வணங்கிக் கேட்டுக்கொண்டேன்.

காமினி சித்தி எனது கோரிக்கையை மிக்க மகிழ்ச்சியோடு ஏற்றுக்கொண்டார். தத்தெடுப்பதற்கான ஏற்பாடுகளை சுந்தரிப் பாட்டியோடு கலந்துபேசி முடிவு செய்வதாகச் சொன்னார். நான் மலேசியாவுக்குச் சென்று, முறைப்படி சடங்குகளைச் செய்து, காமினி சித்திக்கு மகளாவது எனத் திட்டமிட்டோம். அந்த மகிழ்ச்சியோடு வீடு திரும்பினேன்.

முகநூலில் 'பரா' என்னும் கனடாத் தமிழர் எனக்கு நண்பராகயிருந்தார். அவருக்கு நான் திருநங்கை என்பது தெரியாது. அவருக்கு என்மீது ஒரு கண் என்பது எனக்குத் தெரிந்தேயிருந்தது. முகநூலில் நாளொன்றுக்குப் பத்து மெசேஜ் அனுப்பி ‹சாப்பிட்டாச்சா?› எனக் கேட்டுக்கொண்டிருந்தால் அதுதான் அர்த்தமல்லவா! என்னைக் கனடாவுக்கு வருமாறும் அடிக்கடி கேட்பார். 'பட்டது போதுமடா சாமி' என நான் மனதிற்குள் நினைத்துக்கொண்டு வேறு வேலை பார்ப்பேன். ஒருநாள் பராவுடன் உட்பெட்டியில் உரையாடிக்கொண்டிருந்த போது, நான் மலேசியாவுக்குச் செல்லவிருப்பதை அவரிடம் சொன்னேன். பரா மிகுந்த உற்சாகமடைந்து, தான் சீக்கிரமே விடுமுறையில் இலங்கைக்குச் செல்லவிருப்பதாகவும், தன்னுடன் இலங்கைக்கு வந்துவிட்டு, அங்கிருந்து மலேசியா செல்லுமாறும் ஆலோசனை தெரிவித்தார். ஜெர்மனியிலிருந்து இலங்கை - மலேசியா சென்று திரும்புவதற்கான விமானப் பயணச்சீட்டையும் வாங்கித் தருவதாகச் சொன்னார்.

இலங்கைக்குப் போவதைக் குறித்துப் பரா பேசியவுடனேயே, என் மனம் அலைபாயத் தொடங்கிவிட்டது. நான் இலங்கையை விட்டுக் கிளம்பிப் பதினைந்து வருடங்களாகிவிட்டன. தாயகத்துக்குச் செல்லும் ஏக்கம் மனதில் தொற்றிக்கொண்டது. எனவே பாராவுடைய அழைப்பை நான் மனமுவந்து ஏற்றுக்கொண்டேன். இந்தப் பரா எப்படியானவர் எனத் தெரியாதது போலவே, எனது தாய்நாடும் எப்படியிருக்கிறது எனத் தெரியவில்லை. போய்ப் பார்த்துவிடலாம்!

தாய் மண்ணில்

கொழும்பு விமான நிலையத்தில் பரா எனக்காகக் காத்துக்கொண்டிருந்தார். ஆளின் தோற்றமே கொஞ்சம் கரடு முரடாகத்தானிருந்தது. கடற்கரையிலிருந்த ஒரு விடுதிக்கு என்னை அழைத்துச் சென்றார். உண்மையிலேயே அவர் அன்பான மனிதர். அன்பு காட்டுவதில் அவசரப்படுவது போலவே, காமத்திலும் அவசரமே காட்டினார். விடுதிக்கு வந்ததும் வராததுமாக என்னை உடலுறவுக்கு அழைத்தார். நான் அரைப் போத்தல் வைன் அருந்தியதும்தான் தயாரானேன்.

பரா எனக்காக ஆடைகளையும் வாசனைத் திரவியங்களையும் கனடாவிலிருந்து கொண்டுவந்திருந்தார். அவர் மது மயக்கத்தில் என்னிடம் தேய்ந்துபோன காதற் சொற்களைப் பேசுவதைத் தவிர, அவரால் எனக்கு வேறெந்த விசேட தொல்லையுமில்லை. தன்னிடமிருந்து நான் விலகிச் செல்லக்கூடாது என்று நாள் முழுவதும் கேட்டுக்கொண்டேயிருந்தார். இந்தக் காதலெல்லாம் எந்த எல்லைவரைக்கும் இருக்குமென்று எனக்குத் தெரியாதா என்ன! உண்மையிலேயே எனக்கு ஆண்கள் மீதிருந்த மயக்கமும் காமமும் போயேவிட்டன. எனது மோகத்தைக் காலமும் காமத்தைக் கண்ணீரும் கழுவித் துடைத்துவிட்டிருந்தன. என் தன்மானத்தைக் காதலின் பெயரால் எந்தவொரு ஆணினதும் காலடியில் வைக்க, இனி நான் தயாராகயில்லை.

மறுநாள், தனது வேலைகளைப் பார்ப்பதற்காக பரா வெளியில் போய்விட்டார். என்னோடு சிகிச்சைக்காகத் தாய்லாந்துக்கு வந்திருந்த சாரா அக்கா அப்போது கொழும்பிலேயே தங்கியிருந்தார். அக்கா மேற்படிப்புக்காக அவுஸ்ரேலியா விசாவுக்கு விண்ணப்பித்துவிட்டுக் காத்துக்கொண்டிருந்தார். அவரைத் தொலைபேசியில் அழைத்துப் பேசினேன். சாரா அக்கா ஓட்டமும் ஆட்டோவுமாக விடுதிக்கு வந்து என்னை அழைத்துச்

சென்றார். அன்றைய பகலை சாரா அக்காவின் குடும்பத்தினருடன் மகிழ்ச்சியாகக் கழித்தேன். இரவில் நான் விடுதிக்குத் திரும்பி வந்தபோது, வாய் நிறைய ஊசிப்போன காதற் சொற்களுடனும் தலை முழுவதும் காமத்துடனும் பரா தவித்துக்கொண்டிருந்தார்.

நானும் பராவும் தென் இலங்கையை உல்லாசமாகச் சுற்றி வந்தோம். கடற்கரைகளினதும் இயற்கையினதும் வனப்பில் நான் என் நாட்களைக் கொண்டாடிக்கொண்டிருந்தேன். எனினும் எப்போதும் போலவே இந்த மகிழ்ச்சியும் அதிக நாட்களுக்கு நீடிக்கவில்லை. பரா தன்னுடைய மனைவியின் உறவினர்களைச் சந்திப்பதற்காக திருகோணமலைக்குப் புறப்பட்டார். நான் அவருடன் செல்ல முடியாது. நான் சாரா அக்காவின் வீட்டில் போய்த் தங்கிக்கொண்டேன். அந்தக் குடும்பத்தினர் என்னில் அன்பைப் பொழிந்து உபசரித்தனர்.

யாழ்ப்பாணம் செல்வதற்கு நான் மிகவும் விரும்பினேன். சாரா அக்காவுக்கும் யாழ்ப்பாணத்தில் ஒரு வேலையிருந்தது. எனவே இருவரும் யாழ்ப்பாணத்தை நோக்கிக் கிளம்பினோம். யாழ்ப்பாண மண்ணில் கால் வைத்தபோது, நான் ஒருதுளி மண்ணெடுத்து நெற்றியில் இட்டுக்கொண்டேன். அந்த நிலத்தில் மட்டுமல்லாமல், மனிதர்களின் முகங்களிலும் போரின் வடுக்கள் இன்னும் மாறாமலேயே இருந்தன. மண்கும்பானிலும் வேலணையிலுமிருந்த எனது உறவினர்களின் வீடுகளுக்கு நான் சென்றபோது, அவர்கள் என்னை ஒதுக்காமல் அன்புடனேயே வரவேற்றார்கள். நான் வெளிநாட்டிலிருந்து வந்திருந்ததால், எனது பாலினம் அவர்களுக்கு ஒரு பிரச்சினையாகத் தெரியவில்லை என்றுதான் நினைக்கிறேன். எனது முதுகுக்குப் பின்னால் என்ன புறணி பேசினார்களோ! அதை வெள்ளைப்புற்றடி விநாயகரே அறிவார்!!

நான் வேலணையில் மாமாவின் வீட்டிலிருந்த போது, கொழும்பிலிருந்து வினு மாமா என்னைத் தொலைபேசியில் தொடர்புகொண்டார். உங்களுக்கு இந்த மாமாவை ஞாபகமிருக்கலாம். பதினைந்து வருடங்களுக்கு முன்பாக நான் கொழும்பில் சிறுவனாகயிருந்த போது, என்னுடைய பெண்தன்மையைப் பொறுக்க முடியாமல், என்னை மிருகத்தனமாக அடித்து உதைத்துக்கொண்டிருந்த மாமனிதர் தான் இந்த வினு மாமா. இப்போது அவர் எனது முகநூல் நண்பரும் கூட. கொழும்புக்கு வந்ததும் தன்னைச் சந்திக்குமாறு வினு மாமா கேட்டுக்கொண்டார். எனக்கும் அவரைச் சந்திக்க ஆசையாகத்தானிருந்தது. என்னில் அரும்பிய பெண்தன்மைக்காக என்னைச் சித்திரவதை செய்த மாமாவின் முன்னால், முழுமையான பெண்ணாகப் போய் நிற்க விரும்பினேன்.

மூன்று நாட்களை யாழ்ப்பாணத்தில் கழித்துவிட்டு, அதிகாலைவேளையில் கொழும்பைச் சென்றடைந்தேன். மாலை ஆறு மணிக்கு மலேசியாவுக்குக் கிளம்பும் விமானத்தில் நான் பயணிக்கவேண்டும். பகல் பத்து மணியளவில் சாரா அக்காவின் வீட்டுக்கு, வினு மாமா வண்டி அனுப்பி வைத்தார். நான் சாரா அக்காவிடமும் குடும்பத்தினரிடம் விடைபெற்றுக்கொண்டு, எனது பெட்டிகளுடன் அந்த வண்டியில் ஏறிக்கொண்டேன். அந்த வண்டி என்னை ஒரு கடற்கரையோர விடுதிக்கு அழைத்துச் சென்றது. இதில் என்ன வேடிக்கையென்றால், இதே விடுதியில்தான் சில நாட்களுக்கு முன்பு நான் பராவோடு தங்கியிருந்தேன். விடுதி அறையில் வினு மாமா எனக்காகக் காத்திருந்தார்.

வினு மாமாவை மிகவும் கம்பீரமான தோற்றத்துடனேயே எனது கற்பனையில் பதிவுசெய்து வைத்திருந்தேன். ஆனால் அவரோ என்னைவிட உயரம் குறைவாகவும் தளர்ந்துபோயுமிருந்தார். என்னைக் கட்டியணைத்து வரவேற்றபோது, அவரது கைகள் நடுங்கிக்கொண்டிருந்தன. விரல்கள் சற்றே

குறண்டிப்போய், நகங்கள் மஞ்சளேறியிருந்தன. மாமாவுக்கு மிஞ்சி மிஞ்சிப் போனாலும் நாற்பது வயதுதானிருக்கும். மதுப் பழக்கம் இவரது உடலையும் பதம் பார்த்திருக்கிறது.

மாமா எனக்காக 'அதிவிசேஷம்' இலங்கைச் சாராயம் வாங்கி வந்திருந்தார். இருவரும் மதுவருந்தியவாறே பேசிக்கொண்டிருந்தோம். பேசுவதற்கு எங்களிடம் முடிவில்லாத கதைகளிருந்தன. "என்னை ஏன் அப்போதெல்லாம் அடித்துக்கொண்டேயிருந்தீர்கள் மாமா?" என்று கேட்டேன். "என்ன அடித்து என்ன பிரயோசனம்! நீ தான் பெண்ணாக மாறிவிட்டாயே" என்று மாமா முகத்தைச் சுழித்தார். அந்தச் சுழிப்பு மாறாமலேயே சட்டென முகத்தை முன்னால் நீட்டினார். ஏதோ திட்டப் போகிறாராக்கும் என நான் நினைக்க, பாவி மனுஷன் எனது உதடுகளில் முத்தமிட்டுவிட்டார். வாயில் பாம்பு கடித்ததுபோல நான் அதிர்ந்துபோனேன். இவ்வளவு தானாடா உங்களது குடும்பப் பாசம்? இவ்வளவு தானாடா உங்களது தமிழ்ப் பண்பாடு?

நான் அதிர்ச்சியடைந்ததை வெட்கப்படுவதாக மாமா புரிந்துகொண்டார். "நீ வெளிநாட்டில் வாழ்பவள், இப்படி வெட்கப்படுகிறாயே..." என்றார். அவருக்கு முன்னால் எனக்கு வெட்கமே கிடையாது என்பதைத் தெரிவிக்க நான் தயாரானேன். அவரது தலையைப் பிடித்து அமுக்கி வைத்து, அவரது வாயில் வெளிநாட்டு முத்தமிட்டேன்.

இருவரும் உடலுறவில் ஈடுபட்டோம். ‹நீங்கள் என்னை எவ்வளவோ அடித்து அடக்கி வைத்திருந்தாலும், நான் எனது உணர்வுக்கு மதிப்புக் கொடுத்துப் பெண்ணாக மாறிவிட்டேன். என் ஆன்மா விரும்பியதை நான் சாதித்துவிட்டேன் மாமா› என்பதை நான் அந்த உடலுறவின் மூலம் அவருக்கு அறிவித்தேன்.

ஒரு திருநங்கையின் வாழ்க்கையில் நடக்கும் சம்பவங்களை மற்றவர்களால் கற்பனை செய்துகூடப் பார்க்க முடியாது. பொது அறங்களால், பொது நீதிகளால், பொதுக் கலாசாரங்களால், பொது இலக்கியங்களால், பொதுத் தத்துவங்களால் எங்களைப் புரிந்துகொள்ளவே முடியாது. வரலாறு முழுவதுமே வஞ்சிக்கப்பட்டவர்களான எங்களது பயணம் புதிர் வட்டப் பாதை. இந்தப் புதிரை இதுவரை யாரும் அவிழ்த்ததில்லை. நாங்கள் கூட அவிழ்த்ததில்லை.

கொழும்பிலிருந்து மலேசியாவுக்குக் கிளம்பிய விமானத்தில், நான் நிம்மதியாக உறங்கினேன்.

மாதவம்

கோலாலம்பூர் விமான நிலையத்தில், காமினி அம்மாவின் சகோதரன் 'திருநம்பி சத்யா' என்னை வரவேற்று அழைத்துச் செல்லக் காத்திருந்தார். ஆணுடலாய்ப் பிறந்து பெண்ணாக மாறியவர்களை 'திருநங்கைகள்' எனச் சொல்வது போலவே, பெண்ணுடலாய்ப் பிறந்து ஆணாக மாறியவர்களை 'திருநம்பி' என்போம். சத்யாதான் நான் முதன்முதலாகப் பார்த்த தமிழ்த் திருநம்பி.

இனிய குணமுள்ள சத்யாவை எனக்கு மிகவும் பிடித்திருந்தது. சந்தித்த நிமிடத்திலேயே எங்களுக்குள் நல்ல நட்பு உருவாகிவிட்டது. சத்யாவின் காரில் 'ஜோஹோர் பஹ்ரு' நகரத்திலிருந்த காமினி அம்மாவின் வீட்டுக்குச் சென்றோம். இயற்கை எழில் சூழ்ந்த அழகிய பெரிய வீடொன்றில் அம்மா இருந்தார். என்னை அன்போடு வரவேற்ற அம்மாவின் கால்களைத் தொட்டு 'பாம்படுத்தி' சொல்லி வணங்கினேன்.

அந்த வீட்டுக்கு காமினி அம்மாதான் தலைவி. அங்கே அம்மாவோடு அவரது கணவரும், சத்யாவும் இன்னும்

பத்துத் திருநங்கைகளும் தங்கியிருந்தார்கள். இவர்கள் சாட்சியாக நான் காமினி அம்மாவால் முறைப்படி தத்தெடுக்கப்பட்டேன். அம்மாவின் வழியில் எனக்குப் பத்துத் திருநங்கைச் சகோதரிகளும், அவர்களில் சிலரது மகள்களும் புதிய உறவுகளாகக் கிடைத்தார்கள். அந்தத் திருநங்கைகளில் பாதிப்பேர் பாலியல் தொழில் செய்து வந்தாலும், மீதிப்பேர் அருகிலிருந்த சிங்கப்பூருக்குச் சென்று, கடைகளில் வேலை செய்துகொண்டிருந்தார்கள். சிங்கப்பூரில் அதிக சம்பளமும் கிடைப்பதால் இவர்கள் வசதியாகவேயிருந்தார்கள்.

காமினி அம்மாவின் மகளும், எனது புதிய சகோதரியுமான கமலி அப்போதுதான் பாலின மாற்று அறுவைச் சிகிச்சையைச் செய்திருந்தாள். தங்கை கமலிக்குப் பெரியளவில் சடங்கு செய்ய அம்மா முடிவெடுத்தார். நான் நிர்வாணம் செய்துகொண்டு அய்ந்து வருடங்களாகியும், எனக்கு இதுவரை முறைப்படி சடங்கு நடக்காமலேயே இருந்தது. எனவே எனக்கும் சடங்கு செய்விக்குமாறு மிகுந்த ஆசையுடன் அம்மாவைக் கேட்டுக்கொண்டேன். அம்மா என் கோரிக்கையை மகிழ்ச்சியுடன் ஏற்றுக்கொண்டார்.

நான் மனதால் என் மழலைப் பருவத்திலேயே பெண்ணானேன். அய்ந்து வருடங்களுக்கு முன்னால் உடலாலும் பெண்ணானேன். இப்போது திருநங்கைகள் சம்பிரதாயப்படியும் முழுமையான பெண்ணாகிப் பூக்கப் போகிறேன். 'மங்கையராகப் பிறப்பதற்கே நல்ல மாதவம் செய்திட வேண்டும் அம்மா' எனப் பாடிச் சின்ன வயதில் நான் மேடைகளில் ஆடியிருக்கிறேன். பெண்ணாவதற்கான என்னுடைய தவத்தை நான் இந்தப் பிறவியில்தான் செய்ய வேண்டியிருந்தது. அந்தத் தவக்காலம் காமினி அம்மாவால் வரமாகக் கனிகிறது.

நான் மலேசியாவிலிருந்த அந்த நாட்களில், என்னுடைய வாழ்க்கையைக் குறித்துத் தீவிரமாக மறுபரிசீலனை

செய்தேன். எதிர்காலத்தைக் குறித்து என்னிடம் ஆயிரமாயிரம் கேள்விகளைக் கேட்டுக்கொண்டேன். இளமையில் பாலியல் தொழிலில் ஈடுபட்டு, முதுமையில் அநாதைகளாகத் தெருவில் கிடக்கும் திருநங்கைகளை மலேசியாவில் பார்த்தேன். மனநோயாளியைப் போன்று வாழ்ந்துகொண்டிருக்கும் ஷீலாப் பாட்டியை அய்ரோப்பாவில் பார்த்தேன். எந்தவித அடிப்படை உரிமைகளுமற்று இந்தியாவில் வாழ்ந்துகொண்டிருக்கும் திருநங்கைகளும், யாழ்ப்பாணத்தில் மறைந்து வாழ நிர்ப்பந்திக்கப்பட்டிருக்கும் திருநங்கைகளும் எனக்கொரு பாடத்தைக் கற்றுக் கொடுத்திருக்கிறார்கள். நான் ஈழத்தில் முளைத்திருந்தாலும் ஊன்றப்பட்டு வளர்ந்து நிற்கும் நிலம் ஜெர்மனி. நான் பலன் தருவதா அல்லது படுவதா என்பது என் கையிலேயேயுள்ளது. நீண்ட வேரில்லாவிட்டால் வீழ்ந்து போவேன்.

2017 ஆம் வருடம் மாசி மாதமொரு சுபநாளில், உறவுகளுக்குப் பத்திரிகை வைத்து, நூற்றுக்கும் மேற்பட்ட திருநங்கைகள் முன்னிலையில், எனக்கும் தங்கை கமலிக்கும் சடங்கு சிறப்பாக நடந்தேறியது. நான் சிறுவயதிலிருந்தே ஆசைப்பட்ட ஆடை அலங்காரங்களுடன், மங்கலச் சின்னங்களுடன், மலர் மாலைகளுடன் ஒரு மணப்பெண் போல நான் அங்கு நின்றிருந்தேன். அந்தக் கோலத்தில் என்னை நானே கண்ணாடியில் பார்த்தபோது, நான் திகைத்துத்தான் போனேன். சிறுவயது முதலே என்னோடிருந்த என் கற்பனைத் தோழிகள் இருவரும் என்னைப் போலவே அலங்காரங்கள் செய்துகொண்டு என் இருபுறத்திலும் நின்றுகொண்டிருந்தார்கள்.

நான் மலேசியாவிலிருந்து ஜெர்மனிக்குத் திரும்பி வரும்போது, நான் செய்ய வேண்டியது என்ன? என் உண்மையான உறவுகள் யார்? என் கடமை எது? என்ற கேள்விகளுக்கு எனக்குத் தெளிவான விடைகள் கிடைத்திருந்தன. நான் நன்றாகப் படித்து,

சுயமரியாதையுடன் வாழக் கூடிய வேலையொன்றைத் தேடிக்கொள்ள வேண்டும். என்னுடைய உண்மையான உறவுகள் திருநங்கைச் சமுதாயம் மட்டுமே. திருநங்கைகள் சமூகத்தின் முன்னேற்றத்திற்காக உழைப்பதுவே என் கடமை.

நான் மீண்டும் கல்வி கற்க ஆரம்பித்தேன். பல் மருத்துவமனையொன்றில் பகுதிநேர வேலையொன்றைத் தேடிக்கொண்டேன். அங்கே கிடைக்கும் சிறிய ஊதியத்துடனும், அரசாங்கம் மாணவர்களுக்கு வழங்கும் சொற்ப உதவிப் பணத்துடனும் சிக்கனமாகச் சீவிக்கப் பழகிக்கொண்டேன். நான் குடித்துக் கூத்தடித்து ஆண்களுக்கு வலைவீசித் திரிந்த அதே 'டுசில்டோர்ப்' நகரத்தில், ஒரு சிறிய அறையை வாடகைக்கு எடுத்துக்கொண்டு தனியாக வாழ்கிறேன்.

2018 ஏப்ரல் மாதம், சுவிஸில் நடைபெற்ற எனது அக்காவின் திருமண விழாவில் நான் கலந்துகொண்டேன். என்னை ஒரு பெண்ணாக எனது குடும்பமும், எனது உறவினர்களும் ஏற்றுக்கொண்டுவிட்டனர். நான் உறுதியாக நின்று, தொடர் போராட்டத்தை நடத்தியே, அவர்களது மனங்களை மாற்ற வேண்டியிருந்தது. அதுபோலவே இந்த உலகமும் திருநங்கைகளைச் சரிசமமாக நடத்தும் நிலை வரும்வரை, நாங்கள் எங்களது போராட்டத்தை இடையறாது நடத்த வேண்டியிருக்கிறது. எங்களுக்கு யார்மீதும் வெறுப்பில்லை. எங்களை இந்த உலகம் வெறுக்கவும் விலக்கிவைக்கவும் எந்த நீதியான காரணமுமில்லை.

என் வழிகாட்டி செலினா புரஃபேர்க்கோடு எப்போதும் இணைந்திருக்கிறேன். திருநங்கைகள் குறித்த அவரது ஆய்வுப் பணிகளில் உதவி செய்கிறேன். LGBTIQ சமூகத்தின் உரிமைகளுக்காகப் போரிடும் அமைப்புகளோடு இணைந்து வேலை செய்கிறேன். திருநங்கைள் குறித்த விழிப்புணர்வைச் சமூகத்தில்

தனுஜா 341

ஏற்படுத்த நான் ஆற்றிய சிறிய பணிகளுக்காக 'BORN TO WIN' எனப்படும் சர்வதேச விருதும் எனக்கு வழங்கப்பட்டது. சுவிஸிலுள்ள பல்கலைக்கழங்களில் திருநங்கைகளைக் குறித்து உரையாற்றுவதற்கு, செலினா அவ்வப்போது ஏற்பாடு செய்து கொடுக்கிறார். அவ்வாறான ஒரு பல்கலைக்கழக நிகழ்ச்சியில் தான், என்னுடைய வாழ்க்கைப் பயணத்தை நான் எழுத்தாக்க வேண்டும் என்ற கோரிக்கை செலினாவாலும் மாணவர்களாலும் முன்வைக்கப்பட்டது. நான் இந்தச் சுயசரிதையை எழுதுவதற்குத் 'தந்தம்' முறித்துக் கொடுத்தவர்கள் அவர்களே.

இந்த நூலை எழுத ஆரம்பித்ததிலிருந்து, என்னுடைய கற்பனைத் தோழிகள் இருவரையும் நான் தேடுவதேயில்லை. அவர்களிடம் சொல்வதற்குப் பதிலாக, உங்களிடம் என் கதையை ஒளிவுமறைவின்றிச் சொல்லியிருக்கிறேன். நீங்கள் இந்நூலைப் புத்தியால் மட்டுமே படித்திருக்கமாட்டீர்கள் என்றே நான் நம்புகிறேன். ஏனெனில் எல்லா ஆண்களுக்குள்ளும் பெண்தன்மையும், எல்லாப் பெண்களுக்குள்ளும் ஆண்தன்மையும் கலந்தேயிருக்கின்றன. எனவே நீங்கள் இந்தப் புத்தகத்தை உங்களது ஆன்மாவாலும் வாசித்திருப்பீர்கள்!

நிழற்படங்கள்

தனுஜா 2003

தனுஜா 2006

தனுஜா 343

தனுஜா 2010

RWTH Aachen University, 2016

ரேவதி அம்மாவுடன், சுவிஸ்

தனுஜா தனது மகள்களுடன்

ஏஞ்சலுடன், தாய்லாந்து

ஹம் தேர்த்திருவிழா

தனுஜா 2019

அக்காவின் திருமண நிகழ்வில்

Born to Win விருது, சென்னை

காமினி அம்மாவுடன், மலேசியா

தனுஜா 2016

கூவாகம் திருவிழா